AF758821

ആരണ്യഗീതം

Aaranya Geetham
Novel

Perumpadavam Sreedharan

CHINTHA PUBLISHERS
Thiruvananthapuram

First Chintha Edition
February 2020

Published
Chintha Publishers, Thiruvananthapuram

Typesetting
Star communications, Thiruvananthapuram

Cover Design
Vinod Mangoes

ISBN - 978-93-89410-76-1

CO - 2919 / 5215

Email: chinthapublishers@gmail.com
Website: www.chinthapublishers.com

Distribution
DESHABHIMANI BOOKHOUSE
H O Thiruvananthapuram 695035

Branch
Head Office Kunnukuzhi • Statue Thiruvananthapuram •
KSRTC Bus Station Thiruvananthapuram
KSRTC Bus Station Alappuzha • KSRTC Bus Station Ernakulam •
Machingal Lane Thrissur • IG Road Kozhikode •
Mavoor Road Kozhikode • NGO Union Building Kannur •
Central Bus Terminal Complex Thavakkara Kannur

ആരണ്യഗീതം

(നോവൽ)

പെരുമ്പടവം ശ്രീധരൻ

ചിന്ത പബ്ലിഷേഴ്സ്
തിരുവനന്തപുരം-695 035

പെരുമ്പടവം ശ്രീധരൻ

നോവലിസ്റ്റ്. കഥാകൃത്ത്. തിരക്കഥാകൃത്ത്. മൂവാറ്റുപുഴ താലൂക്കിലെ പെരുമ്പടവം ഗ്രാമത്തിൽ 1938 ഫെബ്രുവരി 12 ന് ജനിച്ചു. എഴുത്തിന്റെ ആരംഭം കവിതയിലായിരുന്നു. പിന്നീട് കഥയിലേക്കും നോവലിലേക്കും തിരിഞ്ഞു. *അഭയം, അഷ്ടപദി, ആയില്യം, അന്തിവെയിലിലെ പൊന്ന്, കാൽവരിയിലേക്ക് വീണ്ടും, പ്രദക്ഷിണവഴി, എന്റെ ഹൃദയത്തിന്റെ ഉടമ, ഒരു സങ്കീർത്തനം പോലെ, അരൂപിയുടെ മൂന്നാം പ്രാവ്, ശംഖുമുദ്രയുള്ള വാൾ, നാരായണം, ഒരു കീറ് ആകാശം* എന്നിവ ഉൾപ്പെടെ നിരവധി നോവലുകളും *വേനലിൽ പൂക്കുന്ന മരം, ഇലത്തുമ്പുകളിലെ മഴ, ദൈവത്തിന്റെ കാട്ടിലെ ഒരില, ഡിസംബർ, രണ്ടു സങ്കടങ്ങൾ കണ്ടുമുട്ടുമ്പോൾ* എന്നിവ ഉൾപ്പെടെയുള്ള ചെറുകഥാസമാഹാരങ്ങളുമാണ് പ്രധാന കൃതികൾ. *അഭയം* കേരളശബ്ദം അവാർഡിനും, *അഷ്ടപദി* കേരള സാഹിത്യ അക്കാദമി അവാർഡിനും, *അന്തിവെയിലിലെ പൊന്ന്* ഗൾഫ് മലയാളികൾക്ക് ഏറ്റവും ഇഷ്ടപ്പെട്ട നോവലിസ്റ്റിനുള്ള അവാർഡിനും അർഹമായി. *ഒരു സങ്കീർത്തനം പോലെ* വയലാർ അവാർഡ് ഉൾപ്പെടെ ഒൻപത് അവാർഡുകൾ നേടി - *ഒരു സങ്കീർത്തനം പോലെ, അഭയം, നാരായണം* ഉൾപ്പെടെ ചില കൃതികൾ ഇന്ത്യൻ ഭാഷകളിലും വിദേശഭാഷകളിലും തർജ്ജമ ചെയ്തിട്ടുണ്ട്. 12 ചലച്ചിത്രങ്ങൾക്ക് തിരക്കഥയെഴുതി. *സൂര്യദാഹത്തിന്* കേരളാ സ്റ്റേറ്റ് ഫിലിം അവാർഡും, *അഷ്ടപദിക്ക്* ഫിലിം ക്രിട്ടിക്സ് അവാർഡും, *നിലാവിന്റെ ഭംഗിക്ക്* സംസ്ഥാന ബാലസാഹിത്യ ഇൻസ്റ്റിറ്റ്യൂട്ട് അവാർഡും കിട്ടി. കേരള സാഹിത്യ അക്കാദമിയിലും ഫിലിം സെൻസർ ബോർഡിലും സാഹിത്യ പ്രവർത്തക സഹകരണ സംഘം ഡയറക്ടർ ബോർഡിലും അംഗമായിരുന്നു. കേരള സാഹിത്യ അക്കാദമി പ്രസിഡന്റായിരുന്നു (2011-2016)

വിലാസം : പെരുമ്പടവം വീട്
തമലം, തിരുവനന്തപുരം 695 012
ഫോൺ : 9447157311

പ്രസാധകക്കുറിപ്പ്

സങ്കീർണ്ണമായ മനുഷ്യബന്ധങ്ങളുടെ ഉള്ളറകളിലേക്കു സഞ്ചരിക്കുന്ന ഭാവസുന്ദരമായ നോവൽ. കൃഷ്ണേട്ടൻ, ഭാഗീരഥി, അനിയൻ എന്നിവർക്കിടയിലുണ്ടാകുന്ന സംഘർഷങ്ങളെ അതിലളിതമായ ഭാഷയിൽ അവതരിപ്പിക്കുന്ന ഈ നോവൽ വായനക്കാരെ ആകർഷിക്കും. അത്രമേൽ ഹൃദ്യമായ രചനാശൈലി. പെരുമ്പടവത്തിന്റെ കൈയൊപ്പു പതിഞ്ഞ കൃതി.

ചിന്ത പബ്ലിഷേഴ്സ്

ഒന്ന്

അകലെ കിഴക്കൻ മലഞ്ചെരുവുകളിലെ കാടുകളിൽനിന്ന് അനിയൻ ആ പാട്ടുകേട്ടു. ആത്മാവിൽ വന്നലയ്ക്കുന്ന സംഗീതം. വാക്കുകൾ വ്യക്തമല്ല. മനസ്സിനെ മോഹിപ്പിക്കുന്ന ഒരീണം. നിലാവുപോലെ, പൂവിന്റെ സൗരഭ്യം പോലെ അത് ആത്മാവിൽ വന്നുനിറയുന്നു.

അനിയൻ പുറത്തേക്കു നോക്കി. പുറത്ത് മരക്കൂട്ടങ്ങൾക്കിടയിൽ നിലാവു പെയ്യുന്നു.

പിച്ചിപ്പൂവിന്റെ സൗരഭ്യം.

സന്ധ്യയ്ക്കു നോക്കുമ്പോൾ മുറ്റത്തിന്റെ അരികിൽ നില്ക്കുന്ന പിച്ചിയിന്മേൽ ഒറ്റ പൂവുപോലും ഉണ്ടായിരുന്നില്ല.

- പിന്നെ എവിടന്നാണ് പിച്ചിപ്പൂവിന്റെ ഗന്ധം! അനിയൻ ഹൃദയത്തിൽ ഒരു നടുക്കത്തോടെ കൃഷ്ണേട്ടന്റെ വാക്കുകൾ ഓർത്തു:

"അനിയനു വിശ്വസിക്കാൻ പ്രയാസമുണ്ടായിരിക്കും. പക്ഷേ, യഥാർത്ഥമാണ്. ചിലപ്പോൾ ഓർക്കാപ്പുറത്ത് ആ സംഗീതം കേൾക്കും. അകലെ കിഴക്കൻ കാടുകളിൽ എവിടെയോനിന്ന്. നിശ്ശബ്ദതയുടെ സംഗീതം പോലെയാണത്. എന്തോ ഒരു നിഗൂഢതയുണ്ടതിന്!"

എല്ലാവർക്കും ആ പാട്ടു കേൾക്കാൻ സാദ്ധ്യമല്ലെന്ന് കൃഷ്ണേട്ടൻ പറഞ്ഞു. ഒരു ദിവസം രാത്രി അനിയനെ അരികിൽ ചേർത്തുനിർത്തി അകലെ കിഴക്കൻകാടുകളുടെ നേരെ കൈ ചൂണ്ടി ചെവിയോർക്കാൻ പറഞ്ഞു. അനിയൻ ഒന്നും കേട്ടില്ല. അതേസമയം മന്ത്രമുഗ്ദ്ധമായ ഒരു ഭാവമായിരുന്നു കൃഷ്ണേട്ടന്. ഹൃദയത്തെ ഇളക്കി മറിക്കുന്ന സംഗീതം എന്നാണ് കൃഷ്ണേട്ടൻ പറഞ്ഞത്. നിശ്ശബ്ദതയുടെ സ്മൃതിഗോപുരങ്ങളിൽ മുഴങ്ങുന്ന ഏതോ ഹൃദയഗീതം. സമയകാലങ്ങൾക്കൊക്കെ അക്കരെനിന്ന് അതു കേൾക്കുന്നു.

കവിയായതുകൊണ്ട് കൃഷ്ണേട്ടന് അങ്ങനെയൊക്കെ പറയാം. സ്വപ്നങ്ങളിൽ ജീവിക്കുന്ന ആൾക്കു മാത്രമേ ശൂന്യതയിൽ ചെവിയോർത്തു നിന്ന് ഇല്ലാത്ത സംഗീതം കേൾക്കാനും അതിൽ മുഴുകാനും കഴിയൂ.

അകലേക്കു നോക്കിനിന്നു ഒരു സ്വപ്നത്തിലെന്നോണം കൃഷ്ണേട്ടൻ പറഞ്ഞു: "ആ പാട്ടു കേൾക്കുന്ന ആളിന് ഒരു വാഗ്ദാനമുണ്ട്. ഹൃദയത്തിൽ സ്നേഹത്തിന്റെ വേലിയേറ്റം ആരംഭിക്കുന്നതിന്റെ അടയാളമാണത്."

ഇവിടെനിന്നു പോകുന്നതിനു മുമ്പ് അർദ്ധരാത്രിക്ക് കൃഷ്ണേട്ടൻ ആ പാട്ടു കേട്ടു. ദിവ്യവും നിഗൂഢവും എന്നു കൃഷ്ണേട്ടൻ വിശേഷിപ്പിക്കുന്ന ആ പാട്ടു കേട്ടുകൊണ്ടാണ് കൃഷ്ണേട്ടൻ പോയത്.

എന്നോ കേട്ടുമറന്ന സംഗീതം വീണ്ടും കേൾക്കുന്നതു പോലെയുള്ള ഒരു ഭാവം അന്ന് കൃഷ്ണേട്ടനിൽ കണ്ടു. ഗ്രഹതാരകങ്ങൾക്കിടയിൽ ഋതുസംക്രമങ്ങൾ സംഭവിക്കുന്ന പ്രാചീന സന്ധ്യകളുടെ ഓർമ്മകൾ വീണ്ടെടുക്കുന്ന അഗാധമായ ഭാവം കൃഷ്ണേട്ടന്റെ സ്വഭാവമായിരുന്നു.

അകലെ കിഴക്കൻകാടുകളിൽ നിന്ന് ആ സംഗീതം അനിയൻ വീണ്ടും കേട്ടു.

പെട്ടെന്ന്, അമ്പലത്തിന്റെ മതിൽക്കെട്ടിനു പുറത്ത് പാലച്ചുവട്ടിൽ കുടിയിരിക്കുന്ന യക്ഷിയെക്കുറിച്ച് അനിയൻ ഓർത്തു.

പണ്ടെന്നോ ഒരിക്കൽ ഈ ഇല്ലത്ത് മഹാമാന്ത്രികനായ ഒരു മുത്തച്ഛനുണ്ടായിരുന്നു. മുത്തച്ഛൻ ദൂരെയെങ്ങോ പോയി അർദ്ധരാത്രിക്കു മടങ്ങിവരുമ്പോൾ പാലച്ചുവട്ടിൽ അതിസുന്ദരിയായ ഒരു സ്ത്രീ നില്ക്കുന്നു. വെള്ളയുടുത്ത് മുടിയിൽ പിച്ചിപ്പൂവും ചൂടി മനം മയക്കുന്ന ഒരു മന്ദസ്മിതത്തോടെ. മുത്തച്ഛൻ അടുത്തു ചെന്നപ്പോൾ അവൾ, "തിരുമേനീ, ഞാനും കൂടെ പോരട്ടേ"- എന്നു ചോദിച്ചു. ആസക്തി ജ്വലിക്കുന്ന ആ കണ്ണുകൾ കണ്ടപ്പോൾ അദ്ദേഹത്തിന് അവളെ മനസ്സിലായി. വല്ല കൂസലുമുണ്ടോ മുത്തച്ഛന്? "ങ്ഹാ, നിനക്കിഷ്ടമാണെങ്കിൽ പോന്നോളൂ" എന്നു പറഞ്ഞ് മുത്തച്ഛൻ നടന്നു. ഒപ്പം നടക്കുന്നതിനിടയിൽ, "എന്നേം കൊണ്ട് ഇല്ലത്തു ചെല്ലുമ്പോൾ വേളിക്കിഷ്ടാവ്വോ?"- എന്ന് കൊഞ്ചിച്ചോദിച്ചു. മുത്തച്ഛൻ അതിന് ഒരു വഴി കണ്ടുപിടിച്ചു: "സാരല്ല്യാ അകത്തുള്ളാളോടു പറയും ഇതൊരു ചെറിയ സംബന്ധാണെന്ന്. നമ്പൂരാർക്കാവുമ്പോ സംബന്ധം ഇഷ്ടംപോലെ ആവാലോ." നടന്നുനടന്ന് അമ്പലത്തിന്റെ മുമ്പിലെത്തിയപ്പോൾ അവൾ ചോദിച്ചു: "ഇല്ലത്തേക്ക് ഇനീം ശ്ശി ദൂരോണ്ടോ?" മുത്തച്ഛൻ ദൂരേക്കു ചൂണ്ടിക്കാട്ടി. "ഏയ്, അത്രയ്ക്കൊന്നൂല്ലാ. പാടത്തിന്റെ അക്കരെ. നടന്നു മടുത്തെങ്കി ഇവിടെ ഇരിക്കാം. ഇദ് ഞങ്ങള്ടെ ഇല്ലംവക അമ്പലാണ്."

പാലച്ചുവട്ടിലെ കല്ലിൽ അവൾ ഇരുന്നു. അന്നു പൗർണ്ണമിയായിരുന്നു. പൂ വാരിയെറിയുന്ന നിലാവ്. പാലപ്പൂവിന്റെ ഗന്ധം. മോഹിപ്പിക്കുന്ന ഒരു നോട്ടത്തോടെ അവൾ പറഞ്ഞു:

"ഇവ്ടെ എന്റെ അടുത്തിരിക്കൂ, തിരുമേനീ." ഭദ്രകാളിയെക്കൊണ്ടു നമഃശിവായ ജപിപ്പിക്കുന്ന മുത്തച്ഛൻ അവളുടെ അടുത്തിരുന്നു. പാല ച്ചുവട്ടിലെ കല്ല് അന്നു രാത്രിയിൽ അവർക്കു പൂമെത്തയായി.

മുത്തച്ഛൻ ഏഴരവെളുപ്പിനുണർന്ന് ഇല്ലത്തേക്കു പോകാൻ തുടങ്ങി യപ്പോൾ അവൾ ചോദിച്ചു: "ഞാൻ വരണ്ടേ ഇല്ലത്തേക്ക്?"

ഒറ്റ രാത്രികൊണ്ടുള്ള ബന്ധമേ ഉള്ളൂ. എങ്കിലും അത്രയ്ക്കിഷ്ടമായി. വേർപിരിയാനും പിരിയാതിരിക്കാനും വയ്യാത്ത സ്ഥിതിയിലായിരുന്നു മുത്തച്ഛൻ. പക്ഷേ, ഇങ്ങനെ ഒരു സാധനത്തിനേയുംകൊണ്ട് ഇല്ല ത്തേക്കു ചെല്ലാനൊക്കുമോ?

"വേണ്ടാ. അകത്തുള്ളാൾക്ക് അലോഹ്യം തോന്ന്യാലോ?" മുത്ത ച്ഛൻ അതിനും ഒരു പോംവഴി കണ്ടു. "നീ ഇവിടെ ഇരുന്നോളൂ. എല്ലാ പൗർണ്ണമി രാത്രിക്കും ഞാൻ നിന്റെ അടുത്തു വരും. പോരേ?"

പാലച്ചുവട്ടിൽ അവളെ തനിച്ചാക്കി മുത്തച്ഛൻ ഇല്ലത്തേക്കു പോയി.

നാല്പത്തൊന്നു ദിവസം തികയുന്നതിനു മുമ്പ് മുത്തച്ഛന്റെ വേളി അമ്പലക്കുളത്തിൽ പൊന്തിക്കിടന്നു.

ദുർമൃതി.

പ്രശ്നംവച്ചപ്പോൾ രാശിക്കളത്തിൽ ഒരു യക്ഷിയുടെ കാല്പാടുകൾ കണ്ടു.

മുത്തശ്ശി പറഞ്ഞുകേട്ട കഥയാണ്. നേരോ നുണയോ എന്നാർക്ക റിയാം?

അമ്പലത്തിനൊക്കെ അപ്പുറത്ത്, മലഞ്ചെരുവിലെ കാടുകളിൽനിന്നു പാട്ടുകേട്ടപ്പോൾ കൃഷ്ണേട്ടൻ ആ യക്ഷിയെ ഓർത്തു.

സ്നേഹഭംഗത്തിന്റെ ദുഃഖവും ജ്വലിക്കുന്ന ആസക്തിയും ഹൃദയ ത്തിൽ ഒതുക്കിക്കൊണ്ട് മറ്റുള്ളവരുടെ വിശ്വാസങ്ങളിൽ ജീവിക്കുന്ന ഏതോ ഒരാത്മാവല്ലേ ആ യക്ഷി?

യക്ഷിയെ സ്നേഹിച്ച മുത്തച്ഛനെക്കുറിച്ചുള്ള ഓർമ്മ കൃഷ്ണേട്ടന് ഹൃദ്യമായ ഒന്നായിരുന്നു. അതു മാത്രമല്ല, ഇല്ലത്തിന്റെ പാരമ്പര്യവും മഹത്ത്വവും എല്ലാം കൃഷ്ണേട്ടൻ അമൂല്യമായി കരുതിയിരുന്നു.

ഓലഗ്രന്ഥങ്ങളിൽ കൃഷ്ണേട്ടൻ കണ്ടിട്ടുണ്ടത്രേ ഇല്ലത്തിന്റെ പഴമ.

ബ്രഹ്മാവിൽനിന്നു മരീചി. മരീചിയിൽനിന്നു കശ്യപൻ. കശ്യപനിൽ നിന്നു വിവസ്വാൻ. വിവസ്വാൻ എന്നു പറഞ്ഞാൽ സൂര്യൻ: വിവസ്വാൻ എന്ന സൂര്യനിൽനിന്ന് വൈവസ്വതമനു. വൈവസ്വതമനു അഥവാ സത്യ വ്രതൻ. വൈവസ്വതമനു എന്ന സത്യവ്രതനായിരുന്നു അയോദ്ധ്യയിലെ ഒന്നാമത്തെ രാജാവ്. അദ്ദേഹം കുറേക്കാലം രാജ്യം ഭരിച്ചു. പിന്നെ വിരക്തി തോന്നിയപ്പോൾ രാജ്യം സ്വപുത്രനായ ഇക്ഷ്വാകുവിനെ ഏല്പിച്ച് സത്യവ്രതൻ വനത്തിൽ പോയി തപസ്സുചെയ്തു. വിവസ്വാൻ എന്ന സൂര്യപുത്രനായ വൈവസ്വതമനുവിന്റെ വംശം സൂര്യവംശമായി. ഇക്ഷ്വാകുവിനെ തുടർന്നു സൂര്യവംശം ഉജ്ജ്വലതേജസ്സോടെ തിളങ്ങി. ദശരഥപുത്രനായ ശ്രീരാമൻ നാല്പത്തിമൂന്നാമത്തെ രാജാവായിരുന്നു.

സൂര്യവംശത്തിന്റെ പഴമ ഇതിഹാസപുരാണങ്ങളുടെ സ്മൃതികളിൽ അനശ്വരമായിത്തീർന്നിരിക്കുന്നു. ആ സൂര്യവംശത്തിന്റെ ഒരു ശാഖയാണ് സൂര്യമന. സേവാമൂർത്തികളും ഗുരുകാരണവന്മാരും സൂര്യമനയുടെ മഹത്ത്വത്തിനു കാവൽനില്പുണ്ടെന്നാണ് വിശ്വാസം. ഇല്ലത്തിനകത്ത് മഹാമായയും ശ്രീഗണപതിയും.

പാടത്തിനക്കരെ പുഴക്കരയിൽ ശിവന്റെ അമ്പലം. അതിനൊക്കെ അപ്പുറത്താണ് മലകളും കാടുകളും. പണ്ട് അഞ്ചു ഗ്രാമം മുഴുവൻ സൂര്യമനയുടെ ഭൂസ്വത്തായിരുന്നു. അതെല്ലാം എങ്ങനെയൊക്കെയോ കൈവിട്ടുപോയി. എങ്കിലും ഇപ്പോഴുമുണ്ട് ആറേഴു തലമുറകൾ ധൂർത്തടിച്ചാലും തീരാത്ത സ്വത്ത്.

കൃഷ്ണേട്ടന് പക്ഷേ, സ്വത്തിനെക്കുറിച്ച് അത്ര വിചാരമൊന്നുമില്ല. അദ്ദേഹം വില കല്പിച്ചത് മനുഷ്യബന്ധങ്ങൾക്കാണ്. അനിയനെന്നു വെച്ചാൽ ജീവനായിരുന്നു കൃഷ്ണേട്ടന്.

കൃഷ്ണേട്ടന് ആറോ ഏഴോ വയസ്സുള്ളപ്പോൾ കൃഷ്ണേട്ടന്റെ അമ്മ മരിച്ചു. അതിനുശേഷം അച്ഛൻ ചെറിയമ്മയെ വിവാഹം കഴിച്ചു. അത് വേളിയൊന്നുമായിരുന്നില്ല. ഒരുപുടവ കൊടുത്തു. അത്രതന്നെ. ഇല്ലത്തുള്ളോർക്കാർക്കും അത് ഇഷ്ടമായിരുന്നില്ല. തെക്കിനിയിലും വടക്കിനിയിലും ഉരൽപ്പുരയിലുമൊക്കെ ഇല്ലത്തുള്ളോരു കുശുകുശുത്തു. മുത്തശ്ശി മാത്രം നേരിട്ടങ്ങു പറഞ്ഞു: “ഇദ്പ്പോ വേണ്ടീരുന്നോ ഇട്ട്യാസു?”

ആർക്കും ഇഷ്ടായിട്ടില്ലെന്നറിയാവുന്നതുകൊണ്ട് അച്ഛൻ നമ്പൂരി രണ്ടാം വേളിയെ ഇല്ലത്തേക്കു കൊണ്ടുവന്നില്ല. അനിയൻ ജനിച്ച് ഒന്നൊന്നരക്കൊല്ലം കഴിഞ്ഞപ്പോഴേക്കും ആ ചെറിയമ്മയും മരിച്ചു. അതോടെ അച്ഛൻ നമ്പൂരി മൗനിയും വിഷാദിയുമായിത്തീർന്നു. ആരോടും മിണ്ടാതെ എല്ലാവരിൽനിന്നും ഒഴിഞ്ഞുമാറി മാളികപ്പുരയിലെ ഇരുട്ടിൽ അച്ഛൻനമ്പൂരി ഒതുങ്ങി.

ഒരു ദിവസം ആരോ ചെന്നു നോക്കുമ്പോൾ മാളികപ്പുരയിൽ അച്ഛൻ നമ്പൂരി മരിച്ചുകിടക്കുന്നു.

സ്വന്തം ഇഷ്ടപ്രകാരമാണ് കൃഷ്ണേട്ടൻ അനിയനെ ഇല്ലത്തേക്കു കൂട്ടിക്കൊണ്ടു പോന്നത്. വേറെ ആരുടെ ഇഷ്ടമാണ് നോക്കാനുള്ളത്? കണ്ണും കാതുമില്ലാതെ ഏതു നേരവും നമശ്ശിവായ ജപിച്ചുകൊണ്ടു നടക്കുന്ന ഒരു മുത്തശ്ശിയല്ലേ ഉള്ളൂ ഇല്ലത്ത്.

മറ്റുള്ളവർ ചോദിച്ചപ്പോൾ കൃഷ്ണേട്ടൻ പറഞ്ഞു:

“അതിപ്പോ ചോദിക്കാനും പറയാനും എന്തിരിക്കുന്നു? അവൻ എന്റെ അനിയനല്ലേ? ഈ ഇല്ലത്ത് എനിക്കുള്ളത്ര അവകാശം അനിയനുമുണ്ട്. അതു മാത്രാണോ? എനിക്കു വേറെ ആരാ ഉള്ളത്?”

കൃഷ്ണേട്ടനേയും അനിയനേയും കണ്ടാൽ തിരിച്ചറിയില്ലെന്ന് ആളുകൾ പറഞ്ഞു. ഒരേ മുഖച്ഛായ. ഒരേ നിറം. ഒരേ അച്ചിൽ വാർത്ത വിഗ്രഹങ്ങൾ എന്നാണ് ശങ്കരപ്പിള്ള സാറ് ഒരിക്കൽ പറഞ്ഞത്.

കൃഷ്ണേട്ടനെ എല്ലാവരും ഇഷ്ടപ്പെട്ടു. തളിരുപോലുള്ള സ്വഭാവം. എല്ലാവരോടും സ്നേഹവും താല്പര്യവും. ആരെങ്കിലും ഒരു സങ്കടം ചെന്നു പറഞ്ഞാൽ അതിനു നിവൃത്തി മാർഗ്ഗം കണ്ടുപിടിക്കും. എന്തു സഹായം ചെയ്യാനും അശേഷം മടിയില്ല. ആ ഗ്രാമത്തിലുള്ള ആരും കൃഷ്ണേട്ടന് അന്യരായിരുന്നില്ല.

അപൂർവ്വവസ്തുക്കളോടും പുസ്തകങ്ങളോടും പൂക്കളോടും കൃഷ്ണേട്ടന് എന്തെന്നില്ലാത്ത ഭ്രമമായിരുന്നു.

എങ്ങും ഉദ്യോഗത്തിനു പോകാതെ അന്തസ്സായി ജീവിക്കാൻ ഇല്ലത്ത് സ്വത്തുണ്ട്. പത്തുനൂറേക്കർ വരുന്ന ഇല്ലപ്പറമ്പ്. പുഴയ്ക്കക്കരെയുള്ള കൃഷിഭൂമി. തെങ്ങിൻതോപ്പ്, ആര്യൻപാടം, മലകൾ, കാടുകൾ. ക്ഷേത്രവും ക്ഷേത്രംവക സ്വത്തുക്കളും വേറെ. എല്ലാം നോക്കിയന്വേഷിക്കാൻ ആരെക്കൊണ്ടു പറ്റും?

കാര്യസ്ഥൻ അച്ചുതൻനായരാണെങ്കിൽ ആൾ മഹാസൂത്രശാലിയാണ്. പാഷാണത്തിൽ കൃമി. തൊട്ടേടത്തും പിടിച്ചേടത്തും ഒക്കെ കമത്തും. അച്ചുതൻനായർ പറയുന്നതല്ലേ കണക്ക്? പാട്ടക്കാരുടേയും വാരക്കാരുടേയും പരാതികേട്ടു മടുത്തു. അയാളെ കൃഷ്ണേട്ടനും അത്ര വിശ്വാസമുണ്ടായിരുന്നില്ല. എന്നാലും അയാളുടെ മുഖത്തു നോക്കി കറുത്തിട്ടൊരു വാക്കു പറയില്ല.

അമ്മാവൻ ഒരിക്കൽ കൃഷ്ണേട്ടനെ ഉപദേശിച്ചു. “ഇങ്ങന്യൊന്നും ആയാൽ പറ്റില്യാ കൃഷ്ണാ. നമ്മുടെ കാര്യം നമ്മൾത്തന്നെ നോക്കണം. ഇല്ലെങ്കീ എല്ലാം കുളംതോണ്ടും. കാര്യസ്ഥന്മാരെ വച്ച് ഇല്ലം ഭരിക്കണെ കാലൊക്കെ കഴിഞ്ഞിരിക്കുണു.”

അന്നു രാത്രി അനിയനെ അടുത്തുവിളിച്ചിരുത്തി കൃഷ്ണേട്ടൻ പറഞ്ഞു. “ഇല്ലം ഭരിക്കാനും സ്വത്തു സംരക്ഷിക്കാനും ഒന്നും എന്നെക്കൊണ്ടു പറ്റില്ല്യാ. അതൊക്കെ അനിയൻ ആയ്ക്കോളൂ.”

പൂക്കളും കവിതയുമായിരുന്നു കൃഷ്ണേട്ടന്റെ ദൗർബല്യം. കൃഷ്ണേട്ടൻ കവിത വായിക്കുന്നതു കേൾക്കാൻ എന്തോ ഒരു സുഖമുണ്ടായിരുന്നു. ഏകാന്തതയിൽ ഇതളിതളായി ഒരു പുഷ്പം വിടരുന്നതുപോലെയായിരുന്നു അത്.

കൃഷ്ണേട്ടനോട് വേളി കഴിക്കാൻ പറഞ്ഞ് മുത്തശ്ശി വളരെ നിർബ്ബന്ധിച്ചു. “മുത്തശ്ശി അതുമാത്രം എന്നോടു പറയണ്ടെന്നായിരുന്നു” പുള്ളിക്കാരന്റെ നിലപാട്. കൃഷ്ണേട്ടന് ഭൂമിയിൽ ഒരു കൂട്ടരോടേ അകൽച്ചയുണ്ടായിരുന്നുള്ളൂ. പെണ്ണുങ്ങളോട്.

പെണ്ണുങ്ങളെക്കുറിച്ചു പറയാൻതന്നെ നാണമായിരുന്നു കൃഷ്ണേട്ടന്. പെണ്ണില്ലാതെ പുരുഷൻ അപൂർണ്ണനാണെന്ന് ആരെങ്കിലും പറഞ്ഞാൽ പുള്ളി വേറെ എന്തെങ്കിലും ന്യായംകൊണ്ട് അതിനെ ഖണ്ഡിക്കും. പ്രകൃതിയേയും പുരുഷനേയും കൂട്ടിയിണക്കുന്ന പ്രപഞ്ച ദർശനത്തെക്കുറിച്ച് ഒരു കവിയുടെ ഹൃദയത്തോടെ വികാരം കൊള്ളാറുള്ള കൃഷ്ണേട്ടന്റെ ഈ വൈരുദ്ധ്യം അനിയനെ അതിശയിപ്പിച്ചു. അതിനിട

യിൽ അനിയൻ ഒരു രഹസ്യം കണ്ടുപിടിച്ചു. കൃഷ്ണേട്ടന്റെ കവിതകളിൽ താൻ സ്നേഹിക്കുകയും ഹൃദയത്തിൽ വച്ചാരാധിക്കുകയും ചെയ്യുന്ന ഏതോ ഒരു കാമുകിയുടെ വിലോഭനീയമായ ഒരു സങ്കല്പമുണ്ട്.

അകലെയുള്ള നഗരത്തിൽ ഉദ്യോഗം കിട്ടി കൃഷ്ണേട്ടൻ പോകാൻ ഒരുങ്ങിയപ്പോൾ മുത്തശ്ശി സങ്കടപ്പെട്ടു. "ഉദ്യോഗത്തിനു പോയി കൊണ്ടോന്നിട്ടു വേണോ ഈ ഇല്ലം കഴിയാൻ? ആരു പറയാനാ ഉണ്ണ്യോട്?"

'നമഃശിവായ'യുടെ മടക്കുകളിൽ മുത്തശ്ശി സങ്കടവും നിരാശയും ഒതുക്കിവച്ചു.

യാത്ര പറയാൻ നേരത്ത് കൃഷ്ണേട്ടൻ അനിയന്റെ തോളിൽ കൈവച്ച് അനിയന്റെ കണ്ണുകളിലേക്കു നോക്കി:

"വിശേഷിച്ചൊന്നും പറയാനില്ല്യാ. ഇനിയൊക്കെ അനിയൻ നോക്കിക്കോളണം. എല്ലാം അനിയനെ ഏല്പിക്കുന്നു. എനിക്കുള്ളതെല്ലാം അനിയന്റെയാണെന്നു വിചാരിക്കൂ. ഞാൻ ഇടയ്ക്കിടെ വരാം. എന്താ?"

ഒരു വെളുത്തവാവിന്റെയന്നാണ് കൃഷ്ണേട്ടൻ പോയത്. അന്നു രാത്രി കൃഷ്ണേട്ടൻ അകലെ കാടുകളിൽ നിന്നുള്ള പാട്ടുകേട്ടു ഹൃദയത്തിൽ സ്നേഹത്തിന്റെ വേലിയേറ്റം ആരംഭിക്കുന്നതിനു മുമ്പുള്ള നിമിഷങ്ങളിലേ ഒരാൾക്ക് ആ പാട്ടു കേൾക്കാൻ കഴിയൂ എന്നു കൃഷ്ണേട്ടൻ പറഞ്ഞു.

വെളുത്തവാവിൻനാൾ രാത്രി, തന്നെ സംബന്ധിച്ച മന്ത്രക്കെട്ടുകൾ കഴിയുമ്പോൾ പാലച്ചുവട്ടിലെ യക്ഷിത്തറയിൽനിന്നു പുറത്തിറങ്ങുന്ന യക്ഷിയുടെ പാട്ടാണോ അത്?

എന്തോ ഒരു നിഗൂഢതയുണ്ടതിന്.

അത് ഹൃദയം ഇളക്കിമറിക്കുന്നു.

ഹൃദയത്തിൽ വീണയുടെ കമ്പികൾ വലിഞ്ഞു മുറുകുന്ന ഒരനുഭവം.

അകലെ കിഴക്കൻകാടുകളിൽനിന്നുള്ള സംഗീതത്തിനു കാതോർത്തു നില്ക്കുമ്പോൾ അനിയന്റെ ഹൃദയത്തിൽ ഒരാന്തലുണ്ടായി. ഈ പാട്ടും കേട്ടുകൊണ്ടാണ് കൃഷ്ണേട്ടൻ യാത്ര തിരിച്ചത്.

രണ്ട്

വീണ്ടും, കൃഷ്ണേട്ടനെക്കുറിച്ചുള്ള ഓർമ്മകൾ അനിയന്റെ മനസ്സിൽ ഒരു ചുഴലിക്കാറ്റായി രൂപംകൊണ്ടു. കൃഷ്ണേട്ടൻ എപ്പോഴും തന്റെ ഏകാകിതയെക്കുറിച്ചു പറയാറുണ്ടായിരുന്നു. അനിയന് അതൊരിക്കലും മനസ്സിലായിട്ടില്ല. അകത്തെ പണിക്കാരും പുറത്തെ പണിക്കാരും കരക്കാരും ഒഴിഞ്ഞ ഒരു നേരമുണ്ടോ ഈ ഇല്ലത്ത്? പോരാത്തതിനും എപ്പോഴും നമശ്ശിവായ ജപിച്ചുകൊണ്ട് മുത്തശ്ശിയും.

പൂക്കളെന്നുവച്ചാൽ എന്തിഷ്ടമായിരുന്നു കൃഷ്ണേട്ടന്! എവിടെയെങ്കിലും ഒരു പൂവുകണ്ടാൽ അതിന്റെ വിത്തോ കമ്പോ കൊണ്ടുവരും. അതു നട്ടുനനച്ചു അതിനു തളിരുകൾ പൊട്ടുന്നതും നോക്കിയുള്ള കാത്തിരിപ്പ് അനിയൻ കണ്ടിട്ടുണ്ട്.

റോസാപ്പൂക്കളുടെ മാത്രം ഒരു ഗാർഡൻ കൃഷ്ണേട്ടനുണ്ടാക്കി. കടുംചുവപ്പുനിറമുള്ള പൂക്കൾ. ഇളം ചുവപ്പുനിറമുള്ള പൂക്കൾ. കുങ്കുമത്തിന്റെ നിറമുള്ള പൂക്കൾ. ഇളംവെയിലിന്റെ നിറമുള്ള പൂക്കൾ. മഞ്ഞനിറമുള്ള പൂക്കൾ വെളുത്ത നിറമുള്ള പൂക്കൾ. എല്ലാം ഇടകലർന്നു വിടർന്നു നില്ക്കുന്നതു കണ്ടാൽ പൂക്കളുടെ ഒരുകാട്...

ആ പൂക്കൾക്കിടയിൽ കൃഷ്ണേട്ടൻ ഏകാകിയായിരുന്നോ?...

ഒരിക്കൽ അതിനെക്കുറിച്ചു ചോദിച്ചപ്പോൾ കൃഷ്ണേട്ടൻ പറഞ്ഞു: "എന്റെ ഏകാന്തത എന്റെ ആത്മീയമായ ഒരനുഭവമാണ്. അതെത്ര തീക്ഷ്ണമാണെന്നു വേറൊരാൾക്കു മനസ്സിലാവില്ല. അനുഭവിക്കുന്ന എനിക്കുപോലും അതു വിശദീകരിക്കാൻ എളുപ്പമല്ല. ഒരുതരം വ്യഥ."

"ഇല്ലത്തിപ്പോ എന്തിന്റെ കുറവുണ്ടായിട്ടാ ഉണ്ണി ഉദ്യോഗം ഭരിക്കാൻ പോണേ"ന്നായിരുന്നു മുത്തശ്ശിയുടെ ചോദ്യം. കൃഷ്ണേട്ടന് അതിനുത്തരമുണ്ടായിരുന്നില്ല. എന്തെങ്കിലും കുറവുണ്ടായിട്ടല്ല. അങ്ങനെ ഒരു വിചാരം മനസ്സിൽ കടന്നുകൂടി.

യാത്ര തിരിക്കുന്ന അന്നു രാവിലെ കൃഷ്ണേട്ടൻ അമ്പലത്തിൽ പോയി തൊഴുതു. അമ്പലത്തിലെ ശാന്തിക്കാരനോടും കഴകക്കാരോടും യാത്രപറഞ്ഞു. "ഞാൻ തിരിച്ചുവരുംവരെ എല്ലാം നോക്കിക്കോ ളണ"മെന്ന് അവരോടും പറഞ്ഞു. കൃഷ്ണേട്ടൻ ദൂരെയെങ്ങോ പോവു കയാണെന്നറിഞ്ഞപ്പോൾ കിഴവൻ മാരാരുടെ കണ്ണുകൾ സങ്കടംകൊണ്ടു നനഞ്ഞു. അത്ര സ്നേഹമായിരുന്നു മാരാർക്കു കൃഷ്ണേട്ടനോട്. മാരാർക്കു വയസ്സായി. മെലിഞ്ഞ് അസ്ഥിപഞ്ജരം പോലെയായി. ശംഖുതാനും കൊട്ടാനും പാടാനും ഒന്നും കെല്പില്ല. എന്നിട്ടും അതൊക്കെ ചെയ്യുന്നു. തീരെയങ്ങു വയ്യാണ്ടാകും വരെ ഇതു വേറെ ആരെയും ഏല്പിക്കുകയില്ലെന്നാണ് മാരാരു പറയുന്നത്. കൊട്ടിപ്പാടി സേവയ്ക്ക് ഇത്രയും കേമനായ വേറെ ഒരാൾ അവിടെയെങ്ങുമില്ല. മരി ക്കുന്നതിനുമുമ്പ് അച്ഛൻ നമ്പൂതിരിക്ക് ഒറ്റ ആഗ്രഹമേ ഉണ്ടായിരുന്നു ള്ളൂ- മാരാരുടെ എടയ്ക്ക കേൾക്കണമെന്ന്. അത്രയ്ക്കിഷ്ടമായിരുന്നു അച്ഛൻ നമ്പൂതിരിക്ക് മാരാരോടും മാരാരുടെ എടയ്ക്കയോടും.

കൃഷ്ണൻ തിരിച്ചുവരുംമുമ്പ് താൻ മരിച്ചുപോകുമെന്നായിരുന്നു മാരാരുടെ സങ്കടം.

"ഇനി കാണാൻ പറ്റൂന്ന് എന്താ നിശ്ചയം? അവ്ടന്നു തിരിച്ചു വരുമ്പോ ഞാനുണ്ടാവ്വോ?"

കൃഷ്ണേട്ടൻ മന്ദസ്മിതത്തോടെ മാരാരെ നോക്കി.

"പിന്നെയില്ലേ! ഞാൻ മടങ്ങിവരുംവരെ മാരാർക്കൊന്നും സംഭവി ക്കില്യാ. ഭഗവാൻ കാത്തോളും. ശംഖൂതി ഭഗവാനെ പള്ളിയുണർത്താൻ വേറെ ആരാ? വേറൊരാള്ടെ കൊട്ടിപ്പാടി സേവ ഭഗവാനിഷ്ടാവ്വോ?"

മാരാരു കണ്ണുകളടച്ചു ഭഗവാനെയോർത്തു നെടുവീർപ്പിട്ടു.

കൃഷ്ണേട്ടൻ മാരാരോടും വാര്യരോടും ശാന്തിക്കാരനോടും ഭഗവാ നോടും യാത്ര പറഞ്ഞിറങ്ങുമ്പോൾ അവരെല്ലാവരും ഒരു വേർപാടിന്റെ സങ്കടത്തോടെ നോക്കിനിന്നു.

മതിൽക്കെട്ടിനു പുറത്തു കുടിയിരിക്കുന്ന യക്ഷിയെ ധ്യാനിച്ച് പാല ച്ചുവട്ടിൽ കൃഷ്ണേട്ടൻ ഒരു നിമിഷം നിന്നു.

അപ്പോൾ കാറ്റത്തു പാലക്കൊമ്പുകൾ അനങ്ങി.

നടക്കല്ലുകളിറങ്ങുമ്പോൾ അനിയൻ ചോദിച്ചു:

"യക്ഷിയേയും ദേവതയായിട്ടാരാധിക്കണോ?"

കൃഷ്ണേട്ടൻ നിഗൂഢമായ ഒരു ഭാവത്തോടെ അനിയനെ നോക്കി.

"അനിയനതു മനസ്സിലായിട്ടില്ലല്ലേ? ആരാധിക്കുമ്പോൾ കല്ലും ദേവ തയായിത്തീരും."

അങ്ങനെ ചിന്തിക്കുന്ന സ്വഭാവമായിരുന്നില്ല അനിയന്റേത്. അനി യനു യക്ഷിയെന്നു പറഞ്ഞാൽ യക്ഷി. ഭഗവതിയെന്നു പറഞ്ഞാൽ ഭഗവതി. ദുർദ്ദേവതയെന്നു വച്ചാൽ ദുർദ്ദേവത. യക്ഷി ഒരു ദുർദ്ദേവതയ ല്ലേ? പുരുഷന്മാരെ ആകർഷിച്ചു കൊണ്ടുപോയി അവരോടൊത്തു രമിച്ച് അവരുടെ രക്തം കുടിക്കുന്ന ദുർഭൂതം.

ഒരുതരം ഭീതിയോടും സംഭ്രാന്തിയോടും കൂടിയാണ് മുത്തശ്ശി എപ്പോഴും യക്ഷിയെക്കുറിച്ചു പറയാറ്. മനയ്ക്കലെ പുരുഷന്മാരെ മയക്കുകയും അവരുടെ വേളികളെ നാനാതരത്തിൽ കഷ്ടപ്പെടുത്തുകയും ചെയ്തുകൊണ്ട് ആ യക്ഷി എന്നും ഇല്ലത്തുണ്ടത്രേ! അവളെ എന്നെന്നേക്കുമായി തളച്ചിടാൻ ആരുമില്ലല്ലോ എന്നാണ് മുത്തശ്ശിയുടെ സങ്കടം.

മുത്തശ്ശി പറയുന്നത് അനിയൻ വിശ്വസിക്കണ്ടെന്നു കൃഷ്ണേട്ടൻ പറഞ്ഞു.

"മുത്തശ്ശിയുടെ നോട്ടത്തിൽ യക്ഷി ഒരു ദുർദ്ദേവതയാണ്. അല്ലെങ്കിൽ അതിനേക്കാൾ ചീത്തയായ എന്തോ ആണ്. പക്ഷേ, എന്റെ കണ്ണിൽ അത് അസംതൃപ്തമായ സ്നേഹത്തിന്റെ സിംബലാണ്."

യക്ഷി, ഗന്ധർവ്വൻ എന്നൊക്കെ ആളുകൾ പറയുന്നത് യഥാർത്ഥത്തിൽ ഉള്ളതാണോ എന്നായിരുന്നു. അനിയന്റെ സംശയം അങ്ങനെ യക്ഷിയും ഗന്ധർവ്വനും പിശാചും ഒക്കെ ഉണ്ടാവാൻ സാദ്ധ്യതയുണ്ടോ? ആ സങ്കല്പങ്ങൾക്കു വല്ല ശാസ്ത്രീയമായ അടിസ്ഥാനവുമുണ്ടോ?

"ഞാൻ അങ്ങനെയൊന്നും ആലോചിച്ചിട്ടില്ല." കൃഷ്ണേട്ടൻ പറഞ്ഞു. "എനിക്കാ സങ്കല്പം ഇഷ്ടായി. അനിയൻ ഓർത്തുനോക്ക്. മുത്തച്ഛനെ സ്നേഹിക്കുകയും മുത്തച്ഛൻ സ്നേഹിക്കുകയുംചെയ്ത ഒരു യക്ഷി!"

അനിയൻ ഒന്നും മിണ്ടാതെ വെറുതെ നോക്കിനിന്നപ്പോൾ കൃഷ്ണേട്ടൻ ഹൃദയത്തിൽത്തട്ടി ചിരിച്ചു.

"അശാസ്ത്രീയമായ ഒരു സ്നേഹം; അല്ലേ? ആഴമുള്ള സ്നേഹം ചിലപ്പോൾ അങ്ങനെയായിരിക്കും. ആർക്കറിയാം. അതിന്റെ സയൻസ്?"

വൃശ്ചികനിലാവിൽ കിഴക്കൻ കാടുകൾ പൂക്കുമ്പോൾ അകലെ മലഞ്ചെരിവുകളിൽനിന്നു ഒരു ഗീതം കേൾക്കുന്നു. പിച്ചിപ്പൂക്കളുടെ സൗരഭ്യംകൊണ്ട് മൂർച്ഛിച്ചുകിടക്കുന്ന ഗ്രാമം ഒരു യക്ഷിക്കഥയുടെ വിഭ്രാമകമായ ഓർമ്മകളോടെ ഞെട്ടിയുണരുന്നു.

ഇപ്പോൾ അനിയനും തോന്നുന്നു ഇതിന്റെ പിന്നിൽ എന്തോ നിഗൂഢതയുണ്ടെന്ന്.

അന്നു പോകാൻനേരത്തു കൃഷ്ണേട്ടൻ യാത്ര ചോദിച്ചപ്പോൾ മുത്തശ്ശി കരഞ്ഞു. അനിയൻ റെയിൽവേസ്റ്റേഷൻവരെ കൂടെ ചെന്നു കൃഷ്ണേട്ടനെ യാത്രയയക്കാൻ. അമ്മാവനും അമ്മിണിക്കുട്ടിയും റെയിൽവേസ്റ്റേഷനിൽ വന്നിട്ടുണ്ടായിരുന്നു. റെയിൽവേസ്റ്റേഷനിൽ വച്ചു കൃഷ്ണേട്ടൻ അമ്മിണിക്കുട്ടിയോടു പറഞ്ഞു:

"ഞാൻ പോകുന്നതൊന്നും നീ കൂട്ടാക്കണ്ടാ. അധികം വൈകാതെ ഞാൻ തിരിച്ചുവരും. എന്തിനാണെന്നറിയാമോ? അമ്മിണിക്കുട്ടിയേയും അനിയനേയും ഒരു വേളിച്ചരടുകൊണ്ടു കെട്ടിയിടാൻ."

അവൾ നാണത്തോടെ മുഖം കുനിച്ചു നില്ക്കുന്നത് അനിയൻ കണ്ടു.

അകലെയെങ്ങോ ഉള്ള നഗരം; അവിടെ കൃഷ്ണേട്ടൻ എവിടെ താമസിക്കും എന്നായിരുന്നു മുത്തശ്ശിയുടെ വേവലാതി. മുത്തശ്ശിയുടെ പേടി കണ്ടാൽ തോന്നും കൃഷ്ണേട്ടൻ ഇപ്പോഴും കൊച്ചുകുട്ടിയാണെന്ന്.

ഒരാഴ്ച കഴിഞ്ഞ് കൃഷ്ണേട്ടന്റെ എഴുത്തു വന്നു. യാത്ര സുഖമായിരുന്നു. ചെന്ന അന്നുതന്നെ ഉദ്യോഗത്തിൽ പ്രവേശിച്ചു. ഒരു വലിയ ഓഫീസ്. കണ്ടാൽ ഒരു പഴയ കോട്ടയാണെന്നു തോന്നും. കെട്ടിടങ്ങൾക്ക് എത്രകാലത്തെ പഴക്കമുണ്ടെന്ന് ആർക്കും നിശ്ചയമില്ല. ധാരാളം ജോലിക്കാരുണ്ട്. മിക്കവരും അന്യനാടുകളിൽനിന്നു വന്നവരാണ്. ആദ്യത്തെ എട്ടൊൻപതുദിവസം ഒരു സ്നേഹിതന്റെ കൂടെ കഴിഞ്ഞു. അവിടെയാകുമ്പോൾ ഹോട്ടലിൽനിന്നുവേണം ഭക്ഷണം കഴിക്കാൻ. അതൊരു ബുദ്ധിമുട്ടായിത്തീർന്നു. അതുകൊണ്ട് മറ്റൊരു സ്ഥലത്തേക്കു മാറി. അവിടെ ഒരു കിഴവനുണ്ട് ഭക്ഷണമുണ്ടാക്കിത്തരാൻ. നല്ല വെപ്പുകാരനാണ്. ഒറ്റക്കുഴപ്പമേ ഉള്ളൂ. കിഴവൻ പണ്ടു പട്ടാളത്തിലായിരുന്നു. ആ പഴങ്കഥകൾകൊണ്ടു ചിലപ്പോൾ ബോറടിപ്പിക്കും. ഏതായാലും ഈ നഗരത്തിൽ ഇങ്ങനെ ഒരു പാർപ്പിടം കിട്ടിയതു ഭാഗ്യമായി.

കൃഷ്ണേട്ടന്റെ എഴുത്തു വായിച്ചുകേൾപ്പിച്ചപ്പോൾ മുത്തശ്ശിക്കു സമാധാനമായി. ഒറ്റ സംശയമേ മുത്തശ്ശിക്ക് ഉണ്ടായിരുന്നുള്ളൂ.

"തൊഴാൻ അവിടെ അമ്പലം ഉണ്ടാവോ?"

"പിന്നെ അമ്പലം ഇല്ലാതിരിക്കുമോ?' അനിയൻ ചോദിച്ചു: "മുത്തശ്ശീ, അവിടെ ഈ കുഗ്രാമത്തിലെപ്പോലെയല്ല; വലിയ അമ്പലങ്ങൾ ഉണ്ടാവും. മുത്തശ്ശി അതോർത്തു വിഷമിക്കണ്ടാ."

ആദ്യമൊക്കെ ആഴ്ചതോറും കൃഷ്ണേട്ടന്റെ കത്തുകൾ വരുമായിരുന്നു. കുറേ കഴിഞ്ഞപ്പോൾ അതു മാസത്തിലൊന്നായി ചുരുങ്ങി. വിശേഷമൊന്നുമില്ല. എനിക്കിവിടെ സുഖമാണ്. ചില കത്തുകളിൽ അത്രയേ ഉണ്ടാവൂ.

പിന്നെ വന്ന കത്തിന്റെ ആരംഭംതന്നെ അനിയനോടൊരു വിശേഷം പറയാനുണ്ടെന്നായിരുന്നു.

"വെപ്പുകാരൻ കിഴവനെ അയാളുടെ ഭാര്യ വന്നു കൂട്ടിക്കൊണ്ടുപോയി. ആറേഴുവർഷം മുമ്പ് അവർ വഴക്കിട്ടു പിരിഞ്ഞതായിരുന്നു. ഇനി ഈ ജന്മത്ത് ആ അറുകൊലയെ എനിക്കു കാണണ്ടെന്നായിരുന്നു കിഴവന്റെ വാശി. പക്ഷേ, കണ്ടുകഴിഞ്ഞപ്പോൾ കിഴവന്റെ മനസ്സിളകി. പിന്നെ ഒരാഴ്ച ഞാൻ ആ വീട്ടിൽ തനിച്ചായിരുന്നു. ഒരു ദിവസം അടുത്തവീട്ടിലെ സ്ത്രീ വന്നു പറഞ്ഞു, ഇഷ്ടാണെങ്കിൽ അവിടെ ഊണു തരാമെന്ന്. അതൊക്കെ നിങ്ങൾക്കു ബുദ്ധിമുട്ടാകുമെന്നു പറഞ്ഞ് ഞാൻ ഒഴിയാൻ ശ്രമിച്ചതായിരുന്നു. അവർ കേൾക്കണ്ടേ? എനിക്കിഷ്ടമില്ലാഞ്ഞിട്ടാണെന്നു വിചാരിച്ചാലോ? പിന്നെ ഞാനങ്ങു സമ്മതിച്ചു. ആ വീട്ടിൽ ആ സ്ത്രീയും അവരുടെ മകളും മാത്രമേ ഉള്ളൂ. മകൾ ഭംഗിയായി നൃത്തം ചെയ്യും. ആറേഴുവർഷം ഏതോ ഗുരുവിന്റെ ശിഷ്യയായി അവൾ നൃത്തം പഠിച്ചു. ഭാഗീരഥിയെന്നാണ് പേര്. ഭാഗിയെന്നു വിളിക്കും. എനിക്കവളോട് എന്തോ

ഒരിഷ്ടം തോന്നി. അതിനെ ഇഷ്ടമെന്നാണോ ആരാധനയെന്നാണോ വിളിക്കേണ്ടതെന്നു നിശ്ചയമില്ല. കണ്ടാൽ ഒരു നാടൻ പെൺകുട്ടിയാണെന്നേ തോന്നൂ. അഗാധവും തീക്ഷ്ണവുമായ ഒരുഹൃദയഭാവം ഞാൻ അവളുടെ കണ്ണിൽ കണ്ടു. ഞാൻ അവളെ എന്റെ കവിതകൾ വായിച്ചുകേൾപ്പിച്ചു. അന്ന് അമൂല്യമായ ഒരു പാരിതോഷികം അവൾ എനിക്കു തന്നു- ഒരു മന്ദസ്മിതം. ഒരു മന്ദസ്മിതത്തിന് ഇത്ര ഭംഗിയുണ്ടെന്ന് അന്നാണ് ഞാൻ അറിയുന്നത്. അവൾക്കെന്നോടുള്ള മനോഭാവം എന്താണെന്ന് എനിക്കറിയില്ല. ഇഷ്ടാണ്; പക്ഷേ, അതിന് മറ്റൊരർത്ഥം കല്പിക്കാമോ?"

കൃഷ്ണേട്ടന്റെ കത്തു വായിച്ചപ്പോൾ അനിയന് അതിശയം തോന്നി. കൃഷ്ണേട്ടന് ഈ ജന്മത്ത് ഏതെങ്കിലും പെണ്ണിനോട് ഇഷ്ടം തോന്നുമെന്ന് ആരെങ്കിലും ഓർത്തതാണോ? പെണ്ണുങ്ങൾ അടുത്തുവന്നാൽ നാണിച്ചൊഴിഞ്ഞുമാറുന്ന പ്രകൃതമായിരുന്നു കൃഷ്ണേട്ടന്റേത്.

പിന്നീടു വന്ന കത്തിൽ കൃഷ്ണേട്ടന്റെ മനസ്സിന്റെ ഇടർച്ച വളരെ സ്പഷ്ടമായിരുന്നു.

"എന്റെ അനിയാ, വിധി വളരെ ക്രൂരമാണെന്നു തോന്നുന്നു. കഴിഞ്ഞ ദിവസം ഭാഗീരഥിയുടെ അമ്മ മരിച്ചു. വിശേഷിച്ച് യാതൊരു രോഗവുമുണ്ടായിരുന്നില്ല. ഒരാഴ്ച പനിച്ചു കിടന്നു. വാതപ്പനിയാണെന്നാണ് ആയമ്മ പറഞ്ഞത്. ഇടയ്ക്കിടയ്ക്ക് അങ്ങനെ വരാറുള്ളതാണെന്ന് ഭാഗിയും പറഞ്ഞു. ആരും അതത്ര സാരമാക്കിയില്ല. ഒരു വെളുപ്പാൻ കാലത്ത് ഭാഗി വിളിക്കുന്നതു കേട്ട് ഞാൻ ഓടിച്ചെന്നപ്പോൾ അവളുടെ അമ്മ മരിക്കുകയാണ്. ഏതായാലും വളരെ നിർഭാഗ്യമായിപ്പോയി. അവൾക്കിനി ആരുമില്ല. എന്തുകൊണ്ടാണ് വിധി ഇത്ര ക്രൂരമാകുന്നത്? ഭാഗിയുടെ കണ്ണീര് ഇതുവരെ തോർന്നിട്ടില്ല. അവളെ എങ്ങനെ ആശ്വസിപ്പിക്കണമെന്ന് എനിക്കറിയില്ല. ഭൂമിയിൽ അനാഥയായ ഒരു പെൺകുട്ടി."

അനിയൻ ആ കത്ത് മുത്തശ്ശിയെ വായിച്ചുകേൾപ്പിച്ചില്ല. മുത്തശ്ശിക്ക് സംശയങ്ങളുണ്ടാകും- ഏതാ ആ പെൺകുട്ടി? എന്തു ജാതിയാ? അന്യയായ ഒരു പെൺകുട്ടിയെ ഓർത്ത് എന്തിനാ ഉണ്ണി വിഷമിക്കുന്നത്?

രണ്ടു ദിവസം മുമ്പ് "ഉണ്ണീടെ എഴുത്തു വന്നില്ലേ" - എന്ന് മുത്തശ്ശി ചോദിച്ചു. അനിയൻ ഉദാസീനനായി പറഞ്ഞു: "ഉവ്വ് മുത്തശ്ശീ, വിശേഷമൊന്നൂല്ല. കൃഷ്ണേട്ടന് സുഖാണെന്ന്."

"ഉണ്ണ്യോട് ഇങ്ങട് വരാൻ പറഞ്ഞു എഴുതായിരുന്നില്ലേ അനിയാ നിനക്ക്?" മുത്തശ്ശി ചോദിച്ചു. "എത്ര നാളായി ഉണ്ണി പോയിട്ട്! കാണാൻ കൊതിയാവ്വാ."

പിന്നെ കുറേ ദിവസത്തേക്ക് കൃഷ്ണേട്ടന്റെ യാതൊരു വിവരവും ഉണ്ടായിരുന്നില്ല. ജോലിത്തിരക്കുകൊണ്ടായിരിക്കുമെന്ന് അനിയൻ വിചാരിച്ചു. ഒരുച്ചയ്ക്ക് അനിയൻ പത്രം വായിച്ചുകൊണ്ടിരിക്കുമ്പോൾ പോസ്റ്റ്മാൻ എഴുത്തുകൊണ്ടുവന്നു.

കത്തു പൊട്ടിച്ചു നോക്കിയപ്പോൾ അനിയൻ അന്തിച്ചു പോയി. ഈ കൃഷ്ണേട്ടൻ എന്താണ് എഴുതിയിരിക്കുന്നത്.

"അനിയൻ അമ്പരക്കുകയൊന്നും അരുത്. ഏട്ടൻ ഒരു രഹസ്യം പറയാൻ പോവുകയാണ്. അനിയനും മുത്തശ്ശിക്കും ഇത് ഇഷ്ടമാവുകയില്ലായിരിക്കും. ഞാൻ ഏഴു ദിവസം മുമ്പ് ഭാഗീരഥിയെ വിവാഹം കഴിച്ചു. ഒരനാഥപ്പെൺകുട്ടിയെ രക്ഷിക്കാൻ വേണ്ടിയല്ല ഞാനവളെ വിവാഹം ചെയ്തത്. എനിക്കവളോടു തോന്നിയ സ്നേഹവും ആരാധനയുംകൊണ്ട്. അഗാധവും തീക്ഷ്ണവുമായ ഹൃദയഭാവം നിറഞ്ഞുതുളുമ്പുന്ന അവളുടെ കണ്ണുകൾക്കു ചുവട്ടിൽ, ആ കണ്ണുകൾ എന്റെ ഹൃദയത്തിൽ അഴിച്ചുവിട്ട കൊടുങ്കാറ്റിന്റെ ചുഴികളിൽ ഞാൻ അടിപതറിപ്പോയി."

ഒരു സ്വപ്നം കണ്ടതുപോലെ തോന്നി അനിയന്. മുത്തശ്ശിയോടിതെങ്ങനെ പറയും? അമ്മാവനും അമ്മിണിക്കുട്ടിയും ഇതറിയുമ്പോൾ എന്തായിരിക്കും. അവരുടെ മനോഭാവം? അനിയനും മുത്തശ്ശിക്കും ആർക്കും ഇഷ്ടമാവുകയില്ലെന്നോർത്താണ്; അല്ലെങ്കിൽ ഭാഗീരഥിയേയുംകൂട്ടി താൻ ഇല്ലത്തേക്കു വന്നേനേ എന്നു കൃഷ്ണേട്ടൻ എഴുതിയിരിക്കുന്നു.

അതിനിപ്പോൾ കൃഷ്ണേട്ടന് മറ്റുള്ളവരുടെ ഇഷ്ടാനിഷ്ടങ്ങൾ നോക്കേണ്ട കാര്യമുണ്ടോ? മുത്തശ്ശി കുറേ സങ്കടപ്പെടുകയും കരയുകയും ചെയ്യുമായിരിക്കും. അതു സാരമാക്കണ്ടാ. അനിയന് എപ്പോഴും ഓർമ്മയുണ്ട്. കൃഷ്ണേട്ടന്റെ സ്നേഹവും വാത്സല്യവും കൊണ്ടാണ് തനിക്ക് ഈ ഇല്ലത്തു കാൽ കുത്താൻ കഴിഞ്ഞത്. വേറെ ആരും തന്നെ ഇത്രത്തോളം സ്നേഹിച്ചിട്ടില്ല. 'എനിക്കുള്ളതെല്ലാം അനിയന്റെ ആണെ'ന്നായിരുന്നു കൃഷ്ണേട്ടൻ പറയാറുണ്ടായിരുന്നത്. കൃഷ്ണേട്ടൻ തനിക്കൊരു ജീവിതം തന്നു എന്നേ അനിയൻ വിചാരിച്ചിട്ടുള്ളൂ.

കൃഷ്ണേട്ടൻ ഒരുദിവസം ഭാഗീരഥിയേയും കൂട്ടി ഇല്ലത്തേക്കു വന്നാൽ അരുതെന്നു പറയാൻ ആർക്കാണധികാരം?

ഇഷ്ടപ്പെട്ട ഒരു പെണ്ണിനെ കൃഷ്ണേട്ടൻ സ്നേഹിക്കുകയും വിവാഹം കഴിക്കുകയും ചെയ്തു. അതിനു കൃഷ്ണേട്ടനെ കുറ്റപ്പെടുത്താൻ ആർക്കെങ്കിലും അധികാരമുണ്ടോ?

കൃഷ്ണേട്ടന്റെ വിവാഹത്തെക്കുറിച്ചറിഞ്ഞപ്പോൾ മുത്തശ്ശി സങ്കടപ്പെടുകയും കരയുകയും ചെയ്തു:

"എന്റെ മഹാമായേ... ഉണ്ണിക്ക് ഇങ്ങനെ തോന്നീല്ലോ."

ഏതോ അശ്രീകരം കൃഷ്ണേട്ടനെ വശീകരിച്ചെടുത്തതാണെന്നായിരുന്നു മുത്തശ്ശിയുടെ വിചാരം. "അല്ലെങ്കിൽ ഉണ്ണി ഇങ്ങനെ വഴിതെറ്റിപ്പോവോ? അന്യ ഒരു പെൺകുട്ടീടെ മുഖത്തു നോക്കണ പ്രകൃതായിരുന്നോ ഉണ്ണീടേ? മഹാമായേ! ഞാനിത് എങ്ങന്യാ സഹിക്കണെ? ഇല്ലത്തിന്റെ സുകൃതം പോയി!"

കൃഷ്ണേട്ടൻ വേളികഴിച്ചുകാണാൻ എന്തുമാത്രം ആശിച്ചതാണ് മുത്തശ്ശി. പേരുകേട്ട ഒരില്ലത്തുനിന്ന് ആലോചന വന്നപ്പോൾ മുത്തശ്ശി നിർബ്ബന്ധിക്കുകയും ചെയ്തു അപ്പോഴൊക്കെ 'എനിക്കിപ്പം വേളീം വേണ്ടാ, പെലോളീം വേണ്ടാ'ന്നു കടുംപിടുത്തം പിടിച്ച ആൾ എന്താണിപ്പോൾ ചെയ്തത്?

മുത്തശ്ശിക്കു കലി വന്നു.

“ആ അശ്രീകരത്തെ ഈ ഇല്ലത്ത് കാലെടുത്തുകുത്താൻ ഞാൻ സമ്മതിക്കില്യാ.”

കൃഷ്ണേട്ടൻ വേളി കഴിച്ചു കാണാൻ അനിയനും ആഗ്രഹമുണ്ടായിരുന്നു.

മന്ത്രകോടി പുതച്ച് ഓലക്കുട ചൂടിയ ഏടത്തിയമ്മ.

കോടി ഞൊറിഞ്ഞുടുത്ത കൃഷ്ണേട്ടൻ.

കുടി പടിക്കലെത്തുമ്പോൾ ആർപ്പും കുരവയും.

അതൊന്നും ഉണ്ടായില്ല. കൃഷ്ണേട്ടൻ തനിക്ക് സ്നേഹവും ആരാധനയും തോന്നിയ ഏതോ ഒരു പെണ്ണിനെ വിവാഹം കഴിച്ചു.

വൃശ്ചികനിലാവിൽ കിഴക്കൻകാടുകൾ പൂക്കുമ്പോൾ പാറക്കെട്ടുകൾ നിറഞ്ഞ മലഞ്ചെരിവുകളിൽനിന്നു കേൾക്കുന്ന സംഗീതം ഹൃദയത്തിൽ ഏറ്റുവാങ്ങിക്കൊണ്ടാണ് കൃഷ്ണേട്ടൻ പോയത്.

മൂന്ന്

കൃഷ്ണേട്ടന്റെ വിവാഹം കഴിഞ്ഞെന്നു കേട്ടിട്ട് ആർക്കും സന്തോഷമില്ല. എന്തോ അത്യാഹിതം സംഭവിച്ചതുപോലെയാണ് എല്ലാവർക്കും. മുത്തശ്ശി സങ്കടപ്പെടുകയും നെടുവീർപ്പിടുകയും ചെയ്യുന്നു. മുത്തശ്ശിയുടെ നോട്ടത്തിൽ ഇല്ലത്തിന്റെ സുകൃതം മുഴുവൻ നശിച്ചു. വെറും ഒരു നമ്പൂതിരിയില്ലമാണോ ഇത്? സൂര്യമനയുടെ വംശമഹത്ത്വം അറിയാവുന്നവർക്ക് അറിയാം. ശ്രീരാമനിൽനിന്നു പുറകോട്ടു പോയാൽ ദശരഥൻ, ഇക്ഷ്വാകു, വൈവസ്വതമനു, വിവസ്വാൻ, കശ്യപൻ, മരീചി, ബ്രഹ്മാവ്. ബ്രഹ്മാവാണ് വംശവൃക്ഷത്തിന്റെ നാരായവേര്! അതു വല്ലതും ഉണ്ണിക്കോർമ്മയുണ്ടോ? മുത്തശ്ശി അതോർത്തു കരഞ്ഞു. “ഒറ്റയടിക്കു ഉണ്ണി അതെല്ലാം കളഞ്ഞുകുളിച്ചില്ലേ?”

കാര്യസ്ഥൻ അച്ചുതൻനായർക്കും അത്ര പിടിച്ചമട്ടില്ല. ഇഷ്ടക്കേടായിട്ടെന്തെങ്കിലും പറഞ്ഞാൽ അനിയൻ വല്ലതും പറഞ്ഞാലോ എന്നു പേടിച്ച് അയാൾ മിണ്ടാതെ നടന്നു. അച്ചുതൻനായർക്ക് ഉള്ളിൽ അല്പം പേടിയുണ്ട് അനിയനെ. ഏട്ടൻനമ്പൂതിരിയെപ്പോലെയല്ല അനിയൻ നമ്പൂതിരി, ഇഷ്ടപ്പെട്ടില്ലെങ്കിൽ അതു മുഖത്തു നോക്കി പറയും. എന്തോ കാര്യത്തിനു മുമ്പൊരിക്കൽ അനിയന് ഇഷ്ടക്കേടു തോന്നിയപ്പോൾ പറഞ്ഞതാണ്. കാര്യസ്ഥതയൊക്കെ മതിയാക്കി പൊയ്ക്കോളാൻ. അത്രയ്ക്കങ്ങു പൊട്ടിത്തെറിക്കുമെന്ന് അച്ചുതൻനായരും ഓർത്തില്ല. അല്ലെങ്കിൽ അതിന്റെ തഞ്ചത്തിനും താഴ്മയ്ക്കും നിന്നേനെ. കെട്ടിപ്പെറുക്കി പൊയ്ക്കോളാൻ പറഞ്ഞാൽ എങ്ങോട്ടുപോകും? വീട്ടിലേക്കു ചെന്നാൽ മകന് അത് ഇഷ്ടപ്പെടുകയില്ല. വല്ലപ്പോഴും ഒന്നു കേറിച്ചെല്ലുന്നതുതന്നെ അവന് ഇഷ്ടമാകുന്നില്ല. പിന്നെ മുഖത്തു നോക്കി അതു പറയുന്നില്ലെന്നുമാത്രം. അവൻ അവന്റെ അച്ചിയുടെ വരുതിയിലാണ്. അവൾ വരയ്ക്കു

വരയിൽ നില്ക്കും അവൻ. വല്ലതും പറയാനൊക്കുമോ? ഉടൻ അവൻ ചോദിച്ചും. "സമ്പാദിച്ചുകൊടുത്തോടത്തേക്കു ചെല്ലാൻ മേലേ?"

അച്ചുതൻനായർക്ക് അങ്ങനെ ഒരബദ്ധംപിണഞ്ഞു. മനയ്ക്കൽ അടിച്ചുതളിക്കാൻ നിന്ന കല്യാണിയമ്മയോടു സ്വല്പം സ്നേഹം. കിട്ടുന്നതൊക്കെ അവിടെ കൊണ്ടുകൊടുത്തു. കല്യാണിയമ്മയ്ക്ക് അന്നതൊരു സഹായമായിരുന്നു. അവരും രണ്ടു മൂന്നു പിള്ളാരും മാത്രമേ ഉള്ളൂ. ഭർത്താവ് ആനപ്പാപ്പാനായിരുന്നു. കൂപ്പിൽ തടി ഇറക്കാൻ പോയേടത്തു വച്ച് ആന ചവിട്ടിക്കൊന്നു. അതിൽപ്പിന്നെ കല്യാണിയമ്മയുടേയും മക്കളുടേയും കാര്യം കഷ്ടത്തിലായിരുന്നു. മനയ്ക്കൽ അടിച്ചുതളിയുള്ളതു കൊണ്ട് അടുപ്പിൽ തീ പുകഞ്ഞു. അവരുടെ ദുരിതവും കഷ്ടപ്പാടും കണ്ടപ്പോൾ അച്ചുതൻനായർക്കു സഹിച്ചില്ല. പണ്ടേതന്നെ കല്യണിയമ്മയോടു അച്ചുതൻ നായർക്കു സ്വല്പം താല്പര്യമുണ്ടായിരുന്നു. അതൊരു തണലാണെങ്കിൽ അങ്ങനെയാകട്ടെ എന്ന് കല്യാണിയമ്മയ്ക്കും തോന്നി. അങ്ങനെയായിരുന്നു ആ അടുപ്പത്തിന്റേയും ചിറ്റത്തിന്റേയും ആരംഭം. പതുക്കെപ്പതുക്കെ ആ കഥ ആളുകൾ അങ്ങുമിങ്ങും കുശുകുശുക്കാൻ തുടങ്ങി. അച്ചുതൻനായരും കല്യാണിയമ്മയും അതു ഗൗനിച്ചില്ല. എങ്കിലും അപ്രതീക്ഷിതമായ ഒരു പൊട്ടിത്തെറി ഉണ്ടായി. കല്യാണിയമ്മയുടെ മകൻ മാധവൻകുട്ടിയാണ് പൊട്ടിത്തെറിച്ചത്. ഒരു ദിവസം സന്ധ്യക്ക് അച്ചുതൻനായർ പടികേറിച്ചെന്നപ്പോൾ മാധവൻകുട്ടി കലിയടഫരി നില്ക്കുന്നു. അവൻ സ്വരം താഴ്ത്തി പറഞ്ഞു. "ദേ, ഇന്നു ഞാൻ പറയുന്നു ഇനി ഈ പടിക്കകത്തു കാൽക്കുത്തിപ്പോകരുത്!"

കല്യാണിയമ്മ വിലക്കാൻ ചെന്നപ്പോൾ അവൻ അമ്മയുടെ നേരെ തിരിഞ്ഞു:

"അമ്മയ്ക്കിപ്പോൾ എന്താ വേണ്ടത്? ഈ മനുഷ്യൻ ഇനി ഈ പടി കേറരുത്. കേറിയാൽ കാലിന്റെ മുട്ടു ഞാൻ തല്ലിയൊടിക്കും."

അച്ചുതൻനായർ അന്ന് ഇരുട്ടുചവിട്ടി അവിടന്നിറങ്ങി. അതൊക്കെ എല്ലാവർക്കും അറിയാവുന്ന കഥയാണ്.

അച്ചുതൻനായർക്കിപ്പോൾ എങ്ങോട്ടും പോകാനില്ല. മനയ്ക്കലെ ചായ്ച്ചുകെട്ടിൽത്തന്നെയാണു കിടപ്പ്. ഇഷ്ടക്കേടായി എന്തെങ്കിലും പറയുകയോ കാണിക്കുകയോ ചെയ്താൽ ആ നിമിഷം അവിടന്നും ഇറങ്ങേണ്ടിവരും. അത് അച്ചുതൻനായർക്കു ഭംഗിയായിട്ടറിയാം. അതുകൊണ്ട് കുറേദിവസം ഒന്നും മിണ്ടാതെ നടന്നു.

ഒരു ദിവസം അനിയൻ ഇല്ലത്തേക്കു കേറിവരുമ്പോൾ മുത്തശ്ശിയും അച്ചുതൻനായരും തമ്മിൽ സംസാരിച്ചുകൊണ്ടു നില്ക്കുന്നു. അനിയൻ വരുന്നത് ആരും കണ്ടില്ല. അച്ചുതൻനായർ പറയുന്നത് അനിയൻ കേട്ടു.

"അല്ലാ, കൊച്ചുതിരുമേനിക്ക് വേളി കഴിക്കണംന്നുണ്ടായിരുന്നെങ്കീ ഏതെങ്കിലും മനയ്ക്കേന്നു ഒരാത്തോലിനെ കിട്ടാൻ വല്ല വിഷമോം ഉണ്ടായിരുന്നോ? ഇതിപ്പോ, ഇല്ലത്തേക്കു ചീത്തപ്പേരായില്ലേ?"

'അതിനു തനിക്കെന്താ നഷ്ടം?' എന്നു ചോദിക്കാൻ അനിയൻ ഓർത്തു. മുത്തശ്ശിയുടെ മുന്നിൽവച്ചായതുകൊണ്ടു മിണ്ടിയില്ല. അനിയനെ

കണ്ടപ്പോഴേക്കും അച്ചുതൻനായർ സൂത്രത്തിൽ ഒഴിഞ്ഞു മാറി ചായ്ച്ചു കെട്ടിലേക്ക് പോയി.

അനിയൻ തൊഴാൻ അമ്പലത്തിൽ ചെന്നപ്പോൾ മാരാരു ചോദിച്ചു.

"ഏട്ടൻതിരുമേനീടെ വേളി കഴിഞ്ഞു, അല്ലേ?"

അനിയൻ ഒന്നു മൂളി.

കൃഷ്ണേട്ടൻ എന്തോ അരുതായ്ക പ്രവർത്തിച്ചെന്നാണ് മാരാരുടെയും വിചാരം. അമ്പലത്തിണ്ണയിൽ പൂവൊരുക്കിക്കൊണ്ടിരുന്ന വാരസ്യാര് അർത്ഥം വച്ച് പറഞ്ഞു:

"അവിടേം ഇവിടേം ആളുകൾ അതൂതും പറയുന്നു.

ഏട്ടൻതിരുമേനിയെക്കുറിച്ചാ, എന്താ ചെയ്ക, കേൾക്കാണ്ടു പറ്റ്വോ?"

ശാന്തിക്കാരന്റെ അഭിപ്രായം കേട്ട് അനിയൻ ഉള്ളാലെ ചിരിച്ചു.

"ഒരു വേളി കഴിഞ്ഞിട്ടു മത്യായിരുന്നു സംബന്ധം. മനയ്ക്കലെ മൂത്താളല്ലേ?"

തൊഴുതിറങ്ങിവരുമ്പോൾ തങ്കമണി വാരസ്യാരുണ്ട് ഒരു കള്ളച്ചിരിയോടെ ആലിന്റെ ചുവട്ടിൽ നില്ക്കുന്നു.

"ഏട്ടൻ തിരുമേനി പറ്റിച്ച ഒരു പണിയേ! മനയ്ക്കല് ഒരു വേളി കൂടാല്ലോന്നോർത്തിരിക്യായിരുന്നു ബാക്ക്യോള്ളോര്."

എന്താ പറയേണ്ടത് ഈ വാരസ്യാരോട്? സംബന്ധക്കാരൻ ഉപേക്ഷിച്ചുപോയതിന്റെ സങ്കടമൊന്നും അവർക്കില്ല.

ഒന്നും മിണ്ടാതെ അനിയൻ പടിക്കെട്ടുകളിറങ്ങുമ്പോൾ തങ്കമണി വാരസ്യാരൊരു ചിരി:

"ഏട്ടൻതിരുമേനി അങ്ങനെയായി. ഇനി അനിയൻ തിരുമേനി എന്താണോ ഭാവിച്ചേക്കണത്?"

അനിയൻ പടിക്കെട്ടിൽനിന്നു തിരിഞ്ഞുനോക്കി. മതിൽക്കെട്ടിന്മേലെ പച്ചനുള്ളി നില്ക്കുന്ന തങ്കമണിവാരസ്യാരുടെ മുഖത്ത് നിർല്ലജ്ജമായ ഒരു ചിരി. എത്ര പേരെ വീഴിച്ച ചിരിയാണത്!

അന്നുച്ചകഴിഞ്ഞ് അനിയൻ അമ്മാവന്റെ വീട്ടിൽച്ചെന്നു. അപ്പോൾ അമ്മാവൻ അവിടെയില്ല. പുറത്തെങ്ങോ പോയതാണ്. എവിടെ പോയതാണെന്നും, എപ്പോൾ മടങ്ങിവരുമെന്നും അമ്മിണിക്കുട്ടിക്കറിയില്ല. അനിയന്റെ ധൃതിയും വെപ്രാളവും കണ്ടപ്പോൾ അമ്മിണിക്കുട്ടി ചോദിച്ചു.

"എന്താ, അനിയേട്ടന് ഒരു ഇരിക്കപ്പൊറുതിയില്ലായ്ക?"

അനിയൻ പറഞ്ഞു.

"കൃഷ്ണേട്ടന്റെ വിവാഹം കഴിഞ്ഞു."

പിടയ്ക്കുന്ന ഇമകളോടെ അവൾ അനിയനെ നോക്കി:

"അനിയേട്ടനെന്താ പറഞ്ഞത്?"

"കൃഷ്ണേട്ടന്റെ വിവാഹം കഴിഞ്ഞെന്ന്! ഇപ്പോൾ മനസ്സിലായോ?"

"ഇതാരു പറഞ്ഞു?"

"ആരും പറഞ്ഞില്ല. കൃഷ്ണേട്ടന്റെ എഴുത്തു കണ്ടോ?"

അനിയൻ എഴുത്തെടുത്ത് അമ്മിണിക്കുട്ടിയുടെ കൈയിൽ

കൊടുത്തു. അവൾ അതു താല്പര്യത്തോടെ വായിച്ചതിനുശേഷം നിർവ്വികാരതയോടെ അനിയനെ നോക്കി. അവൾ എന്താണു ചിന്തിക്കുന്നതെന്ന് അവളുടെ മുഖഭാവത്തിൽനിന്നും വ്യക്തമായിരുന്നില്ല. ഒരർത്ഥവും ധ്വനിപ്പിക്കാത്ത ഒരു നിസ്സംഗത. ഏതാനും നിമിഷത്തേക്കു ഉണ്ടായിരുന്നു അത്. അതു കഴിഞ്ഞ് അവൾ ഹൃദയത്തിൽ തട്ടി ചിരിച്ചു. ആ ചിരിയുടെ അർത്ഥവും അനിയനു മനസ്സിലായില്ല.

അനിയൻ ചോദിച്ചു:

"അമ്മിണിക്കുട്ടിയെന്താ ചിരിച്ചത്?"

അല്പം കുസൃതിയോടെ അവൾ ചോദിച്ചു:

"ഞാൻ പിന്നെയെന്താ വേണ്ടത്, കരയണോ?"

അനിയൻ താടിക്കു കൈയും കൊടുത്ത് എന്തോ ഓർത്തിരുന്നു.

അപ്പോൾ അമ്മിണിക്കുട്ടി പറഞ്ഞു.

"സ്നേഹവും ആരാധനയും തോന്നീന്നല്ലേ കൃഷ്ണേട്ടൻ എഴുതിയിരിക്കുന്നത്? അത്ര സുന്ദരിയായിരിക്കും. കവിതയുടെ ഉപദ്രവമുള്ള ആളാണ് കൃഷ്ണേട്ടൻ- സൗന്ദര്യാരാധന സ്വല്പം കൂടും!"

അനിയൻ മുഖമുയർത്തി അവളെ നോക്കി.

അവളുടെ മുഖത്ത് ഒരു മന്ദസ്മിതത്തിന്റെ തെളി അപ്പോഴുമുണ്ട്.

"ഏടത്ത്യേയും കൂട്ടി വരാൻ പറഞ്ഞ് എഴുതായിരുന്നില്ലേ കൃഷ്ണേട്ടന്?" അമ്മിണിക്കുട്ടി അടുത്തേക്കു ചെന്ന് അനിയനോടു ചോദിച്ചു. "എനിക്കൊന്നു കാണാൻ കൊതിയാവുന്നു. കൃഷ്ണേട്ടൻ ആ ഏടത്തിയെ കണ്ടു മോഹിച്ചതാവും; അല്ലേ അനിയേട്ടാ?"

"ആ എനിക്കറീല്ല." അനിയന് പെട്ടെന്ന് ശുണ്ഠി വന്നു. "നീ ചെന്ന് ചോദിക്ക്."

"അതിനെന്തിനാ അനിയേട്ടൻ എന്നോടു ദേഷ്യപ്പെടുന്നത്?" അമ്മിണിക്കുട്ടി പരിഭവം കാണിച്ചു. "കൃഷ്ണേട്ടൻ വിവാഹം കഴിച്ചതു അനിയേട്ടന് ഇഷ്ടായില്ലേ?"

അനിയൻ മിണ്ടാതെ ശൂന്യമായ ദൃഷ്ടികളോടെ അമ്മിണിക്കുട്ടിയെ നോക്കി.

"ഇല്ലത്തേക്ക് ഒരേടത്തി വരണതോർക്കുമ്പം എനിക്കെന്തോ വല്യ സന്തോഷാണ്." അമ്മിണിക്കുട്ടി പറഞ്ഞു. "ഇല്ലത്ത് ഒരു പെണ്ണുണ്ടാവണത് നല്ലതല്ലേ? അടിച്ചുതളിക്കാനും വിളക്കുവെക്കാനും."

അപ്പോൾ അനിയൻ ചോദിച്ചു: "അവിടെ ഇപ്പോൾ അടിച്ചുതളിയും വിളക്കുവെക്കലും ഇല്ലെന്നാണോ?"

"എന്നാണോ ഞാൻ പറഞ്ഞത്?" അവൾ കൃത്രിമമായുണ്ടാക്കിയ കെറുവോടെ അനിയനെ നോക്കി. "പണിക്കാരത്തികള് ചെയ്യണേനും ഇല്ലത്തുള്ളോള് ചെയ്യണേനും തമ്മിൽ വ്യത്യാസല്ലേ?"

മറുപടി പറയാതെ അനിയൻ മേശപ്പുറത്തു കിടന്ന പുസ്തകം എടുത്തു മറിച്ചുനോക്കാൻ തുടങ്ങി.

"അനിയേട്ടന്റെ ഇല്ലത്തേക്കു വരുമ്പോ ഏതോ ഒരു പഴയ കോട്ട

യ്ക്കകത്തു കേറുംപോലെ തോന്നും. എനിക്ക്." അമ്മിണിക്കുട്ടി ചോദിച്ചു, "അനിയേട്ടനും തോന്നാറില്ലേ അങ്ങനെ? പഴയ ഒരു കോട്ട. അതിനകത്ത് മുത്തശ്ശീം അനിയേട്ടനും അഞ്ചോ ആറോ പണിക്കാരും. ശരിയല്ലേ?"

അനിയൻ ഒരു കുസൃതിച്ചോദ്യംകൊണ്ട് അമ്മിണിക്കുട്ടിയെ നേരിട്ടു.

"പിന്നെ നാട്ടുകാരെ മുഴുവൻ വിളിച്ച് ഇല്ലത്തു താമസിപ്പിക്കാൻ പറ്റ്വോ?"

"ഈ അനിയേട്ടൻ തർക്കുത്തരേ പറയൂ!" അമ്മിണിക്കുട്ടി ശുണ്ഠിയെടുത്തു. "അതാണോ ഞാൻ പറഞ്ഞത്? വീടായാൽ അവിടെ ആളുകളുടെ ഒച്ചേം അനക്കോം ഒക്കെ വേണം. ഇതങ്ങനെയാണോ? ഏടത്തി വരുമ്പോൾ അറിയാം അതിന്റെ ഐശ്വര്യം."

"പിന്നേ! മഹാലക്ഷ്മിയല്ലേ വരാൻ പോണത്!" പറഞ്ഞു കഴിഞ്ഞപ്പോൾ അങ്ങനെ പറയണ്ടായിരുന്നെന്ന് അനിയനു തോന്നി. വെറുതെ ഒന്നും ഓർക്കാതെ അമ്മിണിക്കുട്ടിയെ ശുണ്ഠിപിടിപ്പിക്കാൻ വേണ്ടി പറഞ്ഞതാണ്. അവൾ അത് ഏറ്റുപിടിക്കുകയും ചെയ്തു.

"കൃഷ്ണേട്ടൻ വിവാഹം കഴിച്ചത് അനിയേട്ടന് ഇഷ്ടായില്ലല്ലേ? അസൂയ!"

അനിയൻ അവളുടെ നേരെ കൈയോങ്ങി.

"ഒന്നു മിണ്ടാതിരിക്കാമോ, നിനക്ക്?"

അപ്പോഴേക്കും അമ്മാവൻ വന്നു. അമ്മാവന്റെ നോട്ടം കണ്ടപ്പോഴേ അനിയൻ ഊഹിച്ചു. അമ്മാവൻ എല്ലാം അറിഞ്ഞുകാണും.

അനിയൻ പോക്കറ്റിൽനിന്ന് കൃഷ്ണേട്ടന്റെ എഴുത്തെടുത്തു നീട്ടിയപ്പോൾ അമ്മാവൻ തണുത്ത ഭാവത്തിൽ പറഞ്ഞു:

"ഞാനറിഞ്ഞു."

പിന്നെ എന്തു പറയണമെന്നറിയാതെ അനിയൻ സംശയിച്ചു നിന്നു. അച്ഛന്റെ ഗൗരവവും അനിയേട്ടന്റെ പരുങ്ങലും കണ്ടപ്പോൾ അമ്മിണിക്കുട്ടിക്കു ചിരിവന്നു. അവർ രണ്ടുപേരും കാണാതെ അവൾ അതൊളിപ്പിച്ചു.

കുറേനേരം ആലോചിച്ചിരുന്നതിനുശേഷം അമ്മാവൻ മുഖം തിരിച്ച് അനിയന്റെ നേരെ നോക്കി.

"അയാൾ അങ്ങനെ ചെയ്തു. ഇനി താൻ എന്തു ചെയ്യാൻ പോകുന്നു?"

ചോദ്യത്തിന്റെ അർത്ഥം അനിയനു പിടികിട്ടിയില്ല. അതുകൊണ്ടു മിണ്ടാതെ നിന്നു.

അമ്മാവൻ എന്തോ അർത്ഥംവച്ചാണു പറഞ്ഞതെന്നു തീർച്ചയായിരുന്നു. എന്തും അളന്നും തൂക്കിയും പറയുന്നതാണ് അമ്മാവന്റെ പ്രകൃതം. ഏതു പ്രശ്നമായാലും അതിന്റെ അടിയിൽ മറ്റാരും കാണാത്ത ചിലത് അമ്മാവൻ കാണും. വെറുതെയാണോ മജിസ്ട്രേട്ട് നമ്പൂതിരിയെന്നു പേരു വീണത്!

"അയാൾ വിവാഹം കഴിച്ചെന്നറിഞ്ഞപ്പോൾ താനെന്താ മനസ്സിലാക്കീത്?"

അമ്മാവന്റെ ചോദ്യത്തിനു മുമ്പിൽ അനിയൻ പിന്നെയും പകച്ചു നിന്നു.

കൃഷ്ണേട്ടൻ വിവാഹം കഴിച്ചു. അതിലിപ്പോൾ അത്രയേറെ ചിന്തിക്കാനും മനസ്സിലാക്കാനും എന്താ ഉള്ളത്?

"അയാൾ വേളി കഴിച്ചു. ഇനി അനിയൻ അനിയന്റെ വഴി നോക്കണം." അമ്മാവൻ പറഞ്ഞു. "അതാണ് ഞാൻ പറഞ്ഞതിന്റെ ആന്തരാർത്ഥം. മനസ്സിലായോ? ഇല്ലെങ്കിൽ വേളിയേയും കൂട്ടി അയാൾ ഇല്ലത്തേക്കുവരുമ്പോൾ തനിക്കു മനസ്സിലാകും. പിന്നെ അയാളായി, അയാളുടെ ഭാര്യയായി. അവരുടെ ജീവിതായി. ശരിയല്ലേ?'

തന്റെ കാല്ക്കീഴിൽനിന്നു ഭൂമി വഴുതിപ്പോകുന്നതുപോലെ അനിയനു തോന്നി. അത്രയും അനിയൻ ഓർത്തില്ല. അമ്മാവൻ ചൂണ്ടിക്കാണിച്ചപ്പോഴാണ് താൻ ഒറ്റപ്പെടാൻ പോകുന്നതിന്റെ വഴി അനിയൻ കണ്ടത്.

"എനിക്കുള്ളതെല്ലാം അനിയന്റെയാണെ"ന്നു പണ്ടു കൃഷ്ണേട്ടൻ പറഞ്ഞിരുന്നു. ഉദ്യോഗത്തിനു പോകുമ്പോഴും അങ്ങനെ പറഞ്ഞു. എല്ലാം അനിയനെ ഏല്പിച്ചിട്ടാണ് കൃഷ്ണേട്ടൻ പോയത്. പോകുമ്പോൾ കൃഷ്ണേട്ടൻ അനിയന്റെ ഏട്ടനായിരുന്നു. ഇഷ്ടപ്പെട്ട പെണ്ണിനെ സ്നേഹിച്ചു വിവാഹം കഴിച്ചുകൊണ്ടു തിരിച്ചുവരുമ്പോൾ കൃഷ്ണേട്ടൻ അനിയന്റെ ഏട്ടൻ മാത്രമല്ല. പോകാൻനേരത്ത് ഏല്പിച്ചതെല്ലാം ഏട്ടൻ വരുമ്പോൾ തിരിച്ചേല്പിക്കണ്ടേ?

എന്തൊക്കെയോ തന്റെ കൈയിൽനിന്നു ചോർന്നുപോവുന്നതുപോലെ അനിയനു തോന്നി.

എത്ര പെട്ടെന്നാണ് എല്ലാം തകിടം മറിയുന്നത്!

വിളറിയ മുഖത്തോടെയാണ് അനിയൻ അവിടെ നിന്നിറങ്ങിപ്പോയത്. യാത്ര ചോദിക്കാൻപോലും മറന്നു. വഴിനീളെ അതായിരുന്നു ആലോചന. ഏടത്തിയേയും കൂട്ടി ഏട്ടൻ തിരിച്ചുവരുമ്പോൾ...

അനിയൻ ഇല്ലത്തു ചെന്നപ്പോൾ സന്ധ്യകഴിഞ്ഞു. ഇത്രയും ഇരുട്ടുന്നതുവരെ എവിടെയായിരുന്നെന്നു മുത്തശ്ശി ശുണ്ഠിയെടുത്തു. അനിയൻ ഒന്നും മിണ്ടിയില്ല. മുത്തശ്ശി നമശ്ശിവായ ജപിച്ചുകൊണ്ട് അകത്തേക്കു പോയി.

പിറ്റേന്നു തേങ്ങായിടീക്കുന്നതിന്റെയും കണ്ടത്തിൽ നെല്ലിനു കള പറിപ്പിക്കുന്നതിന്റെയും കാര്യം പറഞ്ഞുകൊണ്ട് അച്ചുതൻനായർ വന്നു.

അനിയൻ അയാളുടെ നേരെ തട്ടിക്കേറി:

"തേങ്ങാവെട്ടാനും കണ്ടത്തിൽ കളപറിക്കാനും ഞാൻ വരണോ?"

അച്ചുതൻനായർ കിടുങ്ങിപ്പോയി. ചോദിക്കാൻ ചെന്നത് അബദ്ധം. പണ്ടേ അറിയാം, അനിയൻതിരുമേനിക്കു മൂക്കിന്റെ തുമ്പത്താണു ശുണ്ഠി.

എങ്കിലും ഇപ്പോൾ തീരെ പ്രതീക്ഷിച്ചില്ല.

വഴിക്കുവച്ചു കണ്ടപ്പോൾ അമ്പലത്തിന്റെ മതിൽ ഇടിഞ്ഞുവീണ കാര്യം ശാന്തിക്കാരൻ പറഞ്ഞു. "അവിടെ ഒരു വേലിയെങ്കിലും കെട്ടിക്കണം. ഇല്ലെങ്കീ അമ്പലമുറ്റത്ത് ആൾക്കാരു കേറിയെറങ്ങി നാശാക്കും."

ശാന്തിക്കാരൻ പറഞ്ഞതൊന്നും അനിയൻ കേട്ടില്ല. ഇവിടെ അടിത്തറ ഇളകുന്നു. അപ്പോഴാണ് ശാന്തിക്കാരൻ അമ്പലത്തിന്റെ മതിൽ ഇടിഞ്ഞ പുരാണവുംകൊണ്ടു വരുന്നത്!

അടുത്താഴ്ച കൃഷ്ണേട്ടന്റെ എഴുത്തു വന്നു. അതിലുമുണ്ടായിരുന്നു അനിയന്റെ നേർക്കുയർത്തപ്പെടുന്ന ഒരു വാൾത്തല:

"അനിയാ എന്റെ ജീവിതത്തിലെ ഏറ്റവും സന്തോഷകരമായ ദിവസങ്ങളാണിത്. പെണ്ണിന്റെ സ്നേഹം ഇത്ര തീക്ഷ്ണമാണെന്നു ഞാൻ സങ്കല്പിച്ചിരുന്നില്ല. കുടിക്കുംതോറും വർദ്ധിക്കുന്ന ഒരുദാഹം അനിയനു സങ്കല്പിക്കാമോ? അതാണ് ഇപ്പോൾ എന്റെ അനുഭവം. നിങ്ങൾക്കൊക്കെ ഇഷ്ടപ്പെട്ടാലും ഇല്ലെങ്കിലും ഭഗീരഥിയെയും കൂട്ടി ഞാൻ ഇല്ലത്തേക്കു വരും. ഏടത്തിയെ കാണുമ്പോൾ ഏട്ടൻ അങ്ങനെ ഒരേടത്തിയെ കണ്ടു പിടിച്ചല്ലോ എന്ന് അനിയൻ അതിശയിക്കും. ഭാഗീരഥിയെ ഇഷ്ടപ്പെടാതിരിക്കാൻ ആർക്കും സാദ്ധ്യമല്ല."

തന്റെ ആകാശം ഇരുളാൻ തുടങ്ങുകയാണെന്ന് അനിയൻ അറിഞ്ഞു. പക്ഷേ, ആരോടെങ്കിലും അതു പറയാൻ കൊള്ളാമോ? എല്ലാം ഹൃദയത്തിൽ അടക്കി.

ഏടത്തിയെയും കൂട്ടി ഏട്ടൻ ഇല്ലത്തേക്കു വരാൻപോവുകയാണെന്നറിഞ്ഞപ്പോൾ മുത്തശ്ശി തലയിൽ കൈവച്ചു പിറുപിറുത്തു. "അശ്രീകരം! ഉണ്ണ്യേ വശീകരിച്ചെടുത്തതും പോരാഞ്ഞിട്ട് ഇനി ഇല്ലത്തേക്ക് എഴുന്നള്ളാൻപോവുന്നൂന്ന്! ശിവ, ശിവ! എനിക്കിനി ഒന്നും കേൾക്കണ്ട."

എങ്ങോട്ടും പോകാനില്ലാത്ത കാര്യസ്ഥൻ അച്ചുതൻനായർ ആരോടെന്നില്ലാതെ പറയുന്നതു കേട്ടു.

"ഇത്രേം നാളും ഈ ഇല്ലത്തെ ചായ്ച്ചുകെട്ടിൽ കഴിഞ്ഞുകൂടി. ഇനി എല്ലാം വച്ചൊഴിഞ്ഞു പോവ്വാ നല്ലേന്നു തോന്ന്ണു. ഒരു കുഞ്ഞാത്തോലിനെ വേളി കഴിച്ചോണ്ടുവരണതു കാണാൻ കാത്തിരുന്നിട്ട് അതിന് യോഗമില്ലെന്ന് ഇപ്പോ മനസ്സിലായി. വരാൻ പോണ കൊച്ചമ്പരാട്ടീടെ അധികാരല്ലേ ഇനിയങ്ങോട്ട്? ബാക്ക്യോള്ളോർടെ പഴേ പ്രകൃതോന്നും അവർക്ക് ഇഷ്ടായീന്ന് വരില്യാ. സ്വരം നല്ലപ്പോ പാട്ടു നിർത്ത്വാണ് ഭംഗി."

അടിച്ചുതളിക്കും പുറത്തെ പണിക്കും വരുന്ന പെണ്ണുങ്ങൾ അടക്കം പറയുന്നതും പരിഹസിച്ചു ചിരിക്കുന്നതും അനിയൻ കണ്ടു. കൊച്ചുതിരുമേനിക്ക് എന്തു പറ്റിയെന്നാണ് എല്ലാവരുടേയും അതിശയം... ഏതെല്ലാം നമ്പൂരിയില്ലങ്ങളിൽനിന്ന് ആലോചനകൾ വന്നതായിരുന്നു! അന്നെല്ലാം വേളിയെ വേണ്ടെന്നുപറഞ്ഞ ആൾ...

ഏടത്തിയേയുംകൂട്ടി ഏട്ടൻ ഇല്ലത്തേക്കു വരുമെന്നുള്ള കാര്യം ഉറപ്പായിരുന്നു. എന്നാണെന്നു മാത്രമേ നിശ്ചയമില്ലാതെയുള്ളൂ. എന്നെങ്കിലും ഒരുദിവസം ഓർക്കാപ്പുറത്ത് ഏട്ടനും ഏട്ടത്തിയും വരും.

നാല്

അനിയന്റെ മനസ്സ് ഇളകിമറിഞ്ഞു. എന്നെങ്കിലും താൻ ഈ പടി ഇറങ്ങിപ്പോകേണ്ടിവരും. വീണ്ടും അമ്മാത്തേക്ക്. അവിടത്തെ സ്ഥിതി മോശമാണ്. അമ്മാവനു വയസ്സായി. പണ്ടത്തെ മഹത്ത്വങ്ങളൊക്കെ പറഞ്ഞുകൊണ്ടു നടക്കും. ഉത്സവങ്ങളായ ഉത്സവങ്ങൾക്കൊക്കെ പോകും. ബന്ധമുള്ള ഏതെങ്കിലും ഇല്ലത്ത് വേളിയോ, പെൺകൊടയോ, പിറന്നാൾ സദ്യയോ ഉണ്ടെങ്കിൽ അമ്മാവൻ നേരത്തെ ചെന്ന് അവിടത്തെ പ്രമാണിയാകും. സംഗതികളുടെ കുരുക്കുകൾ കണ്ടുപിടിക്കുവാൻ അമ്മാവനു എന്തെന്നില്ലാത്ത ഒരു സാമർത്ഥ്യമുണ്ട്. പക്ഷേ, അതുകൊണ്ട് എന്തു പ്രയോജനം? എന്തെങ്കിലും അത്യാവശ്യം വരുമ്പോൾ എവിടെയെങ്കിലും കുറെ ഭൂമി വില്ക്കും. വിറ്റുവിറ്റ് എല്ലാം തീരാറായി. ഇനി പഴയ ഇല്ലവും ഇല്ലപ്പറമ്പും മാത്രമേ ബാക്കിയുള്ളൂ. അമ്മായിക്കാണെങ്കിൽ എന്നും രോഗം. മരുന്നും മന്ത്രവും ഒഴിഞ്ഞിട്ടൊരു നേരമില്ല. അമ്പലങ്ങളിലേക്കു നേർന്നിട്ടുള്ള വഴിപാടുകൾ കഴിച്ചുതീർക്കാൻ ആരെക്കൊണ്ടു പറ്റും? ദെണ്ണം കൂടുമ്പോൾ ആദ്യം ഓർക്കുന്നതു വഴിപാടാണ്. ഏറ്റുമാനൂരപ്പന് ഒരു നിറമാല. വൈക്കത്തെ മഹാദേവർക്ക് ഒരു പാൽപ്പായസം. ശബരിമല അയ്യപ്പന് പൊന്നുകൊണ്ട് ഒരാൾരൂപം. ഗുരുവായൂര് ഒരു വാകച്ചാർത്ത്. പറഞ്ഞപ്പോൾ കഴിഞ്ഞു. ആരാ അവിടെയൊക്കെ പോകാനും വഴിപാടുകൾ കഴിക്കാനും? ആരെങ്കിലും പോകാമെന്നുവച്ചാൽത്തന്നെ അതിനു പണം വേണ്ടേ? എവിടെയിരിക്കുന്നു പണം? നിത്യവൃത്തി കഴിഞ്ഞുപോകാൻ തന്നെ പ്രയാസം. അപ്പോഴാണ് അമ്പലങ്ങളായ അമ്പലങ്ങളിലൊക്കെ വഴിപാട്! അതൊന്നും കഴിക്കാൻ സാധിക്കുമെന്ന് അമ്മായിക്കും വിചാരമില്ല. അമ്മായി അകായിലിരുന്ന് ആരോടെന്നില്ലാതെ പറയും: "ഈശ്വരന്മാര് ക്ഷമിക്കട്ടെ. അവർക്കറിയാമല്ലോ ഇവിടത്തെ

കഷ്ടപ്പാടൊക്കെ. സഹികെടുമ്പോൾ നേർന്നുപോകുന്നതാ, ഒരു സമാധാനത്തിന്. ദൈവങ്ങളോടല്ലാതെ വേറെ ആരോടാ സങ്കടങ്ങൾ പറയ്വാ?"

മനയ്ക്കലെ കഷ്ടപ്പാടോർത്ത് അമ്മിണിക്കുട്ടിക്കു വിഷമമുണ്ട്. പക്ഷേ, അവൾ അതൊരിക്കലും പുറമേ കാണിക്കുകയില്ല. ആരോടും ഒരു പരാതിയുമില്ല. ഒരിക്കലെങ്കിലും അവളുടെ മുഖം വാടിക്കണ്ടതായി ഓർക്കുന്നില്ല. ഒരു കുസൃതിപ്പെണ്ണിന്റെ സ്വഭാവമാണവൾക്ക്.

അതെല്ലാം ഓർത്തുകൊണ്ട് കലങ്ങിയ മനസ്സോടെ അനിയൻ എങ്ങോട്ടെന്നില്ലാതെ നടന്നു. വഴിയിൽ കണ്ടവരൊക്കെ ചിരിക്കുകയും ലോഹ്യം പറയുകയും ചെയ്തു. യാന്ത്രികമായി ചിരിക്കുകയും ലോഹ്യം ഭാവിക്കുകയും ചെയ്ത് അനിയൻ അവരെ ഒഴിവാക്കി.

പാടത്തു ചാഴിയും പുഴുവും വീണിരിക്കുന്നു. നെല്ലിന്റെ ഓലകൾ കരിഞ്ഞുതുടങ്ങി. കള ആർത്തുകേറുന്നു. ഈ അച്ചുതൻ നായർ പിന്നെ എന്തു നോക്കിയാണു നടക്കുന്നത്?

അമ്പലത്തിന്റെ താഴത്തെത്തിയപ്പോൾ ശാന്തിക്കാരൻ അമ്പലത്തിന്റെ മതിൽ ഇടിഞ്ഞുവീണ കാര്യം ഇന്നലെ പറഞ്ഞത് അനിയൻ ഓർത്തു. മതിലല്ല അമ്പലം തന്നെ ഇടിഞ്ഞുവീണാലും തനിക്കെന്താ? അതൊക്കെ നോക്കാനുള്ളോരു വരുമ്പോൾ നോക്കിക്കോള്ളും. വരാൻ പോവ്വല്ലേ!

എത്ര പെട്ടെന്നാണ് എല്ലാം കീഴ്മേൽ മറിഞ്ഞതെന്ന് അയാൾ വീണ്ടും ഓർത്തു. തന്റെ ജീവിതത്തിൽ എന്തൊക്കെയോ സംഭവിക്കാൻ പോകുന്നു. വയൽക്കരയിലൂടെ നടക്കുമ്പോൾ അത് എങ്ങോട്ടോ ഉള്ള ദീർഘയാത്രയുടെ ആരംഭമാണെന്ന് അയാൾക്കു തോന്നി. ഈ ഗ്രാമം വിട്ടു പുറത്തു പോകേണ്ടിവരുമെന്ന് ഒരിക്കലും ഓർത്തില്ല. അത്രയധികം അയാൾ ആ ഗ്രാമത്തെ ഇഷ്ടപ്പെട്ടു. സ്വന്തമെന്നും പ്രിയപ്പെട്ടതെന്നും താൻ കരുതിയ ഗ്രാമം തന്നെ ബഹിഷ്കരിക്കാൻ പോവുകയാണെന്ന് അയാൾ സങ്കടത്തോടെ ഓർത്തു. നിർഭാഗ്യത്തിന്റെ ഇരുണ്ട ഗുഹയിൽ ഒന്നും ആശിക്കാതെ കഴിഞ്ഞുകൂടിയിരുന്ന തന്നെ കൃഷ്ണേട്ടൻ വിളിച്ചുകൊണ്ടുവന്നു. ഒരു ജീവിതം തന്നു. ഇപ്പോൾ കൃഷ്ണേട്ടൻ അതു തിരിച്ചെടുക്കാൻ പോകുന്നു.

എങ്ങോട്ടു പോകുമെന്ന് അനിയൻ അന്ധാളിച്ചു.

അമ്പലത്തിന്റെ കിഴക്ക് പാറക്കെട്ടുകൾ നിറഞ്ഞ മലമുകളിലെത്തിയപ്പോൾ അയാൾ സ്വയം ചോദിച്ചു: എന്തിനാണ് ഇങ്ങോട്ടുവന്നത്?

മലയുടെ നിറുകയിൽനിന്നു നോക്കുമ്പോൾ താഴെ പാറക്കെട്ടുകൾ നിറഞ്ഞ അഗാധമായ താഴ്ചകളാണ്. അകലെ, കിഴക്കു ഉയർന്നു നില്ക്കുന്ന മലകൾ ആകാശം തൊടുന്നു. മലകളുടേയും കാടുകളുടെയും വിദൂരവും അനന്തവുമായ ദൃശ്യം. ഈ മലമുകളിൽ അകലേക്കും നോക്കി ഇരിക്കുക കൃഷ്ണേട്ടനു വലിയ ഇഷ്ടമായിരുന്നു. അനന്തതയുടെ ദിവ്യമായ സാമീപ്യം ഇവിടെ ഉണ്ടെന്നായിരുന്നു കൃഷ്ണേട്ടൻ പറയാറ്.

പക്ഷേ, അതൊന്നും അപ്പോൾ അനിയന് അനുഭവപ്പെട്ടില്ല. അനി

യൻ നോക്കുമ്പോൾ താഴെ പാറക്കെട്ടുകളും അകലെ മലകളും കാടുകളും മാത്രം. എങ്കിലും കുറേനേരം അവിടെ ഇരുന്നു. അപ്പോൾ അമ്മിണിക്കുട്ടി പറഞ്ഞതോർത്തു.-

"കൃഷ്ണേട്ടൻ വിവാഹം കഴിച്ചത് അനിയേട്ടന് ഇഷ്ടായില്ലല്ലേ? അസൂയ."

അസൂയയാണോ ഇത്? അയാൾ സ്വയം ചോദിച്ചു. അയാൾക്കുത്തരം കിട്ടിയില്ല. ഇനി അനിയൻ അനിയന്റെ വഴി നോക്കണമെന്ന് അമ്മാവൻ പറഞ്ഞു... അതിന്റെ അർത്ഥം താൻ ബഹിഷ്കൃതനാവുകയാണെന്നല്ലേ....

അപ്പോൾ മറ്റൊരു ചിന്ത അനിയന്റെ മനസ്സിനെ ഉലച്ചു. താനിങ്ങനെയൊക്കെ ചിന്തിക്കുന്നതു ശരിയാണോ? ഈ നിമിഷം വരെ കൃഷ്ണേട്ടൻ യാതൊരു സ്നേഹക്കുറവും കാണിച്ചിട്ടില്ല. താൻ സ്നേഹവും വാത്സല്യവും അറിഞ്ഞത് കൃഷ്ണേട്ടനിൽ നിന്നാണ്. "എനിക്കുള്ളതെല്ലാം അനിയന്റെയാണെ"ന്നേ കൃഷ്ണേട്ടൻ പറഞ്ഞിട്ടുള്ളൂ. ഏടത്തിയേയും കൂട്ടി കൃഷ്ണേട്ടൻ വരുമ്പോൾ താൻ സന്തോഷിക്കുകയല്ലേ വേണ്ടത്? "അനിയൻ ഇനി അനിയന്റെ വഴി നോക്കിക്കോ"ളാൻ കൃഷ്ണേട്ടൻ ഒരിക്കലും പറയില്ല. അമ്മാവനറിയുന്നതിനേക്കാൾ എത്രയോ കൂടുതൽ തനിക്കറിയാം കൃഷ്ണേട്ടനെ.

ഹൃദയത്തിന്റെ ഭാരം പെട്ടെന്നു കുറഞ്ഞതുപോലെ അനിയനു തോന്നി. അയാൾ മലയിൽനിന്നു താഴേക്കിറങ്ങി.

ഇല്ലത്തു ചെന്നപ്പോൾ മുത്തശ്ശി കാത്തുനില്പുണ്ടായിരുന്നു.

"നോക്കുമ്പോൾ ആളെ കാണില്യാ. എവ്ടെ പോയതായിരുന്നു?"

അയാൾ ശൂന്യമായ ദൃഷ്ടികളോടെ മുത്തശ്ശിയെ നോക്കി.

"മുത്തശ്ശിക്കെന്താ വേണ്ടത്?"

"എനിക്കൊന്നും വേണ്ടീട്ടല്ല." മുത്തശ്ശി പറഞ്ഞു: "എവിട്യെങ്കിലും പോകുമ്പോ ഒന്നു പറഞ്ഞേച്ചുപോയെന്നോർത്തെന്താ നഷ്ടം?"

ഒരാഴ്ച കഴിഞ്ഞ് വീണ്ടും കൃഷ്ണേട്ടന്റെ എഴുത്തുകിട്ടി. ഏടത്തിയേയും കൂട്ടി വരുന്നതിനെക്കുറിച്ചായിരിക്കും എഴുതിയിരിക്കുന്നത്. അല്പം പരിഭ്രമത്തോടെ കത്തു പൊട്ടിച്ചു നോക്കിയപ്പോൾ സംഗതി അതല്ല. കൃഷ്ണേട്ടൻ സുഖമില്ലാതെ ആശുപത്രിയിലാണ്. ഹോസ്പിറ്റലിൽ അഡ്മിറ്റ് ചെയ്തിട്ട് ഒരാഴ്ചയായി. തലയ്ക്കകത്ത് എന്തോ വിങ്ങിപ്പൊട്ടാൻ തുടങ്ങുന്നു. അസഹ്യമായ വേദന. അതതിന്റെ പാരമ്യത്തിലെത്തുമ്പോൾ ബോധം കെടും. പിന്നെ കുറേ നേരത്തേക്ക് ആ കിടപ്പാണ്. യാതൊരോർമ്മയുമില്ല.

കൃഷ്ണേട്ടന്റെ സങ്കടവും നിരാശയും കൃഷ്ണേട്ടന്റെ കത്തിൽ വളരെ പ്രകടമായിരുന്നു. "എന്തുകൊണ്ട് എനിക്കിങ്ങനെ ഒരു രോഗം വന്നെന്ന് എനിക്കറിയില്ല. എന്റെ ഭാഗ്യദോഷം! അല്ലാതെ വേറെ ഒരുകാരണവും കാണുന്നില്ല. നമ്മൾ വിചാരിക്കും പോലെയല്ല അനിയാ - ഭാഗ്യം, സന്തോഷം, സ്നേഹം എന്നൊക്കെ തോന്നുന്നത് മിഥ്യയാണ്.

അയഥാർത്ഥമാണ്. ആരെയും വിശ്വസിക്കരുതെന്ന് ഇപ്പോൾ തോന്നുന്നു. ഞാൻ ഭാഗീരഥിയുടെ കാര്യം ഓർക്കുകയാണ്. ഈയിടെ അവൾക്ക് എന്തോ മാറ്റമുണ്ട്. എനിക്കു സുഖമില്ലാതായതുകൊണ്ടുണ്ടായ നിരാശ യാണോ? പക്ഷേ, എന്റെ രോഗം സാരമില്ലെന്നും പേടിക്കാനില്ലെന്നും ഡോക്ടർമാർ പറഞ്ഞു. അവരെന്നോട് അങ്ങനെ പറയുകയും മാറിനിന്ന് ഭാഗീരഥിയോട് കുശുകുശുക്കുകയും ചെയ്യുന്നു. ഇപ്പോൾ ഭാഗീരഥിയുടെ ബന്ധുവെന്നും പറഞ്ഞ് ഒരാൾ അടുത്തുകൂടിയിട്ടുണ്ട്. എനിക്കയാളെ കാണുന്നതുതന്നെ ഇഷ്ടമല്ല. എന്തുചെയ്യാം! സഹിക്കാതെ നിവൃത്തി യില്ലല്ലോ. ഇപ്പോൾ എനിക്കു സ്വല്പം ആശ്വാസമുണ്ട്. നാലഞ്ചുദിവസം കൂടി കഴിഞ്ഞു വീട്ടിലേക്കു പോകാമെന്ന് ഡോക്ടർ പറഞ്ഞു. എന്തോ എനിക്ക് ആരെയും വിശ്വസിക്കാൻ കഴിയുന്നില്ല. എല്ലാവരും എന്റെ മരണം ആഗ്രഹിക്കുന്നു. ഏതായാലും ഇത് അനിയൻ മാത്രം അറി ഞ്ഞാൽ മതി. വേറെ ആരോടും പറയണ്ടാ. ആശുപത്രിയിൽനിന്ന് വീട്ടിൽ എത്തിയശേഷം ഞാൻ വീണ്ടും എഴുതാം. അനിയൻ വിഷമിക്കരുത്.'

ആരോടും പറയരുതെന്ന് കൃഷ്ണേട്ടൻ എഴുതിയിരുന്നെങ്കിലും അനി യൻ അത് അമ്മാവനോടു പറഞ്ഞു. കൃഷ്ണേട്ടന്റെ എഴുത്തു കാണി ക്കുകയും ചെയ്തു.

''എന്തോ കുഴപ്പമുണ്ട്.'' അമ്മാവൻ പറഞ്ഞു. ''അല്ലെങ്കിൽ കൃഷ്ണൻ ഇങ്ങനെ എഴുതുകയില്ല. സഹിക്കാവുന്നതിന്റെ അപ്പുറം അവൻ സഹിച്ചുകാണും. അതല്ലേ അവൻ എഴുതിയിരിക്കുന്നത്, അവന് ആരെയും വിശ്വാസമില്ലെന്ന്!"

അനിയനെ അത്ഭുതപ്പെടുത്തിയത് അതല്ല. ആറോ ഏഴോ മാസമേ ആയുള്ളൂ കൃഷ്ണേട്ടന്റെ വിവാഹം കഴിഞ്ഞിട്ട്. അപ്പോഴേക്കും ഏട്ടന് ഏടത്തിയെ വിശ്വാസമില്ലാതായിരിക്കുന്നു. അത് നിസ്സാരമായി കരുതാ വുന്നതല്ല. എന്തോരം സഹിക്കുകയും ക്ഷമിക്കുകയും ചെയ്തതിനുശേ ഷമായിരിക്കും കൃഷ്ണേട്ടൻ അത്രയും തുറന്നെഴുതിയത്? അവർ തമ്മിൽ മാനസികമായി അകന്നതിന്റെ ധ്വനി അതിലുണ്ട്. എല്ലാവരും തന്റെ മരണം ആഗ്രഹിക്കുന്നു എന്ന് കൃഷ്ണേട്ടനു തോന്നണമെങ്കിൽ സംഗ തികൾ അത്രത്തോളം ഗുരുതരമായിത്തീർന്നിട്ടുണ്ടാവണം. സ്നേഹിക്കു കയും ആരാധിക്കുകയും ചെയ്ത ഒരു പെണ്ണിനെക്കുറിച്ച് അത്രയുമെഴു തണമെങ്കിൽ..

അപ്പോൾ അമ്മാവന്റെ ആലോചന അനിയൻ കേട്ടു.

"അവളുടെ ബന്ധു ഒരാൾ അടുത്തുകൂടീട്ടുണ്ടെന്നു പറഞ്ഞില്ലേ? അതാരായിരിക്കും?..."

ആരാണെന്ന് താനെങ്ങനെ അറിയും? ഏതോ ഒരു ബന്ധു. പക്ഷേ, ഭാഗീരഥിക്കു വേറെ ആരുമില്ലെന്നല്ലേ കൃഷ്ണേട്ടൻ നേരത്തേ എഴുതീ രുന്നത്? അകന്ന ബന്ധത്തിൽപ്പെട്ട ആരെങ്കിലുമായിരിക്കും. അങ്ങനെ ഒരു ബന്ധുവിനെ കൃഷ്ണട്ടേൻ സംശയിക്കുകയും പേടിക്കുകയും ചെയ്യു ന്നതെന്തിന്? ഭാഗ്യം, സന്തോഷം, സ്നേഹമെന്നൊക്കെ പറയുന്നത്

കൃഷ്ണേട്ടന് മിഥ്യയും അയഥാർത്ഥവുമായി തോന്നാൻ എന്താണു കാരണം?

ഒരു കാര്യം അനിയന് ഉറപ്പായി. കൃഷ്ണേട്ടന്റെ ആത്മവിശ്വാസം തകർന്നിരിക്കുന്നു.

കൃഷ്ണേട്ടന്റെ ആ എഴുത്തിനെക്കുറിച്ച് അനിയൻ മുത്തശ്ശിയോടു പറഞ്ഞില്ല. കൃഷ്ണേട്ടന് അസുഖമാണെന്നറിഞ്ഞാൽ മുത്തശ്ശിക്കു ആധിയെടുക്കും. അതോർത്താവാം മുത്തശ്ശിയോടും ആരോടും പറയണ്ടെന്ന് ഏട്ടൻ പ്രത്യേകം എഴുതിയത്.

കൃഷ്ണേട്ടന്റെ കത്തു വായിച്ചപ്പോൾ തൊട്ട് അനിയന് പരിഭ്രമമായി- മുത്തശ്ശി അറിയാതെ കൃഷ്ണേട്ടനെ കാണാൻ പോകാൻ അനിയൻ ആലോചിച്ചു. പക്ഷേ, ആളെ കാണാത്തപ്പോൾ മുത്തശ്ശി അന്വേഷിക്കില്ലേ?

അമ്മാവൻ പറഞ്ഞു:

"അനിയനിപ്പം അങ്ങനെ ധൃതിപിടിച്ചു പോണംന്ന് ഞാൻ വിചാരിക്കണില്യാ. അതിന്റെ ആവശ്യമെന്താ? കൃഷ്ണൻ പറഞ്ഞില്ലല്ലോ ചെല്ലാൻ."

"അത് ഏട്ടൻ പറേണോ?" അനിയൻ ചോദിച്ചു. "ഏട്ടന് അസുഖമായി കിടപ്പല്ലേ! അറിയുമ്പോ ഞാൻ ഓടിച്ചെല്ലല്ലേ വേണ്ടത്?"

"ഹേയ്, അതിന്റെ ആവശ്യോന്നൂല്ല്യാ." അമ്മാവൻ പറഞ്ഞു. "ചെല്ലണംന്നുണ്ടെങ്കി കൃഷ്ണൻ എഴുതിയേനെ. അതല്ല. തനിക്കു പോണംന്നാണെങ്കി പൊയ്ക്കോളൂ. ഞാൻ വിലക്കീന്നു വരരുത്."

അമ്മാവനങ്ങനെയാണ്. അങ്ങുമിങ്ങും തൊടാതെ വർത്തമാനം പറയും. ഒടുക്കം അനിയൻ സ്വയം തീരുമാനിച്ചു. അടുത്ത എഴുത്തുവരുംവരെ കാക്കാം.

അതിനുശേഷം അനിയൻ ഓരോ ദിവസവും അക്ഷമയോടെ കൃഷ്ണേട്ടന്റെ എഴുത്തുകാത്തിരുന്നു. പോസ്റ്റ്മാനോടു ചോദിക്കുമ്പോൾ, "ഇല്ല; ഒന്നൂല്ല്യാല്ലോ."

കാത്തുകാത്തിരുന്ന് ഒൻപതാം ദിവസം കൃഷ്ണേട്ടന്റെ എഴുത്തു വന്നു.

"പേടിക്കണ്ടാ, എനിക്ക് സുഖമായി. ഇപ്പോൾ വീട്ടിലാണ്. ഓഫീസിൽ പോകുന്നില്ല. രണ്ടുമാസത്തെ വിശ്രമം വേണമെന്ന് ഡോക്ടർ പറഞ്ഞു. അതുകൊണ്ട് ലീവെടുത്തു. ഇപ്പോഴും മരുന്നു കഴിക്കുന്നുണ്ട്. ഇടയ്ക്കിടയ്ക്കു ഡോക്ടർ വന്നു പരിശോധിക്കും. യാത്ര ചെയ്യാറായാൽ ഉടൻ ഞാൻ ഇല്ലത്തേക്കു വരും. അനിയനേം മുത്തശ്ശിയേം കാണാൻ കൊതിയാവുന്നു. എന്റെ ഗാർഡൻ അനിയൻ നോക്കുന്നുണ്ടല്ലോ. ഞാൻ വരുമ്പോൾ പുതിയ ഇനം ചില ചെടികൾ കൊണ്ടുവരുന്നുണ്ട്. വിദേശത്തുള്ള ഒരു സ്നേഹിതൻ കൊണ്ടുവന്നത്."

ആ കത്തിൽ ഭാഗീരഥിയെക്കുറിച്ച് ഒന്നും എഴുതിയിരുന്നില്ല. ആ മൗനം അനിയനെ അതിശയിപ്പിച്ചു. ഇത്രപെട്ടെന്നു തീർന്നോ ഏട്ടന്റെ ഇഷ്ടവും സ്നേഹവും ആരാധനയുമെല്ലാം?

ഭാഗീരഥിയുടെ ബന്ധുവിനെക്കുറിച്ചും ആ കത്തിൽ മിണ്ടിയിട്ടില്ല. അയാൾ പോയിക്കാണും. ഒരാളെയും വെറുക്കാത്ത സ്വഭാവമായിരുന്നു കൃഷ്ണേട്ടന്റെ. പിന്നെ എന്തുകൊണ്ടാണ് ഭാഗീരഥിയുടെ ബന്ധുവിനെക്കുറിച്ച് ഏട്ടൻ അത്ര പരുഷമായി പറഞ്ഞത്?

അനിയൻ വീണ്ടും മനയ്ക്കലെ കാര്യങ്ങളിൽ ശ്രദ്ധിക്കാൻ തുടങ്ങി. പാടത്തെ കള പറിപ്പിക്കാഞ്ഞതിന് അച്ചുതൻനായരെ ശാസിച്ചു.

“കണ്ടത്തിൽ കളകേറി മൂടി! പോരാത്തേനു മുഴുവൻ ചാഴീം പുഴൂം! കൂലിക്കാരെ വിളിച്ചു കളപറിപ്പിക്കാൻ ആരെങ്കിലും പറഞ്ഞിട്ടുവേണോ? അച്ചുതൻനായർക്കിവിടെ എന്താ ഉദ്യോഗം?”

നല്ലതു പറഞ്ഞാലും ചീത്തപറഞ്ഞാലും അയാൾ റാൻ, റാൻ എന്നു പറയും. ഭവ്യത കാണിക്കുന്നതു കണ്ടാൽ ഇതിൽപ്പരം ഒരു പാവത്താനുണ്ടോയെന്നു തോന്നും. ശുദ്ധ ജാടയാണ്. അയാളുടെ ഉള്ളു കണ്ടവരാരുമില്ല.

ശാന്തിക്കാരനെ വഴിയിൽവച്ചു കണ്ടപ്പോൾ അനിയൻ പറഞ്ഞു:

“അമ്പലത്തിന്റെ മതില് കെട്ടിക്കണംന്നു പറഞ്ഞില്ലേ? മതില് കെട്ടിച്ചാൽ മാത്രം പോരാ. അമ്പലത്തിന്റെ കേടുപാടെല്ലാം ഒന്നു തീർക്കണം.”

ശാന്തിക്കാരനു സന്തോഷമായി.

മുത്തശ്ശിയുടെ പിറന്നാളിന് അമ്പലത്തിൽ വിശേഷാൽ പൂജ ഉണ്ടായിരുന്നു. എത്ര വയസ്സായെന്നു ചോദിച്ചാൽ മുത്തശ്ശിക്കറിയില്ല. എങ്കിലും പിറന്നാളിന്റെ കാര്യം ഓർമ്മയുണ്ട്.

അമ്പലത്തിന്റെ മതിൽ കെട്ടുന്നിടത്ത് അനിയൻ നാട്ടുകാരിൽ ചിലരുമായി വർത്തമാനം പറഞ്ഞുകൊണ്ടുനില്ക്കുമ്പോഴാണ് പോസ്റ്റ്മാൻ എഴുത്തു കൊണ്ടുവന്നത്. കൈപ്പട കണ്ടപ്പോഴേ മനസ്സിലായി- കൃഷ്ണേട്ടന്റെ.

“ഈ എഴുത്തു കിട്ടിയാലുടനെ അനിയൻ വരണം. വീണ്ടും സുഖമില്ലാതെ ഞാൻ ആശുപത്രിയിലായി. ഒരാഴ്ച അവിടെ കിടന്നു. ഈ ദിവസങ്ങളിലെല്ലാം ഞാൻ വേദനകൊണ്ടു പുളയുകയായിരുന്നു. സ്നേഹത്തോടെ ഒരു വാക്കു പറയാൻ എന്റെ അടുത്ത് ആരുമില്ലാതെപോയത് ഓർക്കുമ്പോൾ സഹിക്കാൻ കഴിയുന്നില്ല. എന്റെ മരണം കാത്തിരിക്കുന്നവരാണ് എനിക്കു ചുറ്റും. ഞാൻ സ്നേഹിക്കുകയും ആരാധിക്കുകയും ചെയ്ത സ്ത്രീ... അതിനി പറയാതിരിക്കുകയാണു നല്ലത്. എന്റെ എല്ലാ സ്വപ്നങ്ങളും തകർന്നു.”

തീയതി നോക്കിയപ്പോൾ എട്ടൊൻപതു ദിവസം മുമ്പെഴുതിയ കത്താണ്. എന്തുകൊണ്ടാണ് എഴുത്തു കിട്ടാൻ ഇത്ര വൈകിയത്?

ആലോചിച്ചു നില്ക്കാനൊന്നും സമയമുണ്ടായിരുന്നില്ല. അനിയൻ വേഗം ഇല്ലത്തു ചെന്നു ധൃതിയിൽ യാത്രയ്ക്കൊരുങ്ങി.

മുത്തശ്ശിയോടു പറഞ്ഞു,

“കൃഷ്ണേട്ടനു സുഖമില്ലെന്നു എഴുത്തുവന്നു - എന്താന്നറീല്ല എന്നോടു വേഗം ചെല്ലാൻ..”

അത്രയും കേട്ടപ്പോഴേ മുത്തശ്ശി കരയാൻ തുടങ്ങി:

"മഹാമായേ..! എന്റെ ഉണ്ണ്യേ കാത്തോളണേ!"

ധൃതിപിടിച്ചു റെയിൽവേസ്റ്റേഷനിൽ ചെന്നപ്പോഴേക്കും വണ്ടി പുറപ്പെടാറായിരിക്കുന്നു. റെയിൽവേ സ്റ്റേഷനിൽ യാത്രക്കാരുടെ തിരക്ക്. ക്യൂവിൽ ക്ഷമകേടോടെ കാത്തുനിന്നു ടിക്കറ്റു വാങ്ങി. അനിയൻ വണ്ടിയിൽ കേറി ഇരുന്നില്ല. അതിനു മുമ്പേ വണ്ടി വിടാനുള്ള മണി അടിച്ചു. വണ്ടി ഇളകി. കറുത്ത പുക തുപ്പിക്കൊണ്ടു വണ്ടി ചൂളംവിളിച്ചു. ഇരുമ്പിന്റെ പാളങ്ങളിൽ ഇരുമ്പുചക്രങ്ങളുടെ ഗതിവേഗം മുഴക്കങ്ങളായി ത്തീർന്നു...

അഞ്ച്

അനിയന്റെ യാത്ര ദുർഘടമായിരുന്നു. അനന്തതയിലേക്കു പോകുന്ന വണ്ടിപോലെ അത് ആ രാത്രി മുഴുവൻ ഓടി. ഇടയ്ക്കിടയ്ക്കു വണ്ടി എവിടെയൊക്കെയോ നിർത്തി. ആരും ഇറങ്ങുന്നതും ആരും കയറുന്നതും അനിയൻ കണ്ടില്ല. കമ്പാർട്ടുമെന്റിൽ യാത്രക്കാരെല്ലാം ഉറക്കമായിരുന്നു. കിട്ടിയ സ്ഥലത്തു ചാഞ്ഞും ചരിഞ്ഞും ഇരുന്നുറങ്ങാൻ അവർക്കൊക്കെ നല്ല പരിശീലനം കിട്ടിയിട്ടുണ്ടെന്നു തോന്നും. അനിയൻ കണ്ണടച്ചിരുന്ന് ഒന്ന് മയങ്ങണമെന്നാഗ്രഹിച്ചു.

കൃഷ്ണേട്ടനെക്കുറിച്ചുള്ള ഓർമ്മ അനിയന്റെ മനസ്സിൽ കനലുകളായിത്തീർന്നു.

നേരം പരപരാ വെളുത്തപ്പോൾ അനിയൻ ആ പഴയ നഗരത്തിലെ പഴയ റെയിൽവേ സ്റ്റേഷനിൽ വണ്ടിയിറങ്ങി. അനിയനെക്കൂടാതെ വേറെ നാലഞ്ചുപേരും കൂടിയുണ്ടായിരുന്നു അവിടെയിറങ്ങാൻ. നിമിഷങ്ങൾക്കുള്ളിൽ വീണ്ടും വണ്ടി അതിന്റെ യാത്ര തുടർന്നു. റെയിൽവേസ്റ്റേഷനിലെ പഴയ സിമന്റുബഞ്ചുകളിൽ ചിലർ മൂടിപ്പുതച്ചിരിക്കുന്നു. ചിലർ പൊട്ടിപ്പൊളിഞ്ഞ സിമന്റുതറയിൽ പുതപ്പും പത്രക്കടലാസും വിരിച്ചു കിടന്നുറങ്ങുന്നു. ഒരു കമ്പിക്കാലിന്റെ ചുവട്ടിൽ ഒരു കിഴവൻ സന്ന്യാസി കഞ്ചാവും വലിച്ചുകൊണ്ട് ഇരിപ്പുണ്ട്. മങ്ങിക്കത്തുന്ന വെളിച്ചത്തിൽ ആരുടേയും മുഖം വ്യക്തമല്ല. സ്റ്റേഷൻ മാസ്റ്ററുടെ മുറിയിൽ ലൈറ്റുണ്ട്. അനിയൻ അവിടെ ഒഴിഞ്ഞുകിടന്ന ഒരു സിമന്റുബഞ്ചിൽ ഇരുന്നു. അപരിചിതമായ ഈ നഗരത്തിൽ നേരം വെളുക്കാതെ എങ്ങോട്ടു പോകാനാണ്? നഗരം ഇപ്പോഴും ഉറങ്ങിക്കിടക്കുകയാണ്. രാത്രിയിൽ മഴപെയ്തു. നല്ല തണുപ്പ്. നഗരത്തിനു ജീർണ്ണതയുടെ ഗന്ധമുണ്ട്. പഴയ നഗരം. പഴയ റെയിൽവേസ്റ്റേഷൻ, പഴയ കെട്ടിടങ്ങൾ. പഴയ വിളക്കുകൾ.

അങ്ങനെ ഓർത്തിരിക്കെ അകലെനിന്നു അടുത്തടുത്തു വരുന്ന ഒരു വണ്ടിയുടെ മുഴക്കം കേട്ടു. നിമിഷങ്ങൾക്കുള്ളിൽ ആ വണ്ടി റെയിൽവേ സ്റ്റേഷൻ കടന്ന് നിർത്താതെ പോയി. അതൊരു ചരക്കുവണ്ടിയായിരുന്നു.

അനിയന്റെ മനസ്സു പതറുകയായിരുന്നു. താൻ അന്വേഷിച്ചുപിടിച്ച് എപ്പോൾ ചെല്ലാനാണ് കൃഷ്ണേട്ടന്റെ അടുത്ത്?

നേരം വെളുത്തു. അനിയൻ റെയിൽവേസ്റ്റേഷനിൽനിന്നും പുറത്തു കടന്നു. നാലു ദിക്കുകളിലേക്കും നീണ്ടുപോകുന്ന ഇടവഴികൾ. തൊട്ടു തൊട്ടു നില്ക്കുന്ന പഴയ കെട്ടിടങ്ങൾ. നാറുന്ന ഓടകൾ. എങ്ങോട്ടു പോകും? ആരോടെങ്കിലും ചോദിക്കാമെന്നുവച്ചാൽ ഒരാളെ കണ്ടിട്ടു വേണ്ടേ? വിജനമായ ഇടവഴികളിൽ നോക്കി അനിയൻ നിന്നു. പിന്നെ വെറുതെ കുറേദൂരം നടന്നു. തുറന്നുവച്ചിരുന്ന ഒരു ഹോട്ടലിൽ കയറി. ചൂടോടെ ഒരുചായ കുടിച്ചു. കാശുകൊടുത്ത് ഇറങ്ങാൻ നേരത്ത് ഹോട്ടലുകാരനോട് കൃഷ്ണേട്ടന്റെ അടുത്തെത്താനുള്ള വഴി ചോദിച്ചു. ഉറക്കച്ചടവോടെ ഹോട്ടലുകാരൻ പറഞ്ഞു:

"അതേ, ഇവിടന്നങ്ങോട്ട് ഇമ്മിണി ദൂരോണ്ട്. അറിയില്ലാത്തോര് പോയാൽ എങ്ങനെയായാലും വഴിതെറ്റും. ഒരു കാര്യം ചെയ്താൽ മതി. ഒരു ടാക്സി പിടിക്ക്. ടാക്സിക്കാരനോടു പറഞ്ഞാൽ അവിടെ കൊണ്ടുവിടും. നടന്നു കഷ്ടപ്പെടണേലും ഭേദം അതാ. ദേ, അങ്ങോട്ടു ചെന്നാൽ മതി, ടാക്സി കിട്ടും."

അയാൾ ചൂണ്ടിക്കാണിച്ചത് റെയിൽവേസ്റ്റേഷന്റെ തെക്കുഭാഗത്തേക്കായിരുന്നു. അനിയൻ അങ്ങോട്ടു നടന്നു.

ടാക്സിസ്റ്റാന്റായിരുന്നു അത്. നിരന്നു കിടക്കുന്ന പഴയ ടാക്സികൾ. കാക്കിയുടുപ്പിട്ട ഒരുകിഴവൻ ഡ്രൈവർ അയാളുടെ ടാക്സിയിൽ ചാരിനിന്നു ബീഡിവലിക്കുന്നു. അടുത്തു ചെന്നതിൽപ്പിന്നെയാണ് അയാൾ അനിയനെ കണ്ടത്. ആ കിഴവന്റെ കുഴിഞ്ഞുതാണ കണ്ണുകളിലെ പുകനിറമുള്ള നിസ്സംഗതയാണ് അനിയൻ ആദ്യം ശ്രദ്ധിച്ചത്. ഒരു ശവത്തിന്റേതുപോലിരുന്നു ആ കിഴവന്റെ മുഖം.

ഭാഗ്യം, കിഴവൻ ഡ്രൈവറിന് വഴി അറിയും. ഒരു യന്ത്രത്തെപ്പോലെ അയാൾ ടാക്സിയുടെ ഡോർ തുറന്നുപിടിച്ചു.

അനിയൻ കുനിഞ്ഞ് ടാക്സിയിൽ കയറി ഇരുന്നു. പഴഞ്ചൻ ടാക്സിക്ക് തുരുമ്പിന്റെ മണം. കാറു കണ്ടുപിടിച്ച കാലത്തെന്നോ ഉള്ളതാണെന്നു തോന്നും. അത്ര പഴക്കമുണ്ടതിന്. ചരിത്രാതീതകാലത്തെ ഏതോ ജന്തുവിന്റെ അസ്ഥികൂടത്തിനുള്ളിൽ കുടുങ്ങിയതുപോലെ അനിയന് തോന്നി. കിഴവൻ ഡ്രൈവർ ടാക്സിയിൽ കയറിയിരുന്ന് ഡോർ വലിച്ചടച്ചു. പിന്നെ ഒരു സാമ്പ്രാണിത്തിരി കത്തിച്ച് ഏതോ ഒരു സിദ്ധന്റെ പടത്തിനു മുൻപിൽ കുത്തിനിർത്തി. അയാൾ ഒരു നിമിഷം ധ്യാനത്തിൽ മുഴുകി. പിന്നെ അയാൾ ടാക്സി സ്റ്റാർട്ടുചെയ്തു ഒരു വന്യജന്തുവിന്റെ മുരക്കത്തോടെ അതിനു ജീവൻ വച്ചു.

വഴികൾ മിക്കവാറും വിജനമായിരുന്നു. അങ്ങിങ്ങ് ഒറ്റപ്പെട്ട ചിലരെ

കണ്ടു. പഴയ കെട്ടിടങ്ങൾ വഴിയുടെ ഇരുവശങ്ങളിലും ഇടവിട്ടിടവിട്ട് അനിയൻ കണ്ടു. ഇടവഴികൾ ഒരിടത്തും അവസാനിക്കുന്നില്ലെന്നു തോന്നുന്നു. ഒരുപോലിരിക്കുന്ന വഴികൾ. എവിടെയോ പള്ളിമണി ശബ്ദിക്കുന്നതുകേട്ടു. പഴയ നഗരത്തിനു മീതെ പള്ളിമണിയുടെ മുഴക്കം ഇളങ്കാറ്റുപോലെ കടന്നുപോകുന്നു.

ഇടവഴികൾ പിന്നിട്ട് വളവുകളും തിരിവുകളും പിന്നിട്ട് ടാക്സി ഉൾഭാഗത്തുള്ള ഒരു പഴയ വീടിനു മുന്നിൽ ചെന്നുനിന്നു. അനിയൻ പുറത്തിറങ്ങി ചുറ്റും ഒന്നു നോക്കി. ഒരു വനമദ്ധ്യത്തിൽ വന്നുപെട്ടതുപോലെയാണ് അയാൾക്ക് തോന്നിയത്. മതിൽക്കെട്ടുകൾക്കുള്ളിൽ വളർന്നു നില്ക്കുന്ന മരങ്ങൾ ആകാശം മറയ്ക്കുന്നു.

പടിക്കെട്ടിൽ കയറിനിന്ന് അനിയൻ അടച്ചിട്ട ഗേറ്റിൽ മുട്ടി. തുരുമ്പു തിന്നു ദ്രവിച്ച ഗേറ്റിനു ഒരാളോളം പൊക്കമുണ്ട്. ഗേറ്റ് അകത്തു നിന്ന് താഴിട്ടിരിക്കുകയാണ്. എന്താ ആരും വരാത്തത്? അനിയൻ വീണ്ടും ഗേറ്റിൽ മുട്ടി ആരെങ്കിലും വന്നു ഗേറ്റ് തുറക്കുന്നതും കാത്തു നിന്നു. അകത്ത് ഒരനക്കവുമില്ല. അനിയൻ വീണ്ടും ഗേറ്റിൽ മുട്ടി ഒച്ചയുണ്ടാക്കി. അപ്പോൾ അല്പം ദൂരെയുള്ള ഒരു വീടിന്റെ വാതിൽ തുറക്കുന്ന ഒച്ച കേട്ടു. അനിയൻ നോക്കിയപ്പോൾ അകത്തുനിന്ന് ഒരു മെലിഞ്ഞ സ്ത്രീ ഇറങ്ങിവന്ന് എത്തിനോക്കുന്നു. അവൾ അകത്തിരിക്കുന്ന ആരോടോ എന്തോ പറഞ്ഞു. ആ വീട്ടിനുള്ളിൽനിന്നു കരിമ്പടം പുതച്ച ഒരാൾ ഇറങ്ങിവന്നു. ഒരു ചെറിയ മനുഷ്യൻ. അയാളും അവിടെനിന്നു അനിയനെ നോക്കി. പിന്നെ വളരെ പതുക്കെ നടന്ന് അനിയന്റെ അടുത്തേക്കു വന്ന് അടിമുടി ഒന്നു നോക്കിയശേഷം പൊട്ടിയ ഓട്ടുപാത്രത്തിന്റെ ശബ്ദത്തിൽ അയാൾ ചോദിച്ചു.

“ആരാ?”

അനിയൻ പറഞ്ഞു.

“ഞാൻ ദൂരേന്നു വരുന്ന ഒരാളാ. ഇതല്ലേ ഭാഗീരഥിയുടെ വീട്? ഞാൻ വന്നത്, എനിക്കു കൃഷ്ണേട്ടനെ ഒന്നു കാണണം.”

അയാൾ ഒന്നും മിണ്ടാതെ വീണ്ടും അനിയനെ നോക്കി. പിന്നെ അയാൾ ചോദിച്ചു.

“അദ്യേത്തിന്റെ ആരാ?”

അനിയൻ പറഞ്ഞു

“എന്റെ ഏട്ടനാണത്. വരാൻ പറഞ്ഞ് ഏട്ടൻ എഴുതീരുന്നു.”

അയാൾ ഒരുതരം ദുസ്സഹമായ ഭാവത്തോടെ അനിയനെ നോക്കി എന്നിട്ട് ആത്മഗതം പോലെ പറഞ്ഞു:

“ഞാനെന്താ പറയണ്ടേ?”

അയാൾ എന്തോ ധർമ്മസങ്കടം അനുഭവിക്കുന്നതുപോലെ അനിയനു തോന്നി

അയാൾ വീണ്ടും പറഞ്ഞു. “എന്താ പറയേണ്ടെന്ന് എനിക്കറീല്ല. വളരെ കഷ്ടായിപ്പോയി. അദ്യേം മരിച്ചു. ഇന്നു മൂന്നായി.”

ഒരു നിമിഷം! അനിയന്റെ കണ്ണിൽ ഇരുട്ടുകയറി. തല കറങ്ങി. വീഴാതിരിക്കാൻ അനിയൻ ഗേറ്റിൽ കടന്നു പിടിച്ചുനിന്നു. ഹൃദയം വിലപിച്ചു.

"എന്റെ കൃഷ്ണേട്ടാ!"

"എന്തു പറയാനാ! അദ്ദേഹത്തിന്റെ വിധി." അയാൾ പറഞ്ഞു. "ശവദാഹം കഴിഞ്ഞയുടനെ ഭാഗിക്കുഞ്ഞും പോയി. ഇനിയെന്നാ തിരിച്ചുവരണേന്ന് അറീല്ല."

അനിയന്റെ തലയ്ക്കു മുകളിൽ മരക്കൊമ്പുകൾ അനങ്ങി. കാറ്റത്ത് പഴുത്ത ഇലകൾ പാറി വീണു.

"അകത്തേക്കു കയറിയിരിക്കാം." അയാൾ പറഞ്ഞു "താക്കോൽ എന്റെ കൈയിലുണ്ട്. വീട് നോക്കിക്കൊള്ളാൻ പറഞ്ഞ് താക്കോലും തന്നേച്ചാ ഭാഗിക്കുഞ്ഞു പോയത്. വേണമെങ്കിൽ വീടു തുറന്നു കാണിക്കാം."

എന്തു പറയണമെന്നറിയാതെ സങ്കടം കടിച്ചൊതുക്കിക്കൊണ്ടു നില്ക്കുകയായിരുന്നു അനിയൻ. ഏട്ടനെ കാണാൻ ഓടിയെത്തിയപ്പോഴേക്കും ഏട്ടൻ പോയി.

അയാൾ ഗേറ്റിനു മുകളിലൂടെ അകത്തേക്കു കൈയിട്ട് ബോൾട്ട് നീക്കി ഗേറ്റ് തള്ളിത്തുറന്നു. എന്നിട്ട് മുഖഭാവം കൊണ്ട് അകത്തേക്കു ക്ഷണിച്ചു. അപ്പോഴേക്കും കൊച്ചിനേയും എളിയിൽ എടുത്തുകൊണ്ട് അയാളുടെ ഭാര്യയും വന്നു.

ഇടിഞ്ഞുപൊളിഞ്ഞ മതിൽക്കെട്ടിനുള്ളിൽ ആകാശം മറച്ചു നില്ക്കുന്ന മരങ്ങൾ. മരങ്ങൾ ഉണ്ടാക്കുന്ന ഇരുട്ടിൽ ഒരു ദ്വീപുപോലെ തോന്നിപ്പിക്കുന്ന പഴയ വീട്. പൊട്ടിപ്പൊളിഞ്ഞ നടക്കല്ലുകൾ കേറി അവർ മുറ്റത്തേക്കു ചെന്നു. മുറ്റത്തിന്റെ മദ്ധ്യത്തിൽ തുളസിയില്ലാത്ത തുളസിത്തറ. മുറ്റത്തിന്റെ അരുകിൽ നിരന്നുനില്ക്കുന്ന പൂച്ചെടികൾ. അനിയൻ ഇറയത്തേക്കു കയറി. വീട് ആകെ ഒന്നു നോക്കി. ഉരുണ്ട തൂണുകൾ. ചിത്രപ്പണികളുള്ള മച്ച്. പിച്ചളക്കുമിളകൾ പതിച്ച വാതിൽ. ഭിത്തിയിൽ ചില്ലിട്ടു തൂക്കിയ ചിത്രങ്ങൾ.

കൂടെ വന്ന ആളോട് അനിയൻ ചോദിച്ചു:

"എന്താ നിങ്ങളുടെ പേര്?"

വാതിൽ തുറക്കുന്നതിനിടയിൽ മുഖം തിരിച്ച് അയാൾ പറഞ്ഞു:

"പരമേശ്വരൻന്ന്, എല്ലാവരും പരമീന്നു വിളിക്കും."

അയാൾ വാതിൽ തള്ളിത്തുറന്നു. വാതിൽ തുറന്നപ്പോളത്തെ ശബ്ദം അവിടെ നിറഞ്ഞുനിന്ന നിശ്ശബ്ദതയെ വെട്ടിപ്പിളർന്നു. പരമേശ്വരന്റെ പിന്നാലെ അനിയൻ അകത്തേക്കുകടന്നു. അയാളുടെ പിന്നിൽ നടന്ന് ഓരോ മുറിയും കടന്നു. ഓരോ വാതിലും കടന്നു. അയാൾ അടഞ്ഞുകിടന്ന ജനലുകൾ തുറന്നു.

പരമേശ്വരൻ ചോദിച്ചു: "ഏട്ടൻ കിടന്നു മരിച്ച മുറി കാണണോ?"

ഒരു ദുഃസ്വപ്നത്തിലെന്നപോലെ അനിയൻ അയാളെ അനുഗമിച്ചു. അയാൾ മറ്റൊരു മുറി തുറന്നു. കിടക്ക മടക്കിവച്ച ഒരു കട്ടിൽ.

പരമേശ്വരൻ പറഞ്ഞു: "എല്ലാം പെട്ടെന്നുകഴിഞ്ഞു. ഇത്രേള്ളൂ മനുഷ്യന്റെ കാര്യം. ആ ഭാഗിക്കുഞ്ഞിന്റെ സങ്കടം കാണാനാണ് വിഷമം. എങ്ങനെ സഹിക്കും അത്? രണ്ടുപേരും എന്തു സ്നേഹമായിട്ടു കഴിഞ്ഞതാ!"

പരമേശ്വരന്റെ വാക്കുകൾ അനിയന്റെ ഹൃദയത്തിൽ മുള്ളുപോലെ കോർത്തു. എന്താ പരമേശ്വരൻ പറഞ്ഞത്? അവർ തമ്മിൽ എത്ര സ്നേഹമായിരുന്നെന്നോ! 'എന്റെ മരണം കാത്തിരിക്കുന്നവരാണ് എനിക്കു ചുറ്റും എന്നല്ലേ.'- കൃഷ്ണേട്ടൻ ഒടുക്കം എഴുതിയിരുന്നത്? കൃഷ്ണേട്ടന്റെ സ്വപ്നങ്ങൾ തകർന്നത് എവിടെയാണ്...?

സങ്കടം ഒതുക്കി അനിയൻ ആ ഒഴിഞ്ഞ കട്ടിലിൽ നോക്കിനിന്നു, നിറഞ്ഞ കണ്ണുകളോടെ.

പിന്നെ കണ്ണുകൾ തുടച്ചുകൊണ്ട് അനിയൻ പുറത്തേക്കിറങ്ങി. തെക്കുവശത്തു ചെന്നു നോക്കിയപ്പോൾ അവിടെ ഒരു ഗാർഡൻ. ധാരാളം ചെടികൾ. പക്ഷേ, ഒറ്റപ്പൂവില്ല. പിന്നിൽ കാലൊച്ച കേട്ട് അനിയൻ തിരിഞ്ഞു നോക്കി. പരമേശ്വരൻ അടുത്തേക്കു വരുന്നു.

അനിയൻ ചോദിച്ചു: "ഏടത്തി എവിടെപ്പോയെന്നാ നിങ്ങൾ പറഞ്ഞത്?"

"എങ്ങോട്ടാ പോണേന്നു പറഞ്ഞില്ല." തോളിൽ നിന്നു ഊർന്നുവീണ കരിമ്പടത്തിന്റെ തുമ്പെടുത്തു പുതച്ചുകൊണ്ടു പരമേശ്വരൻ പറഞ്ഞു: "വീടു പൂട്ടി താക്കോൽ ഏല്പിച്ചപ്പോൾ പറഞ്ഞു പോവ്വാന്ന്. എങ്ങോട്ടാ പോണേന്നു ചോദിക്കാൻ ഞാനും ഓർത്തില്ല. ഭാഗിക്കുഞ്ഞിന് തനിച്ച് താമസിക്കാൻ പറ്റ്വോ ഇവിടെ? എന്തെല്ലാം ഓർമ്മകളാ!"

മരക്കൊമ്പുകൾക്കിടയിലൂടെ മുറ്റത്തേക്കു ചാഞ്ഞു വീഴുന്ന വെയിൽ. അനിയൻ മുറ്റത്തെ വെയിൽ നോക്കിനിന്നു. അപ്പോൾ പരമേശ്വരൻ പറഞ്ഞു:

"ഈ വീടും പറമ്പും വില്ക്കണമെന്നാ കുറുപ്പുസാറ് പറഞ്ഞത്."

അനിയൻ ചോദിച്ചു.

"ഏതു കുറുപ്പു സാറ്?"

"ഭാഗിക്കുഞ്ഞിന്റെ ഒരുബന്ധുവാ."

കണ്ണുതിരുമ്മിക്കൊണ്ടു പരമേശ്വരൻ പറഞ്ഞു. "ഭാഗിക്കുഞ്ഞിന് ഇനി അങ്ങനെ ഒരാളേ ഉള്ളൂ എന്തെങ്കിലും ഒരു സഹായത്തിന്."

അനിയൻ ചോദിച്ചു. "ഭാഗിയേടത്തി കുറുപ്പിന്റെയടുത്ത് ഉണ്ടാവ്വോ?"

"അതെനിക്കറീല്ല." പരമേശ്വരൻ പറഞ്ഞു. "ചിലപ്പം ഉണ്ടാവും. ചിലപ്പം ഉണ്ടായില്ലെന്നും വരും. എനിക്കതു കൃത്യമായി പറയാൻ സാദ്ധ്യല്ല."

കൊച്ചിനെ എളിയിൽ എടുത്തുകൊണ്ട് പരമേശ്വരന്റെ ഭാര്യ ദൂരെ നില്ക്കുന്നു. ആ സ്ത്രീയുടെ നില്പുകണ്ടാൽ ഒരു പ്രതിമയാണെന്നു തോന്നും.

"എവിട്യാ കുറുപ്പിന്റെ വീട്?" അനിയൻ ചോദിച്ചു. "എനിക്കയാളെ

ഒന്നു കാണണം. വഴി കാണിക്കാൻ പരമേശ്വരൻ എന്റെ കൂടെ ഒന്നു വരാമോ?"

"സാറ് തനിച്ചു പോയാ മതി." പരമേശ്വരൻ പറഞ്ഞു.

"വഴിയൊക്കെ ഞാൻ പറഞ്ഞുതരാം."

അനിയൻ ഒന്നു നെടുവീർപ്പിട്ടു. വീട്ടിൽ നിന്നിറങ്ങി, ഗേറ്റിനടുത്തെത്തിയപ്പോൾ ആ പഴയ വീടിനോടു യാത്രചോദിക്കുന്ന മട്ടിൽ അനിയൻ ഒന്നു തിരിഞ്ഞു നോക്കി. ടാക്സിയിൽ കയറി പരമേശ്വരൻ പറഞ്ഞു വഴിക്കു പോകുമ്പോൾ അനിയനു പെട്ടെന്നൊരു സംശയം മനസ്സിൽ തടഞ്ഞു.

കൃഷ്ണേട്ടന്റെ മരണത്തിനു പിന്നിൽ എന്തോ രഹസ്യമുണ്ടെന്നു തോന്നുന്നു. ഭാഗിയേടത്തി എവിടെപ്പോയെന്ന് തനിക്കറിയില്ലെന്ന് പരമേശ്വരൻ പറഞ്ഞത് നേരാണോ? എന്തൊക്കെയോ ഒളിച്ചുപിടിക്കുന്ന ഒരു ഭാവമില്ലായിരുന്നോ അയാളുടെ മുഖത്ത്? "എന്റെ മരണം കാത്തിരിക്കുന്നവരാണ്. എനിക്കു ചുറ്റും"- എന്ന് കൃഷ്ണേട്ടൻ എഴുതണമെങ്കിൽ അതിന്റെ പിന്നിൽ എന്തെങ്കിലും രഹസ്യം കാണും.

ഭാഗിയേടത്തിയുടെ ബന്ധുവെന്നു പറഞ്ഞ കുറുപ്പ് ആരാണ്?

ആറ്

പരമേശ്വരൻ പറയുന്നതുകേട്ടപ്പോൾ തോന്നി അധികം ദൂരമില്ലെന്ന്. വളവുകൾ കടന്ന്, തിരിവുകൾ കടന്ന്, ഇടവഴികൾ കടന്ന് ദൂരം ഇപ്പോൾ എന്തായി! അടയാളങ്ങൾ ഓരോന്നും കൃത്യമായോർമ്മയുണ്ടായിരുന്നു. വേരുകൾക്കിടയിൽ ഏതോ ക്ഷുദ്രദൈവത്തെ ഒതുക്കി നില്ക്കുന്ന ആൽമരം. അതിന്റെ മുന്നിലെ കൽവിളക്ക്. ഇടത്തോട്ടു തിരിയുന്ന ഇടുങ്ങിയ ഇടവഴിയുടെ അങ്ങേ അറ്റത്ത് കല്ലത്താണി. അവിടന്ന് വലത്തോട്ടു പോകുന്ന വഴിയേ പോകരുത്. ഇടിഞ്ഞു പൊളിഞ്ഞ് ചുമരുകളിൽ ബാക്കി നില്ക്കുന്ന ഒരു പഴയ വീട് കാണാം അവിടെ. അതിന്റെ മുമ്പിലൂടെ ഇടത്തേക്കു തിരിയണം. കുണ്ടും കുഴിയും നിറഞ്ഞ് ചെളികെട്ടിക്കിടക്കുന്ന വഴിയിൽ വണ്ടി ഓടിച്ചുപോകാൻ സ്വല്പം ബുദ്ധിമുട്ടുണ്ട്. അത് സാരമില്ല. ഒരല്പദൂരം അങ്ങോട്ടു കഴിഞ്ഞാൽ പിന്നെ ചെറിയ ഒരിറക്കമാണ്. അവിടെനിന്നും നോക്കിയാൽ കുറുപ്പുചേട്ടന്റെ വീട് കാണാം. പഴയ കോട്ടപോലെ തോന്നിപ്പിക്കുന്ന മതിൽക്കെട്ടിനകത്ത് ഒരു പഴയ നാലുകെട്ട്.

ദൂരം കുറേ ഉണ്ടായിരുന്നു. ദുർഘടം പിടിച്ച വഴിയിൽ ആ പഴയ ടാക്സിയിലുള്ള യാത്ര എന്നും ഓർക്കും. ഒരു ചെളിക്കുഴിയിൽ നിന്ന് അത് കരയ്ക്കുകയറ്റാൻ പെട്ടപാട് അനിയൻ കണ്ടു. എന്നിട്ടും ഡ്രൈവർക്കു യാതൊരു ഭാവഭേദവുമില്ല. അയാൾ ഒരക്ഷരം മിണ്ടിയിട്ടുമില്ല. കൃഷ്ണേട്ടന്റെ മരണവും ആ മരണത്തെ മൂടിക്കിടക്കുന്ന നിഗൂഢതയും അനിയന്റെ മനസ്സിനെ വല്ലാതെ അലട്ടുന്നുണ്ടായിരുന്നു. അല്ലെങ്കിൽ ഇത്ര ദുർഘടം പിടിച്ച ഒരു യാത്ര വേണ്ടെന്നുവച്ച് അനിയൻ മടങ്ങിപ്പോകുമായിരുന്നു.

വഴിയിലെങ്ങും ഒരാളെയും കണ്ടില്ല. പഴയ കോട്ടപോലെ തോന്നിപ്പിക്കുന്ന മതിൽക്കെട്ടിനു പുറത്തു ഭൂമി തരിശായിക്കിടന്നു. ഗേറ്റ് കടന്ന്

അനിയൻ അകത്തേക്കു ചെന്നു. പാർശ്വങ്ങളിൽ കാടുപിടിച്ചു കിടക്കുന്ന പൂച്ചെടികൾ. മുറ്റത്തിനു താഴെ ഒരു നാരകം തളിർത്തുനില്ക്കുന്നു. കരിങ്കല്ലുകൊണ്ടു കെട്ടിയ കല്പടികൾ കയറി മുറ്റം മുറിച്ചുകടന്ന് പൂമുഖത്തുചെന്നു. വാതിലുകൾ അടഞ്ഞു കിടക്കുന്നു. മുൻവശത്ത് ആരുമില്ല. ജീർണ്ണതയുടെ ഒരു മഹാഗോപുരം പോലെ ഏകാന്തമായ വീട്. ആൾപ്പാർപ്പുള്ള വീടാണെന്നു തോന്നുകയില്ല.

ഒരു നിമിഷം കാത്തുനിന്നതിനുശേഷം അനിയൻ ഉറക്കെ ചോദിച്ചു. "ഇവിടെ ആരുമില്ലേ?"

ഒരു പഴയ കോട്ടയിലെന്നപോലെ കെട്ടിനില്ക്കുന്ന കൊഴുത്ത നിശ്ശബ്ദതയിൽ അനിയന്റെ ചോദ്യം നഷ്ടപ്പെട്ടു.

കുറേക്കഴിഞ്ഞ് ഒരാൾ കോണിപ്പടി ഇറങ്ങിവന്നു. നിർവ്വികാരമായ കണ്ണുകളോടെ ഒരു നിമിഷം നോക്കിനിന്നതിനുശേഷം ആരാണെന്നുപോലും ചോദിക്കാതെ അയാൾ അനിയനെ അകത്തേക്കു കൂട്ടിക്കൊണ്ടുപോയി. അനിയൻ എന്നൊരാൾ വരുമെന്നു പ്രതീക്ഷിച്ചു കാത്തിരുന്നതുപോലെയായിരുന്നു അയാളുടെ പെരുമാറ്റം. അനിയൻ അയാളുടെ മുഖത്തേക്കു നോക്കി. ഇരുണ്ട കണ്ണുകൾ. ഇടതുഭാഗകവിളിൽ ഒരു പയർമണിപോലെ തെറിച്ചു നില്ക്കുന്ന കറുത്ത മറുക്. അയാൾ ഒന്നു ചിരിച്ചു. എന്നിട്ടു പരുക്കൻ സ്വരത്തിൽ ചോദിച്ചു:

"എവിടുന്നാ?"

"ഞാൻ കുറേ ദൂരേന്നോ." അനിയൻ പറഞ്ഞു. "എന്റെ പേര് അനിയൻ, കൃഷ്ണേട്ടന്റെ അനിയൻ. മിസ്റ്റർ കുറുപ്പിനെ ഒന്നു കാണാനാണ് ഞാൻ വന്നത്."

എന്തോ ആലോചിക്കുന്ന ഭാവത്തിൽ അയാൾ അനിയന്റെ നേരെ നോക്കി: "നിങ്ങൾ വരുമെന്നു ഞാനോർത്തില്ല. എങ്ങനെ എന്റെ വീട് കണ്ടുപിടിച്ചു?"

"പരമേശ്വരൻ വഴി പറഞ്ഞുതന്നു." അനിയൻ പറഞ്ഞു. "ഞാനവിടെ പോയിരുന്നു. അവിടെവച്ച് പരമേശ്വരൻ പറഞ്ഞാണ് കൃഷ്ണേട്ടന്റെ മരണം ഞാനറിഞ്ഞത്. എനിക്ക് കൃഷ്ണേട്ടന്റെ ഭാര്യയെ ഒന്നു കാണണം. അവരിപ്പോൾ എവിടെയുണ്ട്?"

"അതെനിക്കു കൃത്യായിട്ട് അറിയില്ല. എവിടെയെങ്കിലും ഉണ്ടാവുന്ന് വേണം വിചാരിക്കാൻ."

"പരമേശ്വരൻ പറഞ്ഞു ഇവിടെ കാണുമെന്ന്."

"അത് അവനൂഹിച്ചതല്ലേ? രണ്ടു ദിവസം ഭാഗീരഥി ഇവിടെ ഉണ്ടായിരുന്നു. പിന്നെ ഏതോ ബന്ധുവിന്റെ അടുത്തേക്കാണെന്നു പറഞ്ഞു പോയി."

"അത് എവിടെയാണെന്നറിയാമോ?"

"ഞാൻ പറഞ്ഞില്ലേ, എനിക്കു കൃത്യമായിട്ട് അറിയില്ലാ."

"അവരിപ്പോഴും ഈ നഗരത്തിൽത്തന്നെയുണ്ടോ?:"

"അതെങ്ങനെ ഞാൻ തീർത്തുപറയും? എവിടെയോ അവൾക്ക്

സ്വന്തത്തിൽപ്പെട്ട ഒരാളുണ്ട്. അത് എവിട്യാ ആരാന്നൊന്നും ഞാൻ ചോദിച്ചില്ല. ദൂരെ എവിടെയെങ്കിലും ആയിരിക്കൂന്നാ എനിക്കു തോന്നുന്നെ."

"എന്നു തിരിച്ചു വരൂന്നൊന്നും പറഞ്ഞില്ലേ?"

"തിരിച്ചുവര്വോന്നുതന്നെ സംശയമാണ്. അവർക്കിനി ആരാ ഇവിടെയുള്ളത്? ആർക്കെങ്കിലും ആ വീടു കൊടുക്കാൻ എന്നോടു പറഞ്ഞു. എന്നുപറഞ്ഞാൽ, വില്ക്കാൻ."

അയാൾ എന്തൊക്കെയോ ഒളിച്ചുവയ്ക്കുന്നതുപോലെ അനിയനു സംശയം തോന്നി. പറയുന്നത് അങ്ങനെതന്നെ വിശ്വസിച്ചുകൊള്ളണം എന്നൊരു ഭാവമായിരുന്നു അയാൾക്ക്. ഇങ്ങനെയൊക്കെ സംഗതികൾ നേരിടണമെന്ന് അയാൾ നേരത്തെ തീരുമാനിച്ചിട്ടുണ്ടായിരുന്നിരിക്കണം. ഇന്നോ ഇന്നലെയോ ഒക്കെ ഭാഗീരഥി അയാളോടൊത്ത് ആ വീട്ടിലുണ്ടായിരുന്നു എന്ന് അനിയൻ വിചാരിച്ചു. ഇയാളെക്കുറിച്ചല്ലേ കൃഷ്ണേട്ടൻ സൂചിപ്പിച്ചത്. ഭാഗീരഥിയുടെ ബന്ധുവെന്ന്?

"സ്വന്തപ്പെട്ടിട്ട് അവർക്കാരെങ്കിലുമുണ്ടോ?" അനിയൻ ചോദിച്ചു. "നിങ്ങൾക്കാരെയെങ്കിലും അറിയാമോ?"

"എനിക്കാരെയും അറിഞ്ഞുകൂടാ." പോക്കറ്റിൽ തപ്പി അയാൾ പൊടിക്കുപ്പി എടുത്ത് ശ്രദ്ധയോടെ അതിന്റെ അടപ്പു തുറന്ന് കൈവെള്ളയിൽ കുറെ പൊടി തട്ടിക്കുടഞ്ഞിട്ടു. "എന്നോർത്ത് അവർക്കാരും ഇല്ലാതെ വര്വോ? ആരെങ്കിലും കാണും. മനുഷ്യനല്ലേ?"

ഒന്നുകൊണ്ടും കുലുങ്ങാത്ത ഒരു ഭാവമുണ്ടായിരുന്നു കുറുപ്പിന്. അറിയാവുന്നതു മുഴുവൻ അയാൾ പറയുന്നില്ല.

"കുറുപ്പിനറിയാമോ, കൃഷ്ണേട്ടൻ മരിച്ചുപോയെന്നു കേട്ടപ്പോൾ ഞാൻ ഞെട്ടിപ്പോയി." അനിയൻ ഹൃദയത്തിൽ തട്ടി പറഞ്ഞു. "എന്റെ കൃഷ്ണേട്ടന് എന്താണു സംഭവിച്ചത്? എന്തോ ഒരു ദുഃസ്വപ്നം കണ്ടതുപോലെയാണ് എനിക്കു തോന്നുന്നത്. ഞങ്ങൾ ഇതെങ്ങനെ സഹിക്കും?"

"അതിപ്പോ നിങ്ങൾക്കു മാത്രാണോ?" കൈവെള്ളയിൽ നിന്നു വിരൽത്തുമ്പുകൾകൊണ്ടു നുള്ളിയെടുത്ത പൊടി മൂക്കിൽ വലിച്ചുകേറ്റിയതിനു ശേഷം കുറുപ്പു ചോദിച്ചു. "ഭാഗീരഥി എങ്ങനെ സഹിക്കും?"

ആ ചോദ്യം അനിയൻ തീരെ പ്രതീക്ഷിച്ചിരുന്നില്ല. ഭാഗീരഥി എങ്ങനെ സഹിക്കുമെന്നു ചോദിക്കാൻ കൃഷ്ണേട്ടന്റെ മരണത്തിൽ അവർക്കു സങ്കടമുണ്ടോ?

"ഏടത്തിയേയും കൂട്ടി ഇല്ലത്തേക്കു വരുമെന്ന് കൃഷ്ണേട്ടൻ എഴുതീരുന്നു. അതിനിടയ്ക്കല്ലേ കൃഷ്ണേട്ടന്റെ മരണം?" കുറുപ്പിന്റെ മുഖത്തുനിന്നു കണ്ണെടുക്കാതെ അനിയൻ പറഞ്ഞു "എനിക്കതു വിശ്വസിക്കാൻ കഴിയുന്നില്ല."

"എന്താ വിശ്വസിച്ചാല്? എപ്പോഴും വിശ്വസിക്കാൻ എളുപ്പായതരത്തിലല്ല സംഭവങ്ങൾ ഉണ്ടാവ്വ. എല്ലാം വളരെ പെട്ടെന്നായിരുന്നു." കുറുപ്പു നിർവ്വികാരമായി പറഞ്ഞു: "എന്തോ സുഖമില്ലെന്നു പറയണ കേട്ടു.

ആദ്യം ആരും അതത്ര കാര്യാക്കിയില്ല. തലയ്ക്കകത്ത് ഒരു വേദനയാന്നാ പറഞ്ഞത്. ഓരോ ദിവസം ചെല്ലുന്തോറും കൂടുവല്ലാണ്ട് കുറവൊട്ടുമില്ല. പിന്നെ ആശുപത്രിയിലാക്കി. ഡോക്ടർമാർ അവർക്കാവുന്നതു മുഴുവൻ ചെയ്തു. ഫലം ഉണ്ടായില്ല. നമ്മുടെ ഭാഗ്യദോഷം. ആയുസ്സു പിടിക്കാൻ ഡോക്ടറെക്കൊണ്ടു കഴിയ്യോ?"

എന്തു പറയണമെന്നറിയാതെ ശൂന്യമായ ദൃഷ്ടികളോടെ അനിയൻ അങ്ങനെ ഇരുന്നു.

"പാവം ഭാഗീരഥിയുടെ കാര്യാണ് കഷ്ടം." കുറുപ്പ് നെടുതായൊന്നു നിശ്വസിച്ചു. "രോഗിയായേപ്പിന്നെ അവൾ നിങ്ങളുടെ ഏട്ടന്റെ അടുത്തൂന്ന് അങ്ങോട്ടുമിങ്ങോട്ടും മാറീട്ടില്ല. നിങ്ങളുടെ ഏട്ടനാണെങ്കിൽ എന്തുചെയ്താലും ഇഷ്ടപ്പെടുവേം ഇല്ലാ. എപ്പഴും ശുണ്ഠിയായിരുന്നു. വേറെ ആരാണേലും മടുത്തുപോവും. പക്ഷേ, ആ പെണ്ണ്..."

"ഏതു പെണ്ണ്?"

"ഭാഗീരഥി. എന്തു സ്നേഹമായിരുന്നു അവൾക്ക് നിങ്ങളുടെ ഏട്ടനോട്!"

അയാൾ വേറെ ഒരു കഥ ഉണ്ടാക്കുകയോ, യഥാർത്ഥ കഥയ്ക്ക് മറ്റൊരു രൂപംനല്കാൻ ശ്രമിക്കുകയോ ആണെന്ന് അനിയനു തോന്നി. ഇയാൾ പറയുന്നത് എങ്ങനെ വിശ്വസിക്കും?

കൃഷ്ണേട്ടൻ എഴുതിയിരുന്നത് അനിയൻ ഓർത്തു. "എനിക്കാരെയും വിശ്വസിക്കാൻ കഴിയുന്നില്ല. എല്ലാവരും എന്റെ മരണം ആഗ്രഹിക്കുന്നു."

അനിയൻ ആ കത്ത് കുറുപ്പിനെ കാണിച്ചു. യാതൊരു ഭാവഭേദവുമില്ലാതെ അയാൾ അതു വായിച്ചു. പിന്നെ അതു ഭദ്രമായി മടക്കി.

"അവസാനായപ്പോഴേക്കും സുബോധം നഷ്ടപ്പെട്ടതുപോലെയായിരുന്നു നിങ്ങളുടെ ഏട്ടന്?" കത്തു തിരിച്ചുകൊടുക്കുന്നതിനിടയിൽ കുറുപ്പ് പറഞ്ഞു.

"എന്താ പറയണേന്ന് ആർക്കും നിശ്ചല്യാ. തലയ്ക്കകത്ത് ഏതോ ഞരമ്പു പൊട്ടിയതാണെന്നാ ഡോക്ടർമാർ പറഞ്ഞത്. അവരു പറയണതല്ലേ നമുക്കറിയാവൂ?"

കൃഷ്ണേട്ടന് ഏതെങ്കിലും രോഗമുണ്ടായിരുന്നതായി അനിയൻ ഓർക്കുന്നില്ല. ഒരിക്കൽപ്പോലും കൃഷ്ണേട്ടൻ സുഖമില്ലെന്നു പറഞ്ഞു കേട്ടിട്ടില്ല. ഇയാൾ പറയുന്നതു നേരാണോ? ഇയാളെന്താണ് ഇങ്ങനെ തുറിച്ചു നോക്കുന്നത്. അനിയന്റെ മനസ്സ് സംശയാകുലമായി. കൃഷ്ണേട്ടന്റെ മരണം കഴിഞ്ഞയുടൻ ഭാഗീരഥി എവിടെപ്പോയി? ഒന്നും അറിയില്ലെന്നു ഭാവിക്കുന്ന ഇയാൾ എന്തൊക്കെയോ ഒളിക്കുന്നുണ്ട്. കൃഷ്ണേട്ടന്റെ മരണത്തിനു പിന്നിൽ എന്തോ ഒരു നിഗൂഢതയുണ്ട്.

"എന്താ സംഭവിച്ചേന്ന് എനിക്കറീല്ല." അനിയൻ ഓരോ വാക്കും കരുതിക്കൂട്ടി പറഞ്ഞു. "കൃഷ്ണേട്ടന്റെ മരണം എനിക്കു വിശ്വസിക്കാനും കഴിയുന്നില്ല. ആലോചിക്കുന്തോറും സംശയങ്ങളാണ്. സത്യം എന്താ

ണെന്നു കണ്ടുപിടിക്കാൻ അന്വേഷണം എവിടെ തുടങ്ങണംന്നാണ് എന്റെ ആലോചന."

പെട്ടെന്നു കുറുപ്പിന്റെ മുഖം ചുവന്നു. അയാളുടെ കണ്ണുകൾ അനിയന്റെ നേരെ ഇമവെട്ടാതെ നിന്നു.

"നിങ്ങൾക്കാരെയാണു സംശയം?" കുറുപ്പിന്റെ മുഖത്ത് എന്തോ അങ്കലാപ്പുണ്ടായിരുന്നു. "ഒരാളുടെ മരണത്തെക്കുറിച്ചു നുണ പറഞ്ഞിട്ട് എന്തു കിട്ടാനാ?"

"എല്ലാവരും എന്റെ മരണം ആഗ്രഹിക്കുന്നൂന്ന് ഒരാൾ എഴുതണമെങ്കിൽ അതിനെന്തെങ്കിലും കാരണം വേണ്ടേ?" അനിയന്റെ ശബ്ദം ഉയർന്നു. "കൃഷ്ണേട്ടന് ഒരാളേയും വിശ്വാസമുണ്ടായിരുന്നില്ല. ശരിയല്ലേ? കൃഷ്ണേട്ടൻ സ്നേഹിച്ച ആ സ്ത്രീ ഉൾപ്പെടെ."

"അതങ്ങനെയാണ്. അത്തരം സന്ദർഭങ്ങളിൽ ഏറ്റവും അടുത്തവരോടുപോലും അവിശ്വാസം തോന്നും." കുറുപ്പ് പറഞ്ഞു.

"കൂടുതൽ സ്നേഹിച്ചവരോടായിരിക്കും കൂടുതൽ ശത്രുത. സ്നേഹത്തിനും വിശ്വാസത്തിനും ഒന്നും അവിടെ വിലയില്ല. ഞാൻ പറയുന്നതു വിശ്വാസമാകുന്നില്ലെങ്കിൽ വേറെ ആരോടെങ്കിലും ചോദിച്ചുനോക്കൂ."

അയാൾ എത്ര ലാഘവത്തോടെയാണു സംസാരിക്കുന്നതെന്ന് അനിയന് അതിശയം തോന്നി. എന്ത് ആത്മവിശ്വാസം! എന്തു തണുപ്പൻ മനോഭാവം. ഇയാളുടെ മുഖത്തുനോക്കി ഇയാൾ പറയുന്നത് വിശ്വസിക്കാൻ സാധിക്കുകയില്ല. അത്രയ്ക്കു കുടിലമായ ഒരു ഭാവം അയാളുടെ മുഖത്തുണ്ടായിരുന്നു. അനിയൻ ഉള്ളാലെ അയാളെ വെറുത്തു.

"കൃഷ്ണേട്ടൻ മരിക്കാറായപ്പോൾപ്പോലും ആ സ്ത്രീ എന്തുകൊണ്ട് ഞങ്ങളെ അറിയിച്ചില്ല?" വെറുപ്പും അവിശ്വാസവും ഉള്ളിലൊതുക്കിക്കൊണ്ട് അനിയൻ ചോദിച്ചു. "അന്വേഷിക്കാൻ ആരുമേതുമില്ലാത്ത ഒരാളായിരുന്നെന്നാണോ വിചാരം?"

"എന്തു ചെയ്യണമെന്നറിയാതെ സങ്കടപ്പെടുന്ന ആ സ്ത്രീക്ക് ആ നേരത്ത് അങ്ങനെ ഒരു ബുദ്ധി തോന്നാഞ്ഞതാണോ കുറ്റം? നിങ്ങൾ ആലോചിച്ചു നോക്കൂ." കുറുപ്പിന്റെ ഇടുങ്ങിയ കണ്ണുകൾ അനിയന്റെ നേരേ നിശ്ചലമായി നിന്നു: "ആ നേരത്ത് അങ്ങനെയൊന്നും തോന്നുകേലാ... എന്തൊരു പരിഭ്രമവും വേവലാതിയുമായിരുന്നു ഭാഗീരഥിക്ക്! ഒരു കാര്യം നമ്മൾ ഓർക്കണം. എല്ലാം ന്യായവാദങ്ങൾക്കും മീതെ ഒരു പരമാർത്ഥമുണ്ട്. സ്ത്രീയുടെ മനസ്സ് ദുർബ്ബലമാണ്. ശരിയല്ലേ?"

ഇനി കൂടുതലൊന്നും അയാളോടു പറഞ്ഞിട്ടു വിശേഷമില്ലെന്ന് അനിയനു ബോദ്ധ്യമായി. ഒരു നിമിഷം നിശ്ശബ്ദമായി ഇരുന്നതിനുശേഷം അനിയൻ എഴുന്നേറ്റു.

"ആ സ്ത്രീ എവിടെയാണെന്നു നിങ്ങൾക്കറിഞ്ഞുകൂടാ. അല്ലേ?"

"അറിയാമെങ്കിൽ ഞാൻ പറയില്ലേ?"

"അവർ തിരിച്ചുവരുമ്പോൾ പറയണം ഞാൻ വന്നിരുന്നെന്ന്."

കുറുപ്പ് നിസ്സംഗതയോടെ തലകുലുക്കി.

"അതിനെന്താ വിരോധം? പക്ഷേ, ഭാഗീരഥി മടങ്ങിവരുമോന്ന് ആർക്കറിയാം!"

"നിങ്ങൾക്കങ്ങനെ സംശയം തോന്നാൻ എന്താണു കാരണം?"

"അങ്ങനെ പ്രത്യേകിച്ച് ഒരു കാരണോം ഇല്ല. ഇനി ഇവിടെ അവൾക്കാരാ ഉള്ളത്? അതു മാത്രമാണോ? മറക്കാനാഗ്രഹിക്കുന്നതെല്ലാം ഇവിടെ വരുമ്പോൾ ഓർക്കൂല്ലേ?"

അയാൾ എന്തൊക്കെയോ പിന്നെയും പറഞ്ഞു. അനിയൻ അതൊന്നും ശ്രദ്ധിച്ചില്ല. അനിയൻ യാത്ര ചോദിച്ചു. പടിയിറങ്ങിയപ്പോൾ പിന്നിൽ നിന്ന് അയാൾ ചോദിച്ചു: "ഇനിയെങ്ങോട്ടാ?"

അനിയൻ മുറ്റത്തു തിരിഞ്ഞുനിന്നു. "വീട്ടിലേക്ക്. അല്ലാതെ വേറെ എങ്ങോട്ട്?"

ഇല്ലത്തു ചെന്ന് മുത്തശ്ശിയോട് ഇതെങ്ങനെ പറയുമെന്നായിരുന്നു അനിയന്റെ ചിന്ത. മുത്തശ്ശി എങ്ങനെ ഇതു സഹിക്കും? കൃഷ്ണേട്ടനെന്നുവച്ചാൽ ജീവനായിരുന്നു മുത്തശ്ശിക്ക്.

കിഴവൻ ഡ്രൈവർ ഓടിക്കുന്ന ടാക്സിയിലിരിക്കുമ്പോൾ കൃഷ്ണേട്ടന്റെ മരണം ഒരു ദുഃസ്വപ്നം പോലെ തോന്നി അനിയന്. അതു വിശ്വസിക്കാൻ കഴിയുന്നില്ല. പൊരുൾ പിടികിട്ടാത്ത ഒരു കടങ്കഥയായിത്തോന്നുന്നു കൃഷ്ണേട്ടന്റെ മരണം.

വെളുത്തവാവിന്റെയന്ന് അകലെ കിഴക്കൻ കാടുകളിൽനിന്നു കേട്ട സംഗീതത്തെക്കുറിച്ച് കൃഷ്ണേട്ടൻ പറഞ്ഞത് അനിയൻ ഓർത്തു. ആ സംഗീതവും കേട്ടുകൊണ്ടാണ് കൃഷ്ണേട്ടൻ യാത്ര തിരിച്ചത്.

ഹൃദയത്തിൽ സ്നേഹത്തിന്റെ വേലിയേറ്റം ഉണ്ടാക്കുന്ന അടയാളമാണതെന്നല്ലേ കൃഷ്ണേട്ടൻ പറഞ്ഞത്?...

എല്ലാം നിഗൂഢവും അവിശ്വസനീയവുമായി തോന്നുന്നു..

രാത്രിവണ്ടിക്ക് അനിയൻ ഇല്ലത്തേക്കു തിരിച്ചുപോന്നു.

ഏഴ്

യാത്രയ്ക്കിടയിൽ അനിയന്റെ മ്ലാനമായ മനസ്സ് നിയന്ത്രണം നഷ്ടപ്പെട്ട് ഇരുണ്ട ചിന്തകളുടെ കാടുകളിൽ ഉഴറി. കൃഷ്ണേട്ടന്റെ മരണത്തിനു പിന്നിലെ നിഗൂഢതയെന്താണ്? കൃഷ്ണേട്ടന്റെ മരണം എങ്ങനെയായിരുന്നു? യഥാർത്ഥത്തിൽ കൃഷ്ണേട്ടൻ മരിച്ചതു രോഗം പിടിപെട്ടിട്ടാണോ? അതോ അതൊരു കൊലപാതകമായിരുന്നോ? കൃഷ്ണേട്ടന്റെ മരണത്തിനുശേഷം ഭാഗീരഥി ആരുമറിയാതെ എങ്ങോട്ടെങ്കിലും പോകാൻ എന്താണു കാരണം? തീർച്ചയായും ഭാഗീരഥി എവിടെയുണ്ടെന്ന് കുറുപ്പിന് അറിയാതെ വരില്ല. അയാൾ എന്തൊക്കെയോ ഒളിച്ചുപിടിക്കുന്നുണ്ട്.

കന്മതിലുകൾ കൊണ്ടു വേർതിരിക്കപ്പെട്ട ഒരിരുണ്ട കോട്ടയ്ക്കു പുറത്തു നില്ക്കുന്നതുപോലെ അനിയനു തോന്നി. കോട്ടയുടെ വാതിലുകൾ അടഞ്ഞുകിടക്കുന്നു. അകത്തേക്കുള്ള നിഗൂഢമാർഗ്ഗം എവിടെയാണ്?

എവിടെ, ഏതു കോട്ടയ്ക്കകത്തൊളിച്ചിരുന്നാലും കൃഷ്ണേട്ടന്റെ മരണത്തിനു കാരണക്കാരായിട്ടുള്ളവരെ ഞാൻ കണ്ടുപിടിക്കും. അനിയൻ സ്വന്തം ഹൃദയത്തിൽ പറഞ്ഞു. കൃഷ്ണേട്ടന്റെ ദുർമ്മരണത്തിനു പകരം ചോദിക്കും. വീടുനോക്കുന്ന പരമേശ്വരനും ഭാഗീരഥിയുടെ ബന്ധുവായ കുറുപ്പും പറഞ്ഞ കഥ താൻ വിശ്വസിക്കുന്നില്ല. അതു നുണയാണ്. കൃഷ്ണേട്ടന്റെ മരണം ആഗ്രഹിച്ചവർ ഒരുകെട്ടുകഥയുടെ മറയുണ്ടാക്കുന്നുവെന്നുമാത്രം.

ഒരു നുണക്കഥയുടെ കോട്ടയ്ക്കുള്ളിൽ ഒരാൾക്ക് എത്ര കാലം ഒളിച്ചിരിക്കാൻ കഴിയും?

കൃഷ്ണേട്ടന്റെ മരണത്തെക്കുറിച്ചു കേട്ടപ്പോൾ മുത്തശ്ശി: "എന്റുണ്ണീ, ഞാനെന്തായിക്കേൾക്കണേ?" എന്നു വിലപിച്ചു നെഞ്ചത്തടിച്ചു.

ചായ്പ്പുകെട്ടിന്റെ തിണ്ണയിൽ കുനിഞ്ഞിരുന്നു കാര്യസ്ഥൻ അച്ചുതൻ നായർ കണ്ണീരൊഴുക്കി.

അമ്പലത്തിലെ ശാന്തിക്കാരനും കഴകക്കാരൻ മാരാരും പുറത്തെ പണിക്കാരും ഒക്കെ വല്ലാതെ ദുഃഖിച്ചു. അവർക്കൊക്കെ കൃഷ്ണേട്ടന്റെ മരണം അവിശ്വസനീയമായിരുന്നു. ഏതോ ഒരുത്തിയുടെ വശീകരണത്തിൽ വീണുവെന്നേ അവരൊക്കെ ആദ്യം വിചാരിച്ചുള്ളൂ. ഇപ്പോൾ അവരുടെ സംശയത്തിനു ബലം കിട്ടി. കൃഷ്ണേട്ടന്റെ ദുർമ്മരണം ആ വീഴ്ചയുടെ തുടർച്ചയല്ലേ?....

“എന്റെ ഉണ്ണീ... മുത്തശ്ശിക്കു മുമ്പേ നീ യാത്രയായോ-” അകായിലിരുന്ന് മുത്തശ്ശി വിങ്ങിപ്പൊട്ടി: “മഹാമായേ... എന്റെ ഉണ്ണീടെ വെലി ശേഷം തിന്നണംന്നാണോ എന്റെ യോഗം?”

മുത്തശ്ശിയെ എന്തു പറഞ്ഞു സമാധാനിപ്പിക്കുമെന്നറിയാതെ അനിയൻ കുഴങ്ങി. മുത്തശ്ശി ഏതുനേരവും കിടപ്പുതന്നെ. ആറേഴുദിവസം കഴിഞ്ഞിട്ടും കണ്ണീരു തോർന്നിട്ടില്ല.

ഇല്ലം മുഴുവൻ പെട്ടെന്നൊരു മൂകതയിൽ മുങ്ങി. ആർക്കും ഒന്നും മിണ്ടാനില്ല. ഇടയ്ക്കിടന്ക്ക് മുത്തശ്ശിയുടെ തേങ്ങലുകൾ മാത്രം കനത്ത നിശ്ശബ്ദതയിൽ വിള്ളലുകളുണ്ടാക്കി.

അച്ചുതൻനായരുടെ സങ്കടം അനിയനെ അത്ഭുതപ്പെടുത്തി. സ്വന്തപ്പെട്ട ഒരാളുടെ മരണത്തിലെന്നപോലെ അയാൾ തളർന്നുപോയി.

അച്ചുതൻനായർ പണ്ടത്തേതിനേക്കാൾ സ്നേഹവും വാത്സല്യവും കാണിച്ചുതുടങ്ങി. അയാൾക്കു സ്നേഹിക്കാൻ ആരെങ്കിലും വേണം. കൃഷ്ണേട്ടൻ ഉണ്ടായിരുന്നപ്പോൾ കൃഷ്ണേട്ടനെ. ഇപ്പോൾ അനിയനെ. കൃഷ്ണേട്ടനെക്കുറിച്ച് അയാൾ ഒന്നുംമിണ്ടുന്നില്ല ആരോടും. എങ്കിലും അയാളുടെ ഹൃദയം നിറയെ കൃഷ്ണേട്ടനെക്കുറിച്ചുള്ള ഓർമ്മകളും സങ്കടവുമാണ്. അത് അയാളുടെ മുഖം കണ്ടാലറിയാം.

എന്തോ ഒരു പൊറുതികേട് അനിയനു തോന്നി. കൃഷ്ണേട്ടനെക്കുറിച്ചുള്ള ഓർമ്മകൾ നിറഞ്ഞ ഇല്ലം പെട്ടെന്നു ശൂന്യമായിത്തീർന്നിരിക്കുന്നു. സംഭീതമായ ഒരുതരം ഏകാന്തതയുടെ സമ്മർദ്ദം. ഒരു നിമിഷമെങ്കിലും കൃഷ്ണേട്ടനെക്കുറിച്ചുള്ള ഓർമ്മകളിൽനിന്നു വേറിട്ടു നില്ക്കാൻ കഴിയുന്നില്ല. ഉണർന്നിരിക്കുമ്പോൾ ഓർമ്മകളും, ഉറക്കത്തിൽ ദുഃസ്വപ്നങ്ങളും. അതു കഴിയുമ്പോൾ ഭാഗീരഥിയെക്കുറിച്ചുള്ള ചിന്ത. പല ഛായകളിൽ അനിയൻ ഭാഗീരഥിയുടെ രൂപം സങ്കല്പിച്ചു. ഇപ്പോൾ അവൾ ഏതോ നിഗൂഢശക്തിയുടെ പ്രതീകമാണ്.

പാടത്തു കൊയ്ത്തുതുടങ്ങി. കൊയ്യുന്നവരും കറ്റ ചുമക്കുന്നവരും കൃഷ്ണേട്ടനെക്കുറിച്ചുള്ള ഓർമ്മകൾ ഹൃദയത്തിൽ വഹിക്കുന്നുണ്ടായിരുന്നു. അതവരുടെ മ്ലാനമായ മുഖം കണ്ടാൽ ഊഹിക്കാം. ആരും ചിരിക്കുന്നില്ല. ഒച്ചയുണ്ടാക്കുന്നില്ല. ആരുടെ മുഖത്തും തെളിച്ചമില്ല. കൃഷ്ണേട്ടന്റെ ദുർമ്മരണം ഉണ്ടാക്കിയ നടുക്കത്തിന്റേയും ദുഃഖത്തിന്റേയും ഇരുണ്ട നിഴലിലാണ് എല്ലാവരും. പണ്ടാണെങ്കിൽ കൊയ്ത്തുമെതിക്കാലത്ത് ഇങ്ങനെയല്ല. എപ്പോഴും കൂക്കും വിളിയും. കൃഷ്ണേട്ടൻ ഉണ്ടായിരുന്നപ്പോൾ കൊയ്ത്ത് ഒരുത്സവമായിരുന്നു.

കൃഷ്ണേട്ടൻ മരിച്ചു.

കൃഷ്ണേട്ടൻ ഇപ്പോഴില്ല.

എങ്കിലും, കൃഷ്ണേട്ടൻ എല്ലായിടത്തുമുണ്ടെന്ന് എല്ലാവർക്കും തോന്നുന്നു.

ദുഃഖംകൊണ്ടു കനം തൂങ്ങിയ ഹൃദയങ്ങളിൽ കൃഷ്ണേട്ടൻ ഓർമ്മകളായി അവശേഷിക്കുന്നു.

"എനിക്കുള്ളതെല്ലാം അനിയന്റേയാ"ണെന്ന് കൃഷ്ണേട്ടൻ പറയാറുണ്ടായിരുന്നു. ഏതു ശക്തിയാണ് കൃഷ്ണേട്ടനെക്കൊണ്ട് അങ്ങനെ പറയിച്ചതെന്ന് അനിയൻ അത്ഭുതപ്പെട്ടു. നാവിൽ ഗുളികൻ നില്ക്കുന്ന നേരത്തായിരിക്കണം കൃഷ്ണേട്ടൻ അങ്ങനെ പറഞ്ഞത്. അനിയൻ സങ്കടത്തോടെ ഓർത്തു.

ഇതാ, കൃഷ്ണേട്ടന്റെയെല്ലാം എന്റേതായിത്തീർന്നിരിക്കുന്നു! ഇല്ലവും സ്വത്തുക്കളും ഇല്ലത്തിന്റെ മഹത്ത്വവും എല്ലാം.

അതൊന്നും ഇനി വേറെയാർക്കും പങ്കുവെക്കണ്ടാ. എല്ലാം അനിയന്റെ. പുരാതനമായ ഇല്ലം. വിസ്തൃതമായ ഇല്ലപ്പറമ്പ്. മലകൾ, കാടുകൾ. എല്ലാം സ്വന്തമായിരിക്കുന്നു. കണക്കറ്റ സ്വത്തിന്റെ ഏക അവകാശി.

പക്ഷേ, അതോർത്ത് സന്തോഷിക്കാൻ കഴിയുന്നില്ല. ഇടയ്ക്കോർക്കുമ്പോൾ എല്ലാം അവിശ്വസനീയമായിത്തോന്നുന്നു. അയഥാർത്ഥമായി തോന്നുന്നു.

മജിസ്ട്രേട്ട് അമ്മാവൻ അനിയനെ സമാധാനിപ്പിക്കാൻ നോക്കി: "ഇതൊക്കെ ഈശ്വരനിശ്ചയമാണ്. അതിന്റെയൊക്കെ അർത്ഥം ആലോചിച്ചാൽ ഒരന്തവുമില്ല. കൃഷ്ണന്റെ വിധി അതായിരുന്നു. അങ്ങനെ സമാധാനിക്യാ."

അമ്മിണിക്കുട്ടി ഒന്നും മിണ്ടിയില്ല. കൃഷ്ണേട്ടന്റെ മരണം അവൾക്കിതുവരെ ഉൾക്കൊള്ളാൻ കഴിഞ്ഞിട്ടില്ല. ആരോ ഒരു നുണ പറഞ്ഞതാണെന്നേ അവൾ വിചാരിക്കുന്നുള്ളൂ.

"നിനക്കു ചെറുപ്പമാണ്" അമ്മാവൻ പറഞ്ഞു. "ഓർക്കാപ്പുറത്ത് ഒരാൾ കണക്കറ്റ സ്വത്തിന്റെ അവകാശിയായിത്തീരുമ്പോൾ അന്തംവിട്ടുപോകും. നിനക്കങ്ങനെ ഉണ്ടാകരുത്. ആലോചിച്ചുവേണം എന്തും ചെയ്യാൻ. എന്തുവേണമെങ്കിലും എന്നോടു ചോദിക്യാ. മടിക്കണ്ട. കൃഷ്ണനും അങ്ങനെയായിരുന്നു."

അത് അനിയനും അറിയാം. ബഹുമാനിക്കേണ്ടവരെ ബഹുമാനിക്കാൻ കൃഷ്ണേട്ടൻ എന്നും ശ്രദ്ധിച്ചിരുന്നു. കൃഷ്ണേട്ടന് എല്ലാവരോടും സ്നേഹമായിരുന്നു. കൃഷ്ണേട്ടൻ ഒരാളെയും വെറുത്തിരുന്നില്ല.

"കൃഷ്ണൻ ഇല്ലെന്ന് വിചാരിക്കരുത്." അമ്മാവൻ പറഞ്ഞു: "മരണത്തോടെ ഒരാളും ഇല്ലാതെയാകുന്നില്ല. ആത്മാവ് എന്നും ഉണ്ടാവൂലോ? ഞാൻ പറയണതെന്തെന്ന്ച്ചാൽ കൃഷ്ണന്റെ ആത്മാവിന് വല്ലായ്മ ഉണ്ടാക്കുന്ന ഒന്നും ചെയ്യരുത്."

"അത് അമ്മാവൻ പ്രത്യേകം പറയണോ?" അനിയൻ ചോദിച്ചു. "എനിക്ക് ഈ ജീവിതത്തിൽ കൃഷ്ണേട്ടനെക്കവിഞ്ഞ് ആരൂല്യാ."

"ഞാൻ പറഞ്ഞൂന്ന് മാത്രം." അമ്മാവൻ നെടുവീർപ്പിട്ടു. "നിങ്ങൾക്ക ന്യോന്യം അത്ര സ്നേഹായിരുന്നൂന്ന് എനിക്കറിയാം. ഏട്ടനില്ലാത്തേന്റെ കുറവ് അനിയനുണ്ടാവില്യാ. എന്തു സഹായം വേണേലും പറഞ്ഞാ മതി. എപ്പഴായാലും ഞാനുണ്ട്."

എങ്ങനെ ഭാഗീരഥിയെ കണ്ടുപിടിക്കാമെന്നായിരുന്നു അനിയന്റെ ആലോചന. ആ സ്ത്രീ എന്നെങ്കിലും കൃഷ്ണേട്ടനെ സ്നേഹിച്ചിരുന്നു എന്നു വിശ്വസിക്കാൻ കഴിയുന്നില്ല. സ്നേഹമുള്ളവരിങ്ങനെയാണോ?

"ഒന്നും മസ്സിലാവണില്യാ." അമ്മാവൻ അനിയന്റെ കണ്ണുകളിലേക്കു നോക്കി. "ഇതിന്റെയൊക്കെ അടിയില് എന്തോ രഹസ്യോണ്ട്. സ്വത്തു മോഹിച്ചു കൊന്നതാണെന്നു വിചാരിക്കാൻ അയാളുടെ കൈയിൽ ഒന്നു മുണ്ടായിരുന്നില്ലല്ലോ. ഉവ്വോ?"

ഇല്ല. കൃഷ്ണേട്ടന്റെ സ്വത്തെല്ലാം ഇവിടെയാണ്. ഭാഗീരഥിക്ക് അത റിയാമായിരുന്നോ എന്നു തീർച്ചയില്ല. കൃഷ്ണേട്ടൻ അതിനെക്കുറി ച്ചൊക്കെ പറഞ്ഞിട്ടുണ്ടാവില്ലെന്ന് ആർക്കറിയാം. സ്വത്തു മോഹിച്ചാണെ ങ്കിൽ ആ സ്ത്രീക്ക് എങ്ങും ഒളിച്ചുപോകേണ്ട കാര്യമില്ല. നേരെ ഇല്ല ത്തേക്കുവരാം. അന്യയായ ഒരുസ്ത്രീയല്ല. കൃഷ്ണേട്ടന്റെ വേളിയാണ്. കൃഷ്ണേട്ടന്റെ സ്വത്തിന്മേൽ അവർക്കവകാശമുണ്ട്.

എന്നിട്ട് എന്തുകൊണ്ടിതുവരെ ഭാഗീരഥി ഇല്ലത്തേക്കു വന്നില്ല?

ആലോചിക്കുമ്പോൾ കൃഷ്ണേട്ടന്റെ മരണം ദുരൂഹമായിത്തീരുന്നു. എന്തോ നിഗൂഢതയുണ്ടതിന്.

"ഇനി അതൊക്കെ ഓർത്തു വ്യസനിച്ചിട്ടെന്താ വിശേഷം?" അമ്മാ വൻ ചോദിച്ചു. "നമുക്കയാള്ടെ ആത്മാവിനുവേണ്ടി എന്താന്ന്ച്ചാൽ ചെയ്യാം. മരിച്ചോർക്ക് അത്രയല്ലേ വേണ്ടൂ?"

"ആദ്യോക്കെ അവരുതമ്മി സ്നേഹമായിരുന്നെങ്കിലും പിന്നീട് എങ്ങ നെയായിരുന്നോന്ന് അനിയേട്ടൻ ആരോടെങ്കിലും ചോദിച്ചോ?" അമ്മി ണിക്കുട്ടിയുടെ ആലോചന ആ വഴിക്കു തിരിഞ്ഞു. "സ്നേഹംന്നൊക്കെ പറയണത് നുണയാണെന്നു കൃഷ്ണേട്ടനു തോന്നണംങ്കി വെറുതെ യാവോ?"

കൃഷ്ണേട്ടന്റെ ദുർമ്മരണത്തെ മൂടിക്കിടന്ന നിഗൂഢതയുടെ ഒരാവ രണം അവൾ വലിച്ചുകീറുന്നതുപോലെ അനിയനു തോന്നി.

സ്നേഹം അയഥാർത്ഥമാണെന്ന് ഒരാൾക്കു തോന്നണമെങ്കിൽ അതിന് എന്തെങ്കിലും കാരണം കാണും. പ്രത്യേകിച്ച് കൃഷ്ണേട്ടനെ പ്പോലൊരാൾക്ക്.

അമ്മാവനും അമ്മിണിക്കുട്ടിയും പോയിക്കഴിഞ്ഞപ്പോൾ അനിയൻ വീണ്ടും ഏകാകിയായി. അനിയൻ മാത്രമല്ല; അവിടെ എല്ലാവരും അവ രുടെ ഏകാന്തതയിലേക്കു പിൻവാങ്ങി. ഒരാളുടെ മരണം എല്ലാവരെയും ബാധിക്കുന്നു. സ്നേഹിക്കുന്ന ഒരാളുടെ മരണത്തിന്റെ നിഴലിൽ, അട ക്കിപ്പിടിച്ച ദുഃഖങ്ങൾക്കിടയിൽ മരണവീട്ടിലെ ജഡമൂകത അവരെ അന്യ രാക്കിത്തീർക്കുന്നു.

അമ്പലത്തിന്റെ മതിൽ കെട്ടാൻ തുടങ്ങിയത് ഇടയ്ക്കുവച്ചു നിന്നു. അതു പൂർത്തിയാക്കുന്നതിനെക്കുറിച്ച് ആരും ഓർക്കാതെയായി. അത

ങ്ങനെ ഉപേക്ഷിക്കപ്പെട്ടുകിടന്നു. മതിൽ കെട്ടിക്കണമെന്നും അമ്പലത്തിന്റെ കേടുപാടുകൾ തീർക്കണമെന്നും അനിയൻ നിശ്ചയിച്ചതായിരുന്നു. കൃഷ്ണേട്ടന് അമ്പലത്തിന്റെ കാര്യത്തിൽ മറ്റാർക്കുമില്ലാത്ത താല്പര്യമുണ്ടായിരുന്നു.

ഒരുദിവസം അമ്മാവൻ ഒരാളെ പറഞ്ഞുവിട്ടു. അനിയനോടു അങ്ങോട്ടു ചെല്ലാൻ. അമ്മാവന്റെ സ്വഭാവം അങ്ങനെയാണ്. ഇടയ്ക്കിടയ്ക്ക് ആരെയെങ്കിലും പറഞ്ഞയക്കും, അങ്ങോട്ടു ചെല്ലാൻ. ചിലപ്പോൾ ഒരുകാര്യവുമില്ലായിരിക്കും. അവിടെ ചെല്ലുമ്പോൾ അമ്മായിയുടെ സങ്കടങ്ങൾ കേൾക്കണം. തനിക്കു യാതൊരു താല്പര്യവുമില്ലാത്ത കാര്യങ്ങളെക്കുറിച്ച് അമ്മാവൻ വിസ്തരിക്കുന്നതു കേൾക്കണം. അതൊക്കെയോർത്ത് എന്തെങ്കിലും കാരണം പറഞ്ഞ് അനിയൻ ഒഴിഞ്ഞുമാറും. കുറേനാൾ കണ്ടില്ലെങ്കിൽ അമ്മിണിക്കുട്ടി പരിഭവം പറയും:

"അനിയേട്ടന് ഇടയ്ക്കൊന്നു വന്നെന്നോർത്ത് എന്താ നഷ്ടം? അത്ര ദൂരോന്നൂല്ലല്ലോ. എനിക്കാണെങ്കിൽ കുറേ ദിവസം കൂടുമ്പോൾ അനിയേട്ടനെ കണ്ടില്ലെങ്കിൽ ഒരോർമ്മയാണ്."

"എന്നാൽപ്പിന്നെ അമ്മിണിക്കുട്ടിക്കങ്ങോട്ടു വരാൻ മേലേ?"

"അന്നേരം ഇവിടെ ആരാ? ഏതുനേരോം ഞാനടുത്തു വേണം അമ്മയ്ക്ക്."

അനിയൻ ചെല്ലുമ്പോൾ അമ്മാവൻ കിഴക്കേ പറമ്പിൽ വേലി കെട്ടുന്നിടത്തു നില്ക്കുകയായിരുന്നു.

"വരാൻ പറഞ്ഞത് ഒരുകാര്യം പറയാനാണ്."

അമ്മാവൻ തണലത്തേക്കു നീങ്ങിനിന്നു.

"തനിക്കു പോകാൻ തിടുക്കമില്ലല്ലോ; ഉവ്വോ?"

"ഇല്ലത്ത് മുത്തശ്ശിക്കു സുഖംല്യാ." അനിയൻ പറഞ്ഞു. "യ്ക്ക് നേരത്തേ അങ്ങുപോണം. എന്തിനാ വരാൻ പറഞ്ഞത്?"

"അതോ?" അമ്മാവൻ സ്വരം താഴ്ത്തി. "അവൾ ഇല്ലത്തേക്കു വരാൻ പോണെന്ന്."

"ആര്?"

"ഭാഗീരഥി"

അനിയന്റെ ഹൃദയത്തിൽ ഒരുപൊട്ടിത്തെറി ഉണ്ടായി. ഒരു നിമിഷം അയാൾ മിഴിച്ചുനിന്നു. ഇതാരാ പറഞ്ഞതെന്നു ചോദിക്കാൻ അയാൾ മറന്നു.

"ഇനി എന്താ ഉണ്ടാവാൻ പോണേന്ന് ആർക്കാനിശ്ച്യം?" ഒരുതരം നിലപാതമില്ലായ്മ അമ്മാവന്റെ മുഖത്തും കണ്ടു. "അവൾ എന്തു നിരീച്ചാവരണേന്ന് ആർക്കറിയാം!"

എട്ട്

ഭാഗീരഥി വരാൻപോകുന്നുവെന്ന് കേട്ടപ്പോഴേക്കും ഏതോ ദുർദ്ദേവത വരാൻ പോകുന്നെന്ന തോന്നലായിരുന്നു ഇല്ലത്തെല്ലാവർക്കും. ഒരേടത്തും ഇരിപ്പുറയ്ക്കാതെ എന്തൊക്കെയോ പിറുപിറുത്തുകൊണ്ട് മുത്തശ്ശി ഇല്ലത്തിനകത്തും പുറത്തും നടന്നു. അടിച്ചുതളിക്കാരികൾപോലും അവരുടെ ഇഷ്ടക്കേടു കാണിച്ചു. അച്ചുതൻ നായർ ഒന്നും മിണ്ടാതെ അമർഷം ഉള്ളിലൊതുക്കിക്കൊണ്ട് അതു പുറമേ കാണിക്കാതെ നടന്നു. തനിക്കു യാതൊരു കുലുക്കവുമില്ലെന്നു ഭാവിക്കുമ്പോഴും അനിയന്റെ മനസ്സ് ഓരോ നിമിഷവും വലിഞ്ഞു മുറുകുകയായിരുന്നു. എന്തു ഭാവിച്ചാണ് അവൾ വരുന്നതെന്ന് ആർക്കറിയാം.

അനിയന്റെ മൂടിക്കെട്ടിയ ഭാവം അമ്മാവൻ നിരീക്ഷിച്ചു.

"നമ്മൾ അങ്ങനെയൊന്നും ചിന്തിച്ചിട്ടു വിശേഷമില്ല." അമ്മാവൻ പറഞ്ഞു. "ഭർത്താവിന്റെ ഇല്ലത്തേക്കുവരുന്ന അവളോടു വരരുതെന്ന് പറയാൻ ആർക്കാ അധികാരം? അവൾക്കിഷ്ടക്കേടു തോന്നിപ്പിക്കാണ്ടിരിക്ക്യാണ് എല്ലാം കൊണ്ടും നല്ലത്. അനിയനെന്താ തോന്നണത്?"

"എനിക്കൊന്നും തോന്നണില്ല്യാ." അനിയൻ നിസ്സംഗഭാവത്തിൽ പറഞ്ഞു. "വരണതും പോണതും ഒക്കെ ഓരോരുത്തരുടെ ഇഷ്ടം."

"സ്വന്തം ഇഷ്ടപ്രകാരമാണോ അതോ മറ്റുവല്ലവരും പ്രേരിപ്പിച്ചിട്ടാണോ അവൾ വരുന്നതെന്നാണ് എന്റെ ശങ്ക." അമ്മാവൻ പറഞ്ഞു. "അവൾ അവളുടെ ഭർത്താവിന്റെ സ്വത്താഗ്രഹിച്ചാണോ എന്തോ?"

അങ്ങനെ ആയിക്കൂടായ്മയില്ലെന്ന് അനിയനു തോന്നി. അല്ലെങ്കിൽ ഇതിനു മുമ്പൊരിക്കലും ഈ ഇല്ലത്തേക്കു വരണമെന്ന് ആ സ്ത്രീക്കു തോന്നാതിരുന്നത് എന്തുകൊണ്ടാണ്? ഇല്ലം കാണാനും ഇല്ലത്തുള്ളോരെ കാണാനും ആശയുണ്ടായിരുന്നെങ്കിൽ തീർച്ചയായും കൃഷ്ണേട്ടൻ ജീവിച്ചിരുന്നപ്പോൾ വന്നേനെ.

"അവൾ അവളുടെ ഭർത്താവിന്റെ വീട്ടിലേക്കാണു വരുന്നത്." അമ്മാവൻ പറഞ്ഞു. "അനിയൻ ഇഷ്ടക്കേടൊന്നും കാണിക്കരുത്."

"കൃഷ്ണേട്ടന്റെ മരണം സ്വാഭാവികമായ ഒരു മരണമാണെന്ന് അമ്മാവൻ വിചാരിക്കുന്നുണ്ടോ?" അനിയൻ ചോദിച്ചു. "എന്റെ സംശയം അതൊരു കൊലപാതകമാണെന്നാണ്."

"വെറുതെ പറഞ്ഞാൽ പോരാ." അമ്മാവൻ ചോദിച്ചു. "എന്തെങ്കിലും തെളിവുണ്ടോ?"

"എല്ലാവരും എന്റെ മരണം ആഗ്രഹിക്കുന്നവരാണെന്ന് കൃഷ്ണേട്ടൻ എഴുതിയിരുന്നു."

"അതൊരു തെളിവല്ല."

"അമ്മാവനു തോന്നുന്നില്ലേ ഏട്ടന്റെ മരണത്തിനു പിന്നിൽ എന്തോ രഹസ്യമുണ്ടെന്ന്?"

"തോന്നലുകളും സംശയങ്ങളും വച്ചുകൊണ്ട് വിധിയെഴുതാൻ ആർക്കും സാദ്ധ്യമല്ല."

"എന്നോർത്ത് ഏട്ടനെ ഏട്ടന്റെ വിധിക്കു വിട്ടുകൊടുക്കണമെന്നാണോ?"

"മരണാനന്തരം കിട്ടുന്ന നീതിക്കെന്തർത്ഥം?"

"മരിച്ച ആളിനെ സംബന്ധിച്ചിടത്തോളം അതിന് ഒരർത്ഥവുമില്ലായിരിക്കും. എന്നാലും, മരിച്ചുപോയ ആളിനെ സ്നേഹിച്ചിരുന്നവർക്ക് എന്തെങ്കിലും ചെയ്തു എന്നൊരു സമാധാനം. അതിന് ഒരർത്ഥവുമില്ലേ?"

"ഒന്നും ചെയ്യണ്ടെന്നല്ല ഞാൻ പറഞ്ഞതിന്റെ അർത്ഥം. ധൃതി കാണിക്കരുത്."

"ഏട്ടൻ അനുഭവിച്ചതിനൊക്കെ ഞാൻ ആ സ്ത്രീയോടു പകരം ചോദിക്കും. അല്ലെങ്കിൽ എന്റെ പേര് അനിയൻന്നല്ല."

"ഇതാണു നിന്റെ സ്വഭാവം! എന്തിനും എടുത്തുചാട്ടം. ഈവക കാര്യങ്ങൾ അതിന്റെ വരുംവരായ്കകൾ ആലോചിച്ചുവേണം ചെയ്യാൻ ആ സ്ത്രീയുടെ പിന്നിൽ ആരൊക്കെയോ ഉണ്ട്. തീർച്ചയായും അവൾ തനിച്ചായിരിക്കുകയില്ല."

"എനിക്കു സംശയം ആ കുറുപ്പിനെയാണ്. കണ്ട ആദ്യ നിമിഷത്തിൽത്തന്നെ എനിക്കു തോന്നി അയാൾ എന്തൊക്കെയോ ഒളിക്കുന്നുണ്ടെന്ന്."

"പ്രേരിപ്പിക്കാൻ പലരും കാണും. അവളെന്താണു ചെയ്യാൻ പോകുന്നതെന്നു കാണട്ടെ. നമ്മൾ ഒരു കാര്യം പ്രത്യേകം സൂക്ഷിക്കണം. ഇഷ്ടക്കേടായി ഒരു വാക്കു പറയരുത്."

"ഏട്ടനെക്കുറിച്ച് എന്തെങ്കിലും ചോദിക്കേണ്ടിവരുമ്പോൾ.."

"അവൾക്കു യാതൊരു സംശയത്തിനും ഇടവരുത്തരുത്. കൃഷ്ണന്റെ മരണത്തിൽ നമുക്കൊക്കെ സങ്കടമുണ്ട്. അതിൽ കൂടുതലൊന്നും ഇപ്പോൾ അരുത്."

"ഒരു പ്രശ്നമുണ്ടായാൽ അതിന്റെ നാനാവശങ്ങളും ആലോചിച്ചേ

അമ്മാവൻ എന്തെങ്കിലും പറയൂ എന്ന് അനിയനറിയാം. ധൃതി കാണിക്കരുതെന്ന് അമ്മാവൻ ഉപദേശിച്ചു. കലിയും പകയും കലങ്ങിമറിയുന്ന മനസ്സിനെ അടക്കാൻ അനിയൻ ആവുന്നത്ര ശ്രമിച്ചു. അതായിരുന്നു ഏറ്റവും വിഷമകരമായ കാര്യം. ഒന്നുമില്ലെന്നു ഭാവിക്കുമ്പോഴാണ് ഹൃദയത്തിൽ സകലതും വന്നലയ്ക്കുന്നത്.

ഭാഗീരഥി ഇല്ലത്തേക്കു വരുന്ന സന്ദർഭം അനിയൻ സങ്കല്പിച്ചു നോക്കി. ജീവിതത്തിൽ ഒരിക്കലും കണ്ടിട്ടില്ലാത്ത ആ സ്ത്രീയെ എങ്ങനെ നേരിടണമെന്ന് അയാൾക്കു നിശ്ചയമുണ്ടായിരുന്നില്ല. എന്നു വരും എന്നു തീർച്ചയുണ്ടായിരുന്നെങ്കിൽ ആ നിമിഷത്തിനുവേണ്ടി ഒരുങ്ങിനില്ക്കാമായിരുന്നു.

അനിയന്റെ മനസ്സിൽക്കിടന്ന് അലയടിക്കുന്ന വിചാരങ്ങൾ അമ്മാവന് ഊഹിക്കാൻ കഴിയുമായിരുന്നു.

"നിനക്കിഷ്ടാല്ലാച്ചാൽ കാണാതെ ഒഴിഞ്ഞുമാറണതും ബുദ്ധ്യാണ്."

"ഇഷ്ടോണ്ടായിട്ടല്ല; എന്നാലും എനിക്കവളെ കാണണം. എന്റെ ഏട്ടന്റെ രക്തം കുടിച്ച യക്ഷിയല്ലേ!"

അവർ പറയുന്നതെല്ലാം അമ്മിണിക്കുട്ടി അകത്ത് ഒളിച്ചുനിന്നു കേൾക്കുന്നുണ്ടായിരുന്നു. അനിയനെ ഒറ്റയ്ക്കു കിട്ടിയപ്പോൾ അവൾ പറഞ്ഞു.

"ഏടത്തി എന്നാ വരണേന്ന് നിശ്ച്യോണ്ടോ?"

"ആ എനിക്കെങ്ങനെ അറിയും?"

"എന്തോ പന്തിയല്ലാത്തപോലെ തോന്നിപ്പോവ്വാ എനിക്ക്. അവരിപ്പോ വരേണ്ടീരുന്നില്ല."

"നീയെന്തിനാ പേടിക്കുന്നത്?"

"പേടിയല്ല. കൃഷ്ണേട്ടൻ മരിച്ചതിന്റെ സങ്കടം ഇതുവരെ തീർന്നില്ല. അതിനുമുമ്പേ... ഈ വീടിനെന്തോ ഭാഗ്യക്കേടുണ്ട്."

"ഇതാരു പറഞ്ഞു നിന്നോട്? ബുധശുക്രന്മാരെ ഭാഗ്യരേഖയിൽ കൊണ്ടു നിർത്തിയ മഹാപുരുഷന്മാർ ജീവിച്ച പുരാതീനമായ ഇല്ലമാണിത്.."

അവർക്കിടയിൽ ഒരു നിമിഷത്തെ മൗനം.

അവളുടെ ഇമയനങ്ങാത്ത കണ്ണുകളിൽ അവ്യക്തമായ വ്യസനങ്ങളുടെ നിഴൽ കണ്ടു.

ആ കണ്ണുകളിലേക്കു നോക്കി അനിയൻ പറഞ്ഞു: "ഒരുപക്ഷേ, എന്നെങ്കിലും ഒരിക്കൽ ഈ ഇല്ലത്തുനിന്ന് വെറും കൈയോടെ ഇറങ്ങിപ്പോകേണ്ടിവര്വായിരിക്കും. എനിക്കുവേണ്ടി മരിക്കാംന്നു പറയുന്ന അമ്മിണിക്കുട്ടി അന്നെന്റെ കൂടെ വര്വോ?"

"സംശയോണ്ടോ അനിയേട്ടന്?"

ഒരു നിമിഷം എന്തോ ഓർത്തുനിന്നിട്ട്, പിന്നെ പെട്ടെന്നു തോന്നിയ ആത്മവിശ്വാസത്തോടെ അമ്മിണിക്കുട്ടി പറഞ്ഞു: "അനിയേട്ടന്റെ മനസ്സു പതറാതിരുന്നാൽ മതി. വെറുതെ അതൂതും വിചാരിച്ച്."

ഇല്ലത്തുള്ളവരൊക്കെ ഓരോ ദിവസവും ഭാഗീരഥിയുടെ വരവ് കാത്തു.

വരും.

എന്നുവരും എന്നു തീർച്ചയില്ല.

ഓരോ ദിവസവും കാത്തിരുന്നു ക്ഷമ കെട്ടപ്പോൾ ഉൽക്കണ്ഠ തീർന്നു. എന്നെങ്കിലും വരട്ടെ എന്നൊരു മനോഭാവം. അച്ചുതൻനായരുടെ കണ്ണ് എപ്പോഴും പടിക്കലേക്കാണ്. അയാളുടെ പ്രകൃതംകണ്ടപ്പോൾ അനിയനു തോന്നി വരുമെന്നു പറഞ്ഞ ആളിനെ കാത്തിരുന്നു മടുത്തതിലെ മുഷിച്ചിലേ അയാൾക്കുള്ളൂ എന്ന്. ഭാഗീരഥി എന്നെങ്കിലും ഒരിക്കൽ ഈ പടിക്കെട്ടുകൾ കേറി ഇല്ലത്തേക്കു വരുമെന്ന് അച്ചുതൻനായർ നേരത്തെ പ്രതീക്ഷിച്ചിരുന്നതുപോലെ തോന്നി. ഏതാനും ദിവസങ്ങൾക്കു മുമ്പ് അയാളുടെ പ്രകൃതം ഇതായിരുന്നില്ല. മനുഷ്യനു മാറ്റം വരാൻ അധികനേരം വേണ്ടാ. ഒരാൾ ഒരു നിമിഷത്തിലെപ്പോലെയല്ല മറ്റൊരു നിമിഷത്തിൽ... ഈ ഇല്ലത്തു അന്യ ഒരു സ്ത്രീ കയറിവരുന്നതിനെക്കുറിച്ച് ഓർക്കുന്നതുപോലും അയാൾക്കിഷ്ടമായിരുന്നില്ല. എല്ലാം വച്ചൊഴിഞ്ഞു പോകുന്നതിനെക്കുറിച്ച് ആലോചിച്ച ആൾ ഇപ്പോൾ വരുമെന്നു പറഞ്ഞ ആളെ കാണാൻ ആകാംക്ഷയോടെ കാത്തിരിക്കുന്നു. ഏതുനേരവും പടിക്കലാണ് അയാളുടെ കണ്ണ്.

പെട്ടെന്നൊരു നിമിഷത്തിൽ അനിയൻ പൊട്ടിത്തെറിച്ചു.

"താനാരെയാ നോക്കിയിരിക്കുന്നത്? തന്റെ ആരാ വരാനുള്ളത്?"

അച്ചുതൻനായർ പരുങ്ങി.

"കൊച്ചമ്പ്രാട്ടി എന്താ വരാത്തേന്നോർത്തിരിക്യായിരുന്നു."

"ങ്ഹാ! കൊച്ചമ്പ്രാട്ടിയെ കാണാഞ്ഞിട്ട് തനിക്കുറക്കം വരണില്ലല്ലേ....?"

"എന്നുവച്ചാൽ മരിച്ചുപോയ കൊച്ചമ്പ്രാന്റെ വേളിയല്ലേ വരണത്... ഓർക്കുമ്പോ സങ്കടോണ്ട്."

"എന്നാൽ അങ്ങോട്ട് മാറിയിരുന്നു കുറെ കരയ്-"

അയാൾ ഒന്നും മിണ്ടാതെ, ശൂന്യമായ ദൃഷ്ടികളോടെ അനിയനെ നോക്കി.

അടുത്ത നിമിഷത്തിൽ, അയാളോട് അങ്ങനെ ദേഷ്യപ്പെടേണ്ട ആവശ്യമില്ലായിരുന്നെന്ന് അനിയനു തോന്നി. കൃഷ്ണേട്ടന്റെ ഭാര്യ വരുന്നതിൽ തനിക്കെന്തോ ഇഷ്ടക്കേടുണ്ടെന്ന് അയാൾക്കു തോന്നിയാലോ? താൻ കൃഷ്ണേട്ടന്റെ സ്വത്തു മോഹിക്കുന്ന ഒരാളാണെന്ന് അയാൾ വിചാരിച്ചാലോ..

അനിയൻ സ്വയം ശാസിച്ചു. എന്തൊക്കെ വിഡ്ഢിത്തങ്ങളാണു താൻ കാണിക്കുന്നത്...? അങ്ങനെ ക്ഷമകേടു കാണിക്കേണ്ട യാതൊരാവശ്യവുമുണ്ടായിരുന്നില്ല. കൃഷ്ണേട്ടനോട് അവർക്കുണ്ടായിരുന്ന സ്നേഹവും വാത്സല്യവും താൻ കണ്ടിട്ടുള്ളതാണ്. കൃഷ്ണേട്ടൻ വേളികഴിച്ച പെണ്ണ് ഇല്ലത്തേക്കു വരുമ്പോൾ ഇല്ലത്തുള്ള ആർക്കെങ്കിലും അവ

രോട് സ്നേഹംതോന്നിയാൽ അതിൽ അസഹിഷ്ണുത ഭാവിക്കേണ്ട കാര്യമില്ല.

"വരാനുള്ളോരു വരും!" അരിശം ആറിത്തണുത്തഭാവത്തിൽ അനിയൻ പറഞ്ഞു. "അതിനിങ്ങനെ ഏതു നേരോം കാത്തിരിക്കേണ്ടാ."

അച്ചുതൻനായർ വെറുതെ തലകുലുക്കി. അയാളുടെ ഭാവശൂന്യമായ മുഖത്ത് വിശ്വാസക്കേടിന്റെ എന്തോ ഉണ്ട്.

"എന്തിനാ ആ പാവം മനുഷ്യനോടു ദേഷ്യപ്പെടുന്നത്?" അകത്തെ മുറിയിലേക്കു കയറിച്ചെന്നപ്പോൾ അമ്മിണിക്കുട്ടി ചോദിച്ചു. "അനിയേട്ടൻ ആരെയാണ് പേടിക്കുന്നത്?"

"ഞാനാരെയും പേടിക്കുന്നില്ല." അനിയൻ കനമുള്ള സ്വരത്തിൽ പറഞ്ഞു. "എനിക്കതിന്റെ ആവശ്യവുമില്ല."

അവളുടെ കുസൃതിച്ചിരിയും സംശയദൃഷ്ടിയോടെയുള്ള നോട്ടവും അയാളുടെ ഹൃദയത്തിൽ മുറിവുണ്ടാക്കി. ആരെങ്കിലും മുറിവേല്പിക്കുമ്പോൾ മാത്രമേ തനിക്കു യാഥാർത്ഥ്യബോധമുണ്ടാവുകയുള്ളൂ എന്ന് അനിയനു തോന്നി. മറ്റുള്ളവരുടെ വിചാരം ഭാഗീരഥിയുടെ വരവിനെ ഞാൻ ഭയപ്പെടുന്നുണ്ടെന്നായിരിക്കും.

അനിയന്റെ മനസ്സിന്റെ മുഴക്കങ്ങൾ അയാൾ ചെവിയോർത്തു. എന്തെങ്കിലും നഷ്ടപ്പെടുമെന്നോ കൈവിട്ടുപോകുമെന്നോ താൻ ഭയപ്പെടുന്നില്ല. താനെന്തിനിങ്ങനെ ഭയപ്പെടുന്നു? ഇതൊന്നും തന്റെയല്ല. വേണമെങ്കിൽ ഈ നിമിഷം ഇവിടുന്നിറങ്ങിപ്പോകാൻ താൻ ഒരുക്കമാണ്.

"എന്റുണ്ണ്യേ, നീ എന്തോർത്താ നില്ക്കുന്നത്?"

തന്നെ പൊതിഞ്ഞു നിന്ന നിശ്ശബ്ദത ഓർക്കാപ്പുറത്തു പൊട്ടിത്തകരുന്നത് ഒരു ഞെട്ടലോടെ അനിയൻ അറിഞ്ഞു.

തിരിഞ്ഞുനോക്കുമ്പോൾ വാതില്ക്കൽ മുത്തശ്ശി...

ഒൻപത്

ഇല്ലത്ത് തന്റെ പ്രാധാന്യം അവഗണിക്കപ്പെടാൻ പോവുകയാണെന്ന് അനിയൻ പേടിച്ചു. അകത്തുള്ളോരും പുറത്തുള്ളോരും അവർ ഒരിക്കലും കണ്ടിട്ടില്ലാത്ത ഒരാൾക്കു വേണ്ടി കാത്തിരിക്കുന്നു, ഇന്നുവരും നാളെ വരും എന്നോർത്ത്. എന്താ ഇതുവരെ വരാത്തതെന്നോർത്ത്. എതിരേല്ക്കാൻ വിളക്കും താലവും ഒരുക്കിവച്ചുകൊണ്ട്.

ആറേഴു ദിവസങ്ങൾക്കു മുമ്പ് ഇല്ലം ശോകമൂകവും നിശ്ശബ്ദവുമായിരുന്നു. കൃഷ്ണേട്ടന്റെ മരണം ഉണ്ടാക്കിയ നടുക്കത്തിൽനിന്ന് ആരും ഉണർന്നുകഴിഞ്ഞിരുന്നില്ല. ഒരു പേടിസ്വപ്നംപോലെ കൃഷ്ണേട്ടന്റെ മരണം എല്ലാവരേയും ഞെട്ടിച്ചു. ഇരുൾപോലെ കനക്കുന്ന ഭീതിയുടെ ആഴങ്ങളിൽക്കിടന്ന് ഓരോരുത്തരും വീർപ്പുമുട്ടുകയായിരുന്നു.

ഭാഗീരഥി വരാൻപോകുന്നുവെന്നു കേട്ടപ്പോഴേക്കും ആ നിമിഷം വരെ ശോകത്തിലും ഭീതിയിലും മുങ്ങി മൂർച്ഛിച്ചു കിടന്നവർ ഏതോ വെളിപാടുകൊണ്ടെന്നപോലെ പെട്ടെന്ന് ആകാംക്ഷാഭരിതരായിത്തീർന്നു. വളരെ നാൾകൊണ്ട് പ്രതീക്ഷിച്ചിരുന്ന ഏതോ ഒരതിഥി വരാൻപോകുന്നതുപോലെയായിരുന്നു അവരുടെ കാത്തിരിപ്പ്. കൃഷ്ണേട്ടന്റെ മരണം അവർ മറന്നിരിക്കുന്നു. അങ്ങനെ ഒരാളെക്കുറിച്ച് ഇപ്പോൾ ആരും ഓർക്കുന്നില്ല. അങ്ങനെ ഒരാൾ ഒരിക്കലും ഉണ്ടായിരുന്നിട്ടില്ലെന്നുള്ള ഭാവമാണ് എല്ലാവർക്കും. മുത്തശ്ശിക്കുപോലും ഇപ്പോൾ കൃഷ്ണേട്ടനെ ഓർമ്മയില്ല. അനിയനെ സംബന്ധിച്ചിടത്തോളം അത് അവിശ്വസനീയവും വിസ്മയകരവുമായിരുന്നു. കൃഷ്ണേട്ടന്റെ ദുർമ്മരണത്തെ മൂടിക്കിടക്കുന്ന നിഗൂഢത ഒടുവിൽ അനിയനെ മാത്രം ബാധിക്കുന്ന ഒരു പ്രശ്നമായിത്തീർന്നു. മറ്റുള്ളവരൊക്കെ അതു മറന്നു. ഒരാളുടെ മരണവും ആ മരണത്തെക്കുറിച്ചുള്ള ദുഃഖപൂർണ്ണമായ ഓർമ്മകളും എത്രപെട്ടെന്നു വിസ്മരിക്കപ്പെ

ട്ടുപോയെന്ന് അനിയൻ അത്ഭുതപ്പെട്ടു. കൃഷ്ണേട്ടൻ എന്ന ഒരാളെക്കുറിച്ച് ഓർമ്മയുടെ ഒരു തരിപോലും ഇപ്പോൾ ആരുടെയും മനസ്സിൽ അവശേഷിക്കുന്നില്ല. ബന്ധങ്ങൾക്കു യാതൊരർത്ഥവുമില്ലെന്നു തോന്നിപ്പോയി. അല്ലെങ്കിൽ കൃഷ്ണേട്ടൻ ഇത്ര പെട്ടെന്നു വിസ്മരിക്കപ്പെടുമായിരുന്നോ? ശാശ്വതമെന്നു വിശ്വസിച്ചിരുന്ന പലതും ക്ഷണഭംഗുരങ്ങളായിത്തീരുന്നു; അയഥാർത്ഥമായിത്തീരുന്നു.

ഇപ്പോൾ എല്ലാവരും ഭാഗീരഥിയെ കാത്തിരിക്കുകയാണ്. കൃഷ്ണേട്ടന്റെ മരണത്തിനു പിന്നിൽ ഒരു പെണ്ണിന്റെ നിഴലുണ്ടെന്നും അതവളുടെയാണെന്നും ആരും ഓർക്കുന്നില്ല. കൃഷ്ണേട്ടന്റെ മരണം ഉണ്ടാക്കിയ ശോകവും നിശ്ശബ്ദതയും ഭഞ്ജിക്കപ്പെടാൻ പോവുകയാണ്. കൃഷ്ണേട്ടനെക്കുറിച്ചുള്ള ഓർമ്മകൾപോലും നഷ്ടപ്പെടുകയാണ്...

അനിയൻ പുറത്തേക്കിറങ്ങി. ആകാശം കറുത്തിരുണ്ടു കിടക്കുകയാണ്. മൂടിക്കെട്ടിയ അപരാഹ്നത്തിന്റെ നിശ്ശബ്ദതയ്ക്കു മീതെ മഴമുകിൽപ്പക്ഷികളുടെ ചിറകടിയൊച്ചകൾ നഷ്ടപ്പെടുന്നു.

വഴിയിൽ കണ്ടവരൊക്കെ തന്റെ നേരെ ഒരു പ്രത്യേക ഭാവത്തോടെ നോക്കുന്നത് അനിയൻ സൂക്ഷിച്ചു.

തോടിനു മീതെയുള്ള തടിപ്പാലം കടന്ന് കൈതക്കാടുകൾക്കരികിലൂടെ നടക്കുമ്പോൾ ഇടവഴിയിറങ്ങി വരുന്ന മാരാരെ കണ്ടു. എന്തെങ്കിലും അങ്ങോട്ടു ചോദിക്കുന്നതിനു മുമ്പ് അയാൾ ചോദിച്ചു.

"വരാനുള്ള ആള് വന്നോ?"

"ഞാനാരേം കണ്ടില്യാ." നീരസം ഉള്ളിലൊതുക്കിക്കൊണ്ട് അനിയൻ നടന്നു.

അമ്പലത്തിന്നടുത്തെത്തിയപ്പോൾ ശാന്തിക്കാരൻ നടയിറങ്ങി വരുന്നു. കണ്ടപാടേ എന്തെന്നില്ലാത്ത ഒരാകാംക്ഷയോടെ അയാളും ചോദിച്ചു.

"വരാനുള്ള ആള് വന്നോ?"

അനിയൻ ലേശം ശുണ്ഠിയോടെ ശാന്തിക്കാരനോടു ചോദിച്ചു:

"നിങ്ങൾക്കതറിയാഞ്ഞിട്ടാണോ സമാധാനക്കേട്?"

അയാൾ വെറുതെ ചിരിച്ചു.

വക്കിടിഞ്ഞു കിടക്കുന്ന പഴയ കുളത്തിന്റെ കരയിൽ വച്ച് തങ്കമണി വാരസ്യാരെ കണ്ടു. ഇഞ്ചിക്കാടിന്റെ അരികിലേക്കു നീങ്ങിനിന്ന് വാരസ്യാരും ചോദിച്ചു.

"വരാനുള്ള ആള് വന്നോ?"

അനിയൻ കണ്ണിമയ്ക്കാതെ വാരസ്യാരുടെ നേരെ നോക്കി.

"എന്നോടാ ചോദിക്യാ? ഞാനൊരാളേം കാത്തിരിപ്പില്യാ."

ഇനിയും വഴിയിൽ കണ്ടെത്തുന്ന ഓരോ ആളും ആ ചോദ്യം ആവർത്തിക്കുമെന്ന് അനിയൻ വിചാരിച്ചു. മാരാരോടും ശാന്തിക്കാരനോടും വാരസ്യാരോടും താൻ പരുഷമായിട്ടാണ് സംസാരിച്ചതെന്ന് അനിയനു തോന്നി. അത്രയ്ക്ക് അസഹിഷ്ണുത കാണിക്കേണ്ടിയിരുന്നില്ല.

അവർക്കു വല്ല തെറ്റിദ്ധാരണയും തോന്നിയിട്ടുണ്ടാവുമോ, എന്തോ! ഗ്രാമത്തിലെ ഓരോ ആളും ഭാഗീരഥിയെ കാണാൻ കാത്തിരിക്കുകയാണെന്ന് അനിയനു തോന്നി. എല്ലാവർക്കും ഒരുചോദ്യമേ ഉള്ളൂ. "വരാനുള്ള ആളു വന്നോ?"

പിന്നീടു വഴിയിൽ കണ്ടവരോടെല്ലാം അങ്ങോട്ടെന്തെങ്കിലും കുശലം ചോദിച്ച് തന്റെ നേർക്കു വരാനിടയുള്ള ചോദ്യത്തിന് അനിയൻ തടയിട്ടു.

— അപ്പുണ്ണിനായരുടെ കേസ് വിധിയായോ? വക്കീലിനെ പിന്നെ കണ്ടോ? അയാളാളു കേമനാ!

— വർക്കിമാപ്പിളേടെ എളേ മകൻ ഇപ്പോ എവിട്യാ? അവൻ പണമയക്കുന്നുണ്ടോ?

— ഇട്ട്യാതിയെ കണ്ടിട്ടെത്ര നാളായി! എന്താ മനയ്ക്കലേക്കൊന്നും വരാത്തെ?

പെട്ടെന്നു മഴ ചാറാൻ തുടങ്ങി. അനിയൻ മുഖമുയർത്തി ആകാശത്തേക്കു നോക്കി. കാർമേഘാവൃതമായ ആകാശം ഒരു കരിങ്കടൽപോലെ തോന്നിച്ചു. അനിയൻ മഴ നനഞ്ഞുകൊണ്ട് മരക്കൂട്ടങ്ങൾക്കിടയിലൂടെ നടന്നു. കാറ്റിന്റെയും കാറ്റത്തുലയുന്ന മരക്കൊമ്പുകളുടെയും സീൽക്കാരങ്ങൾക്കിടയിൽ മഴയുടെ സംഗീതം ഛിന്നഭിന്നമായി. താൻ മഴ നനഞ്ഞുകൊണ്ടു വെറുതെ മരങ്ങൾക്കിടയിലൂടെ നടക്കുന്നതു വേറെയാരെങ്കിലും കാണുമോയെന്ന് അനിയൻ ഓർത്തില്ല. ഏതാണ്ട് ഒരു സ്വപ്നാടനക്കാരനെപ്പോലെയായിരുന്നു അനിയൻ അപ്പോൾ. സ്വന്തം മനസ്സിന്റെ അകത്തുനിന്നു പുറത്തു കടന്ന ഒരാൾ.

സന്ധ്യക്കു നനഞ്ഞൊലിച്ച് പടികേറി ചെന്നപ്പോൾ പൂമുഖത്തു ഒറ്റത്തിരി കത്തുന്ന നിലവിളക്കിന്റെ മഞ്ഞവെളിച്ചം പാറിക്കിടന്നു. ഈ നേരത്ത് നമശ്ശിവായ ജപിച്ചുകൊണ്ട് നടക്കാറുണ്ടായിരുന്ന മുത്തശ്ശിയെവിടെ? നടക്കല്ലിന്മേൽ നിന്നു മുഖത്തെ വെള്ളം തൂത്തുകളയുമ്പോൾ ഒരു നിഴൽപോലെ അടുത്തുവന്നുനിന്ന് അച്ചുതൻനായർ പതുക്കെ പറഞ്ഞു.

"ആള് വന്നിട്ടുണ്ട്."

അനിയന്റെ ഉള്ളിൽ ഒരാന്തലുണ്ടായി.

അപ്പോഴേക്കും അകത്തുനിന്ന് മുത്തശ്ശിയും ഇറങ്ങിവന്നു.

"അനിയൻ എവിട്യായിരുന്നു ഇത്രേം നേരം? സന്ധ്യക്കുമുമ്പേ ഭാഗീരഥി വന്നു. പടിഞ്ഞാറ്റി മാളികേലൊണ്ട്. അനിയനെ തിരക്കേണ്ടായീ."

മുത്തശ്ശിയുടെ സന്തോഷം കണ്ട് അനിയൻ അത്ഭുതപ്പെട്ടു. കൃഷ്ണേട്ടൻ ഏതോ ഒരു പെണ്ണിനെ വിവാഹം കഴിച്ചെന്നു കേട്ടപ്പോൾ ഇല്ലത്തിന്റെ സുകൃതം പോയെന്നു വ്യസനിച്ച മുത്തശ്ശിയാണോ ഇത്!

"എവിടെപ്പോയതായിരുന്നു ഈ സന്ധ്യാനേരത്ത്?" മുത്തശ്ശിയുടെ സ്വരത്തിൽ സ്നേഹവും ശാസനയുമുണ്ടായിരുന്നു. "മഴ നനഞ്ഞു നടക്കരുതെന്നു പറഞ്ഞാൽ കേൾക്കില്യാ. വേഗോന്നു തോർത്തിക്കേറണ്ണ്ടോ ഇങ്ങ്ട്?"

ഒരു നിമിഷം അനിയനെ നോക്കിനിന്നിട്ട് മുത്തശ്ശി അകത്തേക്കു തന്നെ പോയി. അനിയൻ വീണ്ടും പുറത്തേക്കിറങ്ങി കുളത്തിൽ ചെന്നു കുളിച്ചു. അപ്പോഴേക്കും മഴ തോർന്നു.

അനിയൻ ഈറൻ മാറി പുറത്തേക്കു വന്നപ്പോൾ മുത്തശ്ശി വാതിലക്കൽനിന്ന് അനിയനെ വിളിച്ചു:

“അനിയനെ ഒന്നു കാണണംന്ന് ഭാഗീരഥി പറഞ്ഞു. പടിഞ്ഞാറ്റി മാളികേലൊണ്ട്. അനിയൻ അങ്ങ്ടു ചെല്ലോ, അതോ ഇങ്ങ്ട് വിളിക്കണോ?”

അനിയൻ പടിഞ്ഞാറ്റിമാളികയുടെ കോണിപ്പടി കേറിച്ചെന്നു. കൃഷ്ണേട്ടൻ ഉണ്ടായിരുന്നപ്പോൾ അത് കൃഷ്ണേട്ടന്റെ കിടപ്പറയായിരുന്നു. കൃഷ്ണേട്ടന്റെ പുസ്തകങ്ങളും കൃഷ്ണേട്ടൻ നിധിപോലെ സൂക്ഷിച്ചിരുന്ന വിശിഷ്ടവസ്തുക്കളും അവിടെയാണ്. അവിടെനിന്നു നോക്കിയാൽ അനന്തതയുടെ ഭംഗി കാണാം. നിശ്ശബ്ദതയുടെ സംഗീതം കേൾക്കാം. കൃഷ്ണേട്ടന്റെ ആനന്ദം അതൊക്കെയായിരുന്നു.

ജനലഴികളിൽ പിടിച്ചു വിദൂരതയിലേക്കു നോക്കി നിന്നിരുന്ന ഭാഗീരഥി വാതിലക്കൽ ആരുടെയോ കാലൊച്ച കേട്ടു മുഖം തിരിച്ചു നോക്കി...

അകത്തു നില്ക്കുന്നത് ഒരു മനുഷ്യസ്ത്രീയോ അപ്സരസ്സോ എന്ന് അനിയൻ ചിന്തിച്ചുപോയി. അത്ര ഭംഗിയുള്ള ഒരു പെണ്ണിനെ അയാൾ അതിനുമുമ്പു കണ്ടിട്ടില്ല. അകത്ത് അരണ്ട നീലവെളിച്ചത്തിൽ നില്ക്കുന്നത് ഒരു സ്വയംപ്രഭാ വിഗ്രഹമാണെന്ന് അയാൾക്കു തോന്നി.

അവർ രണ്ടുപേരും അന്യോന്യം കണ്ണിൽക്കണ്ണിൽ നോക്കി കുറേ നേരം അങ്ങനെ നിന്നു.

ഏതോ സ്വപ്നവിഭ്രാന്തിയിൽ അകപ്പെട്ട ഒരനുഭവമായിരുന്നു അനിയന്.

കണ്ടാൽ ആരും പറയില്ല ആത്തേമാരല്ലെന്ന്. അത്ര ഭംഗി. വെറുതെ ഭംഗിയെന്നു പറഞ്ഞാൽ പോരാ. എന്തോ നിഗൂഢമായ ഒരാകർഷണ ശക്തി... വെറുതെയാണോ അഗാധവും തീക്ഷ്ണവുമായ ഹൃദയഭാവം നിറഞ്ഞുതുളുമ്പുന്ന ഈ കണ്ണുകൾക്കുചുവട്ടിൽ, ഈ കണ്ണുകൾ ഹൃദയത്തിൽ അഴിച്ചുവിട്ട കൊടുങ്കാറ്റിന്റെ ചുഴികളിൽ കൃഷ്ണേട്ടന്റെ ചുവടുകൾ ഇളകിപ്പോയത്..

സ്നേഹവും വാത്സല്യവും നിറഞ്ഞ ഒരു മന്ദസ്മിതം അവളുടെ മുഖത്ത് അനിയൻ കണ്ടു. അപ്പോൾ അനിയൻ കൃഷ്ണേട്ടന്റെ വാക്കുകൾ ഓർത്തു. ഒരു മന്ദസ്മിതത്തിന് ഇത്ര ഭംഗിയുണ്ടെന്ന് ഇതിനുമുമ്പൊരിക്കലും തോന്നിയിട്ടില്ല.

ഏതാനും നിമിഷങ്ങൾക്കു മുമ്പുവരെ അനിയന്റെ ഹൃദയത്തിൽ നിറഞ്ഞു നിന്നിരുന്ന കയ്പും പകയും പെട്ടെന്ന് ഇല്ലാതെയായി. കഴിഞ്ഞ കുറെ ദിവസങ്ങളായി രാത്രിയെന്നില്ല പകലെന്നില്ലാതെ തന്റെ ഹൃദയത്തെ അലട്ടിക്കൊണ്ടിരുന്ന സ്ത്രീയാണ് തന്റെ മുമ്പിൽ നില്ക്കുന്ന

തെന്നു വിചാരിക്കാൻ കഴിയുന്നില്ല. ഈ നിമിഷംവരെ ഒരു ദുർദ്ദേവത യെപ്പോലെ തന്റെ വിചാരങ്ങളിൽ നിറഞ്ഞുനിന്ന സ്ത്രീയാണോ ഇത്!

തന്റെ മുമ്പിൽ നില്ക്കുന്ന ഈ തേജസ്വിനി മന്ത്രകോടി ഞൊറി ഞ്ഞുടുത്തു ചിറ്റും ചെറുതാലിയും കെട്ടി ലജ്ജകൊണ്ടു ചുവന്ന മുഖ ത്തോടെ കൃഷ്ണേട്ടന്റെ വധുവായി നില്ക്കുന്നത് അനിയൻ സങ്കല്പിച്ചു.

"ഏതോ ഒരില്ലത്തെ ആർക്കും ഇഷ്ടം തോന്നുന്ന ഒരാത്തേമ്മാര്..

തറ്റുടുത്ത് ഉത്തരീയവുമിട്ട്, ഏതോ നിധി കിട്ടിയതിന്റെ ആഹ്ലാദം ഉള്ളിൽ ഒതുക്കിക്കൊണ്ട് കൃഷ്ണേട്ടൻ മുമ്പേ..

ഔപാസനാഗ്നിക്കു വലംവച്ച്. ഏഴു ചുവടളന്നുകൊണ്ട് ഏതോ ശുഭ മുഹൂർത്തത്തിൽ പുറപ്പെട്ട കുടി പടിക്കലെത്തുന്നു... വേദമന്ത്രങ്ങൾക്കും മംഗലസൂക്തങ്ങൾക്കും ഇടയിൽ മുഴങ്ങിക്കേൾക്കുന്ന ഹൃദയത്തിന്റെ മൗനങ്ങൾ...

താലപ്പൊലിയെടുത്ത പെണ്ണുങ്ങളുടെ എതിരേല്പ്! ആർപ്പിന്റെയും കുരവയുടെയും ഹരം കലർന്ന നിമിഷങ്ങൾ... പൂവും മലരും അനുഗ്രഹ ങ്ങളും വർഷിക്കുന്ന നിമിഷങ്ങൾ...

ഇടയ്ക്കാരോ ഓർമ്മിപ്പിക്കുന്നു:

"പരദേവതയെ ധ്യാനിച്ചോണ്ട്... വലതുകാൽ വച്ച്..."

പിന്നെ നിറപറയും നിലവിളക്കുംവച്ച്, നടുമുറ്റത്ത് ആവണപ്പലക യിൽ ഏട്ടനും ഏട്ടന്റെ ഈ വധുവും...

ഒരു പകൽസ്വപ്നത്തിലെന്നോണം അനിയൻ അങ്ങനെ ഏതോ വിസ്മൃതിയിൽ മുഴുകിനിന്നപ്പോൾ, ഹൃദ്യമായ ആ മന്ദസ്മിതത്തോടെ ഭാഗീരഥി അടുത്തേക്കു ചെന്നു.

"അനിയൻ, അല്ലേ?"

അനിയൻ ഒന്നും മിണ്ടാതെ ഭാവശൂന്യമായ ദൃഷ്ടികളോടെ അവളെ നോക്കിനിന്നു.

എന്തുകൊണ്ടോ, താൻ ഏതോ വിജനതീരത്താണു നില്ക്കുന്ന തെന്ന് അനിയനു തോന്നി.

അവൾ ഗാഢമായി നിശ്വസിച്ചു.

വ്യസനവും ഏകാന്തതയും തളംകെട്ടിനില്ക്കുന്ന ആ കണ്ണുകൾ നിറയുന്നത് അനിയൻ കണ്ടു.

"ഒടുക്കം ഞാൻ ഒറ്റയ്ക്കു വന്നു." കണ്ണീരിന്റെ നനവുള്ള ശബ്ദത്തിൽ ഭാഗീരഥി പറഞ്ഞു.

"എനിക്കിതിനേ വിധിയുണ്ടായൊള്ളൂ."

പത്ത്

താൻ ഉള്ളാലെ വെറുക്കുകയും പകയോടെ വീക്ഷിക്കുകയും ചെയ്തിരുന്ന സ്ത്രീയാണോ ഇതെന്ന് അനിയൻ അതിശയിച്ചു. കൃഷ്ണേട്ടനെ വശീകരിക്കുകയും, കൃഷ്ണേട്ടന്റെ ദുർമ്മരണത്തിനു കാരണക്കാരിയായിത്തീരുകയും ചെയ്ത സ്ത്രീയാണോ തന്റെ കൺമുമ്പിൽ നില്ക്കുന്നതെന്ന് അയാൾ സ്വയം ചോദിച്ചു.

വേർപാടിന്റെ ദുഃഖം അടക്കിക്കൊണ്ട്, അജ്ഞാതമായ ഏതോ ഭയത്തിനു കീഴടങ്ങി, വിഷാദപൂർണ്ണമായ കണ്ണുകളോടെ നില്ക്കുന്ന ഭാഗീരഥി ഒരു നിമിഷത്തിനുള്ളിൽ അനിയന്റെ മുൻധാരണകൾ തകർത്തു.

പെട്ടെന്നു നിരായുധനാക്കപ്പെട്ട ഒരു യോദ്ധാവിനെപ്പോലെ അയാൾ കുറേനേരം ഇതികർത്തവ്യതാമൂഢനായി നിന്നു.

"ഞാൻ എത്ര ആശിച്ചതാണെന്നോ കൃഷ്ണേട്ടന്റെ കൂടെ ഇവിടെ വരാൻ." മുഖം കുനിച്ചുനിന്നു നെടുവീർപ്പോടെ ഞാൻ പറഞ്ഞു. "എനിക്കതിനു ഭാഗ്യമുണ്ടായില്ല."

അവളുടെ കണ്ണിൽ ദുഃഖം കരിന്തിരി കത്തുന്നത് അനിയൻ കണ്ടു.

"കണ്ടിട്ടില്ലെങ്കിലും എനിക്ക് ഈ വീട് വളരെ പരിചയമായിരുന്നു." അവൾ പറഞ്ഞു: "എല്ലാം ഞാൻ സങ്കല്പിച്ചതുപോലെതന്നെ. ഇടനാഴികൾ, തേവാരപ്പുര, വടക്കിനി, പടിഞ്ഞാറ്റി മാളിക. എനിക്കു യാതൊരു അപരിചിതത്വവും തോന്നിയില്ല. എല്ലാം കൃഷ്ണേട്ടൻ പറഞ്ഞു തന്നിട്ടുണ്ടായിരുന്നു."

അനിയൻ ഇമയനക്കാതെ അവളെ നോക്കിനിന്നു.

"തനിച്ചാണെങ്കിലും എനിക്കിവിടെ വരാനൊത്തല്ലോന്നോർക്കുമ്പോൾ..." അവളുടെ മുഖത്ത് ഒരു വിളറിയ മന്ദസ്മിതത്തിന്റെ നേർത്ത തുടുപ്പ് കണ്ടു. വിഷാദത്തിന്റെ മന്ദസ്മിതം പോലെയായിരുന്നു അത്.

"എനിക്കറിയാമായിരുന്നു, എന്നെങ്കിലും ഞാനിവിടെ വരുമെന്ന്. മുജ്ജന്മത്തിലെ ഏതോ ഓർമ്മപോലെ നിങ്ങളൊക്കെ എന്റെ മനസ്സിലുണ്ടായിരുന്നു. ഈ ഇല്ലവും അനിയനും മുത്തശ്ശിയും ഒക്കെ."

യാതൊരു പതർച്ചയും കൂടാതെ വളരെ മനസ്സാന്നിദ്ധ്യത്തോടെ ഭാഗീരഥിയെ നേരിടണമെന്നാണ് അനിയൻ നേരത്തേ വിചാരിച്ചിരുന്നത്. പക്ഷേ, ഇപ്പോൾ മനസ്സിന്റെ കെട്ടുകൾ അഴിഞ്ഞുപോകുന്നു. തന്റെയുള്ളിൽ പുകഞ്ഞുകൊണ്ടിരുന്ന പകയും വിജ്രംഭിച്ചുനിന്ന ഗർവ്വും ചോർന്നുപോകുന്നു. അത്ര കുലീനവും അത്ര സ്നേഹപൂർണ്ണവുമായിരുന്നു ഭാഗീരഥിയുടെ പെരുമാറ്റം. തന്റെ മുൻധാരണകൾ നിരാലംബമായിത്തീരുന്നത് അനിയൻ കണ്ടു.

"എനിക്ക് ഇവിടെ വന്നെത്താൻ ധൃതിയായിരുന്നു.'' അവൾ പറഞ്ഞു. ''കൃഷ്ണേട്ടൻ പറഞ്ഞുകേട്ടപ്പോൾ ഈ വീട് എന്നെ ആകർഷിച്ചു. കണ്ണുകെട്ടി വിട്ടാൽപ്പോലും ഞാനിവിടെ വന്നെത്തുമായിരുന്നു. കാണുന്നതിനു മുമ്പുതന്നെ ഈ വീടിന്റെ ചിത്രം എന്റെ ഹൃദയത്തിൽ പതിഞ്ഞുകിടന്നു."

അവളുടെ ഓരോ വാക്കും വികാരപൂർണ്ണമായിരുന്നു അവളുടെ കണ്ണുകളിൽ ആത്മീയമായ ഒരു ഭാവം കണ്ടു. താൻ ഇഷ്ടപ്പെടുകയും സ്നേഹിക്കുകയും ചെയ്തിരുന്ന പഴയ വീട്ടിലേക്കു വളരെക്കാലത്തിനു ശേഷം മടങ്ങിയെത്തുന്ന ഒരാളുടെ ഭാവമായിരുന്നു അവൾക്ക്.

"എന്നെ കണ്ടപ്പോൾ മുത്തശ്ശിയുടെ കണ്ണു നിറഞ്ഞു. ഇത്രയും നാൾ നീ എവിടെയായിരുന്നെന്നു ചോദിക്കുംപോലെയായിരുന്നു മുത്തശ്ശിയുടെ സങ്കടം."

ചുമലിൽനിന്നൂർന്നുവീണ സാരിത്തലപ്പെടുത്തു പുതച്ചുകൊണ്ടു ഭഗീരഥി പറഞ്ഞു.

"ഞാൻ വന്നപ്പോൾ അനിയൻ പുറത്തുപോയതായിരുന്നു. എവിടെപ്പോയതാണെന്നു ചോദിച്ചിട്ട് മുത്തശ്ശിക്കറീല്ല. എപ്പോൾ തിരിച്ചുവരുമെന്നും മുത്തശ്ശിക്കു നിശ്ച്യല്ലായിരുന്നു. എത്ര വൈകിയാണ് വരുന്നതെങ്കിലും എന്നെ വിളിക്കണമെന്ന് ഞാൻ പറഞ്ഞിരുന്നു, മുത്തശ്ശിയോട്. അത്ര കൊതിയായിരുന്നു എനിക്ക് അനിയനെ കാണാൻ."

അനിയൻ നിർന്നിമേഷനായി അവളുടെ നേരെ നോക്കി. വിഷാദത്തിന്റെ നീലിമ പടർന്ന അവളുടെ കണ്ണുകളിൽ അയാൾ സ്നേഹത്തിന്റെയും ആർദ്രതയുടെയും ആഴങ്ങൾ കണ്ടു. അനിയൻ വിചാരിച്ചു. കൃഷ്ണേട്ടനെ വശീകരിക്കുകയും കൃഷ്ണേട്ടന്റെ ദുർമ്മരണത്തിനു കാരണക്കാരിയായിത്തീരുകയും ചെയ്ത സ്ത്രീയാണിതെന്നു വിശ്വസിക്കാൻ കഴിയുന്നില്ല.

പുറത്തു ശക്തമായി മഴ പെയ്യുന്നുണ്ടായിരുന്നു. മഴ പെയ്യുന്നതിന്റെയും കാറ്റത്തു മരക്കൊമ്പുകൾ ഉലയുന്നതിന്റെയും ഒച്ച അവർ കേട്ടു.

"നല്ല മഴ!" അവൾ പുറത്തേക്കു നോക്കി. "എനിക്കു മഴ ഇഷ്ട

മാണ്. അതിന്റെ സംഗീതം. മഴയുടെ സംഗീതം എന്നെ കേൾപ്പിച്ചത് ആരാണെന്നറിയ്യോ?"

എന്തോ ഓർത്ത്, മഴയുടെ സംഗീതത്തിനു കാതോർത്ത് അവൾ ഒരു നിമിഷം നിന്നു.

അപ്പോഴും അനിയന്റെ മനസ്സിൽ സംശയത്തിന്റെ ഒരുകരടു തടഞ്ഞു. സ്നേഹത്തിന്റെയും സങ്കടത്തിന്റെയും പൊയ്മുഖം അണിഞ്ഞ യക്ഷിയോ പിശാചോ ആണോ തന്റെ കൺമുമ്പിൽ നില്ക്കുന്നത്!

"ഞാൻ നിങ്ങളെ കാണാൻ അവിടെ വന്നിട്ടുണ്ടായിരുന്നു."

അനിയൻ അവളുടെ മുഖത്തുനിന്നു കണ്ണുകളെടുക്കാതെ പറഞ്ഞു.

"അവിടെ വരുമ്പോഴാണ് കൃഷ്ണേട്ടന്റെ മരണം ഞാൻ അറിയുന്നത്.. അപ്പോൾ നിങ്ങളവിടെ ഉണ്ടായിരുന്നില്ല."

പെട്ടെന്നു വിവർണ്ണമായ മുഖത്തോടെ അവൾ അനിയന്റെ നേരെ നോക്കി.

"ഞാൻ വന്നിരുന്നെന്ന് പരമേശ്വരനോ കുറുപ്പോ പറഞ്ഞില്ലേ?" അനിയൻ ചോദിച്ചു. "നിങ്ങൾ എവിടെയാണെന്നറിയില്ലെന്ന് അവരെന്നോടു പറഞ്ഞു. എനിക്കൊരൊറ്റ ആഗ്രഹമേ ഉണ്ടായിരുന്നുള്ളൂ. എപ്പോഴെങ്കിലും എവിടെയെങ്കിലുംവച്ച് നിങ്ങളെ ഒന്നു കാണണമെന്ന്."

ഭാഗീരഥി ഒന്നും മിണ്ടിയില്ല. ഏതോ കുത്തൊഴുക്കിന്റെ വക്കിൽ നില്ക്കുന്ന ഭാവമായിരുന്നു അവൾക്ക്.

പുറത്തു മഴയുടെയും കാറ്റിന്റെയും ഇരമ്പം ഒന്നിനൊന്നു വർദ്ധിച്ചുവന്നു. മരക്കൊമ്പുകളിൽ കാറ്റിന്റെ ചിന്നംവിളി കേട്ടു.

പെട്ടെന്ന് എന്തോ ഓർത്തമാതിരി ഭാഗീരഥി അവളുടെ പെട്ടി തുറന്ന് അതിന്റെ അടിയിൽനിന്നും എന്തോ സാധനം തപ്പിയെടുത്തു. നിറം മങ്ങിയ വർണ്ണക്കലാസിന്റെ ഒരു ചെറിയ പൊതി നീട്ടിക്കൊണ്ട് അവൾ പറഞ്ഞു.

"ഇത് കൃഷ്ണേട്ടന്റെയാണ്. ഈ നിമിഷം വരെ ഞാൻ സൂക്ഷിച്ചു. ഇനി ഇത് അനിയന്റെയാണ്."

അതെന്താണെന്നുള്ള അർത്ഥത്തിൽ അനിയൻ അവളുടെ നേരെ നോക്കി.

പിന്നെ സ്നേഹവും വാത്സല്യവും നിറഞ്ഞ സ്വരത്തിൽ അവൾ പറഞ്ഞു. "ഏട്ടന് അനിയനോടുണ്ടായിരുന്ന സ്നേഹത്തിന്റെ ആഴം ഞാൻ മനസ്സിലാക്കീട്ടുണ്ട്. തനിക്കുള്ളതെല്ലാം അനിയന്റേയാണെന്നു പറഞ്ഞിരുന്നില്ലേ, ഏട്ടൻ?"

അനിയൻ കടലാസുപൊതി അഴിച്ചുനോക്കി. കൃഷ്ണേട്ടന്റെ കൈയിൽ കിടന്ന മോതിരം. ഹൃദയത്തിന്റെ നടുക്കം അനിയൻ പുറമേ കാണിച്ചില്ല.

"എനിക്ക് യാത്രയുടെ ക്ഷീണമുണ്ട്." അവൾ പറഞ്ഞു. "അനിയനെ ഒന്നു കാണാൻ വേണ്ടിയാണ് ഞാൻ കാത്തിരുന്നത്. ഞാൻ ഇവിടെ വന്നപ്പോൾ ആദ്യം അന്വേഷിച്ചത് അനിയനെയായിരുന്നു."

"യാത്രയുടെ ക്ഷീണം ഉണ്ടെന്നല്ലേ പറഞ്ഞത്?" അനിയൻ പറഞ്ഞു: "എന്നാൽ ഉറങ്ങിക്കോളൂ."

അവളുടെ മുഖത്തു വിഷാദപൂർണ്ണമായ ഒരു ചിരി കണ്ടു.

"എത്ര ക്ഷീണമുണ്ടെങ്കിലും എനിക്ക് ഉറക്കം വരില്ല." അവൾ നെടുതായി നിശ്വസിച്ചു. "ഇല്ലത്ത് ഇതെന്റെ ആദ്യരാത്രിയല്ലേ?"

അനിയൻ വീണ്ടും മോതിരം കടലാസിൽ പൊതിയാൻ തുടങ്ങിയപ്പോൾ വിഷാദം കലർന്ന ഒരു മന്ദസ്മിതത്തോടെ ഭാഗീരഥി പറഞ്ഞു. "അതു പൊതിഞ്ഞു വയ്ക്കാനല്ല, കൈയിലിടാനാണ്. ഏട്ടന്റെ ഓർമ്മയ്ക്ക്."

"ഏട്ടനെ ഓർക്കാൻ എനിക്ക് എന്തെങ്കിലും അടയാളത്തിന്റെ ആവശ്യമില്ല." സ്നേഹം വിയോഗമറിയുന്നില്ലെന്ന് എവിടെയോ വായിച്ചത് അനിയൻ ഓർത്തു: "ഇവിടെയുള്ളതെല്ലാം ഏട്ടനെ ഓർമ്മിപ്പിക്കും."

മഴ തോർന്ന് മരം പെയ്യുന്നതിന്റെ ഒച്ച കാതോർത്തുകൊണ്ട് അനിയൻ ഉറങ്ങാതെ കിടന്നു. യക്ഷിയുടെ സൗന്ദര്യമുള്ള ഭാഗീരഥിയുടെ രൂപമായിരുന്നു അയാളുടെ മനസ്സിൽ. എന്തിനാണിപ്പോൾ അവൾ ഇല്ലത്തേക്കു വന്നതെന്ന് എത്ര ആലോചിച്ചിട്ടും പിടികിട്ടുന്നില്ല. മരിച്ചുപോയ ഭർത്താവിന്റെ വീട് കാണാനാണോ? അതോ സ്വത്ത് മോഹിച്ചോ?...

പിറ്റേന്ന് അനിയൻ കുറേ വൈകിയാണ് ഉണർന്നത്. കണ്ണു തുറന്നപ്പോൾ ജനലഴികൾക്കിടയിലൂടെ അകത്തേക്കു പ്രഭാതത്തിന്റെ മഞ്ഞവെയിൽ ചാഞ്ഞുവീഴുന്നു. അനിയൻ മൂരിനിവർന്ന് കോട്ടുവായിട്ടു. പിന്നെ എഴുന്നേറ്റു ജനാലയ്ക്കൽ ചെന്ന് പുറത്തേക്കു നോക്കി. മരക്കൊമ്പുകൾക്കിടയിലൂടെ നിലാവുപോലെ പെയ്തിറങ്ങുന്ന ഇളംവെയിലിന്റെ ഭംഗി അയാൾ കണ്ടു. അനിയൻ മുറിയിൽനിന്നിറങ്ങി അടുക്കളക്കെട്ടിലേക്കു ചെന്നു. മുത്തശ്ശി അനിയനു കട്ടൻ കാപ്പി കൊടുത്തു. അനിയൻ ചൂടുകാപ്പി ഊതിക്കുടിക്കുന്നതിനിടയിൽ മുത്തശ്ശി പറഞ്ഞു. "അനിയൻ കണ്ടില്ലേ. അവളെ? നല്ല മുഖശ്രീ! അല്ലേ?"

അനിയൻ ഒന്നും മിണ്ടിയില്ല.

"ഇല്ലപ്പറമ്പും അമ്പലോം പൊഴേം ഒക്കെ കാണാൻ കൊതിയൊണ്ടെന്ന് അവളെന്നോടു പറഞ്ഞു:" മുത്തശ്ശിയുടെ വാക്കുകളിൽ വാത്സല്യം തുളുമ്പുന്നു. "ഞാൻ പറഞ്ഞു അനിയൻ എല്ലാം കൊണ്ടു കാണിക്കുമെന്ന്. അല്ലാതെ ആരാ ഉള്ളത്, ഇവ്ടെ?"

ഇല്ലപ്പറമ്പിലൂടെ നടക്കുമ്പോൾ ഭാഗീരഥിയുടെ പ്രസന്നമായ മുഖഭാവം അനിയൻ സൂക്ഷിച്ചു. എവിടെയോ കുറേനാൾ താമസിച്ചതിനുശേഷം പഴയ ഓർമ്മകളുമായി തന്റെ പൂർവ്വസ്ഥലത്തേക്കു മടങ്ങിവന്ന ഒരാളുടെ സന്തോഷം അവളുടെ മുഖത്ത് അനിയൻ കണ്ടു. കിഴക്കേ അതിരിലെ സർപ്പക്കാവും സർപ്പക്കാവിന്റെയുള്ളിൽ ആകാശം മറച്ചു നില്ക്കുന്ന ഏഴിലംപാലയും കണ്ടപ്പോൾ ഭാഗീരഥി പറഞ്ഞു: "ഇതൊക്കെ ഞാൻ വിചാരിച്ചപോലെതന്നെയുണ്ട്. ഒരു വ്യത്യാസവുമില്ല.

വൃശ്ചികരാത്രികളിൽ ഈ പാല പൂക്കുമ്പോഴത്തെ സൗരഭ്യത്തെക്കുറിച്ച് ഏട്ടൻ ഒരിക്കൽ എന്നോടു പറഞ്ഞു."

ഇല്ലപ്പറമ്പിൽനിന്ന് പാടത്തേക്ക് ഇറങ്ങിയപ്പോൾ അനിയൻ പറഞ്ഞു: "സൂക്ഷിച്ചു നടക്കണം. ഇല്ലെങ്കിൽ വീഴും. ഇതിനു മുമ്പ് പാടവരമ്പത്തൂടെ നടന്നിട്ടില്ലല്ലോ. ഉവ്വോ?"

"ഇല്യാ. എന്നാലും ഞാൻ വീഴില്യാ." ചെളിപറ്റാതെ വരമ്പത്തേക്കു ചാഞ്ഞു കിടക്കുന്ന നെല്ലോലകളിൽ തട്ടി നനയാതെ അവൾ സാരി അല്പം പൊക്കിപ്പിടിച്ചു. "ഏട്ടൻ നടന്ന വഴിയല്ലേ ഇത്!"

പാടവരമ്പുകൾ കടന്ന് ഇടവഴിയിറങ്ങി പുഴവക്കത്തെത്തി. നിറഞ്ഞൊഴുകുന്ന പുഴയും പുഴയിലേക്കു ചാഞ്ഞു കിടക്കുന്ന ഇല്ലിക്കാടുകളുടെ ഭംഗിയും അവളെ ആകർഷിച്ചു. ഇടിഞ്ഞുപൊളിഞ്ഞ കല്പടവുകൾ ഇറങ്ങിച്ചെന്ന് അവൾ കണങ്കാൽ നനയുവോളം പുഴയിലിറങ്ങി.

"ഹായ് എന്തു കുളിര്!" അവൾ തിരിഞ്ഞു പുഴവക്കത്തു നില്ക്കുന്ന അനിയനെ നോക്കി: "എന്തു ഭംഗിയാ ഈ പുഴയ്ക്ക്."

അനിയൻ പുഴയിലേക്കിറങ്ങിച്ചെന്നു.

"ഈ പുഴയ്ക്ക് ഒരു കഥയുണ്ട്." അനിയൻ പറഞ്ഞു. "പണ്ടു ഈ പുഴ ഒഴുകിയിരുന്നത് ഇതിലേയല്ല."

ഭാഗീരഥി അതിശയത്തോടെ അനിയന്റെ മുഖത്തേക്കു നോക്കി. ഏതോ ഒരു മുത്തച്ഛൻ ഒരു മഹാനാശത്തിൽനിന്ന് ഇല്ലം രക്ഷിച്ച കഥ ആരോ പറഞ്ഞുകേട്ട ഒരു ഐതിഹ്യം പോലെ അനിയന്റെ ഓർമ്മയിലുണ്ട്. ഈ കല്ലുരുട്ടിയാറ് ഒരു വർഷകാലത്ത് ഇല്ലത്തിന്റെ നേർക്ക് ഒഴുകിവന്നു. ഒരു മഹാപ്രളയത്തിനു തുല്യമായിരുന്നു അത്. ഇല്ലം ഇടിഞ്ഞു വീണ് ആ കുത്തൊഴുക്കിൽ ഒഴുകിപ്പോകുമെന്ന നിലയായപ്പോൾ മുത്തച്ഛൻ എഴുന്നേറ്റ് കാലും മുഖവും കഴുകി ശ്രീഗണപതിയുടെ മുമ്പിൽ ചെന്നുനിന്ന് നെഞ്ചത്തടിച്ചു ചോദിച്ചു. "വിഘ്നേശ്വരാ, ഞാനും എന്റെ ഇല്ലോം ഈ പ്രളയത്തിൽപ്പെട്ടു നശിക്കണംന്നാണോ?"

മുത്തച്ഛൻ ശ്രീഗണപതിയുടെ മുമ്പിൽ സാഷ്ടാംഗം വീണു. പിന്നെ ഇരിപ്പുറയ്ക്കുമോ ശ്രീഗണപതിക്ക്? ഭദ്രകാളിയെ ബന്ധിക്കുന്ന മഹാമാന്ത്രികനായിരുന്നു മുത്തച്ഛൻ. ശ്രീഗണപതി ശ്രീലകത്തുനിന്നിറങ്ങി കല്ലുരുട്ടിയാറിന്റെ കരയിൽ ചെന്നുനിന്ന് ദൂരേക്കു കൈ ചൂണ്ടിക്കാട്ടി. ഒറ്റ രാത്രി കൊണ്ട് കല്ലുരുട്ടിയാറ് വഴി മാറി ഒഴുകി.

വിസ്മയം തിളങ്ങുന്ന കണ്ണുകളോടെ നില്ക്കുന്ന അവൾ ദിവ്യവും ദീപ്തവുമായ സൗന്ദര്യത്തിന്റെ ജ്വാലയായി തോന്നിപ്പിച്ചു.

ഗ്രാമത്തിന്റെ ഭംഗി ആസ്വദിച്ചുകൊണ്ട് അവൾ അനിയന്റെ ഒപ്പം നടന്നു.

അമ്പലത്തിന്റെ പടിക്കെട്ടുകൾ കേറുമ്പോൾ അവൾ ചോദിച്ചു: "ഇവിടെ എവിടെയോ വച്ചല്ലേ ഏതോ മുത്തച്ഛനും യക്ഷിയും തമ്മിൽ കണ്ടുമുട്ടിയത്?"

മതിൽക്കെട്ടിന്റെ പുറത്തു നില്ക്കുന്ന പഴയ പാലമരം ചൂണ്ടിക്കാട്ടി അനിയൻ പറഞ്ഞു: “ദാ, അവിടെ.”

അവൾ ആ പാലമരം നോക്കി ഒരു നിമിഷം നിന്നു.

“വരൂ.” അനിയൻ വിളിച്ചു. “നടയടയ്ക്കണേനുമുമ്പ് തൊഴണ്ടേ?”

അവൾ അനിയന്റെ ഒപ്പം നടക്കല്ലു കേറി.

അമ്പലത്തിലെ ശാന്തി കഴിഞ്ഞ് ശാന്തിക്കാരനും മാരാരും വാരസ്യാരും ഇറങ്ങാൻ തുടങ്ങുകയായിരുന്നു. ഭാഗീരഥിയെ കണ്ടപ്പോഴേക്കും അവർക്ക് എന്തെന്നില്ലാത്ത സന്തോഷം തോന്നി.

വെറ്റക്കറ പിടിച്ച പല്ലുകൾ കാട്ടി ചിരിച്ചുകൊണ്ട് ശാന്തിക്കാരൻ പറഞ്ഞു. “എന്നാ വര്ാന്നു കാത്തിരിക്യായിരുന്നു.”

ശാന്തിക്കാരൻ അകത്തുനിന്ന് പൂവും ചന്ദനവും എടുത്തുകൊണ്ടു വന്ന് ഭാഗീരഥിക്കു കൊടുത്തു.

അപ്പോൾ കൽവിളക്കിന്റെ അടുത്ത് ഭവ്യതയോടെ നിന്ന് മാരാര് പറഞ്ഞു. “വരും വരൂന്ന് കേൾക്കാൻ തുടങ്ങീട്ട് ആറേഴു ദിവസായി.”

അടുത്തുവന്നുനിന്ന് ഒരു മയക്കുന്ന ചിരിയോടെ വാരസ്യാര് പറഞ്ഞു. “കാത്തിരിക്യായിരുന്നു, കാണാൻ.”

ഇവരാരും കൃഷ്ണേട്ടനെ ഓർക്കുന്നില്ലല്ലോ എന്ന് അനിയന് അതിശയം തോന്നി. ഇവരൊക്കെ എത്രവേഗം കൃഷ്ണേട്ടനെ മറന്നു!

ഭാഗീരഥി ചന്ദനംകൊണ്ട് നെറ്റിയിൽ കുറി വരയ്ക്കുകയും ചെത്തിപ്പൂവും തുളസിക്കതിരും മുടിക്കെട്ടിൽ തിരുകുകയും ചെയ്തു. പിന്നെ നടയ്ക്കുനേരെ നിന്ന് കണ്ണടച്ച് തേവരെ തൊഴുതു.

അമ്പലത്തിനു വലംവച്ച് നടക്കല്ലുകൾ ഇറങ്ങുമ്പോൾ ശാന്തിക്കാരനും കിഴവൻ മാരാരും വാരസ്യാരും പിന്നിൽ നോക്കിനില്പുണ്ടായിരുന്നു.

മലഞ്ചെരുവിലെത്തിയപ്പോൾ അകലെനിന്ന് ഉടുക്കിന്റെ ഒച്ച കേട്ടു.

ഭാഗീരഥി ഒരുനിമിഷം കാതോർത്തുനിന്നു. ഏകാന്തമായ ഒരു ഹൃദയത്തിന്റെ മുഴക്കങ്ങൾ പോലെ ഉടുക്കിന്റെ താളം..

“അങ്ങേ മലഞ്ചെരിവിൽ പാർക്കുന്ന പാണൻ കുഞ്ഞാണുവല്ലേ അത്?” ഭാഗീരഥി ചോദിച്ചു: “അനിയന് അതിശയം തോന്നുന്നുണ്ടാവും അത് ഞാനെങ്ങനെ അറിഞ്ഞെന്ന്. കുടിലിൽ ഒറ്റയ്ക്കിരുന്ന് ഉടുക്കുകൊട്ടുന്ന പാണൻ കുഞ്ഞാണുവിനെക്കുറിച്ച് ഒരിക്കൽ ഏട്ടൻ പറഞ്ഞിരുന്നു. ഉടുക്കിന്റെ നാദം ഹൃദയത്തിന്റെ നാദംപോലെയാണ്. അല്ലേ?”

അമ്പലത്തിന്റെ കിഴക്ക് മലമുകളിലെത്തിയപ്പോൾ അവിടെനിന്ന് അകലെ ഇരുണ്ടുകാണുന്ന മലകളുടെയും കാടുകളുടെയും ഭംഗി നോക്കിക്കൊണ്ട് മുജ്ജന്മത്തിലെ ഓർമ്മകൾ സ്വരൂപിച്ചെടുക്കുന്നതുപോലെ അവൾ ഒരു നിമിഷം നിന്നു.

മലയുടെ മുനമ്പിൽ നിന്നു നോക്കുമ്പോൾ താഴെ പാറക്കെട്ടുകൾ നിറഞ്ഞ അഗാധഗർത്തമാണ്. അകലെ, കിഴക്ക് ഉയർന്നുയർന്നു പോകുന്ന മലകൾ ആകാശം തൊടുന്നു.

"ഈ മലമുകളിൽ അകലേക്കു നോക്കി നില്ക്കുക കൃഷ്ണേട്ടന് വലിയ ഇഷ്ടമായിരുന്നു. ഈ മലകളുടെയും കാടുകളുടെയും ഇടയിൽ ഏട്ടൻ നിശ്ശബ്ദതയുടെ സംഗീതം കേട്ടു. ഇവിടെ അനന്തതയുടെ ദിവ്യ മായ സാമീപ്യമുണ്ടെന്നാണ് ഏട്ടൻ പറയാറ്."

അനിയൻ നോക്കുമ്പോൾ ഏതോ സ്വപ്ന വിഭ്രാന്തിയിലെന്നപോലെ ഭാഗീരഥി അകലെ കാടുകളുടെയും മലകളുടെയും നേരെ വിസ്മൃതി യോടെ നോക്കി നില്ക്കുകയായിരുന്നു.

അകലെനിന്നെത്തുന്ന ഉടുക്കിന്റെ മന്ദ്രനാദം അവളുടെ ഹൃദയ ത്തിൽ വന്നലച്ചു.

പതിനൊന്ന്

വെയിൽ മൂത്തു. ആകാശം നീലനിറത്തിൽ തിളങ്ങാൻ തുടങ്ങി. മരക്കൊമ്പുകൾക്കിടയിലൂടെ ചാഞ്ഞുവീഴുന്ന വെയിൽനാളങ്ങൾ അവരുടെ മേൽ കുത്തനെ പതിച്ചു. തിരിച്ചു നടക്കുമ്പോൾ വഴിവക്കിൽ കണ്ട പൂക്കളെയും മരങ്ങളെയും കുറിച്ച് ഭഗീരഥി ചോദിച്ചു. "എന്തു ഭംഗിയാ ഈ പൂവിന്! ഇതളുകളുടെ തുടുപ്പു കണ്ടില്ലേ? എന്തൊരു സൗരഭ്യം! എന്താ ഇതിന്റെ പേര്? ഞാനിതിനുമുമ്പ് ഇങ്ങനത്തെ പൂ കണ്ടിട്ടില്ല."

"ഏട്ടന് എന്തിഷ്ടായിരുന്നൂന്നോ പൂക്കളോട്!" അനിയൻ പറഞ്ഞു. "പൂക്കൾ ഭൂമിയുടെ സ്വപ്നങ്ങളാണെന്നാണ് ഏട്ടൻ പറയാറ്."

അവൾ ചോദിച്ചു: "അനിയനു പൂക്കളോട് ഇഷ്ടം ഇല്ലേ?"

അനിയൻ പറഞ്ഞു. "ഇഷ്ടക്കേടൊന്നൂല്യാ. പക്ഷേ, പൂക്കളൊക്കെ ഭൂമിയുടെ സ്വപ്നങ്ങളാണെന്നു വിചാരിക്കാൻ ഞാൻ ഒരു കവിയല്ല."

ഗ്രാമത്തിന്റെ ഭംഗി കണ്ടു നടക്കുമ്പോൾ അവൾ അതിനെക്കുറിച്ചൊക്കെ അതിശയത്തോടെ ഓരോന്നു പറയുന്നുണ്ടായിരുന്നു. ആ മനോഹരമായ ഗ്രാമത്തിൽ ഇതിനു മുമ്പ് വരാൻ കഴിയാത്തതിലുള്ള നിരാശ അവളുടെ ഓരോ വാക്കിലും സ്പഷ്ടമായിരുന്നു. കൃഷ്ണേട്ടനുമൊന്നിച്ച് ഈ ഗ്രാമഭംഗികൾ കണ്ടു നടക്കാൻ യോഗമില്ലാതെപോയതിന്റെ സങ്കടം ഇടയ്ക്കിടയ്ക്ക് അവളുടെ വാക്കുകളിൽ പ്രതിബിംബിച്ചു.

പാടത്തേക്കിറങ്ങുന്ന കൈതവരമ്പത്തുനിന്ന് ദൂരെ കേൾക്കുന്ന ഏതോ കിളിനാദത്തിന് അവൾ കാതോർത്തു. ഒരു കൊച്ചുകുട്ടിയുടെ കൗതുകത്തോടെ അവൾ മന്ദഹസിച്ചു.

"എന്താ ആ കിളീടെ പേര്?"

അനിയൻ പറഞ്ഞു. "ആ എനിക്കറീല്ല. ചിലപ്പോൾ കിഴക്കൻകാടുകളിൽനിന്നു പലതരം പക്ഷികൾ വരും. അതിന്റെയൊക്കെ പേരാർക്കാ നിശ്ച്യം?"

വഴിയിൽ കണ്ടവരും പാടത്തു കള പറിക്കുന്ന പെണ്ണുങ്ങളും തോട്ടിൽ കുളിക്കുന്നവരും ഒക്കെ എന്തെന്നില്ലാത്ത സ്നേഹത്തോടും ബഹുമാനത്തോടും കൂടി ഭാഗീരഥിയെ നോക്കുന്നത് അനിയൻ കണ്ടു. വളരെനാൾ കൊണ്ടു കാത്തിരിക്കുന്ന കൊച്ചുതമ്പുരാട്ടിയെ കണ്ടതിന്റെ സന്തോഷം അവരുടെ കണ്ണുകളിൽ തിളങ്ങുന്നുണ്ടായിരുന്നു. അവർക്കാർക്കും കൂടെയുള്ള ആളെ കണ്ട ഭാവമില്ല. താൻ അവഗണിക്കപ്പെടുകയാണെന്ന് അനിയന് തോന്നി. അതോർത്തപ്പോൾ ഭാഗീരഥിയുടെ നേരെ നോക്കാൻ അനിയനു സങ്കോചമായി.

ഇല്ലത്തെത്തിയപ്പോൾ മുത്തശ്ശി കാത്തിരിക്കുകയായിരുന്നു.

"എല്ലാടോം നടന്നു കണ്ടോ?" മുത്തശ്ശി ചോദിച്ചു. "പാടോം, പൊഴേം, അമ്പലോം ഒക്കെ?"

ഉവ്വെന്നു ഭാഗീരഥി തലയാട്ടി. പിന്നെ അവൾ കോണിപ്പടി കേറി പടിഞ്ഞാറ്റിമാളികയിലേക്കു പോയി. മുത്തശ്ശി അടുക്കളയിലേക്കും. പൂമുഖത്ത് അനിയൻ ഒറ്റയ്ക്കായി. അപ്പോൾ ആദ്യമായി അയാൾ നിസ്സഹായത തോന്നി. ഓരോ നിമിഷവും താൻ ഈ ഇല്ലത്ത് ആരുമല്ലാതായിത്തീർന്നുകൊണ്ടിരിക്കുകയാണെന്ന് അയാൾ സംശയിച്ചു.

ഇന്നലെവരെ കൃഷ്ണേട്ടന്റെ മരണംകൊണ്ട് ശോകമൂകവും ഏകാന്തവുമായിരുന്ന ഇല്ലത്തിനു പെട്ടെന്നു എന്തോ മാറ്റമുണ്ടായിരിക്കുന്നു. കൃഷ്ണേട്ടന്റെ മരണം വിസ്മരിക്കപ്പെട്ടിരിക്കുന്നു. ഓർമ്മകൾക്കു മീതെ വിസ്മൃതി വീണ് കൃഷ്ണേട്ടൻ എന്നൊരാൾ ഒരിക്കലും ഉണ്ടായിരുന്നില്ലെന്നു തോന്നിപ്പിക്കുന്നു.

കുറേക്കഴിഞ്ഞ് ഭാഗീരഥി താഴേക്കിറങ്ങിവന്നു. ഏതോ പഴയ കോട്ടയിൽ എത്തിയ സഞ്ചാരിയുടെ കൗതുകത്തോടെ അവൾ ഓരോ മുറിയിലും കയറിയിറങ്ങി. ശ്രീലകത്തിനു മുമ്പിൽ ചെന്നുനിന്നു തൊഴുതു. അപ്പോൾ മുത്തശ്ശി പറഞ്ഞു. "മഹാമായേം ശ്രീഗണപതീം വിളിച്ചാൽ വിളിപ്പൊറത്തൊണ്ട്. എന്നും പൊലർച്ചേ കുളിച്ചുവന്നു തൊഴണം."

അവൾ ചിരിച്ചുകൊണ്ടു തലകുലുക്കി.

ചവുണ്ട ചുമരുകളും ചുക്കിലിവലകൾ തൂങ്ങുന്ന മച്ചും ചെളിപിടിച്ച കതകുകളും വെളിച്ചം കടക്കാതെ അടഞ്ഞു കിടക്കുന്ന ജനാലകളും എല്ലാം അവൾ ശ്രദ്ധിച്ചു. പൊടി പറ്റി നിറം മങ്ങിയ ഒരു ചിത്രത്തിന്മേൽ തൂങ്ങിക്കിടന്ന ഉണങ്ങിയ മാലയും ചിലന്തിവലയും അവൾ തട്ടിക്കളഞ്ഞു.

"നോക്കാനും സൂക്ഷിക്കാനും ആളില്ലാത്തതിന്റെ കണ്ടാലറിയാം." അവൾ പറഞ്ഞു. "ഇരുണ്ടു കിടക്കുന്ന ഒരു കോട്ടയ്ക്കകത്തേക്കു കേറും പോലെയാണ് എനിക്കാദ്യം തോന്നിയത്. ഒച്ചേം അനക്കോം ഒന്നൂല്ലാതെ. എങ്ങ്നെയാ രാത്രി കഴിച്ചുകൂട്ടണേന്നു ഇന്നലെ ഞാൻ പേടിച്ചു."

"എന്ത്നാ പേടിക്കണേ?" മുത്തശ്ശി ചോദിച്ചു. "ശ്രീലകത്ത് മഹാമായേം ശ്രീഗണപതീം ഇരിക്കണത് എന്തിനാന്നറിയോ? ഒന്നും പേടിക്കേണ്ടാ."

"എന്നാലും ഇതിങ്ങ്നെ ഇട്ടേർന്നാൽ മതിയോ?" അവൾ ചോദിച്ചു. "അടച്ചിട്ട അമ്പലാന്നല്ലേ തോന്ന്വോള്ളൂ? മുറ്റത്തു മുഴുവൻ പുല്ലും കുരുപ്പേം! മുറ്റത്തിനു താഴെ കാടുപിടിച്ചല്ലേ കിടക്കണത്? അതൊക്കെ ഒന്നു വെട്ടിത്തെളിച്ചു വൃത്തിയാക്കണം. കാര്യസ്ഥനെന്നു പറഞ്ഞ് ഒരാളെ കണ്ടൂലോ ഇവിടെ. എവ്ടെ അയാള്?"

ഓരോ വാക്കുകൊണ്ടും അവൾ തന്റെ ആധിപത്യം ഉറപ്പിക്കുകയാണെന്ന് അനിയന് തോന്നി. അയാളുടെ ഞരമ്പുകൾ വലിഞ്ഞു മുറുകി. ഇല്ലം ഇങ്ങനെ വെറുതെ ഇട്ടിരുന്നാൽ കൃഷ്ണേട്ടന് ഇഷ്ടമാവുകയില്ലെന്നവൾ പറഞ്ഞു. മുറ്റത്തിനു താഴെ കൃഷ്ണേട്ടൻ വളർത്തിയിരുന്ന പൂച്ചെടികൾ കാടുപിടിച്ചു കിടക്കുന്നു. ഒന്നിലും ഒരൊറ്റ പൂപോലുമില്ല. കൃഷ്ണേട്ടൻ കണ്ടാൽ സഹിക്കുമോ ഇത്?

കൃഷ്ണേട്ടനോട് അവൾ കാണിക്കുന്ന സ്നേഹം അവളുടെ കൗശലമാണോ? അനിയൻ സംശയിച്ചു. മറ്റുള്ളവരെ കീഴടക്കുന്നതിനുള്ള ഒരു തന്ത്രമായിരിക്കുമോ അത്? മരണത്തിനുമുമ്പ് ഏട്ടൻ എഴുതിയ കത്തുകളെക്കുറിച്ച് അനിയൻ ഓർത്തു. അതു താൻ ഭദ്രമായി സൂക്ഷിക്കുന്നുണ്ട്. ഏതു സമയത്തും അത് അവൾക്കുനേരെ ഓങ്ങാവുന്ന ഒരായുധമാണ്. ആ നിലയ്ക്കാണ് അനിയൻ അതു സൂക്ഷിക്കുന്നത്.

അനാഥമായി കിടന്ന ഏട്ടന്റെ പുസ്തകങ്ങൾ അവൾ അടുക്കിവയ്ക്കുന്നത് അനിയൻ സൂക്ഷിച്ചു. ഇടയ്ക്ക് അവൾ ചിലതൊക്കെ മറിച്ചുനോക്കുകയും ചെയ്യുന്നുണ്ടായിരുന്നു. അപ്പോൾ അനിയൻ ആ മുറിയുടെ വാതില്ക്കൽച്ചെന്ന് അകത്തേക്കു നോക്കി. പുസ്തകം മറിച്ചുനോക്കുന്നതിനിടയിൽ അവൾ മുഖമുയർത്തി അനിയനെ നോക്കി. പിന്നെ അവൾ വാതില്ക്കലേക്കു വന്നു. കണ്ണിമയ്ക്കാതെ ഒരുനിമിഷം നോക്കി നിന്ന ശേഷം അവൾ ചോദിച്ചു:

"അനിയന്റെ മുഖമെന്താ വല്ലാതിരിക്കുന്നെ?"

അനിയൻ പറഞ്ഞു. "ഏയ് ഒന്നൂല്യാ."

"അങ്ങനെ പറഞ്ഞൊഴിയാൻ നോക്കണ്ട. അനിയന്റെ മനസ്സിലെന്തോ ഉണ്ട്. ഇന്നലെ രാത്രി അനിയനെ കണ്ട നിമിഷത്തിൽത്തന്നെ ഞാനതൂഹിച്ചു. ഞാൻ വന്നത് അനിയനിഷ്ടായില്ലേ?"

"എന്നാരു പറഞ്ഞു? ഇഷ്ടക്കേടായി ഞാനെന്തെങ്കിലും പറഞ്ഞോ?"

"അതുകൊണ്ടല്ല. എന്തോ എനിക്കങ്ങനെ തോന്നി. ഞാൻ വന്നത് അനിയന് ഇഷ്ടമായില്ലെന്ന്."

"കൃഷ്ണേട്ടന്റെ മരണം ഞങ്ങളെ ഞെട്ടിപ്പിച്ചു. അതിന്റെ സങ്കടം ഇതുവരെ തീർന്നിട്ടില്ലാ."

"അനിയൻ എന്നെ അന്വേഷിച്ചു വന്നിരുന്നു. അല്ലേ?"

"ഉവ്വ്. അവിടെ വന്നപ്പോഴാണ് ഞാൻ കൃഷ്ണേട്ടന്റെ മരണം അറിയുന്നത്. ഞാൻ വന്നപ്പോഴേക്കും നിങ്ങൾ എവിടെയോ പോയി. എവിടെപ്പോയെന്ന് ആർക്കും അറിയില്ല."

ഇമയനങ്ങാതെ നില്ക്കുന്ന അവളുടെ കണ്ണുകൾക്കു മീതെ വ്യസനം നിഴൽപോലെ വീഴുന്നതു അനിയൻ കണ്ടു.

"ഏട്ടന്റെ മരണം എനിക്കിതുവരെ വിശ്വസിക്കാൻ കഴിയുന്നില്ലാ. ഏട്ടൻ ഒരിക്കലും മരണം ആഗ്രഹിച്ചിരുന്നില്ല."

അവൾ ദീർഘമായി നിശ്വസിച്ചു. ഒരു നിമിഷത്തെ മൗനത്തിനു ശേഷം ആരോടെന്നില്ലാതെ അവൾ പറഞ്ഞു.

"മരിച്ചതു ഞാനായിരുന്നെങ്കിൽ എത്ര നന്നായിരുന്നു! എന്നെ യോർത്ത് സങ്കടപ്പെടാൻ ഒരാളും ഉണ്ടായിരുന്നില്ലാ."

അനിയൻ ഒരുൾക്കിടിലത്തോടെ അവളെ നോക്കി. കൃഷ്ണേട്ടന്റെ മരണത്തിനു മീതെ അവൾ മറ്റൊരു മറയിടുന്നതുപോലെ അനിയനു തോന്നി.

"ഏട്ടൻ എനിക്കെഴുതിയ കത്തുകൾ സൂക്ഷിച്ചിട്ടുണ്ട്."

അനിയൻ ആ കത്തുകൾ അവൾക്കു കാണിച്ചുകൊടുത്തു. നനഞ്ഞ കണ്ണുകൾ പുറംകൈകൊണ്ടു തുടച്ചതിനുശേഷം അവൾ ആ കത്തു കൾ വായിച്ചു. അവളുടെ മുഖം വിളറുന്നത് അനിയൻ കണ്ടു. പിന്നെ അതിശയകരമായ നിസ്സംഗതയോടെ ആ കത്തുകൾ മടക്കിക്കൊടുത്ത തിനുശേഷം അവൾ ചോദിച്ചു: "അനിയന് എന്നോടു ശത്രുതയുണ്ടല്ലേ?"

അനിയനു വിസ്മയം തോന്നി. തനിക്കവളോടു ശത്രുതയുണ്ടെന്ന് അവൾ എങ്ങനെ ഊഹിച്ചു? താൻ അതിന്റെ ഒരു നിഴൽപോലും പുറമെ കാണിച്ചില്ലല്ലോ.

അവർ കുറേ നേരം കണ്ണിമയ്ക്കാതെ അന്യോന്യം നോക്കിനിന്നു.

പിന്നെ അനിയൻ പറഞ്ഞു. "നിങ്ങളെ ഒരു ശത്രുവായിട്ടാണ് ഞാൻ കരുതിയത്, നിങ്ങളെ കാണുന്നതിനു മുൻപ്."

"എന്തിന്?" ഭഗീരഥി ചോദിച്ചു. "ഞാൻ അനിയനോടു എന്തു ചെയ്തു?"

"എന്നോടെന്തെങ്കിലും ചെയ്തെങ്കിൽ ഞാൻ ക്ഷമിച്ചേനെ." അനി യൻ പറഞ്ഞു. "പക്ഷേ, എന്റെ ഏട്ടന്റെ മരണം ഞാനെങ്ങനെ സഹിക്കും?"

"ഏട്ടന്റെ മരണത്തിൽ അനിയനു മാത്രമേ സങ്കടോള്ളൂന്നാണോ വിചാരം?"

"എനിക്കു മാത്രല്ലാ, മുത്തശ്ശിക്ക്. ഞങ്ങളുടെ ബന്ധുക്കൾക്ക്. ഏട്ടനെ സ്നേഹിച്ചേർന്നോർക്കൊക്കെ."

ഇടറുന്ന സ്വരത്തിൽ ഭാഗീരഥി പറഞ്ഞു: "എന്റെ സങ്കടം കാണാൻ മാത്രം ആരൂല്യാ."

"ഞങ്ങൾക്ക് ഞങ്ങളുടെ സങ്കടം ആരേം കാണിക്കാനില്ല." അനി യൻ പറഞ്ഞു: "ഞങ്ങൾക്ക് അതിതുവരെ സഹിക്കാൻ കഴിയണില്യാ."

"ഒരാളുടെ മരണത്തിൽ അയാളുടെ ഭാര്യയ്ക്കാണോ, മറ്റു ള്ളോർക്കാണോ കൂടുതൽ സങ്കടം?"

ഒറ്റത്തട്ടിനു തന്റെ കൈയിലെ ആയുധം തെറിപ്പിച്ചതുപോലെ അനി യനു തോന്നി. ഒരുതരം നിസ്സഹായതകൊണ്ട് അയാൾ തളർന്നു. അസ ഹ്യമായ ഒരു നിമിഷമായിരുന്നു അത്. എങ്കിലും പെട്ടെന്ന് അനിയൻ തന്റെ മനഃസാന്നിദ്ധ്യം വീണ്ടെടുത്തു.

"എനിക്കാരേയും വിശ്വാസമില്ലെന്ന് ഒരാളെഴുതണമെങ്കിൽ എന്തെങ്കിലും കാരണം വേണ്ടേ?" അനിയൻ ചോദിച്ചു. "എല്ലാവരും എന്റെ മരണം ആഗ്രഹിക്കുന്നെന്ന് ഒരാൾക്കു തോന്നണമെങ്കിൽ എന്തെങ്കിലും കാരണം വേണ്ടേ?"

പൊടുന്നനെ അവൾ നിശ്ശബ്ദയായി. അവളുടെ കണ്ണുകൾ നിറഞ്ഞു തുളുമ്പി. കണ്ണീർത്തുള്ളികൾ കൺപീലികളിൽ തൂങ്ങിനിന്നു

അനിയൻ ചോദിച്ചു:

"എന്തിനാണു സങ്കടപ്പെടുന്നത്?"

അവൾ മിണ്ടാതെ ചുണ്ടുകൾ കടിച്ചു സങ്കടം ഒതുക്കി.

"ഞാൻ നിങ്ങളെ വേദനിപ്പിക്കാൻ പറഞ്ഞതല്ല." പൊടുന്നനെ അനിയന്റെ മനസ്സലിഞ്ഞു. "എന്റെ മുമ്പിൽനിന്ന് ഇങ്ങനെ സങ്കടപ്പെടരുത്. ഏട്ടന്റെ മരണത്തിൽ നിങ്ങൾക്കു സങ്കടമില്ലെന്നു ഞാൻ പറഞ്ഞില്ലല്ലോ."

അഗാധമായ ഹൃദയഭാവങ്ങൾ നിഴലിടുന്ന കണ്ണുകളോടെ ഭാഗീരഥി അനിയനെ നോക്കി. ഏതോ നിഗൂഢശക്തിയുടെ മാന്ത്രികക്കെട്ടുകൾ തന്നിൽ മുറുകുന്നതുപോലെ അനിയനു തോന്നി.

മരണത്തിനു മുമ്പ് കൃഷ്ണേട്ടൻ എഴുതിയ കത്തുകൾ അവളുടെ മുമ്പിൽ വച്ച് അനിയൻ കുനുകുനെ കീറിക്കളഞ്ഞു.

"ഇനി ഇതിന്റെ ആവശ്യമില്ല." അനിയൻ പറഞ്ഞു.

"ഏട്ടൻ എന്താണ് എഴുതീരുന്നതെന്ന് നമുക്കു രണ്ടുപേർക്കും അറിയാം. നമുക്കതു മറക്കാം."

"എനിക്കതൊന്നും ഒരിക്കലും മറക്കാൻ കഴിയുന്നില്ല." ദുഃഖം വിങ്ങുന്ന സ്വരത്തിൽ അവൾ പറഞ്ഞു. "എന്റെ സ്നേഹത്തിന് എനിക്കതാണ് കിട്ടിയത്.."

പിന്നെ അവൾ എന്തോ ഓർത്തുനിന്നു. എന്തോ കടുത്ത ദുഃഖം അവളെ വീർപ്പുമുട്ടിക്കുണ്ടെന്ന് അനിയനു തോന്നി.

"എനിക്കു നിങ്ങളോടു വെറുപ്പില്ല." അനിയൻ പറഞ്ഞു: "നിങ്ങളെ കാണുന്നതുവരെ ഞാൻ തെറ്റിദ്ധരിച്ചു. അത്രേയുള്ളൂ."

"ഞാൻ ഒരു ചീത്ത സ്ത്രീയാണെന്നായിരിക്കും അനിയൻ വിചാരിച്ചത്?"

"ഏട്ടന്റെ കത്തു കിട്ടിയപ്പോൾ ഞാൻ നിങ്ങളെ വെറുത്തു. പക്ഷേ, നിങ്ങളുടെ സങ്കടം കണ്ടപ്പോൾ.." അനിയൻ ഒന്നു നിർത്തി അവളെ നോക്കി. "ഞാൻ ഒരു ക്രൂരനാണെന്നു വിചാരിക്കരുത്. എനിക്ക് എന്റെ ഏട്ടൻ മാത്രമേ ഉണ്ടായിരുന്നുള്ളൂ. എന്നെ സ്നേഹിക്കാൻ വേറെ ആരും ഉണ്ടായിരുന്നില്ല. ഏട്ടന്റെ മരണത്തോടെ എനിക്ക് എല്ലാം നഷ്ടപ്പെട്ടു. എന്നെ സ്നേഹിക്കാൻ ഇനി ആരുമില്ല."

"എന്നാരു പറഞ്ഞു?"

ആ ചോദ്യം അനിയന്റെ ഹൃദയത്തിൽ ആഴത്തിൽ കൊണ്ടു. തന്റെ ഹൃദയത്തിന്റെ കവാടങ്ങൾ ആരോ തള്ളിത്തുറക്കുന്നതുപോലെ അനിയനു തോന്നി.

അനിയന്റെ കണ്ണുകൾ അവളുടെ നേരെ ഇമവെട്ടാതെ നിന്നു.

പന്ത്രണ്ട്

ആരും സ്നേഹിക്കാനില്ലാത്തപ്പോഴാണ് ജീവിതം ഏകാന്തവും ശൂന്യവും ദുസ്സഹവുമായി തോന്നുന്നത്. ഒറ്റപ്പെട്ട മനുഷ്യന്റെ മനസ്സ് ഇടിഞ്ഞുപൊളിഞ്ഞ് ഇരുട്ടും നിശ്ശബ്ദതയും ഘനീഭവിച്ചു കിടക്കുന്ന ഒരു കോട്ടയാണെന്ന് എവിടെയോ വായിച്ചത് അനിയൻ ഓർത്തു.

മറ്റുള്ളവരുടെ കണ്ണിൽ അനിയൻ ഒരു പടുമുളയിൽക്കവിഞ്ഞ് ഒന്നുമായിരുന്നില്ല. "ഇവിടെ എനിക്കുള്ളത്ര അവകാശം അനിയനുണ്ടെ"ന്നു പറഞ്ഞ് അമ്മാത്തുനിന്ന് അനിയനെ കൂട്ടിക്കൊണ്ട് വന്നപ്പോൾ സ്വന്തപ്പെട്ടിട്ടുള്ളോരൊക്കെ കൃഷ്ണേട്ടനെ ഗുണദോഷിച്ചു. "ങ്ങ്നെയൊക്കെ കഥയില്ലാണ്ട് ഓരോന്ന് ചെയ്യണതിന്റെ ഫലം എന്താന്ന് നിശ്ച്യണ്ടോ? ഇരിക്കണ കൊമ്പ് മുറിക്കണേനു തുല്യാ ഇദ്. ഇത്ര വേണ്ടീരുന്നോ?..."

"ആലോചിക്കാതെയൊന്നുമല്ല." കൃഷ്ണേട്ടൻ ചോദിച്ചു:

"അതെന്റെ അനിയനല്ലേ? ഞാനിവിടെ ങ്ങ്നെ സുഖായിട്ടു കഴിയ്യേം അവനവ്ടെ കഷ്ടപ്പെട്ടു കഴിയ്യേം ചെയ്യണതു കാണുമ്പോ അച്ഛന്റെ ആത്മാവിനു ശാന്തീണ്ടാവോ?"

ഇപ്പോൾ ഓർക്കുമ്പോൾ അനിയന് തോന്നിപ്പോകുന്നു- കൃഷ്ണേട്ടൻ ഒഴികെ ആരും തന്നെ സ്നേഹിച്ചിട്ടില്ലെന്ന്. മറ്റുള്ളവർ കാണിച്ച സ്നേഹം സ്നേഹമായിരുന്നില്ല. ഏട്ടന്റെ മരണത്തോടെ താൻ ആരും സ്നേഹിക്കനില്ലാത്ത ഒരാളായി. ആരുമില്ലാത്ത ഒരാളായി. ഏകാകിയായി. അറിയാതെ തന്റെ മനോദുഃഖത്തെക്കുറിച്ചു പറഞ്ഞുപോയി. അപ്പോഴാണ് ഭാഗീരഥി ചോദിച്ചത് - ആരും സ്നേഹിക്കാനില്ലെന്ന് ആരു പറഞ്ഞെന്ന്!

വെറുതെ സ്നേഹിക്കുമ്പോൾ ആർക്കും യാതൊന്നും നഷ്ടപ്പെടുന്നില്ല. എനിക്കുള്ളതെല്ലാം നിന്റെയാണെന്നു പറയുന്ന സ്നേഹം പൊതു

കണക്കിൽ എഴുതാനുള്ളതല്ല. അതു വ്യത്യസ്തമാണ്. അങ്ങനെ സ്നേഹിക്കാൻ വേറെ ആരാണുള്ളത്?

"എന്തിനിങ്ങനെ നിരാശപ്പെടുന്നു?" അവൾ സൗമ്യമായി ചോദിച്ചു. പിന്നെ ഏതോ ഓർമ്മയുടെ നിഴലിൽ ഒരു നിമിഷം നിശ്ശബ്ദയായി നിന്നു.

"ഏട്ടൻ ഒരിക്കൽ പറഞ്ഞത് ഞാനോർക്കുന്നുണ്ട്. അനന്തമായ മരുഭൂമിയിൽ യാത്രചെയ്യുന്ന ഒരാൾ എവിടെയെങ്കിലും യാദൃച്ഛികമായി ഒരു മരുപ്പച്ച കണ്ടെത്തുന്നതുപോലെയാണ് സ്നേഹബന്ധത്തിൽ പെടുന്നതെന്ന്."

"ഏട്ടൻ കവിയായിരുന്നതുകൊണ്ട് അങ്ങനെയൊക്കെ ചിന്തിച്ചു." അനിയൻ പറഞ്ഞു.

"ഞാൻ കവിയല്ലാ."

"എന്നോർത്ത് സ്നേഹബന്ധങ്ങൾ മനസ്സിലാവാതെ വരുമോ?"

പെട്ടെന്നുള്ള ആ ചോദ്യം അനിയനെ അന്ധാളിപ്പിച്ചു. അങ്ങനെ ഒരു ചോദ്യം അയാൾ പ്രതീക്ഷിച്ചിരുന്നില്ല.

"നമുക്കൊക്കെ ഒരു ദോഷമുണ്ട്." ഭാഗീരഥി പറഞ്ഞു. "സ്വന്തം സങ്കടം മാത്രമേ മനസ്സിലാവൊള്ളൂ.

ഭൂതകാലത്തിന്റെ ഇരുൾക്കൂടാരങ്ങളിൽ ഓർമ്മകളുടെ ഇടനാഴികളിലൂടെ അവളുടെ മനസ്സ് അലഞ്ഞു.

"എന്റെ സങ്കടം അനിയന് ഊഹിക്കാൻ കഴിയുമോ?" ഭാഗീരഥി ചോദിച്ചു. "ക്ഷമകേടില്ലെങ്കിൽ ഒന്നു കേൾക്കൂ. എന്തെങ്കിലും തെറ്റിദ്ധാരണകൾ ഉണ്ടെങ്കിൽ അതു തീരുകയും ചെയ്യും. കൃഷ്ണേട്ടനെ ആദ്യം കണ്ടപ്പോൾത്തന്നെ എന്തോ ഒരടുപ്പം തോന്നി. ആ സ്നേഹം നിറഞ്ഞ പെരുമാറ്റം എന്നെ ആകർഷിച്ചു. ഞാൻ കണ്ടിട്ടുള്ള സ്വപ്നങ്ങളിൽ ഇങ്ങനെ ഒരാളുണ്ടായിരുന്നൂന്ന് തോന്നി."

അനിയൻ ഒരുകഥ കേൾക്കുന്ന താല്പര്യത്തോടെ ഭാഗീരഥിയുടെ മുഖത്തേക്കു നോക്കി. അവരെ മൂടിക്കിടക്കുന്ന രഹസ്യത്തിന്റെ പുറംതോടുകൾ പൊട്ടുന്നു.

"കൃഷ്ണേട്ടനും എന്നോടു എന്തോ ഒരടുപ്പം തോന്നി." ഓർമ്മകളിൽ അലിഞ്ഞ മനസ്സോടെ ഭാഗീരഥി തുടർന്നു. "അദ്ദേഹത്തിന് എന്നെ ഇഷ്ടായി. അതെങ്ങനെ വിശദീകരിക്കണംന്ന് എനിക്കറിയില്ല. ആത്മീയമായ അനുഭവന്നൊക്കെ പറയാറില്ലേ? അങ്ങനെ എന്തോ!"

ഒരു നിമിഷം അവൾ നിശ്ശബ്ദമായിനിന്നു.

"ഒരാളെ മറ്റൊരാളോട് അടുപ്പിക്കുന്ന സ്നേഹത്തിന്റെ കാരണം ആർക്കെങ്കിലും അറിയ്യോ?" അവൾ ചോദിച്ചു. "അറിയാതെ ഹൃദയം അങ്ങോട്ടു ചാഞ്ഞുപോകുന്നു. ഒരു വെളിപാടു പോലെയാണത്. കൃഷ്ണേട്ടൻ പറഞ്ഞത് ജന്മാന്തരബന്ധത്തിന്റെ ഒരിഴകൊണ്ടു ഹൃദയം ബന്ധിക്കുന്നതായി തോന്നിയെന്നാണ്."

"സ്നേഹബന്ധങ്ങളെ അത്ര പവിത്രമായിട്ടാണ് ഏട്ടൻ കരുതിയിരുന്നത്." അനിയൻ പറഞ്ഞു. "ഏട്ടന്റെ ഹൃദയം അത്ര വിശുദ്ധവും മഹത്ത്വമുള്ളതുമായിരുന്നു."

"എന്നെപ്പോലെ ഭാഗ്യംകെട്ട ഒരു പെണ്ണിന് ആ സ്നേഹം ഒരനുഗ്രഹമായിരുന്നു." അവളുടെ സ്വരം പെട്ടെന്നു വിഷാദപൂർണ്ണമായി. "അദ്ദേഹം എനിക്കാരായിരുന്നെന്ന് എനിക്ക് മാത്രമേ അറിയൂ."

ഭാഗീരഥി വ്യസനം അടക്കാൻ ക്ലേശിക്കുന്നത് അനിയൻ കണ്ടു.

"ഏട്ടന് ഒരു പെണ്ണിനോട് ഇഷ്ടം തോന്നീന്നും സ്നേഹിച്ചെന്നും കേട്ടപ്പോ, ഞങ്ങൾക്കാർക്കും അതു വിശ്വാസായില്ല." അനിയൻ പറഞ്ഞു: "പെണ്ണുങ്ങളോടു മിണ്ടേ്വാ, പെണ്ണുങ്ങളുടെ മുഖത്തു നോക്കേ്വാ ചെയ്തിട്ടില്ലാത്ത ആളാ! മുത്തശ്ശി വേളീടെ കാര്യം പറയുമ്പോൾ ഏട്ടന്റെ മുഖം ചുവക്കും, നാണംകൊണ്ട്, അങ്ങനെ ഒരു പ്രകൃതായിരുന്നു ഏട്ടന്റെ. എന്നിട്ട്.."

"അതെനിക്കും തോന്നീട്ടൊണ്ട് അങ്ങനെ." ഭാഗീരഥി പറഞ്ഞു. "എന്നോട് ഒരിക്കൽ ഏട്ടൻ പറഞ്ഞു, വളരെ നാൾ ഉറങ്ങിക്കിടന്നിരുന്ന ഒരാൾ പെട്ടെന്നു കണ്ണുതുറന്നു പ്രപഞ്ചത്തിന്റെ സൗന്ദര്യം മുഴുവൻ കാണുന്നതുപോലെയാണെന്ന്."

"അതൊക്കെ ഏട്ടൻ എഴുതിയിരുന്നു." അനിയൻ പറഞ്ഞു. "അന്നൊക്കെ ഞങ്ങളോർത്തത്.."

"ഏതോ ഒരുത്തി ഏട്ടനെ വശീകരിച്ചെടുത്തെന്നായിരിക്കും, അല്ലേ? അങ്ങനെ തോന്നിയാലും തെറ്റൊന്നൂല്യാ. ആ സ്നേഹത്തിനുവേണ്ടി എന്തു ചീത്തപ്പേരും കേൾക്കാൻ ഞാനൊരുക്കമായിരുന്നു. ദൈവം എനിക്കൊരു അനുഗ്രഹം തന്നതുപോലെയായിരുന്നു ആ സ്നേഹം."

അവളുടെ ഓരോ വാക്കിലും ഹൃദയത്തിന്റെ സ്പർശമുണ്ടായിരുന്നു. അവളുടെ ഓരോ വാക്കും അനിയന്റെ ഹൃദയത്തിൽ കൊണ്ടു. നിർഭാഗ്യങ്ങൾ നിറഞ്ഞ തന്റെ ജീവിതത്തെക്കുറിച്ചു പറയുമ്പോൾ വ്യാകുലമായ ഒരു തേജസ്സ് അവൾക്കു ചുറ്റുമുണ്ടെന്ന് അനിയനു തോന്നി. അവൾ നെടുവീർപ്പിട്ടു. എന്തോ തീക്ഷ്ണമായ ദുഃഖം ഹൃദയത്തിൽ വിങ്ങുന്നതിന്റെ ജ്വാല മുഖത്തു കണ്ടു.

പിന്നെ ആത്മഗതംപോലെ അവൾ പറഞ്ഞു: "ഓർക്കുമ്പോൾ സഹിക്കാൻ കഴിയുന്നില്ല. ഒരിക്കൽ അദ്ദേഹം പറഞ്ഞു- നമ്മൾ കണ്ടുമുട്ടിയില്ലായിരുന്നുവെങ്കിൽ നമ്മുടെ ജീവിതം വ്യർത്ഥവും സുന്ദരമായ ഈ പ്രപഞ്ചം നമുക്ക് അജ്ഞാതവുമായിരുന്നേനെ എന്ന്."

ദുഃഖംകൊണ്ട് ഇളകിമറിയുന്ന കടൽക്കരയിൽ ഒരേകാന്തമായ നിഴൽപോലെയായിരുന്നു അവൾ അപ്പോൾ.

"എന്റെ ഭാഗ്യദോഷം!" അവളുടെ ശബ്ദം ഇടറി: "എനിക്ക് ആ സ്നേഹം ദീർഘനാൾ അനുഭവിക്കാനൊത്തില്ല."

"ഏട്ടന്റെ ദുർമ്മരണത്തെക്കുറിച്ചല്ലേ?" അനിയൻ ചോദിച്ചു. "അത്രമേൽ സ്നേഹിക്കുന്ന ഒരാളിനെ എങ്ങനെ മരണം തീണ്ടി?"

"എനിക്കറിയില്ല. എന്റെ ഭാഗ്യദോഷം! അല്ലാതെ ഞാനെന്താ പറയേണ്ടത്? സ്നേഹിച്ച പുരുഷന്റെ മരണം നിസ്സഹായയായി നോക്കിനില്ക്കേണ്ട ദുർവ്വിധിയായിരുന്നു എന്റെ!"

ഭാഗീരഥിയുടെ കണ്ണുകൾ നിറഞ്ഞൊഴുകി. സങ്കടം കൊണ്ട് അവൾ വിങ്ങിപ്പൊട്ടി. എന്തെങ്കിലും പറഞ്ഞ് അവളെ ആശ്വസിപ്പിക്കണമെന്ന് അനിയനു തോന്നി.

"മരണത്തെക്കുറിച്ചു പറയാൻ ആർക്കും സാദ്ധ്യമല്ല." അനിയൻ അവളെ സാന്ത്വനിപ്പിച്ചു. "ഓർക്കാപ്പുറത്ത് നിശ്ശബ്ദമായ കാലടിവെപ്പുകളോടെ കടന്നുവന്ന് അത് കാലപാശം എറിയുന്നു. ഒരിക്കൽ മരണത്തെക്കുറിച്ച് കൃഷ്ണേട്ടൻ പറഞ്ഞത് ഞാനോർക്കുന്നു."

ചുവന്നുകലങ്ങിയ കണ്ണുകളോടെ അവൾ അനിയനെ നോക്കി.

"ഇനി അതുമിതും ഓർത്ത് മനസ്സ് വിഷമിപ്പിക്കണ്ടാ." അനിയൻ പറഞ്ഞു: "സംഭവിക്കാനുള്ളതു സംഭവിച്ചു."

"നിങ്ങൾക്കു തോന്നും, ഇവിടെയായിരുന്നെങ്കിൽ അദ്ദേഹത്തിനിങ്ങനെ സംഭവിക്കില്ലായിരുന്നെന്ന്." അവൾ ചോദിച്ചു: "നിങ്ങൾക്കെന്നോടു പകയുണ്ടോ?"

"ഉണ്ടായിരുന്നു." അനിയൻ പറഞ്ഞു. "കാണുന്നതിനു മുമ്പ്."

ഒരു നിമിഷം അവർ അന്യോന്യം നോക്കിനിന്നു. പിന്നെ അനിയൻ പറഞ്ഞു.

"കൃഷ്ണേട്ടന്റെ മരണത്തിന് എന്തോ ഒരു നിഗൂഢതയുണ്ടെന്നു ഞാൻ സംശയിച്ചിരുന്നു. ഞാൻ മാത്രമല്ല; ഞങ്ങളെല്ലാവരും."

അപ്പോൾ അവളുടെ മുഖത്തു മങ്ങിയ നിലാവുപോലെ ഒരുചിരി തെളിഞ്ഞു. ആ നിമിഷംവരെ ഇല്ലാത്ത ഒരാകർഷണം അപ്പോൾ അവളിൽ കണ്ടു. അവൾ കോണിപ്പടി കേറി മുകളിലേക്കു പോകുന്നത് അനിയൻ നോക്കിനിന്നു.

ഏതാനും ദിവസങ്ങൾക്കുള്ളിൽ ആ ഇല്ലത്തെ ഒരാളെപ്പോലെയായിത്തീർന്നു ഭാഗീരഥി. അടിച്ചുതളിക്കാരി പെണ്ണുങ്ങളും അച്ചുതൻനായരും പുറത്തെ ജോലിക്കാരും എല്ലാം അവളോട് എന്തെന്നില്ലാത്ത സ്നേഹം കാട്ടി. എപ്പോഴും പിറുപിറുത്തുകൊണ്ടും ഇടയ്ക്കിടയ്ക്ക് നമഃശിവായ ജപിച്ചുകൊണ്ടും നടന്നിരുന്ന മുത്തശ്ശി ഇപ്പോൾ ആളാകെ മാറിയിരിക്കുന്നു. മുത്തശ്ശിക്ക് സന്തോഷമായി.

അടിച്ചുതളിക്കാരി പെണ്ണുങ്ങളിലാരോ മുത്തശ്ശിയോടു പറഞ്ഞു:

"പുറത്തൊക്കെ ആളോള് പറയണതു കേട്ടു, അതിന്റെ ജാതകം ശ്ശി മോശാന്ന്. അഷ്ടമത്തിൽ ചൊവ്വയാണത്രേ! താലി കെട്ടിയ പുരുഷനു ദുർമ്മരണംന്നാ വിധി. അനുഭവം വച്ചു നോക്കുമ്പോ ശരിയല്ലേ?"

"ഇതൊക്കെ ആരാ പറഞ്ഞത്?" മുത്തശ്ശി ശുണ്ഠിയെടുത്തു. "ജാതകത്തിന്റെ ദോഷം കൊണ്ടാണോ ഓരോരുത്തർക്ക് ഓരോന്നു സംഭവിക്കണെത്? എന്റെ ഏടത്തിക്ക് അഷ്ടമത്തിൽ ചൊവ്വായുടെ ദോഷമുണ്ടായിരുന്നു. ന്റ്ട് ഏട്ടൻ മരിച്ചത് എത്രാം വയസ്സിലാന്നറിയ്യോ? തൊണ്ണൂറ്റിമൂന്നില്. എട്ടത്തിയുടെ മരണം കഴിഞ്ഞ് ഏഴു കൊല്ലം കൂടി കഴിഞ്ഞിട്ട്."

അഷ്ടമത്തിൽ ചൊവ്വായുടെ ദോഷം പറഞ്ഞുകൊണ്ടുവന്ന അടിച്ചുതളിക്കാരി ഒന്നും മിണ്ടാനില്ലാതെ നിന്നു. അപ്പോൾ മുത്തശ്ശി ചോദിച്ചു: "ഒക്കെ തെകഞ്ഞിട്ട് എവിടെ കിട്ടാനാ ഒരാളെ?"

പിറ്റേ തിങ്കളാഴ്ച അമ്പലത്തിൽ കൊടികേറി. കൃഷ്ണേട്ടൻ മരിച്ചിട്ട് അധികമായിട്ടില്ലാത്തതുകൊണ്ട് ഇക്കൊല്ലം ഉത്സവം വേണ്ടെന്നായിരുന്നു അനിയൻ വിചാരിച്ചത്. കൃഷ്ണേട്ടന്റെ മരണം കൊണ്ടുണ്ടായ സങ്കടം ഇതുവരെ തീർന്നിട്ടില്ല. അതിനിടയ്ക്ക് അമ്പലത്തിന്റെ ഉത്സവം ആഘോഷിക്കുന്നത് അത്ര ഭംഗിയായിരിക്കുമോ? അഥവാ ഉത്സവം വേണമെന്നുണ്ടെങ്കിൽത്തന്നെ പേരിനുപോരേ?

"അമ്പലത്തിലെ ഉത്സവം ഇതുവരെ മുടക്കീട്ടില്യാ." മുത്തശ്ശി പറഞ്ഞു. "ഉത്സവം മുടക്കണത് തേവർക്കിഷ്ടാവ്വോ?"

അമ്പലത്തിൽ കൊടികയറി. കൊടിയേറ്റം കാണാൻ ഭാഗീരഥിയും പോയി. അന്നുരാവിലെ അമ്പലത്തിൽ വിശേഷാൽ പൂജയും ശീവേലിയുമുണ്ടായിരുന്നു. ചുറ്റമ്പലത്തിനു വലത്തുവയ്ക്കുമ്പോൾ മതിൽക്കെട്ടിനകത്തു കൂടി നിന്നവരുടെ കണ്ണുകൾ ഭാഗീരഥിയുടെമേൽ വീണു.

ചുറ്റമ്പലത്തിനു വലംവച്ച് അവൾ ശ്രീകോവിലിനു മുമ്പിലെ കൽവിളക്കിനരികിൽ ചെന്നുനിന്നു. സോപാനത്തിങ്കൽനിന്ന് ഇടയ്ക്ക കൊട്ടിപ്പാടുന്ന മാരാർ അവളെ ബഹുമാനത്തോടെ നോക്കി. അയാളുടെ മങ്ങിയ കണ്ണുകളിൽ ഒരു തിളക്കമുണ്ടായിരുന്നു. തൊഴുതിറങ്ങിപ്പോകുന്ന ആളുകൾ അവളെ തിരിഞ്ഞു നോക്കി. മണ്ഡപത്തിന്റെ നിഴലിൽ ഒതുങ്ങി നിന്ന് അവൾ ഒരു കൊച്ചുകുട്ടിയുടെ കൗതുകത്തോടെ പൂക്കളും കുരുത്തോലകളും കൊണ്ടലങ്കരിച്ച അമ്പലം കണ്ടു. മതിൽക്കെട്ടിനു പുറത്ത് കാറ്റത്തുലയുന്ന കൊമ്പുകളോടെ ഇളവെയിൽകൊണ്ടു നില്ക്കുന്ന ആൽമരത്തിന്റെ ചുവട്ടിൽ മഞ്ഞൾക്കുറി അണിഞ്ഞ നാഗത്താന്മാരെ കണ്ടു.

നടയിറങ്ങി പോരുമ്പോൾ പാലമരം ചൂണ്ടി അവൾ ചോദിച്ചു: "പാലമരച്ചോട്ടിലെ യക്ഷിക്ക് ഒന്നും വേണ്ടേ ഉത്സവത്തിന്?"

നടയിറങ്ങുന്നതിനിടയിൽ അനിയൻ പറഞ്ഞു. "അതിന്നലെ കഴിഞ്ഞു. വിളക്കും കുരുതീം അമ്പലത്തിൽ കൊടികേറണേനുമുമ്പു യക്ഷിക്കു കൊടുത്തില്ലെങ്കിൽ എല്ലാം അശുദ്ധമാക്കും."

"ആര്, യക്ഷിയോ?"

"ഉം, അങ്ങനെയാ വിശ്വാസം."

കൊടിയേറ്റത്തിന്റെ അന്ന് ഉത്സവം പേരിനേ ഉള്ളൂ. ദീപാരാധന കഴിഞ്ഞ് തായമ്പക കാണും. പിന്നെ ഓട്ടൻതുള്ളലോ മോഹിനിയാട്ടമോ എന്തെങ്കിലും.

സന്ധ്യക്കു മുത്തശ്ശി ചോദിച്ചു: "ഉത്സവം കാണാൻ പോണംന്നുണ്ടോ ഭാഗിക്ക്?"

അവൾ ഒന്നും മിണ്ടാതെ ചിരിച്ചു.

"ഇവിടന്ന് പോവാറില്യാ ഉത്സവത്തിന്." മുത്തശ്ശി പറഞ്ഞു. "ഭാഗിക്ക് പോണംന്ന്ച്ചാ പോകാം. വിരോധം ല്യാ."

അവൾ വേണ്ടെന്നു തലയനക്കി. സന്ധ്യക്ക് അമ്പലത്തിൽ നിന്നു തകർപ്പൻ തായമ്പക കേട്ടു. ഗ്രാമത്തിനു മുകളിൽ അതിന്റെ മുഴക്കങ്ങൾ പ്രതിദ്ധ്വനിയുണ്ടാക്കി.

"ദീപാരാധന കഴിയുമ്പോഴേക്കും അമ്പലത്തിലെ പരിപാടി തീരും."

മുത്തശ്ശി പറഞ്ഞു: "ഇന്ന് അത്രയൊക്ക്യേ ഉള്ളൂ."

തായമ്പക കഴിഞ്ഞപ്പോഴേക്കും ഗ്രാമം നിശ്ശബ്ദമായി. ഒരു സ്വപ്ന മൂർച്ഛയിലെന്നപോലെ ഗ്രാമം നിലാവിൽ മുങ്ങിക്കിടന്നു. ദിവ്യയും അലൗകികവുമായ നിശ്ശബ്ദതയുടെ സംഗീതത്തിൽ ആകാശവും ഭൂമിയും മുഴുകിക്കിടന്നു.

അപ്പോൾ അകലെ കിഴക്കൻ മലഞ്ചെരുവുകളിലെ കാടുകളിൽനിന്ന് അനിയൻ ആ പാട്ടുകേട്ടു. ആത്മാവിൽ വന്നലയ്ക്കുന്ന സംഗീതം. വാക്കുകൾ വ്യക്തമല്ല. മനസ്സിനെ മോഹിപ്പിക്കുന്ന ഒരു ഈണം. നിലാവുപോലെ, പൂവിന്റെ സൗരഭ്യംപോലെ, അത് ആത്മാവിൽ വന്നുനിറയുന്നു. അനിയൻ ഓർത്തു. നിശ്ശബ്ദതയുടെ സംഗീതം പോലെയാണത്. എന്തോ ഒരു നിഗൂഢതയുണ്ടതിന്. ഇതിനെ ഹൃദയത്തെ ഇളക്കിമറിക്കുന്ന സംഗീതമെന്നാണ് കൃഷ്ണേട്ടൻ പറഞ്ഞത്. നിശ്ശബ്ദതയുടെ സ്മൃതിഗോപുരങ്ങളിൽ മുഴങ്ങുന്ന ഏതോ ദിവ്യസംഗീതം. സമയകാലങ്ങൾക്കൊക്കെ അക്കരെനിന്ന് അതു കേൾക്കുന്നു.

വിദൂരതയിൽനിന്നു കേൾക്കുന്ന ആ സംഗീതത്തിനു കാതോർത്ത് അതിൽ മുഴുകിനിന്ന അനിയൻ പെട്ടെന്നെന്തോ ഓർത്ത് ധൃതിയിൽ കോണിപ്പടികൾ കേറി ഭാഗീരഥിയുടെ വാതില്ക്കൽ ചെന്നു മുട്ടി. അവൾ കതകുതുറന്നു.

അനിയൻ ദൂരേക്കു കൈ ചൂണ്ടി ചോദിച്ചു. "അകലേന്ന് ഒരു സംഗീതം കേട്ടോ?"

അവൾ ഒരു നിമിഷം കാതോർത്തുനിന്നു:

"ഇല്ല. ഞാനൊന്നും കേൾക്കുന്നില്ലാ."

"ഒന്നുകൂടി ചെവിയോർക്കൂ. കിഴക്കൻകാടുകളിൽ എവിടെയോ നിന്ന് ഒരു സംഗീതം കേൾക്കുന്നുണ്ട്."

അവൾ അനിയനെ നോക്കി ചിരിച്ചു. "അനിയനു വെറുതെ തോന്നണതാ. ഞാനൊന്നും കേൾക്കണില്ലാ."

ഒരു സ്വപ്നത്തിലെന്നപോലെ അനിയൻ പറഞ്ഞു:

"ഒരിക്കൽ ഈ സംഗീതം കൃഷ്ണേട്ടൻ കേട്ടിരുന്നു."

ഒരു മന്ത്രമുഗ്ദ്ധനെപ്പോലെ അനിയൻ പിന്നെയും അകലെനിന്നു കേൾക്കുന്ന സംഗീതത്തിനു കാതോർത്തുനിന്നു.

പതിമൂന്ന്

പടികടന്ന് മരക്കൂട്ടങ്ങളുടെ നിഴലിലൂടെ നടന്ന് ഇടിഞ്ഞുപൊളിഞ്ഞ പടിക്കെട്ടുകൾ കേറി അനിയൻ അമ്മാത്തേക്കുചെന്നു. മുൻവശത്ത് ആരേയും കണ്ടില്ല. ഇറയത്തെ തൂണിൽ പിടിച്ചുകൊണ്ട് അനിയൻ സംശയിച്ചു നിന്നു. ഇറയത്തിന്റെ മൂലയിൽ ഉറങ്ങിക്കിടന്ന കുറുഞ്ഞിപ്പൂച്ച മുഖമുയർത്തി അനിയനെ നോക്കി. "അമ്മായീ" എന്നുവിളിച്ചുകൊണ്ട് അനിയൻ അകത്തേക്കു കടക്കാൻ തുടങ്ങുമ്പോൾ തെക്കെ മുറ്റത്തുകൂടി നടന്നുവരുന്ന അമ്മിണിക്കുട്ടിയെ കണ്ടു. അവൾ പുഴയിൽനിന്ന് കുളികഴിഞ്ഞ് വരുന്ന വഴിയാണ്; ഈറനോടെ. അവളുടെ കൈത്തണ്ടയിൽ നനച്ചുപിഴിഞ്ഞ തുണികൾ. മരക്കൊമ്പുകൾക്കിടയിലൂടെ മുറ്റത്തേക്കുചാഞ്ഞുവീഴുന്ന ഇളംവെയിലിൽ നില്ക്കുമ്പോൾ പ്രഭാതത്തിൽ വിടർന്ന ഒരു പനിനീർപ്പൂവിന്റെ ഭംഗിയുണ്ട് അവൾക്ക്.

അകത്തേക്കു കടക്കാൻ തുടങ്ങിയ അനിയൻ അവളുടെ നേരെ തിരിഞ്ഞുനിന്നു.

"ഞാനോർത്തല്ലോ ഇതാരാണെന്ന്!" അമ്മിണിക്കുട്ടി കൃത്രിമമായ പരിഭവത്തോടെ പറഞ്ഞു: "അമ്മായിയെ കാണാഞ്ഞിട്ട് വിഷമിച്ചു വന്ന ഒരാള്!"

അമ്മിണിക്കുട്ടിയുടെ നില്പു കണ്ടപ്പോഴേ അനിയന് മനസ്സിലായി അവൾ പിണങ്ങിയാണെന്ന്. ഒരാഴ്ചയായി അമ്മാത്തേക്കു വന്നിട്ട്. കാത്തിരുന്ന് മടുത്തതിന്റെ പരിഭവമാണ് അവൾക്ക്.

"അപ്പോഴേക്കും പിണങ്ങി." അനിയൻ ഒരു മന്ദസ്മിതത്തോടെ പറഞ്ഞു. "ഈ പെണ്ണിന്റെ ഒരു സ്വഭാവം! ഇത്തിരിയെങ്കിലും ഒഴിവുണ്ടായിട്ടു വേണ്ടേ വരാൻ!"

“അതിനിപ്പോ ഇവിടെ ആർക്കാ സങ്കടം?” അവൾ മുറ്റത്തെ അഴയിൽ നനച്ചു പിഴിഞ്ഞ തുണികൾ വിടർത്തിയിടാൻ തുടങ്ങി. “തെരക്കൊക്കെ കഴിഞ്ഞിട്ട് വന്നാൽ മതിയായിരുന്നില്ലേ?”

“എന്റെ പൊന്നുമോള് അകത്തേക്കു വാ.” അനിയൻ പറഞ്ഞു. “അന്നേരം പറയാം. ആരാ ഇവിടെ സങ്കടപ്പെട്ടിരുന്നേന്ന്.”

അനിയൻ അകത്തേക്കു ചെന്നു; ഇടനാഴിക്കപ്പുറത്ത് അമ്മായി കിടക്കുന്ന മുറിയിലേക്ക്. നരച്ച മുടി കോതിക്കെട്ടിക്കൊണ്ടിരുന്ന അമ്മായി മുഖം തിരിച്ച് അനിയന്റെ നേരെ നോക്കി.

“അനിയനോ! ഞാനിപ്പോ ഓർത്തേയുള്ളൂ എന്താ അനിയനെ കാണാത്തേന്ന്.”

“ഇല്ലത്തു ഏറെ തെരക്കൊണ്ടായിരുന്നു. അതുകാരണം എങ്ങോട്ടും ഇറങ്ങാൻ പറ്റിയില്ല.”

അനിയൻ അമ്മായിയുടെ അടുക്കൽ ചെന്നുനിന്നു.

“അനിയൻ ഇരിക്ക്.” പിന്നെ അമ്മാവനെ ഉദ്ദേശിച്ച് അമ്മായി പറഞ്ഞു: “രാവിലെ പൊറത്തേക്കിറങ്ങി. എവിടെപ്പോയതാന്ന് ആർക്കാ നിശ്ച്യം? വഴീലെങ്ങും കണ്ടില്യാ അല്ലേ?”

“ഇല്യാ.”

“അക്കരയ്ക്കെങ്ങാനും പോയിട്ടുണ്ടാവും. ആരെയോ കാണാൻ ണ്ടെന്ന് പറയണ കേട്ടു.”

അനിയൻ അമ്മായിയുടെ അടുത്തിരുന്നു.

“ഇപ്പോ എങ്ങനെയുണ്ട് അമ്മായിക്ക്?”

“എന്തു പറയാനാ എന്റെ കുട്ടീ? എനിക്കു തോന്നണില്യാ. ഇനി ഞാൻ പണ്ടത്തെപ്പോലെ എഴുന്നേറ്റ് നടക്കൂന്ന്.”

“ഇതാരു പറഞ്ഞു അമ്മായിയോട്?” അനിയൻ അമ്മായിയുടെ നേരെ മിഴിച്ചു നോക്കി. “അമ്മായിക്കിപ്പോൾ വളരെ ഭേദമുണ്ട്.”

അവർ നെടുവീർപ്പിട്ടു.

അപ്പോഴേക്കും അമ്മിണിക്കുട്ടി വാതില്ക്കൽ വന്നു. അനിയന്റെ നേരെ നോക്കാതെ അവൽ കതകും ചാരി മുഖം വീർപ്പിച്ചു നിന്നു.

ഒരു നിമിഷത്തെ മൗനത്തിനുശേഷം അമ്മിണിക്കുട്ടി ആരോടെന്നില്ലാതെ പറഞ്ഞു: “അപ്രത്തേക്കു വന്നാ ചായ തരാം.”

ആരോടെന്നില്ലാത്തമട്ടിൽത്തന്നെ അനിയനും പറഞ്ഞു. “അങ്ങനെ ചായയ്ക്കു കൊതിച്ചു നടക്കണ ആളൊന്നുമല്ല.”

കെറുവോടെ മുഖം തിരിച്ച് അനിയനെ ഒന്നു നോക്കിയതിനുശേഷം അമ്മിണിക്കുട്ടി അപ്പുറത്തേക്കു പോയി.

അപ്പോൾ അനിയനു ചിരിവന്നു.

“അനിയൻ അപ്പുറത്തേക്കു ചെല്ല്.” അമ്മിണിക്കുട്ടിയുടെ അമ്മ പറഞ്ഞു. “ആ പെണ്ണ് ചായ ഉണ്ടാക്കിവെച്ചു കാണും.”

അനിയൻ എഴുന്നേറ്റ് അപ്പുറത്തേക്കു പോകുന്നതിനിടയിൽ അമ്മിണിക്കുട്ടിയുടെ അമ്മ ചോദിച്ചു. "ഭഗീരഥി വന്നൂന്നു കേട്ടു. ഇല്ലത്തുണ്ടോ? അതോ പോയോ."

"പോയിട്ടില്യാ." വാതില്ക്കൽ തിരിഞ്ഞുനിന്ന് അനിയൻ പറഞ്ഞു: "ഇല്ലത്തുണ്ട്."

അനിയൻ അടുക്കളഭാഗത്തേക്ക് ചെന്നപ്പോൾ അകത്ത് അമ്മിണിക്കുട്ടി ഗ്ലാസിൽ ചായ പകരുകയായിരുന്നു. അനിയൻ പുറത്ത് വാതിലിന്മേൽ കൈയൂന്നി നിന്നു. അമ്മിണിക്കുട്ടി അനിയന്റെ അടുത്തുവന്ന് ചായ നീട്ടിപ്പിടിച്ചുകൊണ്ടു നിന്നു.

അപ്പോൾ അനിയൻ ചോദിച്ചു.

"നീ പിണങ്ങി, അല്ലേ? എനിക്കിങ്ങോട്ടു വരാൻ നേരം കിട്ടിയില്ല. അതാ."

"അത്രയ്ക്കൊക്ക്യേ ഉള്ളൂ അനിയേട്ടന്." അവൾ പിണക്കത്തോടെ പറഞ്ഞു.

"എനിക്കറിയാം."

"നിനക്കെന്തറിയാംമെന്നാ? എന്തെങ്കിലും നിസ്സാരകാര്യം മതി, അമ്മിണിക്കുട്ടിക്കു പിണങ്ങാൻ."

"ഞാൻ പിണങ്ങീന്നോർത്ത് ആർക്കാ നഷ്ടം? എന്റെ പിണക്കത്തിനും സങ്കടത്തിനും എന്തെങ്കിലും വിലയുണ്ടോ?"

"മണ്ണാങ്കട്ട! ഞാൻ വന്നതേ, ഈ ദുർമ്മുഖം കാണാനല്ല. അറിയ്യോ?"

അനിയൻ അവളുടെ കൈയിൽനിന്നു ചായ വാങ്ങിച്ച് അത് ധൃതിയിൽ ഒന്നു മൊത്തി.

"അമ്മിണിക്കുട്ടി കാത്തിരിക്കുമെന്ന് ഓർക്കാഞ്ഞിട്ടല്ല." അനിയൻ അവളുടെ കണ്ണുകളിലേക്ക് നോക്കി: "നിനക്കറിയ്യോ. ഈ ദിവസങ്ങളിൽ എന്റെ ഹൃദയത്തിൽ കിടന്ന് തീ കത്തുകയായിരുന്നു. അതു വല്ലതും നീയറിയുന്നുണ്ടോ!"

"വരും വരുംന്നോർത്ത് എത്ര ദിവസാ നോക്കിയിരിക്കണത്!" അവൾ സങ്കടം കാണിച്ചു. "മനുഷ്യനെ കയറുകൂടാതെ കെട്ടിയിടുന്നതിനു തുല്യാണിത്. എനിക്കറിയാം, എന്താ വരാഞ്ഞേന്ന്."

"ഉം, എന്താ?"

"കുറേ നാളായി അനിയേട്ടന്റെ മനസ്സ് നേരെയല്ല."

"അതെ. അതുതന്നെയാണ് ഞാൻ പറഞ്ഞത്. എത്ര പറഞ്ഞാലും നിനക്കതു മനസ്സിലാവില്യാ. കാലിന്നടിയിലെ മണ്ണ് നീങ്ങിപ്പോകുന്ന ഒരാളുടെ വിഷമം നിനക്കറിയ്യോ?"

ശബ്ദം മയപ്പെടുത്തി അവൾ ചോദിച്ചു: "ഭാഗിയേട്ടത്തിയുമായി വല്ല എടച്ചിലുമുണ്ടായോ?"

ഇല്ലെന്ന് അനിയൻ തലയനക്കി.

"ഞാൻ ഒന്നും ചോദിച്ചില്ലവരോട്."

അവൾ ഗൂഢാർത്ഥത്തിൽ മൂളി.

"ഇല്ലത്തെല്ലാർക്കും ഭാഗിയേട്ടത്തീന്ന് വെച്ചാ ജീവനാണെന്നു കേട്ടു."

അനിയൻ ഒന്നുംമിണ്ടാതെ അവളുടെ കണ്ണുകളുടെ ആഴങ്ങളിലേക്കു നോക്കി.

"ഭാഗിയേടത്തി സുന്ദരിയാണല്ലേ?" അമ്മിണിക്കുട്ടി ചോദിച്ചു: "കണ്ടാൽ തോന്നും വല്ല ദേവിയോ യക്ഷിയോ ആണെന്ന്. അത്ര ഭംഗി! അമ്പലത്തിൽവച്ചു കണ്ടപ്പോൾ ഞാനതിശയിച്ചുപോയി."

"എന്തു കണ്ടാലാ നീ അതിശയിക്കാത്തെ? നിന്റെ സ്വഭാവം അതല്ലേ?"

"വെറുതെയാണോ കൃഷ്ണേട്ടൻ ഇഷ്ട്പ്പെടുവേം സ്നേഹിക്കുവേം ചെയ്തത്? കണ്ടോരൊക്കെ പറഞ്ഞു, ഇത്രേം ഭംഗിയുള്ള ഒരു പെണ്ണിനെ എവിടേം കണ്ടിട്ടില്ലെന്ന്. പൊന്നുകൊണ്ടുള്ള ഒരു വിഗ്രഹംന്നേ തോന്നൊള്ളൂ. അല്ലേ?"

"ആ, എനിക്കറിയില്യാ."

"അനിയേട്ടന്റെ മനസ്സിൽ വേറെന്തോ ഉണ്ട്. ഭാഗിയേടത്തി വന്നത് ഇഷ്ടായില്ലല്ലേ, അനിയേട്ടന്?"

"എന്നാരു പറഞ്ഞു, നിന്നോട്?'

"അല്ലെങ്കിൽ പിന്നെ എന്തിനാ അനിയേട്ടനിങ്ങനെ വിഷമിക്കുന്നത്? അനിയേട്ടന് ഇല്ലത്തൂന്ന് ഇറങ്ങിപ്പോരേണ്ടിവരുംന്നോർത്താണോ?"

"ഞാൻ വന്നത് ഇത്തരം കാര്യങ്ങൾ പറയാനല്ല."

അമ്മിണിക്കുട്ടി ഗൂഢാർത്ഥത്തിലുള്ള ഒരുചിരിയോടെ അനിയനെ നോക്കി.

"ഉം, എന്താ ഒരു പൊറുതികേട്?"

ഒന്നുംമിണ്ടാതെ ഒരു നിമിഷം അമ്മിണിക്കുട്ടിയുടെ നേരെ ഒന്നു നോക്കിനിന്നതിനുശേഷം അനിയൻ പറഞ്ഞു: "എനിക്ക് ഒരു പൊറുതികേടൂല്യാ. ആരു വന്നാലും പോയാലും എനിക്കെന്ത്?"

അനിയൻ തിരിഞ്ഞു നടന്നു. പിന്നിൽനിന്ന് അമ്മിണിക്കുട്ടി ചോദിച്ചു:

"അനിയേട്ടൻ പോവ്വായോ?"

"അതെ." അനിയൻ പറഞ്ഞു. "എനിക്ക് അല്പം ധൃതീണ്ട്. അമ്മാവൻ വരുമ്പോ പറയ്യോ, ഞാനന്വേഷിച്ചെന്ന്?"

അവൾ തലകുലുക്കി.

അനിയൻ അമ്മായിയോടു യാത്ര പറഞ്ഞിറങ്ങിവന്നപ്പോൾ അമ്മിണിക്കുട്ടി മുൻവശത്തു നില്പുണ്ടായിരുന്നു.

അവൾ ചോദിച്ചു: "അനിയേട്ടൻ എങ്ങോട്ടാ?"

"ഇല്ലത്തേക്ക്."

നടക്കല്ലുകൾ ഇറങ്ങുന്നതിനിടയിൽ പെട്ടെന്നെന്തോ ഓർത്തതു പറയാൻ വേണ്ടി അനിയൻ പിന്തിരിഞ്ഞു നോക്കി.

"ആ, ഒരു കാര്യം മറന്നു. അമ്മിണിക്കുട്ടിയോട് അങ്ങോട്ടൊന്നു വരാൻ പറഞ്ഞു.

"ആര്?"

"ഭാഗീരഥി."

അനിയൻ പടി കടന്ന് കാട്ടുപൊന്തകൾക്കപ്പുറത്തുള്ള ഇടവഴിയിലൂടെ നടന്നുമറയുന്നതുവരെ അമ്മിണിക്കുട്ടി നോക്കിനിന്നു.

പിറ്റേദിവസം അമ്മിണിക്കുട്ടി ഇല്ലത്തുചെന്നു. വളരെ നാളത്തെ സ്നേഹബന്ധമുണ്ടായിരുന്ന ഒരു കൂട്ടുകാരിയെ കണ്ടുമുട്ടിയ സന്തോഷമായിരുന്നു ഭാഗീരഥിക്ക്. അമ്മിണിക്കുട്ടിയെ അകത്തേക്കു കൂട്ടിക്കൊണ്ടുപോകുന്നതിനിടയിൽ ഭാഗീരഥി പറഞ്ഞു. "ഇവിടെ വന്നു കാണുന്നേനു മുമ്പും അമ്മിണിക്കുട്ടിയെ ഞാനറിയും."

അമ്മിണിക്കുട്ടിക്കതിശയം തോന്നി.

"എങ്ങനെ?"

"എല്ലാം എന്നോട് ഏട്ടൻ പറഞ്ഞിട്ടുണ്ടായിരുന്നു. അമ്മിണിക്കുട്ടി എന്താ ഇങ്ങോട്ടു വരാത്തെ?"

"എങ്ങനെ വരാനാ? അവിടെ വേറെ ആരാ ഉള്ളത്? അമ്മയ്ക്കാണെങ്കിൽ സുഖംല്യാ."

"അമ്മിണിക്കുട്ടി ഇങ്ങോട്ടു വന്നില്ലെങ്കിൽ ഞാനങ്ങോട്ടുവരണംന്നോർത്തിരിക്യായിരുന്നു."

"എന്നിട്ടെന്താ വരാത്തെ?"

"അതെങ്ങനെ! മുത്തശ്ശി എങ്ങോട്ടെങ്കിലും വിട്ടിട്ടുവേണ്ടേ? എനിക്കാണെങ്കിൽ ഈ ഗ്രാമം മുഴുവൻ നടന്നു കാണണംന്നുണ്ട്. കണ്ടിട്ടും കണ്ടിട്ടും കൊതി തീരുന്നില്ല. ഇത്രേം ഭംഗിയുള്ള ഒരു ഗ്രാമം ഞാനിതിനു മുമ്പു കണ്ടിട്ടില്ലാ."

"അത് ഏടത്തി ആദ്യായിട്ട് കാണണതുകൊണ്ടായിരിക്കും. ഞങ്ങള് നോക്കുമ്പോ എത്ര ഭംഗിയൊന്നൂല്യാ. ജനിച്ചപ്പോതൊട്ട് കാണണതല്ലേ!"

"ദൂരെ നഗരത്തീന്നു വരുന്നോർക്കേ ഈ ഗ്രാമത്തിന്റെ ഭംഗി അറിയൊള്ളൂ. പാടോം പുഴേം അമ്പലോം മലകളും കാടുകളും- എന്റീശ്വരാ എനിക്കെന്തിഷ്ടായീന്നോ!"

ഒരു ഗൃഹനായികയെപ്പോലെ ഭാഗീരഥി അന്ന് അമ്മിണിക്കുട്ടിയെ സൽക്കരിച്ചു. ഉറങ്ങിക്കിടന്ന ആ വീട് ഭാഗീരഥിയുടെ സാന്നിദ്ധ്യംകൊണ്ട് ഉണർന്നത് അമ്മിണിക്കുട്ടി കണ്ടു. മുത്തശ്ശിക്കും അടിച്ചുതളിക്കുന്ന പെണ്ണുങ്ങൾക്കും പുറത്തെ പണിക്കാർക്കുമൊക്കെ പണ്ടെങ്ങുമില്ലാത്ത സന്തോഷം. ഇപ്പോൾ വീടിന്റെ ഉടമസ്ഥ ഭാഗീരഥിയാണെന്നേ തോന്നൂ. ഓരോരുത്തരും അവളുടെ കല്പന കേൾക്കാൻ കാത്തുനില്ക്കുന്നു. സക

ലതിനും മീതെ അവിടെ ഭാഗീരഥിയുടെ വ്യക്തിത്വം വെട്ടിത്തിളങ്ങുന്നു. ഇതിനുമുമ്പ് ഒച്ചയും അനക്കവുമില്ലാതെ ഇല്ലം എപ്പോഴും നിശ്ശബ്ദമായിരുന്നു. ആൾപ്പാർപ്പില്ലാതെ പൂട്ടിക്കിടക്കുന്ന ഒരു ഒഴിഞ്ഞ വീടുപോലെയായിരുന്നു. ഇപ്പോൾ അവിടെ ജീവിതം പെട്ടെന്നു തളിർത്തു.

അയൽവക്കത്തെ വീടുകളിൽനിന്ന് ഓരോദിവസവും ഭാഗീരഥിയെ കാണാൻ സ്ത്രീകൾ വന്നുകൊണ്ടിരുന്നു. അവരൊക്കെ ഇല്ലത്തെ ആത്തേമ്മാരോടെന്നതുപോലെ ഭാഗീരഥിയോടു സ്നേഹവും ബഹുമാനവും കാണിച്ചു.

പിന്നെ. ഒരുദിവസം ഭാഗീരഥി അനിയനോടു ചോദിച്ചു. "അനിയനെന്താ ഒരു മൗനം? എന്താ ഒന്നും മിണ്ടാത്തെ? വരുന്നോരൊക്കെ ചോദിക്കുന്നു. ഉണ്ണിത്തമ്പുരാനെ പുറത്തേക്കെങ്ങും കാണാനില്ലല്ലോന്ന്."

"എനിക്കങ്ങനെ ആളുകളുടെ ഇടയിൽ ചെന്നുപെടുന്നത് ഇഷ്ടമല്ല." അനിയൻ പറഞ്ഞു: "ഇവിടെ ആദ്യമായിട്ടാണ് ഇങ്ങനെ ആളുകൾ വരുന്നത്. എപ്പോഴും ഒറ്റയ്ക്കാവുന്നതാണ് എനിക്കിഷ്ടം."

"നിങ്ങൾക്കൊക്കെ അങ്ങനെ ജീവിച്ചു ശീലമായിപ്പോയി." ഒരു കുസൃതിച്ചിരിയോടെ ഭാഗീരഥി പറഞ്ഞു. "മനുഷ്യനങ്ങനെ ഏകാകിയായിത്തീരുന്നതു നല്ലതല്ല."

"അതു തനിച്ചാകുന്നതിന്റെ സുഖം അറിയാഞ്ഞിട്ടാണ്." അനിയൻ പറഞ്ഞു. "മറ്റുള്ളോർക്കിടയിൽ കഴിയുമ്പോൾ ഒരു കയത്തിൽ മുങ്ങിക്കിടക്കുമ്പോലെയാണെനിക്ക്."

"അമ്മിണിക്കുട്ടി വന്നപ്പോൾപ്പോലും അനിയൻ പുറത്തേക്കു വന്നില്ല- ആ കുട്ടിക്കെന്തു തോന്നും?"

"അവൾക്കെന്തു തോന്നാനാ? എന്നെ കാണാനല്ലല്ലോ അമ്മിണിക്കുട്ടി വന്നത്."

നിഗൂഢമായ ഒരു ചിരിയോടെ ഭാഗീരഥി അനിയനെ നോക്കി.

"എത്രയും വേഗം നിങ്ങളുടെ വിവാഹം നടത്തണം. അനിയന്റെ ഈ ഏകാന്തതയ്ക്ക് അതേ ഉള്ളൂ ഒരു ചികിത്സ. എന്നുമിങ്ങനെ ഒറ്റക്കിളിയെപ്പോലെ പറന്നുനടന്നാൽപ്പോരല്ലോ."

"വിവാഹം കഴിക്കാനോ? ഞാനങ്ങനെയൊന്നും ആലോചിച്ചിട്ടില്ല."

"പിന്നെയെന്തിനാ സ്നേഹിച്ചെ?"

"ആരു പറഞ്ഞു ഇതൊക്കെ? എനിക്കാരോടും സ്നേഹംല്യാ."

"എന്തിനാ എന്നെ ഒളിക്കണെ?" ഭാഗീരഥി ചോദിച്ചു. "എനിക്കെല്ലാമറിയാം. ഏട്ടൻ എല്ലാം പറഞ്ഞിട്ടുണ്ട് എന്നോട്."

അനിയൻ വിളറിപ്പോയി.

രഹസ്യങ്ങളുടെ കൂടാരത്തിൽനിന്ന് പൊടുന്നനെ ഒരു വെളിമ്പറമ്പിലേക്കു വലിച്ചെറിയപ്പെട്ടതുപോലെ തോന്നി അനിയന്.

"അമ്മിണിക്കുട്ടിയും എല്ലാം പറഞ്ഞു എന്നോട്. ആ കുട്ടി അനി

യനെ സ്വപ്നം കണ്ടോണ്ടല്ലേ ഇരിക്കണത്?" ഒരു കൊച്ചനിയന്റെ കാര്യങ്ങൾ നോക്കി അന്വേഷിക്കാൻ ചുമതലയുള്ള ഏടത്തിയുടെ ഗൗരവത്തോടെ ഭാഗീരഥി പറഞ്ഞു. "ഇനിയും ആ കുട്ടി എത്രനാൾ കാത്തിരിക്കണംന്നാ?"

"അടക്കിപ്പിടിച്ച അസ്വസ്ഥതയോടെ അനിയൻ ഇമപൂട്ടാതെ ഭാഗീരഥിയെ നോക്കി നിന്നു. "സ്നേഹിക്കുന്ന ഒരാളോടൊത്ത് ജീവിക്കുന്നതിന്റെ സുഖം അനിയനറിയ്യോ?"

ഭാഗീരഥി നെടുവീർപ്പിട്ടു. "ഒറ്റയ്ക്കു കഴിയുമ്പോ മനുഷ്യൻ പരുക്കനായിത്തീരും. അല്ലെങ്കിൽ വിഷാദിയായിത്തീരും. ഒരാൾ അങ്ങനെയായിത്തീരണത് നല്ലതല്ല."

അവർക്കിടയിൽ പെട്ടെന്ന് നിശ്ശബ്ദത ഘനീഭവിച്ചു.

വിജനതയിൽ ഏതോ ധ്രുവകാന്താരങ്ങൾക്കിടയിൽ അകപ്പെട്ടതുപോലെ അനിയനു തോന്നി.

ഒരു വിസ്മൃതിയിലെന്നവണ്ണം കണ്ടു കൊതി മാറാത്ത കണ്ണുകളോടെ അനിയൻ അവളെ നോക്കി.

പതിന്നാല്

അടുത്തദിവസം വെളുപ്പിനുണർന്ന് അനിയൻ നോക്കുമ്പോൾ കുളി കഴിഞ്ഞ് തെക്കിനിക്കും കളപ്പുരയ്ക്കും മദ്ധ്യേ പൂത്തുനില്ക്കുന്ന രാജമല്ലിക്കാടിന്റെ അരികിലൂടെ ഭാഗീരഥി നടന്നുവരുന്നു. കൂടെ മുത്തശ്ശിയുമുണ്ട്. എന്തു സ്നേഹം മുത്തശ്ശിക്കിപ്പോൾ ഭാഗീരഥിയോട്! ഏതുനേരവും നമശ്ശിവായ ജപിച്ചുകൊണ്ടു നടന്നിരുന്ന മുത്തശ്ശിയുടെ പ്രകൃതം പാടേ മാറിപ്പോയി. ഇരുൾ മൂടിക്കിടന്ന മുത്തശ്ശിയുടെ മനസ്സു പെട്ടെന്നു പ്രകാശപൂർണ്ണമായിത്തീർന്നിരിക്കുന്നു! എവിടെന്നോ ഒരു കുഞ്ഞാത്തോലിനെ ഇല്ലത്തേക്കു വേളികഴിച്ചു കൊണ്ടുവന്നതാണെന്നേ തോന്നുകയുള്ളൂ മുത്തശ്ശി അവളോടു കാണിക്കുന്ന സ്നേഹവും വാത്സല്യവും കാണുമ്പോൾ.

കുറേക്കഴിഞ്ഞ് അനിയൻ അടുക്കളഭാഗത്തേക്കു ചെന്നപ്പോൾ പുറംതിണ്ണയിൽ അടിച്ചുതളിക്കാരി തേച്ചുകഴുകി വച്ചിരുന്ന അഷ്ടമംഗല്യത്തിന്റെ പാത്രങ്ങൾ എടുത്തുകൊണ്ടു ഭാഗീരഥി അകത്തേക്കു വരുന്നു

"അനിയന് ബഡ്കാഫി കിട്ടിയില്ലല്ലോ?" അകത്തേക്കു കടക്കുന്നതിനിടയിൽ ഭാഗീരഥി പറഞ്ഞു. "ഇപ്പോൾ കൊണ്ടുവരാം."

കറുകയും പൂവും എടുത്തുകൊണ്ടു മുത്തശ്ശി ശ്രീലകത്തേക്കുപോകുന്നതു കണ്ടു. ഇന്നെന്താ ഇത്ര വൈകിയത്? അല്ലെങ്കിൽ ഇതിനു മുമ്പേ മുത്തശ്ശിയുടെ പൂജയും തേവാരവും കഴിയാറുള്ളതാണല്ലോ.

കട്ടൻകാപ്പിയും കൊണ്ടു പുറത്തേക്കു വന്നപ്പോൾ ഭാഗീരഥി പറഞ്ഞു. "ഇന്നു മുത്തശ്ശീടെ വ്രതം വിടലാണ്. അതിനു വേണ്ടുന്നതൊക്കെ ഒരുക്കുന്നതിന്റെ തെരക്കിനെടയ്ക്ക് അനിയനു കാപ്പി കൊണ്ടുത്തരണ കാര്യം ഓർത്തില്ല."

അനിയൻ ഒന്നും മിണ്ടാതെ കാപ്പി വാങ്ങി കൈയിൽ പിടിച്ചുകൊണ്ടു അവളെ നോക്കി.

"ഞാൻ പിന്നെ വരാം അനിയന്റെ അടുത്തേക്ക്." അവൾ ധൃതി കാണിച്ചു: "എനിക്കൊരു വിശേഷം പറയാനുണ്ട്."

അവൾ തിരിഞ്ഞു ശ്രീലകത്തിനു നേരെ നടന്നു.

അനിയൻ കുളികഴിഞ്ഞു വരുമ്പോൾ അച്ചുതൻനായർനിന്ന് ഇല്ലത്തിനു താഴത്തുള്ള കാടുകൾ വെട്ടിക്കുന്നു. അനിയൻ അടുത്തേക്കു ചെന്നപ്പോൾ അച്ചുതൻനായർ പണിക്കാരുടെ ഇടയിൽനിന്ന് ഇറങ്ങിവന്നു.

"കാടുപിടിച്ചു കിടക്കണോടൊക്കെ വെട്ടിത്തെളിക്കാൻ പറഞ്ഞു." അച്ചുതൻനായർ പറഞ്ഞു. "ഞാനും കുറേനാളു കൊണ്ടോർക്കണതാ."

കാടു വെട്ടിത്തെളിക്കാൻ തന്നോടാരാണ് കല്പിച്ചതെന്നു ചോദിക്കാൻ അനിയൻ ഓർത്തതാണ്. ചോദിക്കാതെ തന്നെ അറിയാം ആരാണ് കാടുകൾ വെട്ടിത്തെളിക്കാൻ നിർദ്ദേശിച്ചതെന്ന്.

അനിയൻ ഒന്നും മിണ്ടാതെ അമർഷത്തോടെ കുത്തുകല്ലുകൾ കേറി അകത്തേക്കു നടന്നു.

പൂജയും തേവാരവുമൊക്കെ കഴിഞ്ഞു ഭാഗീരഥി അനിയന്റെ അടുത്തേക്കു ചെന്നു. കൊലുസു കിലുങ്ങുന്ന കാലൊച്ചകൾ പൊടുന്നനെ കേൾക്കാതായപ്പോൾ അനിയൻ മുഖം തിരിച്ചുനോക്കി.

ഭാഗീരഥി വാതില്ക്കൽ നില്ക്കുന്നു.

ഒരു നിമിഷം അവിടെ നിന്നതിനുശേഷം അവൾ അകത്തേക്കു കടന്നുചെന്നു.

"അനിയൻ എവിടെയെങ്കിലും പോകുന്നുണ്ടോ?"

"ഇല്ല. എന്താ?"

"ഞാൻ നേരത്തെ പറഞ്ഞില്ലേ. എനിക്കൊരു വിശേഷം പറയാനുണ്ടെന്ന്?"

അവളുടെ മുഖത്ത് അവൾ ഹൃദയത്തിൽ ഒതുക്കിപ്പിടിച്ച എന്തിന്റെയോ തിളക്കമുണ്ടായിരുന്നു.

അവൾ പറഞ്ഞു:

"ഞാനിന്നലെ ഒരു സ്വപ്നം കണ്ടു."

വിഷാദത്തിന്റെ അഗാധനീലിമ കെട്ടിക്കിടക്കുന്ന അവളുടെ കണ്ണുകളിൽ ഏതോ ഒരു സ്വപ്നത്തിന്റെ ഭാവോന്മീലനം.

അവൾ പറഞ്ഞു:

"ഇന്നലെ രാത്രി ഞാൻ പുറത്തേക്കു നോക്കി നില്ക്കുകയായിരുന്നു. പുറത്ത് പൂപോലുള്ള നിലാവ്! അപ്പോൾ സർപ്പക്കാവിന്റെ അരികിലൂടെ ആരോ നടന്നുവരുന്നതുപോലെ തോന്നി. പാലക്കൊമ്പുകളിൽ തട്ടിവരുന്ന കാറ്റിന്റെ സുഗന്ധത്തെക്കുറിച്ചോർക്കുകയായിരുന്നു ഞാൻ. കുറേനേരം കഴിഞ്ഞപ്പോൾ കോണിപ്പടികളിൽ ആരോ മുകളിലേക്കു കേറിവരുന്നതിന്റെ ഒച്ചകേട്ടു. ഞാനോർത്തത് മുത്തശ്ശിയോ അനിയനോ ആയിരിക്കുമെന്നാണ്. പക്ഷേ, ഞാൻ മുഖം തിരിച്ചു നോക്കുമ്പോൾ അതിസു

ന്ദരിയായ ഒരു സ്ത്രീയാണ്. അരികിന് തിളങ്ങുന്ന കസവുകരകളുള്ള വെള്ളപ്പുടവ ഞൊറിഞ്ഞുടുത്ത് മുടിയിൽ പിച്ചിപ്പൂവ് ചൂടിയ ഒരു സ്ത്രീ. സ്നേഹത്തോടെ ചിരിച്ചുകൊണ്ട് ആ സ്ത്രീ എന്റെ അടുത്തേക്കുവന്നു. ഇടംകൈ എന്റെ ചുമലിൽ വച്ച് വലംകൈകൊണ്ട് എന്റെ താടിക്കു പിടിച്ചു വാത്സല്യം കാട്ടിക്കൊണ്ട് ആ സ്ത്രീ എന്നോടു പറഞ്ഞു.- ഭാഗിയെ അനുഗ്രഹിക്കാനാണ് ഞാൻ വന്നതെന്ന്! ഭാഗി വരുമെന്ന് എനിക്ക് അറിയാമായിരുന്നെന്ന്! ഇനി നീയാണ് ഈ ഇല്ലത്തെ വിളക്കെന്ന്! എനിക്ക് അത്ഭുതം തോന്നി. എങ്ങിനിന്ന് അവരെന്റെ നെറ്റിയിൽ ചുംബിച്ചു. ആളറിയാതെ നിങ്ങളാരാണെന്നു ഞാൻ ചോദിച്ചു. ഞാൻ നിങ്ങളെ എന്തു വിളിക്കണമെന്നു ചോദിച്ചു. ഒരു നിമിഷം എന്തോ ഓർത്തു നിന്ന് നെടുവീർപ്പിട്ടതിനുശേഷം ആ സ്ത്രീ എന്നോടു പറഞ്ഞു അവർക്ക് ഒരു പേരില്ലെന്ന്. ഞാനെന്തു വിളിക്കണമെന്നു ചോദിച്ചപ്പോൾ അവർ പറഞ്ഞു. ചേച്ചിയെന്നോ ചെറിയമ്മയെന്നോ മുത്തശ്ശിയെന്നോ വിളിച്ചോളാൻ. എനിക്കപ്പോൾ ചിരിവന്നു. മുത്തശ്ശിയെന്നോ ചെറിയമ്മയെന്നോ വിളിക്കാൻ അവർക്ക് അത്രയും പ്രായമില്ല. ചേച്ചീന്നു വിളിക്കാൻ പോലും തോന്നുകയില്ല. അത്ര ചെറുപ്പം! എന്തോ ഒരു തേജസ്സുണ്ടായിരുന്നു അവർക്ക്. ആരാണെന്നും, എവിടന്നു വരുന്നെന്നും ചോദിച്ചിട്ടു മിണ്ടിയില്ല. ഒരിക്കൽക്കൂടി എന്റെ നെറ്റിമേൽ ചുംബിച്ചിട്ട് അവർ പറഞ്ഞു. കുട്ടിയോട് ഇഷ്ടമുള്ള ഒരാളാണെന്നു വിചാരിച്ചാൽ മതിയെന്ന്. പിന്നെ നോക്കുമ്പോൾ ആളെ കാണാനില്ല. ഞാൻ ഞെട്ടി കണ്ണുതുറന്നപ്പോൾ മുറിക്കകത്തു നരച്ച ഇരുട്ടും പിച്ചിപ്പൂവിന്റെ സുഗന്ധവും മാത്രം! അപ്പോഴാണ് ഞാനറിയുന്നത് ഞാൻ സ്വപ്നം കണ്ടതാണെന്ന്! എങ്കിലും ആ പിച്ചിപ്പൂവിന്റെ സുഗന്ധം ഇപ്പോഴും അവിടെയുണ്ട്. അനിയനു തോന്നുന്നുണ്ടോ ആ പിച്ചിപ്പൂവിന്റെ വാസന?"

"എനിക്ക് ഒരു പൂവിന്റെയും വാസന തോന്നുന്നില്ല." അനിയൻ പറഞ്ഞു. "സ്വപ്നത്തിൽ കണ്ട പൂവിന് എങ്ങനെ വാസനയുണ്ടാവാനാ?"

"എന്നിട്ട് മുത്തശ്ശി പറഞ്ഞല്ലോ, ഞാൻ കണ്ടത് വെറും സ്വപ്നമല്ലെന്ന്."

ഭാഗീരഥി പറഞ്ഞു: "പണ്ടേതോ ഒരു മുത്തശ്ശനെ ആകർഷിച്ച യക്ഷിയില്ലേ? എന്നെ അനുഗ്രഹിക്കാൻ വന്നത് ആ യക്ഷിയാണെന്ന്."

"മുത്തശ്ശിക്ക് എന്താ പറഞ്ഞുകൂടാത്തെ?" അനിയൻ ചോദിച്ചു. "പാലച്ചുവട്ടിൽ ബന്ധിച്ചിട്ട യക്ഷിയെങ്ങനെ ഇല്ലത്തേക്കു വരും? ഈ പഴങ്കഥകൾക്കൊക്കെ എന്തെങ്കിലും അർത്ഥമുണ്ടോന്നാണ് എന്റെ സംശയം. എനിക്ക് ഇതൊന്നും വിശ്വസിക്കാൻ കഴിയുന്നില്ല. യക്ഷിയും ഗന്ധർവ്വനുമൊക്കെ വെറും അന്ധവിശ്വാസങ്ങളല്ലേ?"

"വേളി കഴിച്ചു കൊണ്ടുവരണ പെണ്ണുങ്ങളെ കാണാൻ ആ യക്ഷി വരുമെന്നാണ് മുത്തശ്ശി പറഞ്ഞത്." ഭാഗീരഥി ഒരിളം ചിരിയോടെ പറഞ്ഞു. "ഞാൻ യക്ഷിയെ സ്വപ്നം കണ്ടെന്നു പറഞ്ഞപ്പോൾത്തൊട്ട് മുത്തശ്ശിക്ക് പേടിയാണ്."

"അതിന് മുത്തശ്ശി പേടിക്കുന്നതെന്തിന്?"

"ആവോ. എനിക്കറിയില്ല. മുത്തശ്ശിക്കതു കേട്ടപ്പോൾത്തൊട്ട് പേടിയാണ്."

"മുത്തശ്ശി പറയുന്ന പഴങ്കഥകൾ കേട്ടു മനസ്സു വിഷമിപ്പിക്കണ്ടാ." അനിയൻ പറഞ്ഞു: "അതിനൊന്നും ഒരർത്ഥവുമില്ല. ഈ യക്ഷിയെന്നൊക്കെ പറയുന്നതുതന്നെ ഉള്ളതാണോ?"

"ഈ ഇല്ലത്ത് അങ്ങനെ ഒരു യക്ഷിയുണ്ടെന്നു പുറത്തുള്ളോരും പറഞ്ഞല്ലോ."

"എന്തിനാ പുറത്തുള്ളോരൊടൊക്കെ മിണ്ടാൻ പോകുന്നത്?" അനിയൻ ചോദിച്ചു. "അവരെ കാണുമ്പോൾ എന്തെങ്കിലും കാരണം പറഞ്ഞ് ഒഴിഞ്ഞുമാറിപ്പോരണം."

"അന്നേരം അവർക്കെന്തു തോന്നും? അവർക്കെന്നോട് ഇഷ്ടം തോന്നീട്ടല്ലേ എന്നെ കാണാൻ വരണത്?"

"കാണാൻ വരുന്നോർക്കൊക്കെ ഒരുകാഴ്ചവസ്തുവായി നിന്നുകൊടുക്കണോ?"

"ഉം, അനിയനതിഷ്ടമായില്ലേ? തനിച്ചിരുന്നു മടുക്കുമ്പോ ഞാനെന്തു ചെയ്യും?" അവൾ ആത്മഗതമെന്നോണം പറഞ്ഞു. "എന്റെ ജീവിതം പിന്നെയും ശൂന്യമായിത്തീർന്നില്ലേ? എന്റെ സങ്കടം വേറെ ആർക്കും മനസ്സിലാവില്ല. ശപിക്കപ്പെട്ട ഒരു ജന്മമാണ് എന്റെ."

"എന്നാരു പറഞ്ഞു?"

"ആരെങ്കിലും പറയണോ? ഒരു വിധവയുടെ ജീവിതം പോലെ ശൂന്യം പിടിച്ച എന്തെങ്കിലുമുണ്ടോ?"

"അതെന്നും അങ്ങനെയായിരിക്കണമെന്നുണ്ടോ? ഇഷ്ടപ്പെട്ട മറ്റൊരാളെ കണ്ടുമുട്ടുംവരെയല്ലേ ഉള്ളൂ ആ ശൂന്യത?"

പെട്ടെന്ന് അവൾ പിടയ്ക്കുന്ന കണ്ണുകളോടെ അനിയനെ നോക്കി.

സ്തബ്ധമായ ഒരു നിമിഷം!

പിന്നെ ഒന്നുംമിണ്ടാതെ അവൾ പുറത്തേക്കിറങ്ങിപ്പോയി.

അപ്പോൾ അനിയനു വല്ലായ്മ തോന്നി. താൻ പറഞ്ഞതു അവൾക്കിഷ്ടപ്പെട്ടില്ലേ?

പിന്നാലെ ചെന്നു ക്ഷമ ചോദിച്ചാലോ എന്ന് അനിയൻ ആലോചിച്ചു. അതും അവൾക്കിഷ്ടമായില്ലെങ്കിലോ?

അവളിപ്പോഴും കൃഷ്ണേട്ടനെ സ്നേഹിക്കുന്നുണ്ടെന്നു മറ്റുള്ളവരെ ബോദ്ധ്യപ്പെടുത്താനാണ് ശ്രമിക്കുന്നതെന്ന് അനിയനു സംശയം തോന്നി. ഇല്ലത്തിനകത്തും പുറത്തുമുള്ളവരെ അങ്ങനെ വിശ്വസിപ്പിക്കാൻ അവൾക്കു കഴിഞ്ഞിരിക്കുന്നു. കൃഷ്ണേട്ടന്റെ സ്വത്തിന്മേലല്ലേ അവളുടെ കണ്ണ്?

ഏതെങ്കിലും ഒരു നിമിഷത്തിൽ അവൾ ആ പിടിമുറുക്കുമെന്ന് അനിയൻ പേടിക്കുന്നു. വെറുതെ അതങ്ങു വകവെച്ചു കൊടുക്കാൻ അനിയൻ തീരുമാനിച്ചിട്ടില്ല. കൃഷ്ണേട്ടന്റെ സ്വത്തിന് അവകാശം പറ

യാൻ വരുമ്പോൾ കൃഷ്ണേട്ടന്റെ മരണത്തിനും സമാധാനം പറയേണ്ടിവരും. അത് ഒരു കൊലപാതകമായിരുന്നെന്നു സംശയിക്കാവുന്ന സാഹചര്യങ്ങളുണ്ട്. ഒരു നിമിഷത്തെ ദൗർബല്യത്തിന് കൃഷ്ണേട്ടന്റെ കത്തുകൾ കീറിക്കളഞ്ഞതു ബുദ്ധിമോശമായിപ്പോയെന്ന് അനിയൻ ഓർത്തു. കൃഷ്ണേട്ടന്റെ മരണത്തെ മൂടിക്കിടക്കുന്ന നിഗൂഢതകൾ വെട്ടിപ്പൊളിക്കാനുള്ള ആയുധങ്ങളാണ് താൻ നശിപ്പിച്ചുകളഞ്ഞത്.

അല്ലെങ്കിൽ കൃഷ്ണേട്ടന്റെ സ്വത്തിന് അവകാശം പറയാൻ അവൾക്കെന്തു ന്യായമാണുള്ളത്? എനിക്കുള്ളതെല്ലാം അനിയനുള്ളതാണെന്ന് കൃഷ്ണേട്ടൻ എല്ലാവരോടും പറഞ്ഞിട്ടുണ്ട്. ആരുമായും താനതു പങ്കുവയ്ക്കാൻ പോകുന്നില്ല.

പുറത്തുള്ളവർ എന്തു വിചാരിക്കുമെന്നോർത്ത് അനിയന്റെ മനസ്സു കലങ്ങി. മറ്റുള്ളവരുടെ വിചാരം സ്വത്തിന്റെ അവകാശി അവളാണെന്നായിരിക്കും. മരിച്ചുപോയ ഭർത്താവിന്റെ സ്വത്ത് അയാളുടെ വിധവയ്ക്കുള്ളതാണെന്നു ന്യായം പറയാൻ ആളുകളുണ്ടായേക്കും.

കൃഷ്ണേട്ടനും താനും തമ്മിലുണ്ടായിരുന്ന ആത്മബന്ധത്തിന് മറ്റുള്ളവരുടെ കണ്ണിൽ ഒരു വിലയുമില്ലെന്ന് അനിയൻ ഒരു ഞെട്ടലോടെ ഓർത്തു. അവരുടെ നോട്ടത്തിൽ അനിയൻ വെറും അന്യനാണ്. ഇല്ലത്ത് അനിയന് എന്തവകാശമാണുള്ളത്? ഭാഗീരഥി മുഖം കറുപ്പിച്ച് ഒരു വാക്കു പറഞ്ഞാൽ ഇല്ലത്തുനിന്ന് ആ നിമിഷം ഇറങ്ങേണ്ടിവരില്ലേ അനിയന്? മരിച്ചുപോയ ആളിന് അനിയനോട് സ്നേഹമായിരുന്നെന്നു പറഞ്ഞാൽ അതിനു വിലയില്ല. കൃഷ്ണേട്ടന്റെ മരണത്തോടെ ആ ബന്ധം നിരർത്ഥകമായിരിക്കുന്നു. മരിച്ച ആളിന്റെ ഭാര്യയെ കഴിഞ്ഞിട്ടല്ലേ വേറെ ആർക്കെങ്കിലും അവകാശമുണ്ടാവൂ ഇല്ലത്ത്?

വ്യാഖ്യാനങ്ങൾ ആ വഴിക്കു തിരിഞ്ഞാൽ തന്റെ സ്ഥിതി എന്താകും? ഓർക്കുന്തോറും അനിയന്റെ ഹൃദയം പിടഞ്ഞു. ഒരു നിലപതവും കിട്ടുന്നില്ല. അടിത്തട്ടില്ലാത്ത ഏതോ ആഴത്തിലേക്കു താണുതാണുപോവും പോലെയാണ്.

പിന്നെ അനിയൻ സ്വയം ശാസിച്ചു. ഇതൊക്കെ താൻ തന്നെ ചിന്തിക്കുന്നതല്ലേ? അല്ലാതെ വേറെ ആരും ഒന്നും പറഞ്ഞില്ലല്ലോ.

അന്നു രാത്രി നിലാവത്തു അനിയൻ വെറുതെ മുറ്റത്തൂടെ അങ്ങോട്ടുമിങ്ങോട്ടും ഉലാത്തി. മരക്കൊമ്പുകളുടെ നിഴൽപ്പാടുകൾ വീണ മുറ്റത്ത് അങ്ങോട്ടുമിങ്ങോട്ടും നടക്കുമ്പോൾ അനിയന്റെ മനസ്സ് ശൂന്യവും ഏകാന്തവുമായിരുന്നു.

“രാത്രിയിൽ ഇങ്ങനെ നടക്കുന്ന ശീലമുണ്ടോ?”

ചോദ്യം കേട്ട് അനിയൻ തിരിഞ്ഞു നോക്കി. വരാന്തയിലെ തൂണും ചാരി ഭാഗീരഥി നില്ക്കുന്നു. അവളുടെ മുഖം ശരിക്കു കാണാൻ വയ്യ. നിഴൽപ്പാടിലാണ് അവൾ നില്ക്കുന്നത്.

“ചിലപ്പോൾ” അനിയൻ അവളുടെ നേരെ തിരിഞ്ഞുനിന്നു. “മനസ്സിന് വിഷമം തട്ടുമ്പോൾ.”

ചിരിച്ചുകൊണ്ട് അവൾ നടക്കല്ലിറങ്ങിവന്ന് അരമതിലിന്മേൽ ചാരി നിന്നു.

"അതിന്റെ അർത്ഥം ഇപ്പോൾ മനസ്സിനു വിഷമമുണ്ടെന്നല്ലേ?"

അനിയൻ അവളുടെ മുഖത്തുനിന്നും കണ്ണെടുക്കാതെ നിന്നു.

"എന്താ അത്ര മനോവിഷമം അനിയന്?"

അനിയന് ഒന്നും പറയാനുണ്ടായിരുന്നില്ല.

"ഹൃദയത്തിൽ അങ്ങനെ എന്തെങ്കിലും വിഷമവും കൊണ്ടുനടക്കുന്നത് നല്ലതല്ല." ഒരു പരിഹാസച്ചിരിയോടെ ഭാഗീരഥി പറഞ്ഞു. "ഒരു തരം ആത്മപീഡനം പോലെയാണത്. അല്ലേ?"

മരക്കൊമ്പുകളിൽ കാറ്റനങ്ങി. നിലാവത്തു മരക്കൊമ്പുകളുടെ നിഴൽപ്പാടുകൾ അനങ്ങി.

കൈക്കുള്ളിൽ എന്തോ ഒളിച്ചുപിടിച്ചു കൊണ്ട് അവൾ അനിയന്റെ അടുത്തേക്കു ചെന്നു.

"അനിയൻ കണ്ണടയ്ക്ക്."

"ഉം?"

"കണ്ണടയ്ക്ക്"

അനിയൻ അവളുടെ മുമ്പിൽ കണ്ണടച്ചുനിന്നു.

"ഇനി കൈ നീട്ട്."

അനിയൻ അവളുടെ മുമ്പിൽ കൈ നീട്ടി.

ഒരു കൊച്ചുകുട്ടിയെ കളിപ്പിക്കുന്ന വാത്സല്യത്തോടെ അവൾ കൈയിൽ ഒളിച്ചുപിടിച്ചിരുന്ന വസ്തു അനിയന്റെ കൈക്കുള്ളിൽ വെച്ചു കൊടുത്തു.

അനിയൻ കണ്ണു തുറന്നപ്പോൾ കൈക്കുള്ളിൽ ഒരു പൂവ്!

അവളുടെ മുഖത്ത് ഒരു കുസൃതിച്ചിരി.

"ഇനി അനിയൻ പോയിക്കിടന്നുറങ്ങിക്കോ."

അവളുടെ കുസൃതിയുടെ വശ്യതയിൽ മയങ്ങി അനിയൻ ഒരു നിമിഷം നിന്നു.

ഹൃദയത്തിന്റെ മുറുക്കം മെല്ലെ അയയുന്നതുപോലെ അനിയനു തോന്നി.

മുറിക്കകത്തെ ഇരുട്ടിൽ കണ്ണടച്ചുകിടക്കുമ്പോൾ അയാൾക്ക് നിലാവിന്റെ സൗന്ദര്യത്തേയും പൂവിന്റെ സൗരഭ്യത്തെയും കുറിച്ച് ചിന്തിക്കാൻ തോന്നി.

രാത്രിയുടെ നിശ്ശബ്ദതയിൽ അനിയൻ കാതോർത്തു. അകലെ മലഞ്ചെരിവുകളിൽനിന്ന് നിലാവുപോലെ, പൂവിന്റെ സൗരഭ്യംപോലെ, ആ സംഗീതം കേൾക്കുന്നുണ്ടോ?

എപ്പോഴാണ് ഉറങ്ങിയതെന്ന് അറിയില്ല. വെയിലുദിച്ചപ്പോഴാണ് അനിയൻ ഉണർന്നത്. പുറത്തേക്കിറങ്ങിച്ചെന്നപ്പോൾ ഭാഗീരഥി മുറ്റത്തെ തുളസിക്കു വെള്ളമൊഴിക്കുന്നു. വാടിനിന്നിരുന്ന തുളസിക്ക് ഇപ്പോൾ ധാരാളം തളിരും പൂവും.

അനിയന് വലിയ സന്തോഷം തോന്നി. അതിരാവിലെ തുളസിക്കു വെള്ളമൊഴിക്കുന്ന പെണ്ണ് ഒരു നല്ല കാഴ്ചയാണ്; കണ്ണിനും മനസ്സിനും!

പിന്നെ വഴിയിൽ കണ്ടപ്പോൾ അനിയൻ അമ്മാവനോടു പറഞ്ഞു; "കൃഷ്ണേട്ടന്റെ മരണം എങ്ങനെയായിരുന്നെങ്കിലും അതു കഴിഞ്ഞു. ഇനി അവളെ സംശയിക്കുന്നതുകൊണ്ട് എന്താണ് പ്രയോജനം? അവൾ കൃഷ്ണേട്ടനെ സ്നേഹിച്ചിരുന്നു എന്ന് വിചാരിക്കുന്നതാണ് നല്ലത്. അല്ലേ?"

"തനിക്ക് എന്താ ഇപ്പോഴിങ്ങനെ തോന്നാൻ?" അമ്മാവൻ ചോദിച്ചു: "അവളു തന്നോട് വല്ലതും പറഞ്ഞോ?"

"ഇല്ല. അവൾ അവളെക്കുറിച്ച് ഒന്നുംപറയുന്നില്ലാ." അനിയൻ പറഞ്ഞു. "എനിക്കിതുവരെ ആകെ മനസ്സിലായത് കൃഷ്ണേട്ടന്റെ മരണത്തിൽ അവൾക്കും സങ്കടമുണ്ടെന്നാണ്."

അമ്മാവൻ അനിയന്റെ നേരെ സൂക്ഷിച്ചുനോക്കി.

തന്റെ ചഞ്ചലമായ മനസ്സിന്റെ നേർക്ക് അമ്മാവന്റെ കണ്ണുകൾ കുന്തമുനകൾ നീട്ടി നില്ക്കുംപോലെ അനിയനു തോന്നി.

"അപ്പോൾ എന്റെ ഊഹം തെറ്റിയില്ല."

"അമ്മാവൻ എന്താണ് ഊഹിച്ചത്?"

"ഞാനവളെ കണ്ടപ്പഴേ വിചാരിച്ചു, അവൾ നിന്നെ അവളുടെ കൈവിരലിലിട്ടു കറക്കുമെന്ന്."

ഒരുദിവസം അമ്മാത്തേക്കു ചെന്നപ്പോൾ അമ്മിണിക്കുട്ടി അനിയനെ കളിയാക്കി.

"പൊന്നുതമ്പുരാൻ ഇപ്പോ പുറത്തെറങ്ങാറുണ്ടോ?"

അയാൾ അവളെ ശാസനയോടെ നോക്കി.

"പുറത്തെങ്ങും കാണാത്തതുകൊണ്ടു ചോദിച്ചതാ." അവൾ ഒരു കള്ളച്ചിരിയോടെ പറഞ്ഞു: "ഞാനോർത്തു ഇല്ലത്തു കാവലിരിക്കുകയാണെന്ന്."

"ആർക്ക്?"

"അത് ഞാൻ പറയണോ? ഇല്ലത്തു വന്നുകയറിയ ഭഗവതിക്ക്!"

അനിയൻ അവളുടെ നേരെ ഗൗരവത്തോടെ നോക്കി.

ചുമൽ കുലുക്കിക്കൊണ്ട് അവൾ പറഞ്ഞു.

"അനിയേട്ടൻ എന്നോടു പെണങ്ങണ്ടാ. പുറത്തുള്ളോര് എന്തൊക്യാ പറയണേന്നു നിശ്ച്യോണ്ടോ അനിയേട്ടന്?"

അനിയൻ മിഴിച്ചു നിന്നു.

പതിനഞ്ച്

കുന്നിൻചെരുവിലൂടെയും തോട്ടവക്കത്തൂടെയും ഭാഗീരഥി ഒറ്റയ്ക്കു നടന്നു. ആ ഗ്രാമത്തിന്റെ ഭംഗികളോടും ഗ്രാമത്തിനു മീതെ ഇളം നീലനിറത്തിൽ തിളങ്ങുന്ന ആകാശത്തോടും മരങ്ങളോടും അവളുടെ ഹൃദയം മൂകമായ ഭാഷയിൽ സംസാരിച്ചു. ആ ഗ്രാമത്തിന്റെ ആത്മാവ് അവളുടെ ഹൃദയത്തെ മൗനംകൊണ്ടു സ്പർശിച്ചു. ഓരോ പൂവും ഓരോ തളിരും അവൾ തൊട്ടോമനിച്ചു. തോട്ടുവക്കത്തെ കൈതക്കാടുകളുടെ നിഴലിൽനിന്ന് അവൾ തോട്ടിലെ തെളിനീരൊഴുക്കു കണ്ടു. ഒഴുക്കുള്ളിടത്ത് കൈതക്കാടിന്റെ നിഴലുകൾ കിടന്നിളകുന്നു. ഒഴുക്കില്ലാത്തിടത്തു കണ്ണാടിപോലെ തിളങ്ങുന്ന ജലോപരിതലത്തിൽ കൈതക്കാടുകളും ആകാശവും ആകാശത്തിൽ ഒഴുകിനടക്കുന്ന വെൺമേഘത്തുണ്ടുകളും പ്രതിബിംബിക്കുന്നു. ഒരു കൊച്ചുകുട്ടിയെപ്പോലെ തുള്ളിച്ചാടാൻ തോന്നി അവൾക്ക്. ഇതിനുമുമ്പ് അവൾ ഗ്രാമം കണ്ടിട്ടില്ല. ഗ്രാമത്തിന്റെ ഭംഗി കണ്ടിട്ടില്ല. ദൂരെ പ്രാചീനമായ നഗരത്തിന്റെ വക്കിൽ ജനിച്ചുവളർന്ന അവൾക്കു ഗ്രാമം എന്നും ഒരു സ്വപ്നമായിരുന്നു. അന്നൊന്നും അവൾ ഓർത്തിരുന്നില്ല, എന്നെങ്കിലും ഒരിക്കൽ ഒരു ഗ്രാമത്തിൽ ചെന്നെത്തുമെന്ന്.

തോടിനു കുറുകെയുള്ള തെങ്ങിൻപാലം കടക്കുന്നതിനിടയിൽ അവൾ തോട്ടിലേക്കു നോക്കി. തോട്ടിൽ അവളുടെ പ്രതിബിംബം അവൾ കണ്ടു. അവൾ കൈയിലിരുന്ന കൈതപ്പൂവിന്റെ ഒരിതൾ വെള്ളത്തിലേക്കിട്ടു. ഓളങ്ങളിൽ അവളുടെ പ്രതിബിംബം ഛിന്നഭിന്നമായിപ്പോയി. അതു കണ്ട് അവൾ ഒരു കൊച്ചുകുട്ടിയെപ്പോലെ ചിരിച്ചു.

തെങ്ങിൻപാലം കടന്ന് അക്കരെ തോട്ടുവക്കത്തൂടെ നടന്നു ചിറയുടെ അടുത്തെത്തി. ചിറ കവിഞ്ഞൊഴുകുന്നു. ചിറയ്ക്കു താഴെ വെള്ളം കുത്തനെ വീഴുന്നതിന്റെ ഇരമ്പം അവളുടെ കാതുകളിൽ മുഴങ്ങി.

ചിറയ്ക്കപ്പുറത്തു വയൽവരമ്പിൽ പുല്ലരിഞ്ഞുകൊണ്ടു നിന്നിരുന്ന ഒരു പുലയി ഭാഗീരഥിയെ കണ്ട് ഒതുങ്ങിനിന്നു.

"കൊച്ചമ്പ്രാട്ടി എങ്ങോട്ടോ?"

"വെറുതെ, നടക്കാൻ...."

വഴിയിൽ കണ്ടവരൊക്കെ അവളോടു കുശലം ചോദിച്ചു. സ്നേഹം കാണിച്ചു. ആരുടേയും പേരറിയില്ല. ഇതിനുമുമ്പു കണ്ടിട്ടില്ലല്ലോ. എന്നിട്ടും അവരാരും അപരിചിതരാണെന്നു തോന്നുന്നില്ല. അന്യരാണെന്നു തോന്നുന്നില്ല.

ഇല്ലത്തുനിന്നു പുറത്തേക്കിറങ്ങാൻ തുടങ്ങുമ്പോൾ മുത്തശ്ശി ചോദിച്ചു:

"എങ്ങ്ട്ടാ ഭാഗീ..?"

അവൾ മുറ്റത്തു തിരിഞ്ഞുനിന്നു.

"വെറുതെ കുന്നിൻചെരിവിലൂടേം തോട്ടുവക്കത്തൂടേം നടക്കാൻ.."

"തനിച്ചോ..?"

"എനിക്കു പേടിയാവ്വൊന്നൂല്ല മുത്തശ്ശീ."

"എന്നാൽ പിന്നെ അനിയനേം കൂട്ടായ്രുന്നില്ലേ?"

"അനിയനു വേറെങ്ങോ പോകാനുണ്ടെന്നു പറഞ്ഞു. എനിക്കു തനിയെ നടക്കണതാണ് ഇഷ്ടം."

ഇല്ലപ്പറമ്പിൽനിന്ന് താഴേക്കിറങ്ങാൻനേരത്തു കാര്യസ്ഥൻ അച്ചുതൻനായർ എതിരെ വന്നു. അയാൾ വഴിയൊതുങ്ങി നിന്നു. പുളിമരത്തിന്റെ തണലിൽ ഭവ്യത കാട്ടി നില്ക്കുന്ന അയാളുടെ കണ്ണിൽ ഒരു ചോദ്യമുണ്ടായിരുന്നു

-എങ്ങ്ട്ടാ?

അയാൾ ചോദിക്കാതെതന്നെ ഭാഗീരഥി പറഞ്ഞു:

"എത്രനേരാ അകത്തിരിക്കണെ? എനിക്കാണെങ്കിൽ പുറത്തിറങ്ങി നടന്നു കൊതി തീർന്നില്ല."

"വെയിൽ മൂക്കാൻ തുടങ്ങ്വായി."

അതു സാരമില്ലെന്നുള്ള ഭാവത്തോടെ അവൾ മരക്കൂട്ടങ്ങളുടെ നിഴൽ വീണുകിടക്കുന്ന ഇടവഴിയിലൂടെ നടന്നു.

വഴിയിൽ കാണുന്നവരൊക്കെ ഇങ്ങനെ മിഴിച്ചു നോക്കുന്നതെന്താണെന്നു ഭാഗീരഥി അതിശയിച്ചു. ആരെങ്കിലും തുണയ്ക്കില്ലാതെ ഇല്ലത്തൂന്നു പെണ്ണുങ്ങൾ പുറത്തിറങ്ങാറില്ലെന്നു മുത്തശ്ശി പറഞ്ഞത് അവൾ ഓർത്തു. തുണയ്ക്കുവന്ന അച്ചിയുടെ കൂടെ മറക്കുട ചൂടി താൻ ഒരാത്തോലമ്മയായി നടക്കുന്നതോർത്ത് അവൾക്കു ചിരിവന്നു. മുത്തശ്ശിക്കിപ്പോഴും മറക്കുടവേണം പുറത്തിറങ്ങാൻ. 'ആ മറക്കുടേം കൂടി എടുത്തോളൂ'ന്ന് പറയാൻ തോന്നിയില്ലല്ലോ മുത്തശ്ശിക്ക്. ഭാഗ്യം!

പാടവരമ്പത്തുനിന്നും ഇടവഴി കേറിച്ചെല്ലുമ്പോൾ വേലിക്കെട്ടിനപ്പുറത്തു പടർന്നു പന്തലിച്ചു നില്ക്കുന്ന ഒരു ചെമ്പകവും അതിന്റെ ചുവട്ടിൽ ഒരു കറുത്ത കല്ലും കണ്ടു. കല്ലു കല്ലല്ല; ഏതോ മൂർത്തിയാണ്.

അതിനു മുമ്പിൽ മണ്ണിൽ കുത്തിനിർത്തിയ ഒരു കോൽവിളക്ക്. ചെമ്പ കത്തിന്റെ കൊമ്പുകൾ നിറയെ പൂക്കളാണ്.

"എവ്ടയ്ക്കാ ഈ വഴിക്ക്?"

ഭാഗീരഥി തിരിഞ്ഞുനോക്കുമ്പോൾ പിന്നിൽ തങ്കമണിവാരസ്യാർ മുഖം മുഴുവൻ വിടർന്ന ഒരു പുഞ്ചിരിയോടെ നില്ക്കുന്നു.

"എങ്ങടൂല്യാ. ഇല്ലത്തിരുന്നു മടുത്തപ്പോ എനിക്കിവിടെ്യാക്കെ കാണാൻ കൊതിയാ."

"എന്തു കാണാനാ ഈ കുഗ്രാമത്തില്?.."

"ഞാനാദ്യം കാണ്വല്ലേ? അതോണ്ടായിരിക്കും. കണ്ടിട്ടും കണ്ടിട്ടും കൊതി തീരണില്യാ. വാരസ്യാരെങ്ങ്ടാ?"

"അമ്പലത്തിലെ കഴിഞ്ഞു വര്ണ വഴ്യാണ്."

"വാര്യത്തേക്ക് ഇതിലെയാ?"

തങ്കമണി വാരസ്യാർ തലയാട്ടി.

"ഞാനാ ചെമ്പകം നോക്കി നില്ക്ക്വായിരുന്നു."

ഭാഗീരഥി ചോദിച്ചു: "എന്താ അതിന്റെ ചോട്ടീല്..?"

"ഗന്ധർവ്വനെ ഇരുത്തീതാന്നാ പറേണത്?" തങ്കമണിവാരസ്യാർ പറ ഞ്ഞു. "കിഴക്കേടത്തുകാര്ടെയാ. വെള്ള്യാഴ്ചതോറും വിളക്കു വയ്ക്കും. അത്രേള്ളൂ."

ഗ്രാമത്തിൽ ഓരോ വീടിനോട് ചേർന്നു വെച്ചാരാധനയ്ക്ക് ഓരോ സ്ഥലമുണ്ട്. ഒന്നുകിൽ യക്ഷി. അല്ലെങ്കിൽ ഗന്ധർവ്വൻ, അല്ലെങ്കിൽ നാഗ ത്താര്. അല്ലെങ്കിൽ മരിച്ചുപോയ പൂർവ്വികന്റെ ആത്മാവ്. സന്ധ്യക്കു വിള ക്കുവച്ചു തൊഴാൻ ഒരു മൂർത്തി.

"പെണ്ണുങ്ങളെ മയക്കണ ഗന്ധർവ്വനെക്കുറിച്ചു അമ്മൂമ്മ പറഞ്ഞു കേട്ടിട്ടുണ്ട്." തങ്കമണിവാരസ്യാർ പറഞ്ഞു: "പെൺകുട്ട്യോള് രാത്രീല് പുറത്തെറങ്ങിപ്പോകും. ഗന്ധർവ്വൻ പൂ കാട്ടി വിളിച്ചിട്ടാന്നാ പറയ്യാ. ഒടുക്കം ഏതോ ഒരു മന്ത്രവാദി ഗന്ധർവ്വനെ ബന്ധിച്ച് അവ്ടെ കുടിയിരുത്തീന്നാ കേൾവി."

തങ്കമണി വാരസ്യാർ യാത്ര പറഞ്ഞുപോയിട്ടും പെൺകുട്ടികളെ പൂ കാട്ടി വിളിക്കുന്ന ഗന്ധർവ്വനെ ഓർത്തുകൊണ്ട് ഭാഗീരഥി പിന്നെയും ആ വേലിക്കെട്ടിൽ നിന്നു.

എന്തൊക്കെ കഥകളാണ് ഗ്രാമത്തിൽ കേൾക്കുന്നത്!

നമ്പൂതിരിയെ വശീകരിച്ച യക്ഷി.

പെൺകുട്ടികളെ പൂ കാട്ടി വിളിക്കാറുണ്ടായിരുന്ന ഗന്ധർവ്വൻ..

പെട്ടെന്ന് അവൾ കൃഷ്ണേട്ടനെക്കുറിച്ചോർത്തു..

ഗ്രാമത്തിലെ പെൺകുട്ടികളെ പൂ കാട്ടി മയക്കുന്ന ഗന്ധർവ്വനെപ്പോ ലെയല്ലേ കൃഷ്ണേട്ടൻ തന്നെ ആകർഷിച്ചത്?

ആ കണ്ണുകൾ..

ഓർമ്മകളുടെ പ്രകാശത്തിലേക്ക് അവളുണർന്നു.

അവ്യക്തമായ വിഷാദങ്ങളിൽ മൂടിക്കിടന്ന തന്റെ മനസ്സിനെ

ഉണർത്തിയത് ആ കണ്ണുകളായിരുന്നു. ആ കണ്ണുകളിൽ സ്നേഹത്തിന്റെ വാഗ്ദാനമുണ്ടായിരുന്നു. ആ കണ്ണുകളിൽ സ്വപ്നങ്ങളുണ്ടായിരുന്നു...

മതിൽക്കെട്ടിനപ്പുറത്ത് നിറയെ പൂത്ത ശതാവരിക്കാടിന്റെ അപ്പുറത്ത് ആ കണ്ണുകൾ ഇമവെട്ടാതെ നിന്നത് അവൾ ഓർക്കുന്നു...

ഒഴിഞ്ഞുകിടന്ന എതിർവീട്ടിൽ വാടകയ്ക്കു താമസിക്കാൻ വന്ന ആരോ ഒരാൾ എന്നു വിചാരിച്ച് ഹൃദയത്തിന്റെ പിടച്ചിൽ അടക്കുകയും സ്വയം ശാസിക്കുകയും ചെയ്തു. എന്തിനിങ്ങനെ ഒരാളെക്കുറിച്ചോർക്കുന്നു? ആരാണെന്ന് ആർക്കറിയാം! എവിടന്നോ വന്ന ഒരാൾ. ഏതോ ഒരാൾ..

പിന്നെ അയാൾ നിശ്ശബ്ദമായി തന്റെ ഹൃദയത്തിലേക്കു കടന്നുവന്നു. ഓർമ്മകളുടെ കയങ്ങളിൽ മുങ്ങി ഉറക്കം നഷ്ടപ്പെട്ടു കിടന്ന നിശായാമങ്ങളിൽ ആ കണ്ണുകളുടെ ആകർഷണം മനസ്സിന്റെ കെട്ടുകൾ അഴിച്ചു.

പെൺകുട്ടികളെ പൂവു കാട്ടി വിളിക്കുന്ന ഗന്ധർവ്വന്റെ പുരാവൃത്തം ഓർമ്മകളുമായി കെട്ടുപിണയുന്നു....

നിശ്ശബ്ദമായ ഒരു വാക്കുപോലെയായിരുന്നു ആ സ്നേഹം..

വിരൽത്തുമ്പുകൾ സ്പർശിക്കുന്ന ഒറ്റക്കമ്പിയുള്ള ഒരു തംബുരുവിന്റെ ആത്മാവിൽ എവിടെയോ ഒളിച്ചിരുന്ന മൗനം...

പിന്നെയൊരിക്കൽ, പൂച്ചെടികൾക്കപ്പുറത്തുവെച്ച് യാദൃച്ഛികമായി കണ്ടുമുട്ടിയപ്പോൾ ചുമലിൽ തൊട്ടു.

"ഒന്നു നില്ക്കൂ, ഒരു രഹസ്യം പറയാനാണ്."

ഹൃദയം നിറഞ്ഞു കവിയുന്ന കോരിത്തരിപ്പോടെ ഒരു സൂചിമുനയിലെന്നോണം നിന്നു.

ഓർക്കുന്നു, അഗാധമായ ഒരു ഭാവമായിരുന്നു ആ മുഖത്ത്.

"ഒരു വാക്കു പറയാനാണ്."

അതു കേൾക്കാൻ കാത്തുനിന്നു. കാതു കൂർപ്പിച്ചുനിന്നു.

ഒന്നും മിണ്ടിയില്ല.

വെറുതെ ഒരു നെടുവീർപ്പോടെ പിൻതിരിഞ്ഞു നടന്നു.

നിശ്ശബ്ദമായ വാക്കുപോലെയായിരുന്നു ആ സ്നേഹം.

പിന്നെയൊരു ദിവസം പറഞ്ഞു.

"അന്ന് ഒരുദിവസം ഞാൻ ഭാഗിയെ തൊട്ടു. ഇഷ്ടം തോന്നീട്ടാണ്. പിണക്കം തോന്നിയോ?"

ഉള്ളിൽ അഗ്നിജ്ജ്വാലകളും അടിയൊഴുക്കുകളും ഋതുസൗരഭ്യങ്ങളും ഒതുക്കിക്കൊണ്ട് വിങ്ങിപ്പൊട്ടിനിന്ന ആ നിമിഷം...

കെട്ടിപ്പുണരുന്ന കൈകൾക്കുള്ളിൽക്കിടന്നു വീർപ്പുമുട്ടാൻ കൊതിച്ച ഒരു നിമിഷം..

കലപ്പയുടെ മൂർച്ചയ്ക്കുവേണ്ടി കാത്തു കിടക്കുന്ന ഉർവ്വരയായ നിലത്തിന്റെ നിശ്ശബ്ദമായ പ്രാർത്ഥനപോലെ എന്നെ ഉഴുതുമറിക്കൂ എന്ന് ഹൃദയം വിങ്ങിപ്പൊട്ടിയ ഒരു നിമിഷം...

ഉറക്കം പിണങ്ങിനിന്ന പിന്നെയുള്ള നിശ്ശബ്ദമായ രാത്രികളിൽ ഓർമ്മകളേത് കിനാവുകളേത് എന്ന് തിരിച്ചറിയാൻ കഴിഞ്ഞില്ല. ഇട യ്ക്കിടെ കാറ്റിൽ അകത്തേക്കു കടന്നുവരുന്ന മുല്ലപ്പൂവിന്റെ വാസന ആ നെടുവീർപ്പിന്റെ ഓർമ്മയുണർത്തി.

പെൺകുട്ടികളെ പൂവു കാട്ടി മയക്കുന്ന ഗന്ധർവ്വൻ. അവളുടെ ഹൃദ യത്തിൽ ചാരം മൂടിക്കിടന്ന ഓർമ്മകളുടെ കനലുകൾ ഊതി ജ്വലിപ്പിച്ചു.

അവൾ വേദനയോടെ നിശ്വസിച്ചു.

എന്റെ ഗന്ധർവ്വൻ ഓർമ്മകളുടെ മറുകരെ നില്ക്കുന്നു.

കുന്നിൻചെരുവിൽ ഒരിടത്ത് കാട്ടുറോസയുടെ ഒരു കാടു പൂത്തു കിടക്കുന്നത് അവൾ കണ്ടു. ചുവപ്പും വെളുപ്പും ഇടകലർന്ന നിറമാണ് അതിന്റെ പൂക്കൾക്ക്. അവൾ ഒരു പൂവു പൊട്ടിച്ചുവാസനിച്ചു. ഹായ്, എന്തു സുഗന്ധം! കാട്ടുപൂക്കൾക്ക് ഇത്ര സുഗന്ധമുണ്ടെന്ന് ആരറിഞ്ഞു! അവൾ ഒരിലക്കുമ്പിൾ നിറയെ പൂക്കൾ പറിച്ചെടുത്തു. കുന്നിൻചെരി വിൽനിന്ന് ഇല്ലത്തേക്കു നടക്കുമ്പോൾ അവൾ സ്വയം ചോദിച്ചു: 'വെറുതെ എന്തിനാണ് ഈ പൂക്കൾ പറിച്ചെടുത്തത്? അത് അവിടെത്തന്നെ നില്ക്കു കയായിരുന്നു ഭംഗി... താൻ ഈ പൂക്കൾ എന്തുചെയ്യും?'

അവൾ അതിൽ ഒരു പൂവ് കൃഷ്ണേട്ടന്റെ ചിത്രത്തിനു മുമ്പിൽ കൊണ്ടുവച്ചു എന്നിട്ട് ഒരു സ്വപ്നത്തിലെന്നോണം അവൾ പറഞ്ഞു. "ഈ പൂവ് എന്റെ മുടിക്കെട്ടിൽ വച്ചുതരൂ."

പതിനാറ്

അനിയൻ തിരിച്ചുചെന്നപ്പോൾ മുത്തശ്ശി മുൻവശത്തുണ്ട്. മുത്തശ്ശിക്കിപ്പോൾ പണ്ടത്തെ വിഷാദഭാവമൊന്നുമില്ല. എവിടെ നോക്കിയാലും മുത്തശ്ശിയുണ്ട്. അല്ലെങ്കിൽ നമശ്ശിവായ ജപിച്ചുകൊണ്ട് അകായിലെ ഇരുട്ടിലൂടെ തപ്പിത്തടഞ്ഞു നടക്കാറുള്ളതാണ്.

"എപ്പോ നോക്യാലും കാണാനില്ലല്ലോ ഇവ്ടെ." മുത്തശ്ശി തൂണിന്മേൽ പിടിച്ചുകൊണ്ട് അനിയന്റെ നേരെ നോക്കി: "എവിടേക്കായിരുന്നു എഴുന്നള്ളത്ത്?"

ഒന്നും മിണ്ടാതെ മുത്തശ്ശിയെ ഒന്നു നോക്കിയതിനുശേഷം അനിയൻ അകത്തേക്കു നടന്നു. മുത്തശ്ശിയുടെ സ്വരത്തിൽ പരിഹാസത്തിന്റെ ചുവയുള്ളതുപോലെ അനിയനു തോന്നി. പണ്ടൊക്കെ അനിയനെന്നു വെച്ചാൽ സ്നേഹവും താല്പര്യവുമായിരുന്നു മുത്തശ്ശിക്ക്. പ്രത്യേകിച്ച് കൃഷ്ണേട്ടന്റെ മരണത്തിനുശേഷം. ഇടയ്ക്കിടയ്ക്കു മുത്തശ്ശി പറയാറുണ്ടായിരുന്നു. "ഇനീപ്പോ വേറെ ആരാ എനിക്ക്, അനിയനല്ലാതെ? എന്റെ മഹാമായേ, അതിനൊന്നും വരുത്താതെ കാത്തോളണേ!"

ആ മുത്തശ്ശിയല്ലേ ചോദിച്ചത്, എവിടേക്കായിരുന്നു എഴുന്നള്ളത്തെന്ന്! ഭാഗീരഥി വന്നതിൽപ്പിന്നെയാണ് മുത്തശ്ശിയുടെ സ്വഭാവം മാറിയത്. സ്നേഹക്കുറവൊന്നും കാണിക്കുന്നില്ല. എന്നാലും എന്തോ ഒരകല്ച്ച. വിളിക്കുന്നേടത്തും പറയുന്നേടത്തും പണ്ടത്തെ താല്പര്യമില്ല.

ഇപ്പോൾ സ്നേഹം മുഴുവൻ ഭാഗീരഥിയോടാണ്. എപ്പോൾ നോക്കിയാലും പുരാണം പറച്ചിൽതന്നെ. ഇല്ലത്തിന്റെ പുരാതീനമായ കഥകൾ മുഴുവൻ ഇതിനകം ഭാഗീരഥിയെ പറഞ്ഞു കേൾപ്പിച്ചുകാണും. ഒരു ദിവസം അവൾ അനിയനോടു പറഞ്ഞു. "മുത്തശ്ശിക്കു പഴമ്പുരാണം

പറയാനേ നേരോള്ളൂ. എന്തൊക്കെ കഥകളാ! ഞാനാണെങ്കിൽ അതിശയിച്ചു മടുത്തു!"

ചാരിയിട്ടിരുന്ന വാതിൽ തള്ളിത്തുറന്ന് അനിയൻ അകത്തേക്കു ചെന്നപ്പോൾ മേശപ്പുറത്ത് പൂക്കളുടെ ഒരു ചെറിയ കൂമ്പാരം കണ്ടു. ഇതാരാണ് ഈ പൂക്കളൊക്കെ ഇവിടെ കൊണ്ടുവച്ചത്? അനിയനു വിസ്മയം തോന്നി. വേലക്കാരാരും അതു ചെയ്യുകയില്ല. ഭാഗീരഥിയായിരിക്കും. അനിയൻ ഒരു പൂവെടുത്തു വാസനിപ്പിച്ചുനോക്കി. പിന്നെ അതവിടെത്തന്നെ ഇട്ടിട്ട് പുറത്തിറങ്ങി കോണിപ്പടി കേറി പടിഞ്ഞാറ്റിമാളികയിലേക്കു ചെന്നു. ഭാഗീരഥി കണ്ണാടിയിൽ നോക്കി പുറം തിരിഞ്ഞുനില്ക്കുകയായിരുന്നു. അനിയൻ വാതിലിൽ മുട്ടി. "ആരാ" എന്നു ചോദിച്ചുകൊണ്ട് ഭാഗീരഥി തിരിഞ്ഞുനോക്കി.

"അനിയനോ!" അവൾ മന്ദഹസിച്ചു. "എപ്പോൾ വന്നു?"

"ഞാനിപ്പോൾ വന്നേ ഉള്ളൂ."

അനിയൻ അകത്തേക്കു കയറിച്ചെന്നു.

അനിയൻ ഭാഗീരഥിയുടെ മുഖത്ത് പ്രകടമായ മാറ്റം കണ്ടു. ഇപ്പോൾ പണ്ടത്തെ വിഷാദഭാവമൊന്നുമില്ല. അവൾ ഭംഗിയായി അണിഞ്ഞൊരുങ്ങിയിരിക്കുന്നു. കണ്ണുകൾക്കു വല്ലാത്ത തിളക്കം. മുടി കെട്ടിവച്ച് ഹെയർപിന്നുകൾ കുത്തുന്നു. ചെവിയുടെ പിറകിൽ ഒരു പൂവു കുത്തുന്നതിനിടയിൽ അവൾ അനിയന്റെ നേരെ തിരിഞ്ഞു. അനിയൻ ഒരുതരം ആരാധനയോടെ അവളെ മിഴിയനക്കാതെ നോക്കിനില്ക്കുകയായിരുന്നു.

അപ്പോൾ അവൾ ചോദിച്ചു.

"അനിയനെന്താ ഇങ്ങനെ അന്തിച്ചു നില്ക്കുന്നത്?"

"ഈ സൗന്ദര്യം കണ്ടിട്ട്." എന്നു പറയാൻ അനിയൻ ഓർത്തതായിരുന്നു.

അവൾ വീണ്ടും കണ്ണാടിയുടെ നേരെ തിരിഞ്ഞു ഭംഗി നോക്കുകയും സാരി വലിച്ചിടുകയും ചെയ്തു. ഇളം ചുവപ്പു നിറത്തിലുള്ള സാരി ഉടുത്തു നില്ക്കുന്ന അവൾ ചുവപ്പുജ്വാലകളുള്ള ഒരു സ്ത്രീയായി തോന്നിപ്പിച്ചു. അത്ര ഭംഗി. അത്ര വശ്യശക്തി. സൂര്യോദയത്തിന്റെ അരുണഭംഗികളിൽ നിന്ന് ഇറങ്ങിവരുന്ന ഒരു ദേവകന്യകയുടെ തേജസ്സ്.

"ഞാൻ വന്നപ്പോൾ എന്റെ മേശപ്പുറത്തു കുറേ പൂക്കളിരിക്കുന്നു." അനിയൻ ചോദിച്ചു. "ആരാണ് ആ പൂക്കൾ കൊണ്ടുവച്ചത്?"

"ആരായാലെന്താ?" അവൾ ചോദിച്ചു. "അനിയന് പൂവിഷ്ടാല്ലേ?"

"എനിക്കിതുവരെ എന്നെത്തന്നെ ഇഷ്ടപ്പെടാൻ കഴിഞ്ഞിട്ടില്ല." അനിയൻ നിസ്സംഗതയോടെ പറഞ്ഞു: "പിന്നെയല്ലേ പൂക്കളേ!"

"അതൊരു വല്ലാത്ത അവസ്ഥയാണ്." ഭാഗീരഥി പറഞ്ഞു: "എന്തു സംഭവിച്ചു അനിയന്?"

"എവിടേയും അന്യനായി തോന്നിപ്പിക്കുന്ന ഒരു ജീവിതമായിരുന്നു എന്റെ." അനിയൻ പരുക്കൻസ്വരത്തിൽ പറഞ്ഞു. "ഇപ്പോഴുമതെ."

"അതൊക്കെ അനിയനു തോന്നുന്നതല്ലേ?"

"എന്റെ അനുഭവങ്ങൾ അങ്ങനെയായിരുന്നു."

"എങ്ങനെ?"

"ആർക്കും വേണ്ടാതെ."

"അയ്യോ പാവം!" അവൾ കളിയാക്കി. "അനിയനെപ്പോലെയുള്ള ഒരു പുരുഷൻ ഇങ്ങനെ പറയരുത്. നാണക്കേട്."

പൊടുന്നനെ എന്തു പറയണമെന്നറിയാതെ അനിയൻ മിഴിച്ചു നിന്നു. പിന്നെ അവർക്കിടയിൽ കുറേ നേരത്തെ മൗനം. തന്റെ ചിന്തകൾക്കു ചുവടുറയ്ക്കുന്നില്ലെന്ന് അനിയനു തോന്നി. മനസ്സു പതറിപ്പോകുന്നു. വാക്കുകൾ കൊഴിഞ്ഞ പക്ഷിത്തൂവലുകൾപോലെ കാറ്റിൽ പറന്നുപോകുന്നു.

അനിയന്റെ ആ പൊറുതികേട് അവൾക്കു മനസ്സിലാകുകയും ചെയ്തു. നിന്നെ ഇത്രയും ദിവസംകൊണ്ട് ഞാൻ അളന്നുകഴിഞ്ഞു എന്നു ധ്വനിപ്പിക്കുന്ന സ്വരത്തിൽ അവൾ ചോദിച്ചു.

"ഞാൻ വന്നത് അനിയന് ഇഷ്ടായില്ലല്ലേ?"

ആ ചോദ്യം അനിയൻ പ്രതീക്ഷിച്ചതല്ല. ഭാഗീരഥി വരാൻ പോകുന്നു എന്നു കേട്ടപ്പോൾത്തൊട്ട് അവളുടെ നേർക്ക് തന്റെ ഹൃദയം പുലർത്തിയിരുന്ന സംശയം അവൾ എങ്ങനെ ഊഹിച്ചു എന്ന് അനിയൻ അതിശയിച്ചു. കാണുന്നതിനുമുമ്പ് പകയും വാശിയും അമർഷവുമുണ്ടായിരുന്നെങ്കിലും കണ്ടുമുട്ടിയ ആദ്യനിമിഷത്തിൽത്തന്നെ എന്തു മായകൊണ്ടോ അതൊക്കെ തീർന്നു. എനിക്കൊരിഷ്ടക്കേടുമില്ലെന്നു പറയാനാണ് അനിയൻ ഓർത്തത്. യഥാർത്ഥത്തിൽ അതങ്ങനെതന്നെയായിരുന്നു. എങ്കിലും മനസ്സിലോർത്തതല്ല നാവിന്മേൽ ചോദ്യമായി രൂപം കൊണ്ടത്.

"അതിനിപ്പോൾ എന്റെ ഇഷ്ടോം ഇഷ്ടക്കേടും നോക്കണോ?"

"എനിക്കങ്ങനെ ഒരു ചെറിയ സംശയം. എന്റെ സങ്കടങ്ങൾ മറക്കാൻ വേണ്ടിയാണ് ഞാനിവിടെ വന്നത്. ഞാൻ സ്നേഹിക്കുന്ന ഒരാത്മാവിന്റെ ഓർമ്മകളോടെ. അനിയന് ഞാനിവിടെയുള്ളത് ബുദ്ധിമുട്ടാണെങ്കിൽ ഞാൻ പൊയ്ക്കോളാം."

"എങ്ങോട്ട്?"

"അങ്ങനെ വല്ലതും ആലോചിക്കാനുണ്ടോ? ഈ ഭൂമിയിൽ എനിക്കു മാത്രം എവിടേം ഒരു സ്ഥലമില്ലെന്നു വരുമോ?"

"അതിനു നിങ്ങളെന്തിനാണ് ഇവിടുന്നു പോകുന്നത്? ഇതു നിങ്ങളുടെ വീടല്ലേ?"

"എന്റേയോ!"

"നിങ്ങൾ സ്നേഹിച്ച ആളിന്റെ. നിങ്ങളെ സ്നേഹിച്ച ആളിന്റെ. ഇനി കൃഷ്ണേട്ടന്റെ സ്വത്തു മുഴുവൻ നിങ്ങൾക്കല്ലേ?"

അനിയന്റെ നേരെ ഒരു നിമിഷം നിശ്ശബ്ദമായി നോക്കിനിന്നതിനു ശേഷം അവൾ നെടുവീർപ്പിട്ടു.

"ഞാൻ സ്വത്തു മോഹിച്ചല്ല വന്നത്?" ഹൃദയത്തിന്റെ വിങ്ങൽ അടക്കിപ്പിടിക്കുന്ന മട്ടിൽ അവൾ ചോദിച്ചു: "അനിയൻ അങ്ങനെയാണോ വിചാരിച്ചത്?"

"ഞാനങ്ങനെ പറഞ്ഞതിൽ എന്താ തെറ്റ്?" അനിയൻ ചോദിച്ചു: "ഭർത്താവിന്റെ മരണശേഷം ഭർത്താവിന്റെ സ്വത്തിന് ഭാര്യക്കല്ലേ അവകാശം?"

അപ്പോൾ അവൾ പറഞ്ഞു.

"ഞാൻ സ്വത്തു ചോദിക്കാൻ വന്നതല്ല."

പെട്ടെന്ന് അനിയനു തോന്നി, അവൾ വലിയ അഭിമാനിയാണെന്ന്, അപ്പോഴും ഒരു സംശയം ബാക്കിനിന്നു. ഇതെല്ലാം തന്റെ മനസ്സറിയാൻവേണ്ടി അവൾ കാണിക്കുന്ന കൗശലമല്ലേ? എല്ലാ രഹസ്യങ്ങളും മനസ്സിലാക്കിയതിനുശേഷം ഏതെങ്കിലും ഒരു നിമിഷത്തിൽ അവൾ തന്റെ പിടി മുറുക്കുകയില്ലെന്ന് ആർക്കറിയാം? അതിന് അവളെ സഹായിക്കാൻ പുറത്ത് ആളുകൾ കാത്തുനില്പുണ്ടായിരിക്കും.

അങ്ങനെ സംശയിക്കുമ്പോഴും തന്റെ മനസ്സ് അവളെ ഇഷ്ടപ്പെട്ടുപോകുന്നത് നിഷേധിക്കാൻ അനിയനു കഴിഞ്ഞില്ല. തന്റെ മനസ്സിനെ മഥിക്കുകയും ആകർഷിക്കുകയും ചെയ്യുന്ന ഒരു വശീകരണശക്തിയുണ്ടവൾക്ക്. അവളുടെ മുമ്പിൽ നില്ക്കുമ്പോൾ ഏതോ ഒരു വിജനതീരത്ത് തന്റെ ആത്മാവിനെ വ്യാമുഗ്ദ്ധമാക്കിത്തീർക്കുന്ന സംഗീതം കേട്ടുകൊണ്ട് നില്ക്കുകയാണെന്നു തോന്നിപ്പോകുന്നു. അപ്പോൾ കൃഷ്ണേട്ടന്റെ ദുർമ്മരണത്തിനു പിന്നിൽ താൻ കണ്ടെത്തിയ നിഴൽ ഇവളുടേയാണെന്നുള്ളത് മറന്നുപോകുന്നു. അവൾ കൃഷ്ണേട്ടന്റെ വിധവയാണെന്നുള്ളത് മറന്നുപോകുന്നു. എന്നെങ്കിലും എവിടെയെങ്കിലുംവച്ച് കാണണമെന്നു പകയോടെ വിചാരിച്ചിരുന്നത് ഇവളെയാണെന്നുള്ളത് മറന്നുപോകുന്നു. മനസ്സിന്റെ കെട്ടുകൾ അഴിയുന്നു.

പുറത്തു മരക്കൊമ്പുകൾ ഉലഞ്ഞു. ചിറകു വിടർത്തിപ്പറക്കുന്ന വർഷക്കാറ്റ് മരക്കൊമ്പുകൾക്കിടയിലൂടെ ചിലച്ചുകൊണ്ടു പറന്നുപോകുന്നു. ആകാശം ഇരുണ്ടുമൂടുന്നു. മഴ പെയ്യുമോ? കാറ്റത്തു കൊഴിഞ്ഞ ഇലകൾ കാറ്റിന്റെകൂടെ പറക്കുന്നു. അനിയൻ ജനലഴികളിലൂടെ ആകാശത്തേക്കു നോക്കി. ആകാശത്തിന്റെ കിഴക്കേ കോണിൽ കറുത്ത മേഘങ്ങൾക്കിടയിലൂടെ മലഞ്ചെരിവുകളിലെ കാടുകൾ പൂക്കുംകാലത്തു കേൾക്കാറുള്ള നിശ്ശബ്ദതയുടെ സംഗീതം കേൾക്കുന്നുണ്ടെന്നു അനിയനു തോന്നി. അനിയൻ ഒരു നിമിഷം കാതോർത്തു നിന്നു. ഇല്ല, യാതൊന്നും കേൾക്കുന്നില്ല. തന്റെ വെറും തോന്നലാണ്.

ഭാഗീരഥിയെക്കുറിച്ചുള്ള ഓർമ്മകളോ അനിയൻ പുറത്തേക്കു നോക്കിനിന്നു. പുറത്തു മഴ ചാറാൻ തുടങ്ങി. മരക്കൊമ്പുകളിലെ പച്ചിലക്കാടുകളിൽ മഴത്തുള്ളികൾ വീഴുന്നതിന്റെ താളം അയാൾ കേട്ടു.

കാറ്റിന് ഇപ്പോൾ അത്ര ശക്തിയില്ല. ഒരു മൃദുസ്പർശം പോലെയാണിപ്പോൾ കാറ്റ്. അനിയന്റെ മനസ്സിൽ ഭാഗീരഥിയെക്കുറിച്ചുള്ള ഓർമ്മകൾ പിടിമുറുക്കി. അവളുടെ രൂപം അനിയന്റെ ഉള്ളിൽ നിറഞ്ഞുനിന്നു. അവളുടെ സാമീപ്യം ഒരു സുഗന്ധമായി അനിയൻ സ്പർശിച്ചു. അയാളുടെ മനസ്സ് വേലിയേറ്റം കൊണ്ട കടലായിത്തീർന്നു. നിലാവത്തു സഞ്ചരിക്കുന്ന ഏകാകിയായ യാത്രക്കാരനെ വശീകരിക്കുന്ന യക്ഷിയുടെ സങ്കല്പം ഒരു നിമിഷം അനിയന്റെ മനസ്സിൽ തങ്ങിനിന്നു. മുത്തശ്ശി പറഞ്ഞുകേട്ടിട്ടുള്ള പഴങ്കഥകളിൽ അയാളുടെ മനസ്സു ചിറകടിച്ചു.

സന്ധ്യകഴിഞ്ഞു അനിയൻ മുറിക്കകത്തിരിക്കുമ്പോൾ ഭാഗീരഥി വാതില്ക്കൽ വന്നു. ഒരു നിമിഷം വാതില്ക്കൽ നിന്നശേഷം അവൾ അകത്തേക്കു കടന്നുചെന്നു.

അവൾ പറഞ്ഞു

"ഞാൻ മടങ്ങിപ്പോകാൻ തീരുമാനിച്ചു."

അനിയന്റെ മനസ്സൊന്നു പിടഞ്ഞു.

"എങ്ങോട്ട്?"

"എന്റെ വീട്ടിലേക്ക്."

"ഇത്ര പെട്ടെന്നങ്ങനെ തീരുമാനിക്കാൻ ഇവിടെ എന്തുണ്ടായി?"

"ഒന്നുമുണ്ടായിട്ടില്ല. ഇപ്പോൾത്തന്നെ ഞാൻ വിചാരിച്ചതിനേക്കാൾ കൂടുതൽ ഇവിടെ താമസിച്ചു."

"മുത്തശ്ശി എന്തു പറഞ്ഞു?"

"ഞാനിതാദ്യം പറയുന്നത് അനിയനോടാണ്."

"ഞാനോർത്തത് ഇനിയൊരിക്കലും നിങ്ങൾ ഇവിടന്നു പോവില്ലെന്നാണ്."

"എനിക്കിവിടെ വന്നൊന്നു കാണണംന്നേ ഉണ്ടായിരുന്നുള്ളൂ. അതിനുവേണ്ടിയാണ് ഞാൻ വന്നത്. എന്നെ സ്നേഹിക്കുകയും ഞാൻ സ്നേഹിക്കുകയും ചെയ്ത ആളിന്റെ വീടൊന്നു കാണാൻ."

"നിങ്ങൾ മടങ്ങിപ്പോകാൻ മുത്തശ്ശി സമ്മതിക്കുമോ? മുത്തശ്ശിക്ക് അത്ര ഇഷ്ടമായെന്നാ തോന്നുന്നത്."

"അതെ. അതുകൊണ്ടാണ് ഞാനിത്രയും ദിവസം ഇവിടെ നിന്നത്."

"മുത്തശ്ശി സമ്മതിച്ചില്ലെങ്കിലോ പോകാൻ?"

"അല്ലാതെ എനിക്കിറിടെ എത്രകാലം നില്ക്കാൻ കഴിയും?"

"നിങ്ങൾക്കിഷ്ടമുള്ളേടത്തോളം കാലം."

ഭാഗീരഥി ഒരു നിമിഷം എന്തോ ഓർത്തു നിന്നു. പിന്നെ ചോദിച്ചു.

"അനിയന് ഒരു പെണ്ണിന്റെ മനസ്സറിയ്യോ?"

എന്തു പറയണമെന്നറിയാതെ അനിയൻ പകച്ചുനിന്നു.

"നിങ്ങൾ പോകാൻ ഞാൻ സമ്മതിക്കില്ല." അനിയൻ പറഞ്ഞു. "നിങ്ങൾ പോകരുത്."

അവൾ ഒരർത്ഥവും ധ്വനിപ്പിക്കാത്ത ഒരു വിളറിയ ചിരിയോടെ അനിയന്റെ മുഖത്തേക്കു നോക്കി.

"ഇവിടെ ജീവിക്കുമ്പോൾ എനിക്കദ്ദേഹത്തിന്റെ ഓർമ്മകളാണ്."

അപ്പോൾ അനിയൻ ചോദിച്ചു.

"നിങ്ങൾ ഏട്ടനെ മറക്കാൻ ആഗ്രഹിക്കുന്നു- അല്ലേ?"

ഹൃദയത്തിൽ ഒരു മുള്ളു തറച്ചതുപോലെ അവൾ ഒന്നു നടുങ്ങി: അതിന്റെ നീറ്റലോടെ അവൾ പറഞ്ഞു.

"അനിയനു പെണ്ണിന്റെ മനസ്സറിയില്ല."

പിന്നെ അവൾ തിരിഞ്ഞു നടന്നു.

പതിനേഴ്

ഓച്ചയും അനക്കവുമില്ലാതെ പുരാതനമായ ഓർമ്മകളിൽ ഉറങ്ങി കിടന്ന ഇല്ലം ഭാഗീരഥി വന്നതിൽപ്പിന്നെ ഉണർന്നു. അവിടെ ജീവിതം വീണ്ടും തളിർത്തു. അടിച്ചുതളിക്കാരി പെണ്ണുങ്ങളും പുറത്തെ പണിക്കാരും അവളോട് എന്തെന്നില്ലാത്ത സ്നേഹവും ബഹുമാനവും കാണിച്ചു. പണ്ട് അവർക്കു കൃഷ്ണേട്ടനോടുണ്ടായിരുന്ന സ്നേഹവും ബഹുമാനവും അനിയൻ കണ്ടിട്ടുണ്ട്. കൃഷ്ണേട്ടൻ അവർക്കൊക്കെ ഉണ്ണിത്തമ്പുരാനായിരുന്നു. ആ ഉണ്ണിത്തമ്പുരാൻ ഏതോ ഇല്ലത്തുനിന്ന് വേളി കഴിച്ചുകൊണ്ടുവന്ന ആത്തേരമ്മയായിട്ടാണോ അവരൊക്കെ ഭാഗീരഥിയെ കണക്കാക്കുന്നത്? അവർക്കു സ്നേഹിക്കാനും ബഹുമാനിക്കാനും ഒരാളുവേണം, എപ്പോഴും. അതില്ലത്തെ അവകാശിയാവുകയും വേണം. തന്നോടു ഇതുവരെ അവരൊക്കെ കാണിച്ചിരുന്ന സ്നേഹവും ബഹുമാനവും വെറും നാട്യമായിരുന്നു എന്ന് അനിയനു തോന്നി. അത് അയഥാർത്ഥമായിരുന്നു. ഇപ്പോൾ യഥാർത്ഥ അവകാശി വന്നുചേർന്നതിന്റെ സന്തോഷമാണവർക്ക്. കൃഷ്ണേട്ടന്റെ മരണംപോലും അവർ വിസ്മരിച്ചിരിക്കുന്നു. കൃഷ്ണേട്ടന്റെ ദുർമ്മരണത്തിനു പിന്നിൽ ഒരുസ്ത്രീയുടെ നിഴലുണ്ടായിരുന്നെന്നും അതിവളുടെയാണെന്നും വിശ്വസിച്ചിരുന്നവർക്കുണ്ടായ മാറ്റം അനിയനെ അത്ഭുതപ്പെടുത്തി. ഇപ്പോൾ അവരൊക്കെ അവളെ സ്നേഹിക്കുകയും ബഹുമാനിക്കുകയും ചെയ്യുന്നു.

മറ്റുള്ളവരെ ആകർഷിക്കുന്നതിന് അവൾക്ക് എന്തോ ഒരു ശക്തിയുണ്ടെന്ന് അനിയനു തോന്നി. കണ്ടുമുട്ടുന്ന നിമിഷംവരെ താനും അവളെ ഒരു ദുഷ്ടസ്ത്രീയായിട്ടാണല്ലോ കരുതിയിരുന്നതെന്ന് അനിയൻ ഓർത്തു. കണ്ടുമുട്ടിയ ആദ്യനിമിഷത്തിൽത്തന്നെ അവൾ അനിയന്റെ ഹൃദയം ഇളക്കിമറിച്ചു. അത്ര വശീകരണശക്തിയുണ്ടായിരുന്നു

അവൾക്ക്. അവളുടെ രൂപഘടന അത്ര സുന്ദരവും ആകർഷകവുമായിരുന്നു. അഗാധഭാവങ്ങൾ നിഴലിക്കുന്ന ആ കണ്ണുകൾക്ക് അസാധാരണമായ ഒരു കാന്തശക്തിയുണ്ട്. ഒരു കുത്തൊഴുക്കിന്റെ വക്കിൽ നില്ക്കുന്നതുപോലെ തോന്നി അനിയന്. എപ്പോഴാണ് അതിൽ വീണുപോകുന്നതെന്നറിയാതെ.

ക്രമേണ ഭാഗീരഥി അവളുടെ സങ്കടങ്ങൾ മറന്നു. ഇപ്പോൾ അവൾ തമാശകൾ പറയുകയും ചിരിക്കുകയും ചെയ്യും. ജോലിക്കാരി പെണ്ണുങ്ങൾക്കു നിർദ്ദേശങ്ങൾ കൊടുക്കുകയും അവരുടെ ഒപ്പം നില്ക്കുകയും ചെയ്യും. എവിടെ നോക്കിയാലും ഭാഗീരഥിയുണ്ട്. ഒരു ഗൃഹലക്ഷ്മിയുടെ മഹത്ത്വത്തോടെ അവൾ ഇല്ലം മുഴുവൻ നിറഞ്ഞുനിന്നു. കൊളുത്തിവച്ച നിലവിളക്കുപോലെ അവൾ ഇല്ലം മുഴുവൻ പ്രകാശം പരത്തി.

"ഒരു മരിച്ച വീടുപോലെയായിരുന്നു ഇത്." ഒരു ദിവസം അനിയൻ പറഞ്ഞു: "ഭാഗി വന്നതിൽപ്പിന്നെയാണ് ഈ ഇല്ലത്ത് വീണ്ടും ഐശ്വര്യമുണ്ടായത്."

അവൾ ചോദിച്ചു:

"അതെന്റെ മഹത്ത്വം കൊണ്ടാണെന്നാണോ?"

"പിന്നെയല്ലേ!" അനിയൻ ഉത്സാഹത്തോടെ ചോദിച്ചു: "ഐശ്വര്യമുള്ള ഒരു പെണ്ണ് ദേവതയാണെന്നു മുത്തശ്ശി പറയാറുണ്ട്. അതിപ്പോൾ എനിക്കു ബോദ്ധ്യമായി."

"എന്തിനാ ഇങ്ങനെ പുകഴ്ത്തുന്നത്?" അവൾ ചോദിച്ചു. "എന്നെപ്പോലെ ഭാഗ്യംകെട്ടിട്ട് വേറെ ആരെങ്കിലുമുണ്ടോ?"

"അതൊക്കെ മറന്നുകളയൂ." അനിയൻ പറഞ്ഞു. "സങ്കടപ്പെടാൻ നോക്കിയാൽ മനുഷ്യന് അതിനേ നേരമുള്ളൂ."

അവൾ കുറേനേരം എന്തോ ഓർത്തു നിശ്ശബ്ദയായി നിന്നു. അനിയൻ വിചാരിച്ചത് അവൾ അവളുടെ നിർഭാഗ്യങ്ങളെക്കുറിച്ചോർക്കുകയായിരിക്കുമെന്നാണ്.

"അനിയനും അമ്മിണിക്കുട്ടിയും തമ്മിൽ സ്നേഹമാണെന്ന് കൃഷ്ണേട്ടൻ പറഞ്ഞു ഞാൻ കേട്ടിട്ടുണ്ട്." അവൾ പ്രശാന്തമായ ഭാവത്തോടെ അനിയനെ നോക്കി: "പിന്നെ എന്തിനാണ് നിങ്ങളുടെ വിവാഹം വച്ചുനീട്ടുന്നത്?"

"അതാണോ ഇത്രയും നേരം ആലോചിച്ചോണ്ടിരുന്നത്?" അനിയൻ ചോദിച്ചു: "ഞാനോർത്തു വേറെ വല്ല മലമറിക്കുന്ന കാര്യവുമായിരിക്കുമെന്ന്."

"അതെന്താ, അത്ര ചെറിയ കാര്യമാണോ?" ഭാഗീരഥി ചോദിച്ചു. "ആ പെൺകുട്ടി കാത്തിരിക്കാൻ തുടങ്ങിയിട്ട് എത്രകാലമായി?"

"ഞാൻ പറഞ്ഞോ അവളോടു കാത്തിരിക്കാൻ?"

"സ്നേഹിക്കുന്ന പെണ്ണു പിന്നെ എന്തുചെയ്യും? എന്നെ വേളികഴിക്കെന്നും പറഞ്ഞു കരയാൻ പറ്റ്വോ അവൾക്ക്?"

"ഞാനിപ്പോൾ വിവാഹത്തെക്കുറിച്ചു ചിന്തിക്കുന്നു പോലുമില്ല."

"അതെന്താ ചിന്തിക്കാത്തെ? അനിയൻ സന്ന്യസിക്കാൻ പോവുകയാണോ?"

"ഒറ്റയ്ക്കു കഴിയുന്നതാണു സുഖം?"

"എന്നാരു പറഞ്ഞു? അനിയന് എവിടന്നു കിട്ടി ഈ പൊട്ടവേദാന്തം?"

സ്നേഹത്തെക്കുറിച്ചോ അമ്മിണിക്കുട്ടിയെക്കുറിച്ചോ സംസാരിക്കാൻ അപ്പോൾ അനിയനു തീരെ താല്പര്യമുണ്ടായിരുന്നില്ല. അനിയന് അമ്മിണിക്കുട്ടിയോട് യഥാർത്ഥത്തിൽ സ്നേഹമുണ്ടായിരുന്നു. ജീവിതത്തിൽ തനിക്കാകെ ഓർക്കാനുള്ളത് അവളുടെ സ്നേഹം മാത്രമാണെന്ന് അനിയൻ ഒരിക്കൽ ചിന്തിച്ചിരുന്നു. ഇപ്പോൾ ആ സ്നേഹബന്ധത്തെകുറിച്ചുള്ള ഓർമ്മ അയാളെ വികാരം കൊള്ളിക്കുന്നില്ല. അമ്മിണിക്കുട്ടിയെ കാണുമ്പോൾ അവൾ സ്നേഹിക്കുന്ന കാര്യം അനിയൻ ഓർക്കുന്നത് അറിയാതെ ഒരു കടുംകെട്ടിൽ അകപ്പെട്ടതുപോലെയാണ്. വേറെ ഏതോ ഒരു പ്രലോഭനം തന്റെ ആത്മാവിനെ ആകർഷിച്ചുകൊണ്ടുപോകുന്നു. അവ്യക്തമായ ഏതോ ഒരുസങ്കല്പം തന്റെ ഹൃദയത്തെ വ്യാമുഗ്ദ്ധമാക്കിത്തീർക്കുന്നു. അതെന്താണെന്നു വ്യക്തമാകുന്നില്ല. ഏതോ ഒരു സ്വപ്ന വിഭ്രാന്തിയിൽ അകപ്പെട്ടതുപോലെയാണ് യാഥാർത്ഥ്യങ്ങൾക്കു സ്വപ്ന വിഭ്രാന്തികൾക്കും ഇടയിൽ എവിടെയോ താൻ ചെന്നുപെട്ടിരിക്കുന്നു.

പകൽ മഴ പെയ്തു. കനത്തു സാന്ദ്രമായ പുഴ. ആകാശം ഇരുണ്ട ചാരനിറമണിഞ്ഞു കിടന്നു. മരങ്ങൾ മഴ നനഞ്ഞു. കാറ്റുകൾ എവിടെയോ പോയൊളിച്ചു. മരക്കൊമ്പുകൾ അനങ്ങുന്നില്ല. നിശ്ചലമായ മഴ. അകലെ മരങ്ങളും മലകളും അവ്യക്തമായി കാണപ്പെട്ടു.

"നല്ല മഴ, അല്ലേ?" ഭാഗീരഥി ചോദിച്ചു. "എനിക്കു മഴ ഇഷ്ടമാണ്."

"എനിക്കു മഴ ഇഷ്ടമല്ല." അനിയൻ പറഞ്ഞു. "മഴക്കാലമെന്നുവച്ചാൽ എനിക്കു വെറുപ്പാണ്."

"അതു നല്ല തമാശ." ഭഗീരഥി ചിരിച്ചു. "നോക്കൂ മഴയ്ക്കെന്തു ഭംഗിയാണെന്ന്."

"മഴയ്ക്കു ഭംഗിയുണ്ടെന്നോ?" അനിയൻ ചോദിച്ചു. "ഞാനിതാദ്യം കേൾക്കുകയാണ്."

"എനിക്കതു കാണിച്ചുതന്നതു കൃഷ്ണേട്ടനാണ്." മഴയത്തേക്കു നോക്കി നിന്നുകൊണ്ടു ഭാഗീരഥി പറഞ്ഞു. "കൃഷ്ണേട്ടൻ എനിക്കു മഴയുടെ ഭംഗി കാണിച്ചുതന്നു. മഴയുടെ സംഗീതം കേൾപ്പിച്ചുതന്നു."

"കൃഷ്ണേട്ടൻ കവിയായിരുന്നു." അനിയൻ പറഞ്ഞു. "മഴയുടെ ഭംഗിയും സംഗീതവുമൊക്കെ ആസ്വദിക്കാൻ ഞാൻ കവിയല്ല. ഞാൻ നോക്കുമ്പോൾ മഴയ്ക്കു ഭംഗിയില്ല. മഴയ്ക്കു സംഗീതമില്ല. മഴ വെറും മഴയാണ്."

അവൾ അതു കേൾക്കാത്തഭാവത്തിൽ അകലെ മഴയത്തേക്കു നോക്കിനിന്നു.

അപ്പോൾ മഴ പെയ്യുന്ന മറ്റൊരു പകൽ അവളുടെ ഓർമ്മകളിൽ തെളിഞ്ഞു. മഴ പെയ്ത ഒരു പകലിന്റെ ഓർമ്മകളിലേക്ക് അവളുടെ ഓർമ്മകൾ പറന്നുചെന്നു.

കൃഷ്ണേട്ടൻ മഴ നോക്കി നില്ക്കുകയായിരുന്നു; ഏതോ സ്വപ്നത്തിൽ ലയിച്ചപോലെ. കൃഷ്ണേട്ടൻ അങ്ങനെ നില്ക്കാൻ തുടങ്ങിയിട്ട് കുറേ നേരമായി. അവൾ ഒരു കള്ളച്ചിരിയോടെ അടുത്തുചെന്നു.

"കുറേനേരമായല്ലോ മഴയും നോക്കി നില്ക്കാൻ തുടങ്ങിയിട്ട്. മഴയത്തെന്തു കാണാനാണ്?"

കൃഷ്ണേട്ടൻ മഴയത്തുനിന്നു നോട്ടം പിൻവലിച്ചു. പിന്നെ മഴ കണ്ടു മോഹിച്ച ഒരാളെപ്പോലെ പറഞ്ഞു. "മഴയുടെ ഭംഗി കാണാൻ. മഴയുടെ സംഗീതം കേൾക്കാൻ."

"മഴയ്ക്കു ഭംഗിയോ?" ഭാഗീരഥി അത്ഭുതത്തോടെ കൃഷ്ണേട്ടന്റെ മുഖത്തേക്കു നോക്കി. "മഴയുടെ സംഗീതമോ?"

പിന്നെ കൃഷ്ണേട്ടൻ മഴയുടെ ഭംഗിയേയും മഴയുടെ സംഗീതത്തെയുംകുറിച്ചു പറയാൻ തുടങ്ങി. പ്രകൃതിയുടെ അനശ്വരമായ ഭംഗിയും അതിന്റെ ദിവ്യമായ സംഗീതവും ഹൃദയത്തിൽ ഏറ്റുവാങ്ങാൻ കഴിയാതാകുമ്പോഴാണ് മനുഷ്യൻ പരുക്കനും ദുഷ്ടനും ആയിത്തീരുന്നതെന്ന് കൃഷ്ണേട്ടൻ പറഞ്ഞു.

പിന്നെ കൃഷ്ണേട്ടൻ മഴപെയ്യുന്ന ആകാശം ചൂണ്ടിക്കാട്ടി. "അതിന്റെ ഭംഗി കണ്ടോ!"

"ആകാശത്തിനു ഭംഗിയോ!" ഭാഗീരഥി അതിശയിച്ചു.

"ചാരനിറമണിഞ്ഞു കിടക്കുന്ന ആകാശത്തിനു ചുവട്ടിലൂടെ നീങ്ങിപ്പോകുന്ന കാർമേഘങ്ങൾ. കാർമേഘങ്ങളുടെ മൺകുടങ്ങൾ ഉടയുമ്പോൾ മഴ... മഴമേഘങ്ങളുടെ ആകാശം... മഴ നനഞ്ഞു പറക്കുന്ന പക്ഷികൾ. മഴ നനഞ്ഞു നില്ക്കുന്ന മരങ്ങൾ. മഴ നനഞ്ഞു നില്ക്കുന്ന മലകൾ... വിശ്വസംഗീതത്തിന്റെ വീണക്കമ്പികൾപോലെ മഴയുടെ നൂലുകൾ... അദൃശ്യമായ വിരൽത്തുമ്പുകളുടെ സ്പർശംകൊണ്ട് മഴയുടെ വീണക്കമ്പികളിൽ നിറയുന്ന സംഗീതം... ഭാഗീ ചെവിയോർക്കൂ.."

ഭാഗി ചെവിയോർത്തു..

മഴയുടെ സംഗീതം..

ഘനശ്യാമതയുടെ സംഗീതം.

അതിന്റെ ഭംഗി.

അതിൽ ലയിച്ചു നില്ക്കുന്ന ഭാഗീരഥിയുടെ കണ്ണുകളിലേക്ക് കൃഷ്ണേട്ടൻ ഉറ്റുനോക്കി. ദിവ്യവും വികാരനിർഭരവുമായ ഒരു നിമിഷമായിരുന്നു അത്. അവളുടെ കണ്ണുകളിൽ അതിന്റെ ഭാവജ്ജ്വാല തിളങ്ങിനിന്നു. ഒരു നിമിഷത്തിന്റെ ദൗർബല്യത്തിൽ, വികാരവായ്പോടെ കൃഷ്ണേട്ടൻ അവളുടെ ചുമലിൽ കൈവച്ചു. അവൾ അറിയാതെ കൃഷ്ണേട്ടനോടു ചേർന്നുനിന്നു. അവൾ കൃഷ്ണേട്ടന്റെ മാറിൽ മുഖം ചേർത്തു. കൃഷ്ണേട്ടന്റെ കൈകൾ അവളെ തഴുകി. അത് ഒരാലിംഗന

മായി മുറുകി. ആ കൈകൾക്കുള്ളിൽക്കിടന്ന് അവൾ വീർപ്പുമുട്ടി. മഴയുടെ സംഗീതത്തിൽ മുഴുകി അവർ അവരെ മറന്നുനിന്ന നിമിഷങ്ങളായിരുന്നു അത്...

ആ ഓർമ്മകളിൽ മുഴുകിനിന്ന അവളുടെ ഹൃദയത്തിൽ മഴയുടെ സംഗീതം വന്നലച്ചു...

പെട്ടെന്നു മഴയുടെ ഭാവം മാറി. ആകാശത്തുനിന്ന് ഇടിമുഴക്കങ്ങൾ കേട്ടു. മരക്കൊമ്പുകളിൽ കാറ്റു ചിന്നം വിളിച്ചു. മഴയുടെ ശാന്തഭാവം മാറി. നിമിഷങ്ങൾക്കുള്ളിൽ അതു രൗദ്രമായിത്തീർന്നു. അപ്പോൾ മഴയുടെ സംഗീതം നഷ്ടപ്പെടുകയും അത് ഒരു പ്രേതഗാനമായി തോന്നിപ്പിക്കുകയും ചെയ്തു.

ഒരു നെടുവീർപ്പോടെ അവൾ ഓർമ്മകളിൽനിന്നുണർന്നു.

അപ്പോൾ മഴയത്തുനിന്ന് അച്ചുതൻ നായർ ഇല്ലത്തേക്കു കയറിവന്നു. കുടചൂടിക്കൊണ്ടാണ് വന്നതെങ്കിലും അയാൾ നനഞ്ഞിട്ടുണ്ടായിരുന്നു. കുട മടക്കി തിണ്ണയിൽ ചാരിവച്ച് തോർത്തുമുണ്ടുകൊണ്ട് തല തുവർത്തിയതിനുശേഷം അയാൾ മഴയെ പ്രാകി.

"എന്തൊരു നശിച്ച മഴ!"

അയാൾ പോക്കറ്റിൽനിന്നു ചില കടലാസുതുണ്ടുകൾ എടുത്തു അനിയന്റെ കൈയിൽ കൊടുത്തു.

"വക്കീൽ എന്തു പറഞ്ഞു?" അനിയൻ ചോദിച്ചു. "കേസിന്റെ കാര്യത്തിൽ അയാൾക്കു വല്ല ഹോപ്പുമുണ്ടോ?"

"കേസ് ജയിക്കൂന്നാ വക്കീല് ഇപ്പോഴും പറയുന്നത്." അച്ചുതൻനായർ പറഞ്ഞു. "പക്ഷേ, അടിയനു തോന്നണത്, വക്കീല് നമ്മളെ ഇട്ടു കുരങ്ങുകളിപ്പിക്കുകയാണെന്നാണ്. ഓരോ അവധിക്കും അയാൾക്കു കാശു കിട്ടൂല്ലോ- വക്കീലിനു വക്കീലാഫീസിന്റെ വിചാരം മാത്രമേ ഉള്ളൂ."

"ഉം-" അനിയൻ ഒന്നിരുത്തി മൂളി "നോക്കാം. വെറുതെ പോട്ടെന്നുവയ്ക്കാൻ നിവൃത്തീല്ലല്ലോ. ഇതു അഭിമാനത്തിന്റെ കൂടി പ്രശ്നമാണ്."

"എന്താ കാര്യം?" ഭാഗീരഥി ചോദിച്ചു. "ആർക്കെതിരായിട്ടാ കേസ്?-"

"ഒരുത്തൻ സ്ഥലമൊഴിഞ്ഞുതരുന്നില്ല." അനിയൻ പറഞ്ഞു. "അവന്റെ വിചാരം മനയ്ക്കലെ സ്വത്ത് കണ്ടോർക്കൊക്കെ ഉള്ളതാണെന്നാ."

ഏതോ ഒരു കുടികിടപ്പുകാരന്റെ പ്രശ്നമാണ്. തലമുറകളായി മനയ്ക്കപ്പുറമ്പിൽ കുടികിടക്കുന്ന ഒരാളെ ആ മണ്ണിൽനിന്നു പറിച്ചെടുത്തില്ലെങ്കിൽ അഭിമാനത്തിനു കേടാണെന്നാണ് അനിയന്റെ വിചാരം.

"ഒരു പാവം മനുഷ്യനോടു കേസുപറഞ്ഞു ജയിച്ചിട്ടെന്തു കിട്ടാനാ?" ഭാഗീരഥി ചോദിച്ചു. "അതിനേക്കാൾ ഭേദം ആ ഭൂമി അയാൾ എടുത്തോട്ടെന്നുവയ്ക്കുകയല്ലേ?"

ഭാഗീരഥി വെറുതെ ചോദിച്ചതാണ്. എങ്കിലും അനിയൻ വിചാരി

ച്ചത് അങ്ങനെയല്ല. അവൾ ഓരോ കാര്യത്തിലും ശ്രദ്ധ വയ്ക്കുകയും ഇടപെടുകയും ചെയ്യുന്നു. ഓരോ ചുവടുവയ്പിലും അവൾ സ്വന്തം അധികാരം ഉറപ്പിക്കുന്നു.

"നാളെ ഒരാൾ ഈ ഇല്ലത്തിന് അവകാശം പറഞ്ഞാൽ ഒന്നുംമിണ്ടാതെ വിട്ടുകൊടുത്തേച്ച് വെറുതെ ഇറങ്ങി പോണംന്നാണോ?" ഒരു ഒളിയമ്പെയ്യും പോലെയായിരുന്നു അനിയന്റെ ചോദ്യം.. "അങ്ങനെ അങ്ങിറങ്ങിപ്പോകാൻ ഞാൻ കണ്ണനെപ്പോലെ ദാനധർമ്മിയല്ല."

കനത്ത ഒരിടിമുഴക്കത്തിൽ ഇല്ലം നടുങ്ങി.

പതിനെട്ട്

ഗഹനവും നിഗൂഢവുമായ ഒരു ആകർഷണശക്തിയുണ്ടായിരുന്നു ഭാഗീരഥിക്ക്. അവളുടെ കറുത്തു വിടർന്ന കണ്ണുകളിൽ ഏകാന്തമായ ഒരാത്മാവിന്റെ തീക്ഷ്ണഭാവമുണ്ടായിരുന്നു. അവളുടെ നേരെ നോക്കുമ്പോഴെല്ലാം അനിയനു തോന്നും, താൻ ഏതോ വിജനഭൂമിയിൽ ജീവിതത്തിൽ ഇതുവരെ കണ്ടിട്ടില്ലാത്ത ആരെയോ കാത്തുനില്ക്കുകയായിരുന്നെന്ന്. താൻ കാത്തുനിന്നത് ഈ സ്വയംപ്രഭാവിഗ്രഹത്തിനുവേണ്ടിയായിരുന്നെന്ന്. ഹൃദയത്തെ വ്യാമുഗ്ദ്ധമാക്കുകയും ഇളക്കിമറിക്കുകയും ചെയ്യുന്ന ഒരു ഭംഗിയുണ്ട് അവൾക്ക്. ചിലപ്പോൾ അയാൾ സംശയിക്കുകപോലും ചെയ്തു, അവൾ വല്ല യക്ഷിയോ ദുർദ്ദേവതയോ ആയിരിക്കുമോയെന്ന്. അല്ലെങ്കിൽ പകയോടെ ഓർക്കുകയും കൃഷ്ണേട്ടന്റെ ദുർമ്മരണത്തിന് അവളോടു പകരം ചോദിക്കുമെന്നു തീർച്ചപ്പെടുത്തുകയും ചെയ്തിരുന്ന താൻ എങ്ങനെ ആ തീരുമാനങ്ങളിൽനിന്നു പതുക്കെപ്പതുക്കെ അകന്നു? താൻ ഏതോ മാന്ത്രികക്കോട്ടയിൽ അകപ്പെട്ടിരിക്കുകയാണെന്ന് അയാൾ പേടിച്ചു.

"എന്നെപ്പോലെ ഭാഗ്യം കെട്ട് വേറെയാരെങ്കിലുമുണ്ടോ?" ഒരുദിവസം അവൾ അവളുടെ കഥ പറഞ്ഞു: "എന്തെല്ലാം സങ്കടങ്ങൾ അനുഭവിച്ചു! എന്തെല്ലാം കഷ്ടപ്പാടുകൾ സഹിച്ചു! പിന്തിരിഞ്ഞു നോക്കുമ്പോൾ ഒരു കണ്ണീർപ്പാടം നീന്തിക്കടന്നതുപോലെയാണ് എനിക്കു തോന്നുന്നത്."

"സങ്കടങ്ങളില്ലാതെ ആരാ ഉള്ളത്?" അനിയൻ ചോദിച്ചു. "കൃഷ്ണേട്ടൻ പറയാറുണ്ടായിരുന്നു, സങ്കടങ്ങൾ മനുഷ്യന്റെ വിധിയാണെന്ന്."

"ഇതങ്ങനെയല്ല." അവൾ പൂർവ്വകാലസ്മൃതിയിൽ മുഴുകി: "എനിക്ക് ഒൻപതു വയസ്സുള്ളപ്പോൾ അച്ഛൻ മരിച്ചു. പിന്നെ അമ്മയും ഞാനും

തനിച്ച്. ആരും സഹായിക്കാനില്ലാത്ത അനാഥമായ ജീവിതങ്ങൾ. കണ്ണീരും കഷ്ടപ്പാടും സഹിച്ചുകൊണ്ട് എത്ര വർഷം! ഈശ്വരാ!"

"എന്റെ അമ്മ കുടിച്ച കണ്ണീരിനു കൈയും കണക്കുമില്ല." കയ്ക്കുന്ന ഓർമ്മകളോടെ അവൾ പറഞ്ഞു. "അല്ലെങ്കിലെന്തിനാ എന്റെ കഥ പറയുന്നത്? വെറുതെ മറ്റുള്ളവരെക്കൂടി വിഷമിപ്പിക്കാൻ. ഒന്നും ഓർക്കാതിരിക്കുകയാണു നല്ലത്."

"ഇനി എന്തിന് അതൊക്കെ ഓർത്തു മനസ്സു വിഷമിപ്പിക്കുന്നു?" അനിയൻ പറഞ്ഞു: "അതൊക്കെ മറന്നു കളയൂ. എവിടെയോ വായിച്ചിട്ടുണ്ട്, ഈശ്വരൻ ഒരാത്മാവിനെ കടലിന്നടിയിലേക്കു കൊണ്ടുപോകുന്നതു മുക്കിക്കൊല്ലാനല്ല, ശുദ്ധീകരിക്കാനാണെന്ന്. ചിലപ്പോൾ അതു നേരായിരിക്കും."

അവൾ എന്തോ ഓർത്തു നെടുവീർപ്പിട്ടു.

"വേദനകൾ സഹിച്ചവർക്കു സന്തോഷിക്കാനിടവരുമെന്നാണു പറയാറ്." അനിയൻ പറഞ്ഞു: "ചിലപ്പോൾ ഇനിയങ്ങോട്ട് സൗഭാഗ്യങ്ങളുടെ കാലമായിരിക്കും."

"എനിക്ക് എന്നും സങ്കടപ്പെടാനാണു വിധിയെന്നു തോന്നുന്നു." വിഷാദത്തോടെ ഭാഗീരഥി പറഞ്ഞു. "നീന്തി നീന്തി ഒരു കരയ്ക്കെത്തുമ്പോൾ ദുർവ്വിധി വീണ്ടും കടലിലേക്ക് എടുത്തെറിയുന്നു. എന്റെ അനുഭവം അങ്ങനെയാണ്."

"കഴിഞ്ഞതൊക്കെ കഴിഞ്ഞു." അനിയൻ പറഞ്ഞു. "ഇനിയതൊക്കെ മറന്നുകളയൂ."

"എങ്ങനെ മറക്കാൻ?" അവൾ ചോദിച്ചു: "എന്നോടു സ്നേഹം തോന്നുന്നോർക്കുപോലും അതിന്റെ ദുരന്തങ്ങളുണ്ടാകുന്നു. ശപിക്കപ്പെട്ട ജന്മമായിരിക്കും എന്റെ."

കുറേനേരത്തേക്കു കൃഷ്ണേട്ടനെക്കുറിച്ചുള്ള ഓർമ്മകൾ അവളുടെ ഹൃദയത്തിൽ കിടന്ന് ഇളകിമറിഞ്ഞു. അവളുടെ കണ്ണുകൾ നിറഞ്ഞു.

അപ്പോൾ അനിയൻ ചോദിച്ചു.

"എങ്ങനെയാണു നിങ്ങൾ കണ്ടുമുട്ടിയത്?"

"ഏതോ ഒരു നിമിഷത്തിൽ കണ്ടുമുട്ടി." വിഷാദഭാവത്തോടെ അവൾ പറഞ്ഞു. "അത്രയേ എനിക്കറിയാവൂ. ഞാൻ നോക്കുമ്പോൾ അദ്ദേഹം എന്റെ ഹൃദയത്തിനടുത്തു നില്പുണ്ട്.

ഭൂതകാലസ്മരണകളുടെ ഇടനാഴികളിൽ അവളുടെ മനസ്സ് ഉഴറുകയായിരുന്നു.

"എന്തിന് അതൊക്കെ എന്നെ ഓർമ്മിപ്പിക്കുന്നു?" ഇടറുന്ന സ്വരത്തിൽ അവൾ ചോദിച്ചു. "എന്റെ ഭൂതകാലത്തിന്റെ വാതിലുകൾ അടഞ്ഞുകിടന്നോട്ടെ."

എന്നും ഇതൊക്കെ പഴയ കോട്ടപോലെ അടഞ്ഞുകിടക്കുകയായിരുന്നു. വല്ലപ്പോഴും അവൾ മാത്രം അവളുടെ ഏകാന്തമായ നിമിഷങ്ങ

ളിൽ ആ കോട്ടവാതിലുകൾ തുറന്ന് അകത്തുകടന്നു. ഓർമ്മകളിൽ നഷ്ടപ്പെടുമ്പോൾ അവൾ അവളെ കണ്ടെത്താറുള്ളത് ആ കോട്ടയ്ക്കുള്ളിലായിരുന്നു.

"ആദ്യമൊക്കെ കൃഷ്ണേട്ടൻ അയക്കാറുണ്ടായിരുന്ന കത്തുകളിൽ ഭാഗിയെ ഒരു ദേവതയായിട്ടാണു ചിത്രീകരിച്ചിരുന്നത്. എനിക്കത് നല്ല ഓർമ്മയുണ്ട്." അനിയൻ പറഞ്ഞു. "പക്ഷേ, ഒടുക്കമയച്ച കത്തുകളിൽ മറ്റൊരു സ്വരമാണുണ്ടായിരുന്നത്. രണ്ടും തമ്മിൽ ഒരു പൊരുത്തവുമില്ല. കൃഷ്ണേട്ടന്റെ ദുർമ്മരണം കൂടിയായപ്പോൾ എനിക്കതു ഒരു കടങ്കഥ പോലെ തോന്നി."

"എന്റെ ഭാഗ്യദോഷം." അവൾ നെടുതായി നിശ്വസിച്ചു. "എനിക്കറിയാമായിരുന്നു. അതൊരു കൈയെത്താത്ത പൂവാണെന്ന്. എന്നിട്ടും ഞാനതു മോഹിച്ചു. കൈയെത്തിപ്പിടിച്ചപ്പോഴേക്കും വിധി അതു തട്ടിക്കളഞ്ഞു."

അവസാന നാളുകളിൽ കൃഷ്ണേട്ടൻ രോഗിയായിത്തീർന്നതിനെക്കുറിച്ച് അവൾ പറഞ്ഞു. "പെട്ടെന്ന് കൃഷ്ണേട്ടന്റെ സ്വഭാവം മാറി. അദ്ദേഹത്തിനു ആരേയും വിശ്വാസമില്ലാതെയായി. ഡോക്ടർമാരെപ്പോലും അദ്ദേഹം അവിശ്വസിച്ചു. എല്ലാവരും തന്റെ മരണം ആഗ്രഹിക്കുന്നവരാണെന്ന് എങ്ങനെയോ അദ്ദേഹം വിശ്വസിച്ചു. ആരും അടുത്തുചെല്ലുന്നത് അദ്ദേഹത്തിനിഷ്ടമായിരുന്നില്ല. ആ ദിവസങ്ങളിൽ ഏതോ വികല്പത്തിൽ പെട്ടതുപോലെയായിരുന്നു കൃഷ്ണേട്ടൻ. ചിലപ്പോൾ ഉച്ചത്തിൽ വിളിച്ചുകൂവുക പോലും ചെയ്യാറുണ്ടായിരുന്നു. എല്ലാരും എന്റെ ശത്രുക്കളാണ്. എന്റെ മരണം ആഗ്രഹിക്കുന്നവരാണ് എനിക്ക് ചുറ്റും. എനിക്കാരേയും കാണണ്ട. ആരും എന്റെയടുത്തു വരരുത്. സ്നേഹം ഭാവിക്കുന്നതൊക്കെ വെറുതെയാണ്. ആരും എന്നെ സ്നേഹിക്കണ്ട. കൃഷ്ണേട്ടന് ആരോടെങ്കിലും അല്പം വിശ്വാസമുണ്ടായിരുന്നെങ്കിൽ അതു പരമിയോടു മാത്രമായിരുന്നു. ഒരിക്കൽ കൃഷ്ണേട്ടൻ പരമിയോടു പറഞ്ഞു; പരമീ, നിനക്കു മാത്രമേ എന്നോടു സ്നേഹമുള്ളൂ. ബാക്കിയെല്ലാരും എന്റെ ശത്രുക്കളാണ്. എന്റെ പിണ്ഡം കൊത്താൻ കാത്തിരിക്കുന്ന ബലികാക്കകളാണ്."

"അത്രയധികം സ്നേഹിച്ച ഒരാളെ അത്രയധികം വെറുക്കണമെങ്കിൽ എന്തെങ്കിലും കാരണം വേണ്ടേ?" അനിയൻ ചോദിച്ചു. "ആരെയും വെറുക്കാത്ത സ്വഭാവമായിരുന്നു കൃഷ്ണേട്ടന്റേത്."

"എനിക്കൊന്നുമറിഞ്ഞുകൂടാ." ഭാഗീരഥി സങ്കടത്തോടെ പറഞ്ഞു. "എല്ലാം എന്റെ വിധിയാണ്. അന്നൊക്കെ ആ കുറുപ്പുചേട്ടൻ ഇല്ലായിരുന്നെങ്കിൽ എനിക്കു കിറുക്കുപിടിച്ചേനെ."

അപ്പോൾ അനിയൻ ചോദിച്ചു: "ഈ കുറുപ്പ് എന്നുപറയുന്ന ആൾ ആരാണ്?"

"എന്റെ അകന്ന ബന്ധത്തിൽപ്പെട്ട ഒരാളാണ്. ആർക്കും ഒരുപകാരവും ചെയ്യാറില്ലാത്ത ആളാണെന്നാണു മറ്റുള്ളവരു പറഞ്ഞു കേട്ടിട്ടു

ള്ളത്." ഭാഗീരഥി പറഞ്ഞു. "പക്ഷേ, എന്റെ അനുഭവം മറിച്ചാണ്. എന്നോട് ആ മനുഷ്യൻ കാണിച്ചിട്ടുള്ള സ്നേഹത്തിനും എനിക്ക് ചെയ്തിട്ടുള്ള സഹായത്തിനും കണക്കില്ല. പക്ഷേ, കൃഷ്ണേട്ടന് ആ മനുഷ്യനെ വെറുപ്പായിരുന്നു."

കൃഷ്ണേട്ടന്റെ ദുർമ്മരണം അന്വേഷിച്ചുള്ള യാത്രയിൽ കുറുപ്പിനെ കണ്ടുമുട്ടിയത് അനിയൻ ഒരുൾക്കിടിലത്തോടെ ഓർത്തു. കൃഷ്ണേട്ടന്റെ ദുർമ്മരണത്തെ മൂടിക്കിടക്കുന്ന രഹസ്യത്തിന്റെ ഒരു ചരട് കുറുപ്പുമായി ബന്ധപ്പെട്ടാണു കിടക്കുന്നതെന്ന് അനിയനു തോന്നി.

"യാത്രയ്ക്കിടയിൽ ഞാൻ ആ കുറുപ്പിനെ കണ്ടിരുന്നു." അനിയൻ പറഞ്ഞു. "എനിക്കും തോന്നി ആ മനുഷ്യൻ രഹസ്യങ്ങളുടെ ഒരു കോട്ടയാണെന്ന്."

"അതനിയൻ തെറ്റിദ്ധരിച്ചതാണ്." ഭാഗീരഥി പറഞ്ഞു. "എന്നെങ്കിലും ഒരിക്കൽ കുറുപ്പുചേട്ടനെ അനിയൻ വീണ്ടും കാണും. അപ്പോൾ മനസ്സിലാകും ആ മനുഷ്യൻ എത്ര ശുദ്ധനാണെന്ന്."

"ഞാനോ? ഞാനെന്തിനാണ് അയാളെ കാണുന്നത്? അയാൾ എന്റെ ആരാണ്?"

"ആരുമല്ലായിരിക്കും. എന്നോർത്ത് ഒരാളെ കാണാൻ പാടില്ലെന്നുണ്ടോ? ജീവിതത്തിൽ കണ്ടുമുട്ടുന്നതു സ്വന്തക്കാരെ മാത്രമല്ലല്ലോ?"

"എനിക്കാ മനുഷ്യനെ കാണണമെന്നില്ല."

"എന്നാലും കുറുപ്പുചേട്ടൻ വരും."

"എങ്ങോട്ട്?"

"ഇങ്ങോട്ട്. എന്നെങ്കിലും കുറുപ്പുചേട്ടൻ വരും. ഞാൻ വിളിച്ചിട്ടുണ്ട്."

അദൃശ്യമായ ഒരു ചതുരംഗക്കളത്തിൽ അദൃശ്യമായ കൈകൾ കരുക്കൾ നീക്കുന്നതുപോലെ അനിയനു തോന്നി.

പത്തൊൻപത്

അനിയന് ഓരോ ദിവസം കഴിയുംതോറും ഭാഗീരഥിയെക്കുറിച്ചുള്ള സംശയങ്ങൾ വർദ്ധിച്ചു.

-ഇവൾ യക്ഷിയോ ദേവതയോ?

ചിലപ്പോൾ അനിയന് അവളോടു കഠിനമായ വെറുപ്പു തോന്നും. ചിലപ്പോൾ തീക്ഷ്ണമായ സ്നേഹം തോന്നും. മോഹിപ്പിക്കുന്ന ആ വശ്യ ഭംഗിക്കു മുമ്പിൽ കീഴടങ്ങുന്നതിനു തുല്യമായിരുന്നു അനിയന്റെ സ്നേഹം. ആ നിമിഷങ്ങളിൽ അത് ഏട്ടൻ സ്നേഹിച്ചിരുന്ന പെണ്ണാണെന്നുള്ളത് അനിയൻ മറന്നു. തീവ്രമായ അഭിനിവേശംകൊണ്ട് അയാളുടെ ഹൃദയം ഇളകിമറിഞ്ഞു.

"ഭാഗിയുടെ നൃത്തം കണ്ടു ഭ്രമിച്ചതിനെക്കുറിച്ച് ഒരിക്കൽ ഏട്ടൻ എഴുതീരുന്നു." ഒരു മന്ദസ്മിതത്തോടെ അനിയൻ പറഞ്ഞു. "പുരൂരവസ്സിനെ മോഹിപ്പിച്ച ഉർവ്വശിയുടെ കഥ ഞാൻ ഓർത്തു."

അനിയൻ വിചാരിച്ചത് ആ അഭിനന്ദനം അവളെ സന്തോഷിപ്പിക്കുമെന്നാണ്. അതിനുപകരം അവൾ പെട്ടെന്ന് വിഷാദമൂകയായിത്തീരുകയാണുണ്ടായത്.

"ഞാനെന്റെ ചിലങ്കകൾ അഴിച്ചുവെച്ചു." വിഷാദസ്മരണകളുടെ മേഘച്ഛായയിൽ നിന്നുകൊണ്ട് അവൾ പറഞ്ഞു. "ഇനി ഞാൻ ആർക്കുവേണ്ടിയാണ് നൃത്തം ചെയ്യുന്നത്?"

"കൃഷ്ണേട്ടനെപ്പോലുള്ള ഒരു കവിക്കു മാത്രമേ നൃത്തം ഇഷ്ടാവ്വൊള്ളുന്നാണോ വിചാരം?" അനിയൻ അവളുടെ കണ്ണുകളിലേക്കു നോക്കി. "എന്റെ ഉള്ളിൽ കവിതയില്ലെങ്കിലും സ്വല്പം സൗന്ദര്യബോധമുണ്ട്."

അനിയൻ പറഞ്ഞതു കേൾക്കാതെ അവൾ ഏതോ പൂർവ്വകാല സ്മൃതികളിൽ മുഴുകി നില്ക്കുകയായിരുന്നു.

“എന്നെ നർത്തകിയാക്കണമെന്നായിരുന്നു അച്ഛന്റെ ആഗ്രഹം. പാട്ടുകാരിയാക്കണമെന്ന് അമ്മയും.” അവൾ നെടുതായി നിശ്വസിച്ചു. “രണ്ടും പഠിച്ചു. ഒന്നും പൂർത്തിയായില്ല.”

അനിയൻ കൂടുതൽ താല്പര്യത്തോടെ ചോദിച്ചു.

“പാടാനറിയോ?”

ഉള്ളിൽത്തട്ടാതെ അവൾ പറഞ്ഞു.

“കുറേശ്ശെ.”

ഒരുദിവസം അനിയൻ നിർബ്ബന്ധിച്ചിട്ട് ഭാഗീരഥി പാടി, പടിഞ്ഞാറ്റി മാളികയിലിരുന്ന് വീണമീട്ടിക്കൊണ്ട് വിഷാദസ്മൃതികളിൽ വീണുഴലുന്ന ഒരു പാവം ഹൃദയത്തിന്റെ വിലാപം പോലെ തോന്നിപ്പിച്ചു അത്. അനിയനത് ഇഷ്ടപ്പെട്ടു. അനിയന് എന്തെന്നില്ലാത്ത ആരാധന തോന്നി അവളോട്. അവളുടെ സാമീപ്യം കൊണ്ട് താൻ മറ്റൊരാളായിത്തീരുന്നതുപോലെ അനിയനു തോന്നി. ഹൃദയത്തിൽ മധുരമായ ഒരസ്വാസ്ഥ്യത്തിന്റെ വീർപ്പുമുട്ടൽ...

“ഏട്ടനെപ്പോലെതന്ന്യാണ് അനിയനും.” ഒരുദിവസം അവൾ പറഞ്ഞു. “ഒരേ മുഖച്ഛായ, ഞാൻ ആദ്യം കണ്ടപ്പോൾ ഒരു നിമിഷം അന്തിച്ചുപോയി - ഏട്ടൻ തന്നെയാണോയെന്ന്.”

“പലർക്കും അങ്ങനെ തോന്നീട്ടുണ്ട്.” അനിയൻ പറഞ്ഞു. “എന്നേം ഏട്ടനേം കണ്ടു ചിലരെങ്കിലും വിചാരിച്ചിട്ടുണ്ട് ഞങ്ങൾ ഇരട്ടകളാണോന്ന്.”

“അങ്ങനെ തോന്ന്യാ കുറ്റോന്നൂല്ലാ.” അവൾ പറഞ്ഞു. “അത്ര സാമ്യോണ്ട്.”

ആ നിമിഷം അവളുടെ കണ്ണുകളിൽ കണ്ട സ്വപ്നഭംഗി അനിയന്റെ മനസ്സിനെ ഇളക്കിമറിച്ചു. മോഹിപ്പിക്കുകയും കൊതിപ്പിക്കുകയും ചെയ്യുന്ന ആ രൂപലാവണ്യത്തിനു മുമ്പിൽ അനിയന്റെ മനസ്സു പതറി. ശക്തിയായ കുത്തൊഴുക്കിൽ നദിയുടെ കരകൾ ഇടിഞ്ഞുവീഴുംപോലെയായിരുന്നു അത്.

ഒരുസന്ധ്യക്ക് അനിയൻ കോണിപ്പടികൾ കേറി ഭാഗീരഥിയുടെ അടുത്തേക്കു ചെന്നു. അവൾ അഴിഞ്ഞ മുടി വാരിക്കെട്ടിക്കൊണ്ടു നില്ക്കുകയായിരുന്നു അനിയൻ വാതില്ക്കൽ അവളെ നോക്കി നിന്നു.

ആരാണിത്?

യക്ഷിയോ?...

അപ്സരസ്സോ!

അതോ ദേവാംഗനയോ!...

അവളുടെ രൂപഭംഗി അനിയനെ മോഹിപ്പിച്ചു. ഇടയ്ക്കു തിരിഞ്ഞു നോക്കിയപ്പോൾ വാതില്ക്കൽ ഇയമനക്കാതെ നോക്കി നില്ക്കുന്ന അനിയനെ കണ്ടു. അവൾ മന്ദഹസിച്ചു. “എന്താ അനിയാ?” എന്നു ചോദിച്ചു

കൊണ്ട് അവൾ അടുത്തേക്കു ചെന്നു. അനിയൻ ഒരുസ്വപ്നവിഭ്രാന്തിയോടെ അവളുടെ ചിരിയുടെ മാദകത്വം ഹൃദയത്തിൽ ഏറ്റുവാങ്ങിക്കൊണ്ട് നിന്നു. അവളുടെ മുഖത്തെ തുടുപ്പിലും കണ്ണുകളിലെ തിളക്കത്തിലും മന്ദസ്മിതത്തിന്റെ മാദകത്വത്തിലും ശരീരത്തിന്റെ ഭംഗിയിലും ദിവ്യമായ ഏതോ തേജസ്സിന്റെ ജ്വലനം അയാൾ കണ്ടു. അവൾ അടുത്തു നിന്നപ്പോൾ അവളുടെ സൗരഭ്യം അനിയനെ ഉന്മാദം കൊള്ളിച്ചു. ആ നിമിഷങ്ങളിൽ അവൾ ഇതളുകളില്ലാത്ത ഒരു പൂവാണെന്നു തോന്നി. അനിയന്.

അവൾ ചോദിച്ചു:

"അനിയനെന്താ സ്വപ്നം കാണ്വാണോ?"

എന്നിട്ടും ഒന്നും മിണ്ടാതെ അവളെ മിഴിച്ചുനോക്കിക്കൊണ്ട് അയാൾ നിന്നു.

കുലച്ച വില്ലിന്റെ ഭാവമായിരുന്നു അയാൾക്ക്.

"എന്തുപറ്റി അനിയന്?" അവൾ കുറേക്കൂടി അടുത്തേക്കു ചെന്നു: "എന്താ മിണ്ടാത്തെ?"

ഇളകിമറിയുന്ന മനസ്സിനെ നിയന്ത്രിച്ച്, കിതപ്പോടെ അനിയൻ പറഞ്ഞു.

"ഒന്നുമില്ല. വെറുതെ."

അനിയൻ അകത്തേക്കു കടന്നുചെന്ന് മടക്കിപ്പിടിച്ചിരുന്ന കൈ അവളുടെ നേരെ നീട്ടി.

അവൾ ചോദിച്ചു:

"എന്താ കൈക്കുള്ളില്?"

അനിയൻ പറഞ്ഞു.

"കണ്ണടയ്ക്ക്"

"ഇതെന്താ, കുട്ടിക്കളിയോ?"

"കണ്ണടയ്ക്ക്."

ഒരിളം ചിരിയോടെ അവൾ കണ്ണടച്ചു.

അവളുടെ നേരെ നീട്ടിപ്പിടിച്ച കൈ വിടർത്തിയതിനു ശേഷം അനിയൻ പറഞ്ഞു.

"നോക്കൂ!"

അവൾ കണ്ണു തുറന്നു നോക്കിയപ്പോൾ അനിയന്റെ കൈയ്ക്കുള്ളിൽ ഒരു ശരപ്പൊളിമാല.

താല്പര്യത്തോടെ അതെടുത്ത് അതിന്റെ ഭംഗി നോക്കിക്കൊണ്ട് അവൾ പറഞ്ഞു. "ഹായ് എന്തു ഭംഗി!"

അപ്പോൾ അനിയൻ ചോദിച്ചു.

"ഇഷ്ടപ്പെട്ടോ?"

"ഇഷ്ടപ്പെട്ടോന്നോ!" അവൾ അനിയന്റെ നേരെ നോക്കി: "ഇത്രേം ഭംഗിയുള്ള ആഭരണം ആർക്കാ ഇഷ്ടാവാത്തേ?"

ഒരു കൊച്ചുകുട്ടിയുടെ ആഹ്ലാദത്തോടെ അവൾ ശരപ്പൊളിമാല അവളുടെ കഴുത്തിൽ ചേർത്തുപിടിച്ച് കണ്ണാടിയിൽ അതിന്റെ ഭംഗി നോക്കി.

പിന്നെ മുഖം തിരിച്ച് അനിയനെ നോക്കി:

"ഇതാർടെയാ?"

"എന്റെ അമ്മയുടെ." അനിയൻ പറഞ്ഞു. "മരിക്കുന്നതിനു മുമ്പ് അമ്മ ഇതെനിക്കു തന്നു. അമ്മയുടെ ഓർമ്മയ്ക്ക്."

വീണ്ടും അതിന്റെ ഭംഗി നോക്കിയതിനുശേഷം അവൾ അത് അനിയന്റെ നേരെ നീട്ടി.

"അനിയന് ശരപ്പൊളിമാല ഇട്ടോണ്ടു നടക്കാൻ പറ്റില്ലല്ലോ?" അവൾ ഒരു കള്ളച്ചിരിയോടെ പറഞ്ഞു: "സൂക്ഷിച്ച് വച്ചേര്. ഇഷ്ടപ്പെട്ട ആളു വരുമ്പോ കൊടുക്കാം."

"ഇഷ്ടപ്പെട്ട ആളിന്റെ കൈയിലല്ലേ തന്നത്?"

വിസ്മയം കൊണ്ട് അവളുടെ കണ്ണുകൾ വിടർന്നു.

"ആർക്ക് എനിക്കോ?"

അതെയെന്ന് അനിയൻ തല കുലുക്കി.

"ഭാഗിക്കത് ഭംഗിയായി ചേരും." അനിയൻ പറഞ്ഞു "അതൊന്ന് കഴുത്തിലിട്ടേ കാണട്ടെ."

തനിക്കർഹതയില്ലാത്ത ഒരു വസ്തു തന്നോട് എടുത്തോളാൻ പറയുന്നതിന്റെ ബുദ്ധിമുട്ട് അവളുടെ മുഖം പൊടുന്നനെ അപ്രസന്നമാക്കി.

'എനിക്കു വേണ്ടാ. അനിയൻ സൂക്ഷിച്ചു വച്ചേക്കൂ. ഇഷ്ടപ്പെട്ട ഒരു പെൺകുട്ടി വരുമ്പോൾ അവൾക്കു കൊടുക്കാം.' എന്ന ഭാവത്തോടെ അവൾ അതു വീണ്ടും അനിയന്റെ നേരെ നീട്ടി.

"എനിക്കൊരാശയുണ്ട്. ഭാഗി അതൊന്ന് ഇട്ടുകാണണമെന്ന്." അനിയൻ വികാരാവേശത്തോടെ പറഞ്ഞു. "എന്നോട് ഇഷ്ടമുണ്ടെങ്കിൽ..."

സ്വീകരിക്കുവാനും തിരസ്കരിക്കുവാനും നിവൃത്തിയില്ലാത്തതിന്റെ ജാള്യതയോടെ അവൾ ഒരു നിമിഷം അനിയനെ നോക്കി നിന്നു. പിന്നെ മനസ്സില്ലാമനസ്സോടെ അവൾ ആ ശരപ്പൊളിമാല കഴുത്തിലിട്ടു.

തിരകളും ചുഴികളും കൊണ്ടിളകിമറിയുന്ന മനസ്സോടെ ഒരു സ്വപ്നത്തിലെന്നോണം അനിയൻ അവളെ ഇമയനക്കാതെ നോക്കിനിന്നു.

അപ്പോൾ കിഴക്കെവിടെയോനിന്ന് നിശ്ശബ്ദതയുടെ സംഗീതം തന്റെ ഹൃദയത്തിൽ വന്നു നിറയുന്നതുപോലെ അനിയനു തോന്നി.

അവൾ അനിയന്റെ ഹൃദയത്തിൽ നിറഞ്ഞുനിന്നു.

പിന്നെ ഒരു ദിവസം അമ്മാവൻ വിളിച്ചിട്ട് അനിയൻ അമ്മാത്തേക്കു ചെന്നു. കുറേനാളായി അനിയൻ അങ്ങോട്ടു ചെന്നിട്ട്. അമ്മിണിക്കുട്ടി അതിന്റെ പരിഭവം കാണിച്ചു.

"ഉണ്ണിത്തമ്പ്രാന് ഈ വഴിയൊക്കെ ഓർമ്മണ്ടോ?"

അല്ലെങ്കിൽ ഇടയ്ക്കിടയ്ക്ക് അനിയൻ അമ്മാത്തേക്കു ചെല്ലാറുള്ളതായിരുന്നു. കുറേ ദിവസം കൂടുമ്പോൾ ഒന്നു കണ്ടില്ലെങ്കിൽ അവൾ പിണങ്ങുകയും സങ്കടപ്പെടുകയും ചെയ്യും.

"വരാൻ നേരം കിട്ടാഞ്ഞിട്ടാ." അനിയൻ പറഞ്ഞു. "ഇല്ലത്തെ കഥയൊക്കെ അമ്മിണിക്കുട്ടിക്കറിഞ്ഞൂടേ? നൂറുകൂട്ടം പണിയുണ്ടവിടെ. എല്ലാടത്തും ഞാൻ ചെല്ലേണ്ടേ?"

"അതിനിവിടെ, ആരെങ്കിലും സങ്കടപ്പെട്ടോ?" അവൾ പരിഭവം കാട്ടി. പിന്നെ എന്തൊക്കെയോ ഹൃദയത്തിലൊതുക്കിക്കൊണ്ട് അവൾ ചോദിച്ചു: "അനിയേട്ടൻ എന്തിനാ ഒളിച്ചുകളിക്കണത്? എനിക്കെല്ലാം മനസ്സിലാവ്ണ്ണ്ട്."

മുൾച്ചെടിയുടെ ആ കൊമ്പു ഹൃദയത്തിൽ വന്നു കൊണ്ടതുപോലെ തോന്നി അനിയന്

"നിനക്കെന്തു മനസ്സിലായെന്നാ?"

"വേറെ ആർക്കും ബുദ്ധിയില്ലെന്നല്ലേ അനിയേട്ടന്റെ വിചാരം?" അവൾ ചോദിച്ചു. "ഓരോരുത്തര് എന്തൊക്യാ പറേണേന്ന് നിശ്ചയോണ്ടോ?"

അനിയൻ ക്ഷമകേടോടെ അവളെ നോക്കി.

"നീ കാര്യമെന്താന്നുവച്ചാ തെളിച്ചു പറയൂ."

"അനിയേട്ടനിപ്പോ ഇല്ലത്തൂന്ന് പുറത്തെറങ്ങണില്ലല്ലോ? എപ്പോഴും അകത്തുതന്ന്യല്ലേ? ശ്രീഭഗവതിയെ പൂജിച്ചോണ്ട്!"

അവളുടെ പിണക്കത്തിന്റെ രഹസ്യം അനിയനു പിടികിട്ടി.

ഭാഗ്യത്തിന് അപ്പോഴേക്കും അമ്മാവൻ പൂമുഖത്തേക്കു വന്നു. അമ്മിണിക്കുട്ടി അനിയന്റെ നേരെ നോക്കി ഒരു നിമിഷം നിന്നു. സ്നേഹവും പരിഭവവും സങ്കടവും അവളുടെ കണ്ണിൽ കലർന്നുകിടന്നു. ഒരു നെടുനിശ്വാസത്തോടെ നോട്ടം പിൻവലിച്ച് അവൾ അകത്തേക്കു തിരിഞ്ഞു നടന്നു.

അമ്മാവൻ കസേരയിൽ ചെന്നിരുന്നു. തോർത്തുമുണ്ടുകൊണ്ട് മുഖം തുടച്ചു. പിന്നെ അനിയനോട് ഇല്ലത്തെ വിശേഷങ്ങൾ ചോദിച്ചു.

"ഇല്ലത്ത് ഭാഗീരഥിയുടെ ഭരണം തുടങ്ങി; ഇല്ലേ?"

അനിയൻ ഒന്നു പതറി.

അപ്പോൾ അമ്മാവൻ വീണ്ടും ചോദിച്ചു.

"താനെന്നാ ഇല്ലത്തൂന്ന് പുറത്താവ്വാന്ന് നിശ്ചയ്യണ്ടോ?"

തൂണിന്മേൽ നഖം കൊണ്ടു പോറുന്നതിനിടയിൽ അനിയൻ പറഞ്ഞു:

"എനിക്കങ്ങനെ തോന്നണില്യാ. ഒരിക്കൽ ഭാഗീരഥി പറയുന്നതു കേട്ടു, തിരിച്ചുപോണംന്ന്."

"എങ്ങോട്ട്?"

"ഭാഗീടെ വീട്ടിലേക്ക്."

"അവിടെ ആരിരിക്കുന്നു അവൾക്ക്?"

"ആരും ഇല്ലേലും ഒരു വീടുണ്ടല്ലോ."

"ഇത്രയ്ക്ക് കഥയില്ലാണ്ടായിപ്പോയല്ലോ അനിയന്!"

രഹസ്യങ്ങളുടെ അടിത്തട്ട് ഇളക്കിമറിക്കുന്ന ഭാവത്തിൽ അമ്മാവൻ പറഞ്ഞു.

"അവളെ അങ്ങനെയങ്ങു വിശ്വസിക്കണ്ടാ. നീ വിചാരിച്ചിരിക്കു മ്പോലെ അവൾ അത്ര നല്ലവളൊന്നുമല്ല."

അനിയൻ ഒരു നടുക്കത്തോടെ അമ്മാവന്റെ നേരെ നോക്കി.

"ഇതാരു പറഞ്ഞു അമ്മാവനോട്?"

അകത്തേ വാതില്ക്കലേക്കു നോക്കി അവിടെയെങ്ങും ആരുമി ല്ലെന്നു ബോദ്ധ്യമായപ്പോൾ അമ്മാവൻ സ്വരം താഴ്ത്തിപ്പറഞ്ഞു: "ഇനി യിപ്പോ നട്ടതെവിടെയാ, മുളച്ചതെവിടെയാന്നൊക്കെ അറിയാണ്ട് വിശ്വാ സാവില്യാന്നുണ്ടോ? നിന്റെ ശുദ്ധഗതിക്ക്- ചിരിച്ചുകാണിക്കണോരൊക്കെ നല്ലവരാ. എന്റെ അന്വേഷണത്തില് അവള് ആള് ശ്ശി പെശകാന്നാ കേൾക്ക ണെ."

അനിയൻ പതറിയ മനസ്സോടെ ചോദിച്ചു:

"അമ്മാവനോടിതാരാ പറഞ്ഞേ?"

"ആരായാലെന്താ?"

"ആരെങ്കിലും അപവാദം പറഞ്ഞതാണെങ്കിലോ?"

"തനിക്കെന്തു പറ്റിയെന്നാ ഞാനതിശയിക്കണത്!" അമ്മാവന്റെ ശബ്ദം ഉയർന്നു. "എനിക്കതവളെ കണ്ടപ്പോഴേ തോന്നി, കണ്ണിൽ കണ്ടോ രൊക്കെ മയക്കാൻ അവൾക്കെന്തോ വിദ്യയുണ്ടെന്ന്. ഇപ്പോ എനിക്കതു ബോദ്ധ്യമായി."

അനിയൻ ഒന്നും മിണ്ടാതെ മുഖം താഴ്ത്തി നിന്നു.

"താൻ കേൾക്കണ്ടായോ?" അമ്മാവൻ അനിയന്റെ നേരെ കൈചൂ ണ്ടി. "അവള്ടെ ആരോ ഇങ്ങ്ട് വരാൻ പോണെന്ന്! ഇനി ആരൊക്ക്യാ വരാൻ പോണേന്ന് ആർക്കാ നിശ്ച്യം?"

"കുറുപ്പുചേട്ടൻ വരും, ഞാൻ വിളിച്ചിട്ടുണ്ട്-" എന്നു ഭാഗീരഥി പറ ഞ്ഞത് അനിയൻ ഓർത്തു

എന്തിനാണ് അയാൾ വരുന്നത്?

"അനിയൻ ആ ശരപ്പൊളിമാല അവൾക്കു കൊടുത്തൂന്നു കേട്ടു." ഒരു രഹസ്യം കണ്ടുപിടിച്ചതുപോലെ അമ്മാവൻ ചോദിച്ചു. "നേരാണോ?"

അമ്മാവന്റെ സ്വരത്തിലെ പാരുഷ്യം അനിയൻ തിരിച്ചറിഞ്ഞു. എന്തെങ്കിലും ഒരു സമാധാനം പറയാൻ ആലോചിക്കുമ്പോഴേക്കും അടുത്ത ചോദ്യം അനിയന്റെ മേൽ വന്നു വീണു.

"എന്താ തന്റെ ഭാവം?"

അനിയൻ ഒന്നും മിണ്ടാതെ നിന്നു. അപ്പോൾ അമ്മാവൻ വീണ്ടും ചോദിച്ചു:

"നീ എന്തിന് അതവൾക്കെടുത്തു കൊടുത്തു? അതല്ലേ ഉണ്ടായി രുന്നൊള്ളൂ നിന്റെ അമ്മയുടെ ഓർമ്മയ്ക്ക്?"

അവൾക്കതു ഭംഗിയായിരുന്നു. അതുകൊണ്ടു ഞാനത് അവൾക്കു കൊടുത്തു - എന്നു പറയാൻ അനിയൻ ആലോചിച്ചതായിരുന്നു. അമ്മാവന്റെ പ്രകൃതം ഇങ്ങനെയാണ്. മറ്റൊരാൾക്ക് എന്തെങ്കിലരും കൊടുക്കുന്നത് ഇഷ്ടമല്ല.

"നിന്റെ അമ്മയ്ക്കതിഷ്ടാവോ?" അമ്മാവൻ ചോദിച്ചു. "എന്നുവച്ചാൽ അവളുടെ ആത്മാവിന്? നീ വേളി കഴിച്ചു കൊണ്ടുവരുമ്പോ ആ പെണ്ണിനണിയാൻവേണ്ടിയല്ലായിരുന്നോ അതാ? നിന്റെ അമ്മ അവളുടെ ആഗ്രഹം എന്നോടും പറഞ്ഞിരുന്നു. എന്നിട്ട് നീയതെടുത്തു അന്യ ഒരു പെണ്ണിനു കൊടുത്തു; അല്ലേ? കൊടുക്കണേനുമുമ്പ് എന്നോടു ഒരു വാക്കു പറയായിരുന്നില്ലേ? തനിക്ക്?"

അനിയൻ ഒരു വല്ലാത്ത വിഷമഘട്ടത്തിലായി. അമ്മയുടെ ഓർമ്മയ്ക്ക് സൂക്ഷിച്ചിരുന്ന ശരപ്പൊളിമാല ഭാഗീരഥിക്കു കൊടുത്തതിന് അമ്മാവൻ ഇത്ര കോപിക്കുമെന്ന് ഓർത്തിരുന്നില്ല.

"ഇനീപ്പോ ഒരു വഴ്യേള്ളൂ" അമ്മാവൻ പറഞ്ഞു. "എന്തെങ്കിലും കാരണം പറഞ്ഞ് അതു തിരിച്ചു മേടിക്കണം. ഞാൻ പറയുന്നത് മനസ്സിലാവുന്നുണ്ടോ തനിക്ക്? ഞാൻ പറയണത് തന്റെ നന്മയ്ക്കുവേണ്ടിയാന്ന് വിചാരിക്യാ. അല്ലെങ്കിൽ അതുകൊണ്ട് വരണതൊക്കെ താൻ തന്നെ അനുഭവിച്ചോള്ാ."

ഇരുപത്

എന്നിട്ടും അനിയന്റെ ഹൃദയത്തിൽ അവൾ നിറഞ്ഞുനിന്നു.

പുരൂരവസ്സിൽ കാമമുണർത്തിയ ഉർവ്വശിയെപ്പോലെ ഒരു സ്വപ്ന ത്തിൽ നാനാവർണ്ണങ്ങൾ തിളങ്ങുന്ന മേഘപാളികൾക്കിടയിൽ അവൾ നൃത്തംചെയ്യുന്നത് അനിയൻ കണ്ടു.

കസവുപൂക്കൾ തിളങ്ങുന്ന പട്ടുചേല ഞൊറിഞ്ഞുടുത്ത്, ചുവന്ന പൗഡർ പൂശി മുഖം തുടുപ്പിച്ച്, കണ്ണെഴുതി, പൂ ചൂടി, നെറ്റിയിൽ ചുട്ടി യണിഞ്ഞ്, വിരിഞ്ഞ അരക്കെട്ടിൽ സ്വർണ്ണനാഗം പോലെ വെട്ടിത്തിള ങ്ങുന്ന ഒഡ്യാണം അണിഞ്ഞ് നക്ഷത്രങ്ങൾ തിളങ്ങുന്ന ആകാശത്തിനു ചുവട്ടിൽനിന്നു നൃത്തംചെയ്യുന്ന അവളുടെ രൂപം അനിയനെ മോഹിപ്പി ക്കുകയും അനിയനിൽ ഉന്മാദം നിറയ്ക്കുകയും ചെയ്തു.

സ്വപ്നത്തിൽ നിന്നുണർന്നിട്ടും അനിയൻ അവളെ ഓർത്തു കൊണ്ടു കിടന്നു.

നുണക്കുഴി തെളിയുന്ന ചുവന്ന കവിൾത്തടങ്ങൾ. ഇടിമിന്നലുകൾ ഒളിപ്പിച്ചുവച്ച കണ്ണുകൾ. അല്പം വിടർന്ന ചൊടികൾ. പൂവും ചന്ദനവും മണക്കുന്ന ശരീരം. അണിഞ്ഞൊരുങ്ങി നില്ക്കുമ്പോൾ അവൾ ഉർവ്വശി യാണ്. ദേവിയാണ്.

അത്ര ഭംഗി!

അത്ര മാദകത്വം!

അത്ര വശീകരണശക്തി!

അനിയന്റെ ഹൃദയത്തിൽ അവൾ നിറഞ്ഞുനിന്നു.

അനിയന് തന്റെ മേൽ ആശയുണ്ടെന്നറിഞ്ഞപ്പോൾത്തൊട്ട് ഭാഗീര ഥിയുടെ മനസ്സ് പ്രക്ഷുബ്ധമായിത്തീർന്നു. അവൾ അതു പുറമേ ഭാവി ക്കാതെ നിർവ്വികാരതയുടെ ഒരാവരണം അണിഞ്ഞുകൊണ്ട് ഒഴിഞ്ഞും

മാറിയും നടന്നു. എങ്കിലും ഏകാന്തമായ നിമിഷങ്ങളിൽ സ്വന്തം മനസ്സിന്റെ ഇടർച്ച തിരിച്ചറിയുമ്പോൾ അവൾ സംശയിച്ചു - ഒരു തരിശുനിലംപോലെ ശൂന്യമായിക്കിടന്ന മനസ്സിൽ വീണ്ടും ഒരു സ്വപ്നത്തിന്റെ ചില്ല പൂക്കാൻ തുടങ്ങുകയാണോ?...

അനിയനും ഭാഗീരഥിയും തമ്മിൽ സ്നേഹമാണെന്ന് ആളുകൾ കുശുകുശുക്കാൻ തുടങ്ങി. അടിച്ചുതളിക്കാരി പെണ്ണുങ്ങൾക്കാണ് ആദ്യം സംശയം തോന്നിയത്.

കിണറ്റിൻകരയിൽ പാത്രങ്ങൾ തേച്ചുകഴുകിക്കൊണ്ടിരുന്നപ്പോൾ പൊന്നമ്മ ആ രഹസ്യം പൊട്ടിച്ചു:

“കേട്ടോടീ സരസൂ, അനിയൻതമ്പ്രാനും ഭാഗീരഥിയും തമ്മിൽ എന്തോ ഉണ്ടെന്നാ എനിക്കു തോന്നണെ.”

“ഇതാരാ പറഞ്ഞെ?” സരസു താല്പര്യത്തോടെ ചോദിച്ചു: “നീ വല്ലോം കണ്ടോ?”

“അനിയൻതമ്പ്രാന്റെ നേട്ടോം ഭാവോം കാണുമ്പോ..” പറയാൻ വന്നതു പൂർത്തിയാക്കാതെ നാണത്തോടെ പൊന്നമ്മ മുഖം കുനിച്ചു.

“അനിയൻതമ്പ്രാന് അങ്ങനെയൊന്നൂല്ലായിരുന്നല്ലോ..” സരസു സ്വരം താഴ്ത്തി: “പെണ്ണുങ്ങളുടെ നേരെ നോക്കാത്ത ആളാണെന്നല്ലേ വിചാരിച്ചെ...”

“ഭാഗിയെ കണ്ടപ്പോൾ മനസ്സിളകിയായിരിക്കും...”

“എന്നാലും ഏട്ടൻ സ്നേഹിച്ച പെണ്ണിനെ...”

“സ്നേഹിക്കണേന് അങ്ങനെ വല്ലോം ഉണ്ടോ? ഇഷ്ടം തോന്ന്യാപ്പിന്നെ....”

അമ്പലവട്ടത്തും പുഴക്കടവിലുമൊക്കെ അത് ഓരോ കഥകളായിത്തീർന്നു.

പുറത്തു കേൾക്കുന്ന കഥകൾ അച്ചുതൻനായരുടെ മനസ്സിൽ തറഞ്ഞു കിടന്നു. ആരോടെങ്കിലും അതു പറയാൻ അയാൾ പേടിച്ചു. അനിയൻ തിരുമേനിയുടെ സ്വഭാവം അച്ചുതൻനായർക്ക് അസ്സലായിട്ടറിയാം. എന്തെങ്കിലും ഇഷ്ടക്കേടോ വിശ്വാസക്കുറവോ തോന്നിയാൽ ആ നിമിഷം പറയും, പൊയ്ക്കോ. തന്റെ കാര്യസ്ഥം മതിയെന്ന്.

അച്ചുതൻനായരെ വഴിയിൽവച്ചു കാണുമ്പോൾ ഓരോരുത്തർ ഓരോന്നു ചോദിക്കും. അതിനൊക്കെ അച്ചുതൻ നായർ എങ്ങനെ മറുപടി പറയും? അയാൾ മൗനം ദീക്ഷിച്ചുകൊണ്ടു നടന്നു. എങ്കിലും പുറത്തു കേൾക്കുന്ന കഥകളിൽ എന്തൊക്കെയോ സത്യമുണ്ടെന്ന് അച്ചുതൻനായർക്കും തോന്നി. തീയില്ലാതെ പുകയുണ്ടാകുമോ..?

ഒരുദിവസം അമ്പലത്താഴത്തുവച്ച് തങ്കമണിവാരസ്യാർ ചോദിച്ചു:

“എന്തൊക്കെയാ വിശേഷം, അച്ചുതൻനായരേ?...”

തങ്കമണിവാരസ്യാരുടെ പൊനിച്ചിലൊന്നും അച്ചുതൻ നായർക്കിഷ്ടമല്ല. ആളെ മയക്കുന്ന ചിരി കാണുമ്പോൾ അച്ചുതൻനായർക്ക് അരിശംവരും. എത്രപേരെ വീഴിച്ച ചിരിയാണിത്!

താല്പര്യവും താല്പര്യക്കേടും കാണിക്കാതെ അച്ചുതൻനായർ പറഞ്ഞു. "ഓ ഈ വയസ്സുകാലത്ത് എന്തു വിശേഷം ഉണ്ടാവാനാ എനിക്ക്?"

"അച്ചുതൻനായർക്കല്ലേ വയസ്സായുള്ളൂ? ഞാൻ ചോദിച്ചത് അച്ചുതൻ നായരുടെ കാര്യല്ല."

"പിന്നെ? മറ്റുള്ളോരുടെ വിശേഷം തിരക്കണത് എന്നോടാ?"

"അപ്പോഴേക്കും അച്ചുതൻനായര് പിണങ്ങി! അല്ലേലും അച്ചുതൻനായർക്ക് മൂക്കിന്റെ അറ്റത്താ ദേഷ്യം! എനിക്കറിയാം."

"എനിക്കേ ഈ പുരാണം കേട്ടു നില്ക്കാൻ നേരമില്ലാ. കാര്യം എന്താന്നുവച്ചാ പറ."

"അല്ല, നിങ്ങളെ ആരേം അമ്പലത്തിലേക്കു കാണാനില്യാ. അതുകൊണ്ടു ചോദിച്ചതാ."

"പണ്ടും എനിക്കു ഭക്തി ഇമ്മിണി കുറവാ. ഇപ്പഴും അങ്ങനെതന്ന്യാണ്."

"ഞാൻ ചോദിച്ചതേ അനിയൻനമ്പൂരീടെ കാര്യാണ്. കുറേനാളായി അമ്പലത്തിലേക്കു വരണില്യാ. പണ്ടാണെങ്കിൽ അങ്ങനെയല്ലല്ലോ."

"എന്നും പണ്ടത്തെപ്പോലെ ആയിരിക്കൂന്നാണോ വാരസ്യാരുടെ വിചാരം? എടയ്ക്കെടയ്ക്കു മാറും."

"അതുതന്ന്യാണ് ഞാനും ചോദിച്ചത്. അനിയൻ നമ്പൂര്യേക്കുറിച്ചു കേൾക്കണതൊക്കെ നേരാണോ?"

"വാരസ്യാരെന്താ കേട്ടത്?"

"അനിയൻ നമ്പൂരീം ഏട്ടന്റെ വേളീം തമ്മില് ഇഷ്ടാന്നോ ലോഹ്യാന്നോ.."

"അതിനു വാരസ്യാർക്കെന്താ നഷ്ടം?"

"എനിക്കൊരു നഷ്ടോം ഇല്യാ. അങ്ങനെ കേട്ടു. നേരാണോന്നറിയാൻ ചോദിച്ചതാ..."

"ങ്ഹാ! എന്നാലേ നേരേ മനയ്ക്കലേക്കു ചെന്നു അനിയൻ തിരുമേനിയോടു തന്നെ ചോദിക്യാ ഭേദം. മനയ്ക്കലേക്കൊള്ള വഴി അറീല്ലേ?"

"ഓ, ഈ അച്ചുതൻ നായരുടെ ഒരു സ്വഭാവം? മനുഷ്യപ്പറ്റെന്നു പറേണത് ഒരു ശകലോം ഇല്യാ."

"അതെ, അതെ. എനിക്കതിമ്മിണി കുറവാ."

അച്ചുതൻനായർ തിരിഞ്ഞു നടന്നു.

അപ്പോൾ പുറകിൽനിന്ന് തങ്കമണിവാരസ്യാർ വിളിച്ചു പറഞ്ഞു: "എന്നോടു ദേഷ്യം തോന്നണ്ടാ. മറ്റുള്ളോര് അവിടേം ഇവിടേം ഒക്കെ ഇരുന്നു കുശുകുശുക്കണതു കേട്ടു. അതുകൊണ്ടു ചോദിച്ചതാ."

തങ്കമണി വാരസ്യാരു മാത്രമല്ല മറ്റു പലരും ചോദിച്ചു:

"ഓരോന്നൊക്കെ കേൾക്കുന്നുണ്ടല്ലോ അച്ചുതൻ നായരേ... അതിൽ വല്ല പരമാർത്ഥവും ഉണ്ടോ?"

"അനിയൻതിരുമേനിയെ കാണാൻല്യാ.. ഇല്ലത്തൂന്നു പുറത്തിറങ്ങണില്ലേ?"

"അനിയൻനമ്പൂതിരി അങ്ങനെയങ്ങ് ഒപ്പിച്ചു: അല്ലേ അച്ചുതൻനായരേ?"

എല്ലാവരും ചോദിക്കാൻകണ്ടതു തന്നോട്! അച്ചുതൻ നായർ അമർഷം കടിച്ചൊതുക്കിക്കൊണ്ടു നടന്നു.

പിന്നെ ഒരു ദിവസം അച്ചുതൻ നായർ മടിച്ചുമടിച്ച് അനിയനോടു പറഞ്ഞു. "എങ്ങനെയാ പറയ്വാന്ന് നിശ്ചയില്ലാ. എന്നാ പറയാതിരിക്കാനും തോന്നണില്ലാ."

അച്ചുതൻനായരുടെ മുഖഭാവം കണ്ടപ്പഴേ അനിയൻ ഊഹിച്ചു. അയാൾ എന്തോ ഒളിച്ചുപിടിച്ചിട്ടുണ്ടെന്ന്.

"എന്താ അച്ചുതൻനായരേ?" അനിയൻ ചോദിച്ചു. "കാര്യം എന്താണെന്നുവെച്ചാൽ പറയൂ."

"പുറത്ത് ആളുകളോരോന്നൊക്കെ പറയാൻ തുടങ്ങീരിക്കുന്നു. എനിക്കതു കേട്ടിട്ടു വല്ലാത്ത വിഷമം."

"സംഗതി എന്താണെന്നു പറയൂ."

"ഇവിടുത്തെക്കുറിച്ചാണ് അടിയൻ അതെങ്ങന്യാ പറയ്യാ?"

അപ്പോഴേക്കും അനിയനു ശുണ്ഠിവന്നു.

"എന്നാൽ അത്ര വിഷമിച്ച് പറയണ്ടാ. തന്റെ മനസ്സിലിരുന്നോട്ടെ."

അച്ചുതൻനായർ ഒന്നു ചമ്മി. പിന്നെ അയാൾ അറച്ചറച്ചു പറഞ്ഞു.

"കൊച്ചുതിരുമേനി ശരപ്പൊളിമാല കൊടുത്തില്ലേ, ഏട്ടത്തിക്ക്? അതിന് എന്തൊക്കെ ദുർവ്യാഖ്യാനങ്ങളാ!"

"അതിനാർക്കാ നഷ്ടം, അച്ചുതൻനായരേ?"

"അതിപ്പോ അങ്ങനെ വല്ലോം ഉണ്ടോ? വെറുതെ പരദൂഷണം പറഞ്ഞുനടക്കണത് ചിലർക്കൊരു സുഖാണ്. മഹാപാപം പറയാൻ മനുഷ്യർക്ക് യാതൊരു മടീം ഇല്ലെന്നായല്ലോന്നാ ഞാനോർക്കണത്! ഹും. അനിയൻ തിരുമേനിയെ വശീകരിച്ചെടുത്തെന്ന്!"

അങ്ങനെ എന്തൊക്കെയോ ആളുകൾ പിറുപിറുക്കുന്നുണ്ടെന്ന് ഭാഗീരഥിയും കേട്ടു. അടിച്ചുതളിക്കാൻ നില്ക്കുന്ന പെണ്ണുങ്ങളിലാരോ അതൊരിക്കൽ ഭാഗീരഥിയോടു പറഞ്ഞു. ഭാഗീരഥിക്കത് വല്ലാത്ത മനഃപ്രയാസമുണ്ടാക്കി.

അവൾ അനിയനോടു പറഞ്ഞു. "ഞാൻ അന്നേ പറഞ്ഞതാണ്. എനിക്കതു വേണ്ടെന്ന്. അനിയൻ കേട്ടോ? എന്നിട്ടിപ്പോൾ ആളുകൾ എന്തൊക്ക്യാ പറയണേന്ന് അറിയ്യോ?"

"ആളുകൾ അവർക്കിഷ്ടമുള്ളതു പറഞ്ഞോട്ടെ." അനിയൻ ചോദിച്ചു. "അതിനു ഭാഗിക്കെന്താ നഷ്ടം? നോക്കിക്കോ, ഭാഗിയെ ഞാൻ പൊന്നുകൊണ്ടു പൊതിയും!"

അപ്പോൾ ഒരു കുസൃതിച്ചിരിയോടെ അവൾ ചോദിച്ചു: "അനിയന്റെ കൈയിൽ അത്രയധികം പൊന്നുണ്ടോ?"

അഭിമാനത്തോടെ അനിയൻ പറഞ്ഞു. "കുറെ ക്ഷയിച്ചുപോയെങ്കിലും ഒരു പെണ്ണിനെ സ്വർണ്ണംകൊണ്ടു പൊതിയാനുള്ള വകയൊക്കെ ഈ ഇല്ലത്ത് ഇപ്പോഴുമുണ്ട്."

"അതിന് ഇല്ലം അനിയന്റെ അല്ലല്ലോ; ആണോ?"

അനിയൻ ഞെട്ടിപ്പോയി. അതിന്റെ വികല്പത്തോടെ അനിയൻ ഒരു നിമിഷം അവളെ നോക്കി നിന്നു.

"മുത്തശ്ശീം പറഞ്ഞു, ഇല്ലം ഏട്ടന്റെയാണെന്ന്." അവളുടെ വാക്കുകൾ അനിയന്റെ ഹൃദയത്തിൽ ചെന്നു കൊണ്ടു. "അനിയനെ ഏട്ടൻ അമ്മാത്തൂന്നു കൂട്ടിക്കൊണ്ടുപോന്നതല്ലേ? സ്നേഹം തോന്നീട്ട്-"

അനിയൻ ഒന്നും മിണ്ടാതെ വിളറി രക്തശൂന്യമായ മുഖത്തോടെ അവളെ നോക്കി നിന്നു.

"അതിനെന്തിനാ അനിയൻ വിമഷമിക്കുന്നത്?" അവൾ ചിരിച്ചു കൊണ്ടു ചോദിച്ചു. "ഞാൻ വെറുതെ പറഞ്ഞതല്ലേ? എനിക്കറിയാം. ഏട്ടന് അനിയനോട് എന്തു സ്നേഹമുണ്ടായിരുന്നെന്ന്; ഏട്ടന് അനിയ നെന്നുവച്ചാൽ ജീവനായിരുന്നെന്ന്."

മരിച്ചുപോയ ഒരാളുടെ സ്നേഹത്തിനു തെളിവൊന്നുമില്ല. ഏട്ടനെ ക്കുറിച്ചുള്ള ഓർമ്മകളോടെ അനിയൻ ചോദിച്ചു. "നിങ്ങൾ എന്നെ ഇവിടന്ന് പുറത്താക്കുമോ?"

"ആര്? ഞാനോ?" ഭാഗീരഥി ചോദിച്ചു. "അങ്ങനെ പറയാൻ തോന്നീല്ലോ അനിയന്!"

"മറ്റുള്ളോരുടെ കണ്ണിൽ ഞാനന്യനാണ്. ഇത്തിൾക്കണ്ണിയാണ്." ആത്മനിന്ദയോടെ അനിയൻ പറഞ്ഞു: "എനിക്കറിയാം എല്ലാരും എന്നോടു സ്നേഹം കാണിക്കുന്നത് വെറുതെയാണെന്ന്. അതിനൊ രർത്ഥവുമില്ലെന്ന്. അതു വ്യാജമാണെന്ന്."

"സകലരുടേയും സ്നേഹം വ്യാജമാണെന്നാണോ?" ഭാഗീരഥി ചോദിച്ചു. "അത്ര കഷ്ടപ്പെട്ടു സ്നേഹം ഭാവിച്ചിട്ട് അവർക്കെന്തു കിട്ടാനാ?"

നിശ്ശബ്ദരായി അവർ അന്യോന്യം നോക്കിനിന്നു.

"എന്തെങ്കിലും ഒരു തത്ത്വം പറയാൻ മാത്രമുള്ള അറിവ് എനി ക്കില്ല." ഭാഗീരഥി പറഞ്ഞു: "എങ്കിലും എനിക്ക് തോന്നുന്നു. സ്നേഹം അനുഗ്രഹവും ശാപവുമാണെന്ന്! ഒരാൾ ജീവനുതുല്യം സ്നേഹിക്കു മ്പോൾ തോന്നും അതിനേക്കാൾ വലിയ അനുഗ്രഹമില്ലെന്ന്. എന്നാൽ ആ സ്നേഹം നഷ്ടപ്പെടുമ്പോഴുള്ള സങ്കടം. അത്രയ്ക്ക് അസഹ്യമായിട്ടു ഒന്നുമില്ല. രണ്ടും ഞാനനുഭവിച്ചു."

ഹൃദയം കൊണ്ട് അന്യോന്യം സ്നേഹിച്ചവർക്കിടയിൽ അകല്ച്ചയും വിശ്വാസക്കേടും ഉണ്ടാകുന്നതിനെക്കുറിച്ച് അനിയൻ ഓർത്തു. സംശയങ്ങൾകൊണ്ടു തകർന്നുപോവുക എന്നുള്ളതു സ്നേഹ ബന്ധങ്ങളുടെ ദുർവ്വിധിയാണോ?

ഏട്ടൻ ഏട്ടന്റെ അവസാന ദിവസങ്ങളിൽ ഭാഗീരഥിയെ സംശയിച്ചി ട്ടുണ്ടാവണം. അവൾക്കു വേറെ ആരോടോ സ്നേഹബന്ധമുണ്ടെന്ന് ഏട്ടൻ എങ്ങനെയോ വിചാരിച്ചുകാണും. ആ സംശയമാണ് അവരുടെ ജീവിതം ദുസ്സഹമാക്കിത്തീർത്തത്. ദുരന്തമാക്കിത്തീർത്തത്.

ഇടയ്ക്ക് അനിയൻ സ്വന്തം ഹൃദയത്തിൽ ചോദിച്ചു; 'ഏട്ടനുണ്ടായിരുന്നതു സംശയം മാത്രമായിരുന്നെന്ന് ആർക്കാ നിശ്ചയം?'

ഏട്ടൻ രോഗം മൂർച്ഛിച്ച് ആശുപത്രിയിൽ കിടന്ന ദിവസങ്ങളിലെ കഷ്ടപ്പാടുകളെക്കുറിച്ച് ഭാഗീരഥി പറഞ്ഞു: "എന്തും സഹിക്കാം. അദ്ദേഹം വേദനകൊണ്ടു പുളയുന്നതു കാണാനായിരുന്നു വിഷമം. ജീവനു തുല്യം സ്നേഹിച്ച ആളിന്റെ മരണവേദന കണ്ടുനില്ക്കുന്ന ഒരു പെണ്ണിന്റെ സങ്കടം ഓർത്തുനോക്ക്."

"സഹായിക്കാൻ വേറെ ആരുമില്ലായിരുന്നു; അല്ലേ?"

"ഉണ്ടായിരുന്നു. കുറുപ്പുചേട്ടൻ. ആ മനുഷ്യനും കുറേ കഷ്ടപ്പെട്ടു. എന്നെയോർത്ത്-"

"ഏട്ടനു സംശയം തോന്നാൻ എന്തായിരുന്നു കാരണം?"

"ആ, എനിക്കെങ്ങനെ അറിയാം! ഞാൻ നോക്കീട്ട് ഒരു കാരണവും കാണുന്നില്ല."

"ഒരു കാരണവുമില്ലാതെ വെറുതെ സംശയിക്കുമോ? അതും അത്രയധികം സ്നേഹിച്ച പെണ്ണിനെ."

അവൾ അസഹിഷ്ണുതയോടെ അനിയനെ നോക്കി.

"അനിയനും എന്നെ വിശ്വാസമില്ല, അല്ലേ?"

ഒരു നിമിഷത്തിനുള്ളിൽ അവളുടെ സ്വരം വിഷാദപൂർണ്ണമായി; "എല്ലാരും എന്നെയാണു സംശയിക്കുന്നത്. എല്ലാരും എന്നെയാണു വിചാരണ ചെയ്യുന്നത്. ഒരാളെ സ്നേഹിച്ചതിന്!"

അതിന് ഭാഗി എന്തിനു വിഷമിക്കുന്നു എന്നു ചോദിക്കാൻ അനിയൻ വിചാരിച്ചു. അപ്പോഴേക്കും അവൾ അവിടന്നു മാറിപ്പോയി.

അന്നു വൈകിട്ട് അനിയൻ പുറത്തെവിടെയോ പോയിട്ട് തിരിച്ചുവരുമ്പോൾ ഇല്ലത്ത് ആരോ വിരുന്നുവന്നിട്ടുണ്ട്. അനിയൻ പടിക്കെട്ടുകൾ കയറി പൂമുഖത്തേക്കു ചെന്നപ്പോൾ അകത്തുനിന്ന് ഉത്സാഹത്തോടെ ഭാഗീരഥി ഇറങ്ങിവന്നു.

"അനിയൻ എന്താത്ര വൈകിയേ? ഒരാൾ വീട്ടിൽ വന്നു കാത്തിരിക്കാൻ തുടങ്ങീട്ട് എത്ര നേരമായെന്നറിയ്യോ?"

അനിയൻ അകത്തേക്കു കടന്നു.

അകത്തു കസേരയിൽ ഇരുന്ന ആൾ എഴുന്നേറ്റ് അനിയന്റെ അടുത്തേക്കു ചെന്നു.

"എന്നെ വീണ്ടും കാണുമെന്നോർത്തില്ല, അല്ലേ?" കുടിലമായ ഒരു ചിരിയോടെ അയാൾ അനിയനെ നോക്കി.

"നിങ്ങളെ അന്നു കണ്ടപ്പോൾ ഞാനോർത്തതായിരുന്നു. നമുക്കു വീണ്ടും കാണേണ്ടിവരുമെന്ന്."

അതു കുറുപ്പായിരുന്നു.

ഇരുപത്തൊന്ന്

ഏതോ മോഹവിഭ്രാന്തിയിൽ താൻ കുടുങ്ങിക്കിടക്കുകയാണെന്ന് അനിയൻ വിചാരിച്ചു. വേരുകൾ പറിഞ്ഞു പോവുകയും കടപുഴകി വീഴുകയും ചെയ്യുന്ന ഒരു സന്ദർഭം ജീവിതത്തിൽ ഏതു നിമിഷവും സംഭവിച്ചേക്കാമെന്ന് അയാൾ പേടിക്കാൻ തുടങ്ങി. അതിന്റെ വിഹ്വലതകൾ അയാളുടെ മനസ്സിനെ എപ്പോഴും അലട്ടി. സ്വന്തമെന്നു സങ്കല്പിച്ച ഇല്ലത്തു താൻ ആരുമല്ലാതായിത്തീരുന്ന ഒരവസ്ഥ സാവധാനം രൂപം കൊള്ളുന്നുണ്ടെന്ന് അനിയനു മനസ്സിലായി. കൃഷ്ണേട്ടനുണ്ടായിരുന്നെങ്കിൽ ഏട്ടന്റെ സ്നേഹവും വാത്സല്യവും അനുഭവിച്ചുകൊണ്ട് ഒരനിയൻ തമ്പുരാനായി ഈ ഇല്ലത്ത് എന്നും ജീവിക്കാമായിരുന്നു. കൃഷ്ണേട്ടന്റെ മരണം അയാളുടെ ജീവിതത്തെ നിരർത്ഥകവും ശൂന്യവുമായിത്തീർത്തു. എനിക്കുള്ളതെല്ലാം നിന്റെയാണെന്നു പറഞ്ഞ സ്നേഹം അനിയന്റെ ജീവിതത്തിന് അതുവരെയില്ലായിരുന്ന ഒരർത്ഥമുണ്ടാക്കിക്കൊടുത്തു. ഏട്ടന്റെ മരണത്തോടെ അതു നഷ്ടപ്പെട്ടു. ഏട്ടന്റെ മരണം മുതൽ ഏട്ടനുണ്ടായിരുന്നതിന്റെ എല്ലാം അവകാശം ഏട്ടന്റെ ഭാര്യക്കല്ലേ? അതിന്റെ അർത്ഥം ഏട്ടന്റെ അനിയനെന്നുള്ള നിലയ്ക്ക് അനിയന്റെ ജീവിതം നഷ്ടപ്പെട്ടിരിക്കുന്നു എന്നാണ്. അനിയൻ അന്യനും അനിയന്റെ ജീവിതം നിരർത്ഥകവുമായിത്തീർന്നിരിക്കുന്നു എന്നാണ്. അനിയൻ അനാഥനും നിസ്വനുമായിത്തീർന്നിരിക്കുന്നു.

അതൊന്നും അനിയനെ വ്യാകുലപ്പെടുത്തിയില്ല. വേറെ ആർക്കും അവകാശമില്ലാത്തവിധത്തിൽ ഇക്കാണായ സ്വത്തു മുഴുവൻ തന്റെ സ്വന്തമായിരുന്നെങ്കിൽപ്പോലും അതു മുഴുവൻ ഭാഗീരഥിക്കുവേണ്ടി അയാളുപേക്ഷിക്കുമായിരുന്നു. അയാൾ ഒരു രാജാവോ ചക്രവർത്തിയോ ആയിരുന്നെങ്കിൽ തന്റെ സാമ്രാജ്യവും കിരീടവുമെല്ലാം അവൾക്കു

വേണ്ടി അടിയറവയ്ക്കുമായിരുന്നു. അവളോട് അത്ര തീക്ഷ്ണമായ ഒരു അഭിനിവേശം അനിയനുണ്ടായി. മോഹിപ്പിക്കുകയും കൊതിപ്പിക്കുകയും ചെയ്യുന്ന അവളുടെ വശ്യസൗന്ദര്യത്തിനു മുമ്പിൽ മറ്റെല്ലാം അയാൾ മറന്നു.

അവളെക്കുറിച്ചുള്ള ഓർമ്മകൾ അയാൾ മറന്നു.

യാദൃച്ഛികമായി കുറുപ്പിനെ കണ്ടപ്പോൾ അനിയൻ ഒരു നിമിഷം അന്തിച്ചുനിന്നു. കുറുപ്പുചേട്ടൻ എന്നെങ്കിലും വരുമെന്ന് ഭാഗീരഥി പറഞ്ഞിരുന്നെങ്കിലും ഇത്ര പെട്ടെന്ന് അനിയൻ അയാളെ പ്രതീക്ഷിച്ചില്ല.

കാര്യങ്ങൾ തനിക്കെതിരായി വേഗത്തിൽ നീങ്ങുന്നുവെന്ന് അനിയൻ ഉൾക്കിടിലത്തോടെ ഓർത്തു. എന്തൊക്കെയോ ഗൂഢാലോചനയുടെ ചരടുകൾ താനറിയാതെ മുറുകുന്നുണ്ടെന്ന് അനിയൻ ഊഹിച്ചു.

തനിക്കും ഭാഗീരഥിക്കും ഇടയിൽ കുറുപ്പിന്റെ സാന്നിദ്ധ്യം അനിയന് അസ്സഹനീയമായിരുന്നു.

പെട്ടെന്ന് അനിയന്റെ മുഖം വിളറുകയും വിവർണ്ണമായിത്തീരുകയും ചെയ്തു.

"കൃഷ്ണേട്ടൻ എപ്പോഴും അനിയനെക്കുറിച്ചു പറയാറുണ്ടായിരുന്നു." ഭാഗീരഥി കുറുപ്പിന്റെ നേരെ നോക്കി പറഞ്ഞു: "അന്നൊക്കെ ഞാൻ വിചാരിച്ചതിനേക്കാൾ എത്രയോ സ്നേഹമുള്ള ആളാണ് അനിയൻ. ജീവിതത്തിൽ എല്ലാം നഷ്ടപ്പെട്ടതിന്റെ സങ്കടത്തോടെയാണ് ഞാനിവിടെ വന്നത്. മുത്തശ്ശീം അനിയനും എന്നോടു കാണിച്ച സ്നേഹം ഞാനൊരിക്കലും പ്രതീക്ഷിച്ചതല്ല. ഞാനോർത്തത് എന്നെ ഉടനെ ഇവിടുന്ന് അടിച്ചിറക്കുമെന്നായിരുന്നു. അതിനുപകരം ഇവിടെ എല്ലാവരും എന്നെ സ്നേഹംകൊണ്ടു വീർപ്പുമുട്ടിച്ചു."

"ഞാനന്നേ പറഞ്ഞില്ലേ നീ പേടിക്കണ്ടെന്ന്?" തന്റെ കണക്കുകൂട്ടലുകൾ ഒരിക്കലും തെറ്റാറില്ലെന്നുള്ള വിശ്വാസത്തിന്റെ ഗർവ്വോടെ കുറുപ്പു പറഞ്ഞു: "ഭർത്താവിന്റെ വീട്ടിലേക്കു വരണേന് ആരെ പേടിക്കാനാ? വിവാഹം കഴിഞ്ഞാൽ പിന്നെ പെണ്ണിന്റെ വീടെന്നു പറയുന്നതു ഭർത്താവിന്റെ വീടല്ലേ?"

അത്രയും പറഞ്ഞിട്ട് കുറുപ്പ് അയാളുടെ മുഖത്തിനു തീരെ ചേരാത്ത ഒരു ചിരിയോടെ അനിയനെ നോക്കി.

അനിയന് ആ പൊള്ളച്ചിരി ഇഷ്ടപ്പെട്ടില്ല.

ഭാഗീരഥി പിന്നെയും അനിയനെക്കുറിച്ചു പുകഴ്ത്തിപ്പറഞ്ഞു.

"മിടുക്കൻ!" അനിയന്റെ തോളിൽ തട്ടിക്കൊണ്ട് കുറുപ്പു പറഞ്ഞു. "അന്നു നിങ്ങളെ കണ്ടപ്പോഴേ എനിക്കു തോന്നി നിങ്ങൾ ആൾ മിടുക്കനാണെന്ന്."

കുറുപ്പിന്റെ ചെറിയ കണ്ണുകളിൽ അയാളുടെ നിർവ്വികാരമായ മുഖത്തിന് അനുയോജ്യമല്ലാത്ത ഒരു തിളക്കം കണ്ടു.

"എനിക്കീ ഗ്രാമം വളരെ ഇഷ്ടപ്പെട്ടു." കുറുപ്പു പറഞ്ഞു: "മനോഹരമായ ഗ്രാമം. ഗ്രാമത്തിൽ ജീവിക്കുന്നതാണു സുഖം; അല്ലേ?"

അനിയൻ ഒന്നും മിണ്ടിയില്ല.

"വളരെ പുരാതനമായ ഒരില്ലം; അല്ലേ?" കുറുപ്പു പറഞ്ഞു: "ഈ ഇല്ലത്തെക്കുറിച്ചു ഞാൻ കേട്ടിട്ടുള്ള കഥകൾ അത്ഭുതത്തോടെ ഓർക്കാറുണ്ട്. പണ്ഡിതന്മാരും വേദാന്തികളും മഹാമന്ത്രികന്മാരും ജനിച്ച ഇല്ലം! ഭാഗ്യം എനിക്കും ഇവിടെ വരാനൊത്തു."

അയാൾ ചിരിച്ചു.

കുടിലമായ ഒരു ചിരി.

"ഭാഗിക്ക് ഇവിടെ വരാൻ ആരുടെയും അനുവാദം വേണ്ടാ." ആ നേരംവരെ ഇരുണ്ട ചിന്തകളിൽ മുഴുകി നിന്നിരുന്ന അനിയൻ പറഞ്ഞു. "അതുപോലെതന്നെ ആരുടെയും ശുപാർശയും ആവശ്യമില്ല."

"അങ്ങനെ പറയൂ." അനിയന്റെ നേരെ വിരൽ ചൂണ്ടിക്കൊണ്ടു കുറുപ്പു പറഞ്ഞു: "രക്തബന്ധത്തിന്റെ കെട്ട് ഹൃദയത്തിലുള്ള ഒരാൾക്കേ അങ്ങനെ പറയാൻ കഴിയൂ. അങ്ങനെ പറയാൻ ഒരാളുണ്ടാകുന്നത് എപ്പോഴും നല്ലതാണ്."

"നിങ്ങൾ ഇരുന്നു സംസാരിക്കൂ." ഭാഗീരഥി പറഞ്ഞു. "ഞാൻ ചായ കൊണ്ടുവരാം."

പെട്ടെന്ന് ഭാഗീരഥി പുറത്തേക്കിറങ്ങിപ്പോയി.

കുറുപ്പ് കസേരയിൽ ഇരുന്നതിനുശേഷം എതിർവശത്തു കിടന്ന കസേര ചൂണ്ടിക്കാട്ടി അനിയനോടു പറഞ്ഞു: "അനിയനിരിക്കൂ."

ഈ ഇല്ലത്തുവന്ന് അന്യ ഒരാൾ തന്നോട് ഇരിക്കാൻ പറയുന്നത് അനിയന് ഇഷ്ടപ്പെട്ടില്ല. എങ്കിലും ആ ഇഷ്ടക്കേട് പുറമേ കാണിക്കാതെ അനിയനിരുന്നു.

"കുറേനാളായി ഓർക്കുന്നു ഇവിടംവരെ വരണമെന്ന്." കുറുപ്പു പറഞ്ഞു. "അതെങ്ങനെ, നേരം കിട്ടണ്ടേ? ഒരു നൂറുകൂട്ടം പണികളുണ്ട്. ഇപ്പോൾത്തന്നെ സൗകര്യമുണ്ടായിട്ടല്ല. ഞാൻ ഇനിയും വന്നില്ലെങ്കിൽ അതു മതി ഭാഗീരഥിക്കു പിണങ്ങാൻ."

കുറുപ്പിനെ സല്ക്കരിക്കാൻ ഭാഗീരഥി കാണിക്കുന്ന ഉത്സാഹം അനിയൻ സൂക്ഷിച്ചു. അവർ രണ്ടുപേരും എന്തൊക്കെയോ പറയുന്നത് അനിയൻ കേട്ടു. എന്താണെന്നു വ്യക്തമായില്ല. കുറേനാൾ കൂടി കാണുന്നതല്ലേ? അവർക്കു പലതും പറയാൻ കാണുമായിരിക്കും.

ഇതുവരെ കാണാത്ത ഉത്സാഹം അന്നു ഭാഗീരഥിയിൽ കണ്ടു. അവൾ ഇല്ലം മുഴുവൻ കുറുപ്പിനെ കൊണ്ടുനടന്നു കാണിച്ചു. ഇല്ലത്ത് അന്യ ഒരാൾക്ക് ഇത്രയും സ്വാതന്ത്ര്യം അനുവദിച്ചുകൊടുക്കുന്നത് അനിയനെ അസ്വസ്ഥനാക്കി. പുറത്തു നില്ക്കേണ്ട ഒരാളെ അകത്തു കയറ്റി അയാളെ എല്ലാടവും കൊണ്ടുനടന്നു കാണിക്കുന്നതെന്തിനാണ്?

ഈ ഇല്ലത്തിന്റെ അകം ഇതുവരെ അന്യ ആളുകൾ കണ്ടിട്ടില്ല.

ഇതിനകത്ത് അന്യ ഒരാൾ കാൽകുത്തുന്നത് ഇതാദ്യമാണ്.

ഈ ഇല്ലം മുഴുവൻ കൊണ്ടുനടന്നു കാണിക്കാൻ അയാൾ ആരാണ്?

ഓർക്കുന്തോറും അനിയന്റെ മനസ്സിൽ അമർഷം തിളച്ചുപൊങ്ങി.

അനിയൻ പടിഞ്ഞാറ്റിയിലേക്കു ചെന്നു.

"മുത്തശ്ശി ഇതൊന്നും കാണണില്ലേ?" അമർഷം ഒതുക്കിക്കൊണ്ട് അനിയൻ ചോദിച്ചു. "ഏതോ ഒരാളെ ഇല്ലം മുഴുവൻ കൊണ്ടുനടന്നു കാണിക്കുന്നു. അതും പടിക്കു പുറത്തു നില്ക്കേണ്ട ഒരാളെ."

"ശ്, പതുക്കെപ്പറ." മുത്തശ്ശി സ്വരം താഴ്ത്തി പറഞ്ഞു. "അത് ഭാഗീരഥിയുടെ ആരോ ആണെന്നു പറയ്ണ കേട്ടു. ഇവ്ടെ എന്തെങ്കിലും ഇഷ്ടക്കേടു കാട്ട്യാ ഭാഗീരഥിക്ക് എന്താ തോന്നാ?"

പിന്നെ അനിയൻ ഒന്നും പറഞ്ഞില്ല.

മുത്തശ്ശിയുടെ മനസ്സും മാറിപ്പോയെന്ന് അനിയൻ നിരാശയോടെ ഓർത്തു.

അന്നുരാത്രി അനിയൻ വെറുതെ ഒരു ലോഹ്യത്തിന് എന്ന മട്ടിൽ കുറുപ്പിനോടു ചോദിച്ചു: "യാത്രയ്ക്കിടയിൽ ഇവിടെ ഇറങ്ങീന്നേ ഉള്ളോ? അതോ..."

"യാത്രയ്ക്കിടയിലല്ല." കുറുപ്പു പറഞ്ഞു. "ഞാൻ ഇങ്ങോട്ടായിട്ടു തന്നെ പുറപ്പെട്ടതാണ്. ഭാഗീരഥിയെ കാണാൻ."

"എന്താ വിശേഷം?"

"അവൾ അവളുടെ വീടും മറ്റും വില്ക്കാൻ എന്നെ ഏല്പിച്ചിരുന്നു. അതിനു ചില ആലോചനകളൊക്കെ വന്നിട്ടുണ്ട്. അവളുടെ അഭിപ്രായം കൂടി അറിയണമല്ലോ."

"വെറുതെ പൂട്ടിയിട്ടിരിക്കുന്നതിനേക്കാൾ ഭേദം ആർക്കെങ്കിലും വില്ക്കുന്നതാണ്. പഴയ വീട് വെറുതെ പൂട്ടിയിട്ടിരുന്നാൽ വേഗം ചീത്തയാകും."

"ഒരാൾ നല്ലവില പറഞ്ഞു. അതുപോലൊരു പഴയ വീടിന് അതിൽ കൂടുതൽ പ്രതീക്ഷിക്കാനില്ല. എന്റെ ആയിരുന്നെങ്കിൽ ഞാൻ ആ നിമിഷം കൊടുത്തു കാശുമേടിച്ചേനെ. പക്ഷേ, എന്റെ ഇഷ്ടം നോക്കിയാൽ പോരാല്ലോ. വീട് അവളുടെയല്ലേ?"

"എന്നിട്ട് ഭാഗി എന്തു പറഞ്ഞു?"

"അതതിലും വിശേഷം! ഞാൻ അയാളോടു വാക്കു പറഞ്ഞെങ്കിൽ ഞാൻ മണ്ടനായേനെ. ഇപ്പോൾ അവൾ പറയുന്നു. വില്ക്കണ്ടെന്ന്."

"അതെന്താ?"

"ആ! ആർക്കറിയാം? പെണ്ണിന്റെ മനസ്സും ചേമ്പിലയിലെ വെള്ളവും ഒരുപോലെയാണെന്നാ അറിവുള്ളവർ പറയുന്നത്."

"വെറുതെ പൂട്ടിയിട്ടിരുന്നിട്ട് എന്താ വിശേഷം?"

"എന്നെങ്കിലും അവളങ്ങോട്ടു വരുമായിരിക്കും. സ്വന്തം വീടല്ലേ?"

"എനിക്ക് ഇവിടുന്ന് പോരാൻ മനസ്സുവരുന്നില്ല." അവരുടെ അടുത്തേക്ക് നടന്നുവരുന്നതിനിടയിൽ ഭാഗീരഥി പറഞ്ഞു. "എനിക്ക് ഈ ഗ്രാമവും ഈ ഇല്ലവും ഉപേക്ഷിച്ചു പോരാൻ മനസ്സുവരുന്നില്ല. ഏതോ മുജ്ജന്മത്തിൽ ഞാൻ ഇവിടെ ജീവിച്ചിരുന്നതുപോലെയാണ് എനിക്കിപ്പോൾ തോന്നുന്നത്."

കുറുപ്പ് പൊട്ടിച്ചിരിച്ചു.

"നിന്റെ മനസ്സ് ഇങ്ങനെ മാറിപ്പോകുമെന്ന് ഞാനൊരിക്കലും ഓർത്തില്ല." കൈവിരലുകൾക്കിടയിൽ ഒതുക്കിപ്പിടിച്ചിരുന്ന പൊടി മൂക്കിന്റെ ദ്വാരങ്ങളിൽ മണപ്പിച്ചുകൊണ്ട് കുറുപ്പു പറഞ്ഞു. "ഇവിടെവന്നു കണ്ടപ്പോൾ നിനക്കു പിന്നെ ഇതായി സ്വർഗ്ഗം ഇല്ലേ?"

"ഇത്ര പെട്ടെന്ന് കുറുപ്പുചേട്ടൻ വരുമെന്ന് ഞാൻ വിചാരിച്ചോ?" ഒരുതരം കൊഞ്ചലോടെ ഭാഗീരഥി ചോദിച്ചു. "എനിക്കാണെങ്കിൽ ഇവിടെയൊക്കെ കണ്ടു കൊതി തീർന്നില്ല. ആരോ കാണാൻ വന്നിരിക്കുന്നൂന്ന് അച്ചുതൻ നായർ വന്നു പറഞ്ഞപ്പോൾ ഞാനോർത്തു ഇവിട്യ്യൊള്ള ആരെങ്കിലുമായിരിക്കൂന്ന്. വന്നു നോക്കുമ്പോൾ കുറുപ്പുചേട്ടൻ!"

"പ്രതീക്ഷിക്കാത്തപ്പോൾ കണ്ടുമുട്ടുന്നതാണ് കൂടുതൽ സന്തോഷം അല്ലേ?" കുറുപ്പ് അനിയന്റെ നേരെ നോക്കി. "അതാണ് ഞാൻ വരുന്ന കാര്യം നേരത്തെ അറിയിക്കാതിരുന്നത്."

അനിയൻ ഒന്നും മിണ്ടാതെ, ഇഷ്ടമോ ഇഷ്ടക്കേടോ കാണിക്കാതെ വെറുതെ ഇരുന്നു.

അന്നുരാത്രി ഭാഗീരഥിയും കുറുപ്പും ഒന്നിച്ചിരുന്ന് വളരെനേരം സംസാരിക്കുന്നത് അനിയൻ കണ്ടു. അനിയൻ ഓർക്കാത്തമട്ടിൽ അടുത്തു ചെല്ലുമ്പോൾ പെട്ടെന്ന് അവർ പതറുന്നതും അവർ നിശ്ശബ്ദരായിരിക്കുന്നതും അനിയൻ കണ്ടു. അനിയൻ അമർഷം ഉള്ളിലൊതുക്കിക്കൊണ്ട് പല്ലിറുമ്മി.

രാത്രി പതിനൊന്നുമണി അടിച്ചിട്ടും അവരതു കേട്ട ഭാവമില്ല.

രാത്രി ഉറക്കമിളച്ചിരുന്ന് എന്തു ഗൂഢാലോചനയാണ്?

അനിയൻ കതകടച്ച് ഉറങ്ങാൻ കിടന്നു. ഉറക്കംവരാതെ അയാൾ കിടക്കയിൽ തിരിഞ്ഞും മറിഞ്ഞും കിടന്നു. പിന്നെ വെളുപ്പാൻകാലത്ത് എപ്പോഴോ അനിയൻ ഉറങ്ങി. വെളുപ്പിന് ആരോ വാതിലിൽ മുട്ടുന്നതു കേട്ടാണ് അനിയൻ ഉറക്കമുണർന്നത്. നോക്കുമ്പോൾ ഭാഗീരഥി കാപ്പിയുംകൊണ്ട് അകത്തേക്കു കടന്നുവരുന്നു.

പതിവുള്ള മന്ദഹാസത്തോടെ അവൾ അനിയനു കാപ്പി നീട്ടി. അവളുടെ മുഖത്ത് നോക്കാതെ അനിയൻ കാപ്പി വാങ്ങി മേശപ്പുറത്തുവച്ചു. അവൾ വേഗം തിരിച്ചുപോകുമെന്നാണ് അനിയൻ ഓർത്തത്.

അവൾ അവിടെ നിന്നു.

"കുറുപ്പുചേട്ടൻ വന്നത് അനിയന് ഇഷ്ടായില്ല, അല്ലേ?"

അനിയൻ അവളുടെ മുഖത്തു നോക്കാതെ പറഞ്ഞു.

"എനിക്കങ്ങനെ ഇഷ്ടവുമില്ല ഇഷ്ടക്കേടുമില്ല."

"അതു നുണ." അവൾ പറഞ്ഞു. "എനിക്കറിയാം. അനിയന് ഇഷ്ടമായില്ലെന്ന്."

"അയാൾ എത്ര ദിവസം ഇവിടെ ഉണ്ടാവും?"

"ഞാൻ ചോദിച്ചില്ല." അവൾ പറഞ്ഞു. "രണ്ടോ മൂന്നോ ദിവസം ഇവിടെ തങ്ങിയേക്കും. എന്താ ചോദിച്ചത്?"

"ഒന്നുമില്ല."

"അനിയൻ ആ മനുഷ്യനോട് സ്നേഹത്തോടെ ഒരു വാക്കു പറഞ്ഞില്ല. എനിക്ക് അതോർത്തിട്ടു വിഷമം തോന്നി. അങ്ങനെയാണോ വേണ്ടത്? ആ മനുഷ്യൻ ഈ വീട്ടിൽ വന്നതല്ലേ? വീട്ടിൽ വന്ന ഒരാളോ ട്..."

"ഞാൻ എന്തെങ്കിലും ഇഷ്ടക്കേടു കാട്ടിയോ?"

"ഇല്ല. ഇഷ്ടവും കാട്ടിയില്ല, ഉവ്വോ?"

"അടുപ്പമില്ലാത്തവരോട് സ്നേഹം കാണിക്കാൻ എനിക്കറിയില്ല. അത് സ്നേഹക്കുറവുണ്ടായിട്ടല്ല. എന്റെ സ്നേഹം പ്രകടിപ്പിക്കാൻ കഴിയാത്തതാണ് എന്റെ കുഴപ്പം. എന്റെ സ്നേഹം ആരും കാണുന്നില്ല."

"ആരു പറഞ്ഞു. അനിയന്റെ സ്നേഹം ആരും കാണുന്നില്ലെന്ന്?"

അനിയൻ അവളുടെ കണ്ണുകളിലേക്കു നോക്കി.

അയാളുടെ ഹൃദയത്തുടിപ്പുകളുടെ താളം തെറ്റി.

ഇരുപത്തിരണ്ട്

നാലഞ്ചു ദിവസം കഴിഞ്ഞിട്ടും കുറുപ്പു പോയില്ല. വളരെനാൾകൂടി ഇല്ലത്തു വിരുന്നുവന്ന ഒരതിഥിയെപ്പോലെയായിരുന്നു അയാളുടെ ഭാവം. ഓരോ ദിവസം കഴിയുന്തോറും അനിയൻ അയാളെ കൂടുതൽ വെറുത്തു. അയാൾ എന്തിനാണ് ഭാഗീരഥിയെ കാണാൻ വന്നതെന്ന് ആർക്കറിയാം! എന്തോ രഹസ്യമുണ്ട്. അല്ലെങ്കിൽ അവർക്കെന്താണ് ഇത്രയേറെ സ്വകാര്യം പറയാനുള്ളത്?

അനിയന്റെ ദൃഷ്ടിയിൽ അവരുടെ ഓരോ ചലനവും സംശയാസ്പദമായിത്തീർന്നു.

വീടു വില്ക്കുന്നതിനെക്കുറിച്ച് ആലോചിക്കാൻ വന്നതാണെന്ന് അയാൾ പറഞ്ഞു. അതു മാത്രമാണോ?... അതോ മറ്റുള്ളവരോട് അങ്ങനെ പറയുകയും അവർ അന്യോന്യം വേറെന്തെങ്കിലും ഗൂഢാലോചന നടത്തുകയുമാണോ?"

അനിയന് ഒന്നും വിശ്വസിക്കാൻ കഴിയുന്നില്ല. കുറുപ്പിന്റെ ഇരുണ്ട മുഖം കാണുമ്പോളറിയാം അയാൾ ഒരു സൂത്രശാലിയാണെന്ന്. ആ ഇടുങ്ങിയ കണ്ണുകൾ അയാളെക്കുറിച്ച് അവിശ്വാസം ജനിപ്പിക്കും. ആലോചിച്ചും കണക്കുകൂട്ടിയും മാത്രമേ അയാൾ ഓരോ വാക്കും പറയൂ. കൃഷ്ണമണികൾ മുകളിലേക്കുയർത്തി ഒരു നിമിഷം അയാൾ നിർവ്വികാരതയോടെ ഇരിക്കും. അയാൾ ചിന്തിക്കുന്ന നിമിഷമാണത്. ചതുരംഗക്കളത്തിൽ കരുക്കൾ നീക്കുന്ന സമർത്ഥനായ കളിക്കാരന്റെ ഭാവമാണ് അയാൾക്കെപ്പോഴും. എതിരാളിയുടെ കരുക്കൾ വെട്ടിനീക്കുകയും തന്റെ കരുക്കളുടെ വഴി സുരക്ഷിതമാക്കുകയും ചെയ്യുന്നതിനിടയിൽ അയാൾ നിശ്ശബ്ദനായിരിക്കും. എപ്പോൾ നോക്കിയാലും ആലോചനയാണ്.

എന്തെങ്കിലും ചോദിച്ചാൽ ആദ്യം അതു കേട്ടതായി ഭാവിക്കില്ല. പുരിക മുയർത്തി ഒന്നു നോക്കും. പിന്നെ ഒരു നമിഷം ആലോചനയിൽ മുഴു കും. സൂര്യനുദിക്കുന്നത് എവിടെയാണെന്നു ചോദിച്ചാൽപ്പോലും ഒരുനിമിഷം ആലോചിച്ചിരുന്നതിനുശേഷമേ അയാൾ മറുപടി പറയൂ.

അയാളുടെ ഭാവം കണ്ടാൽ തോന്നും ഏതോ ദിവ്യനാണെന്ന്.

എന്തിനെക്കുറിച്ചും അയാൾക്ക് ഒരഭിപ്രായമുണ്ട്. പറയാൻ ആലോ ചനയുടെ ഒരു നിമിഷമെടുക്കുമെന്നു മാത്രം. കാര്യങ്ങളുടെ പൊരുൾ പൂർണ്ണമായി മനസ്സിലാക്കിയതിനു ശേഷമേ താൻ വാ തുറക്കുകയുള്ളൂ എന്നൊരു ഭാവമുണ്ടായിരുന്നു അയാൾക്ക്. അനിയനതു തീരെ ഇഷ്ടപ്പെ ട്ടില്ല.

പക്ഷേ, അയാൾ ഒരു ദിവ്യനാണെന്നുള്ള മട്ടിലായിരുന്നു ഭാഗീരഥി യുടെ പെരുമാറ്റവും. അതും അനിയനിഷ്ടപ്പെട്ടില്ല. ഇത്രയൊക്കെ ബഹു മാനം കാണിക്കാൻ ഇയാൾ ആരാണ്? എന്തു ദിവ്യത്വമാണ് അയാൾക്കു ള്ളത്?

അയാളും ഭാഗീരഥിയും അങ്ങനെ അടുത്തു പെരുമാറുന്നത് അനി യനു വീണ്ടും സംശയമുണ്ടാക്കി. അയാൾ വന്നതിൽപ്പിന്നെ ഭാഗീരഥിക്ക് എന്തെന്നില്ലാത്ത ഒരുത്സാഹവും സന്തോഷവും ഉണ്ടെന്ന് അനിയന് തോന്നി. അയാളുടെ ഗൗരവവും അവളുടെ വിധേയത്വവും കണ്ടപ്പോൾ അനിയന്റെ സംശയം ഇരട്ടിച്ചു.

അയാൾ ഏതോ ആഭിചാരശക്തിയുള്ള ഒരാളാണെന്നും അവൾ അയാളുടെ പിണിയാളാണെന്നും ഒരു വെളിപാടുപോലെ പൊടുന്നനെ അനിയനു തോന്നി.

കൃഷ്ണേട്ടന്റെ ദുർമ്മരണത്തെ മൂടിക്കിടക്കുന്ന നിഗൂഢതയ്ക്കു പിന്നിൽ ഈ മനുഷ്യൻ മറഞ്ഞുനില്പില്ലേ?

വല്ലപ്പോഴും അയാളൊന്നു ചിരിക്കും. അയാളുടെ ഇരുണ്ട മുഖത്ത് അതു അനാകർഷകമായിത്തീരുകയും. ഇടുങ്ങിയ കണ്ണുകൾ അപ്പോൾ കുടിലമായി തോന്നുകയും ചെയ്യും. അയാൾ ചിരിക്കാതിരിക്കുകയായി രുന്നു നല്ലത്.

“കുറുപ്പ് ചേട്ടന് അറിയില്ലല്ലോ.” ഒരുകള്ളച്ചിരിയോടെ ഭാഗീരഥി പറ ഞ്ഞു. “അനിയന് ഒരാളോട് സ്നേഹമുണ്ട്.”

“ആരോട്?”

‘അമ്മിണിക്കുട്ട്യോട്.”

“അമ്മിണിക്കുട്ട്യോ? ഏതാ ആ കക്ഷി?”

“അമ്മാവന്റെ മോള്. ഞാൻ കണ്ടിട്ടുണ്ട്. പൂപോലെയുള്ള ഒരു പെൺകുട്ടി.”

കുറുപ്പിന്റെ കണ്ണിലെ കൃഷ്ണമണികൾ അനിയന്റെ നേരെ തിരി ഞ്ഞു.

“ആളുകളോട് സ്നേഹം കാണിക്കാനൊക്കെ അറിയാം. ഇല്ലേ? ഞാനോർത്തു ഹൃദയംകൊണ്ട് ആരോടും അടുക്കുന്ന പ്രകൃതക്കാരന ല്ലെന്ന്.”

അന്നു വൈകിട്ട് ഭാഗീരഥി അടുത്തില്ലാത്ത ഒരവസരത്തിൽ കുറുപ്പ് അനിയന്റെ അടുക്കൽ ചെന്നു.

"ഒരു കാര്യം പറഞ്ഞോട്ടെ?"

എന്തോ രഹസ്യം പറയാനുള്ള ഭാവത്തിലായിരുന്നു അയാൾ.

"ഭാഗീരഥിക്ക് ഇവിടന്നു പോകാൻ ഇഷ്ടമില്ലെന്നു തോന്നുന്നു. ഇവിടെ എല്ലാവരോടും അവൾ അത്രയ്ക്കിണങ്ങിയെന്നാ തോന്നുന്നേ. അതുകൊണ്ടു വിഷമിക്കുന്നതാരാ? ഞാൻ."

യാതൊരു താല്പര്യവുമില്ലാതെ അനിയൻ ചോദിച്ചു.

"അതിനു നിങ്ങളെന്തിനാ വിഷമിക്കുന്നത്?"

"അങ്ങനെ ചോദിച്ചാൽ ഞാനെന്താ പറയുക?" അയാൾ എളിയിൽ കൈകുത്തി അനിയന്റെ നേരെ നോക്കി നിന്നു.

"അവിടെ അവൾക്കു കുറേ കടങ്ങളുണ്ടേ. ആളുകൾ വന്ന് എന്നോടാ ചോദിക്യാ. ഞാനെന്തു പറയും അവരോട്?"

"അതിപ്പോൾ എന്നോടു പറഞ്ഞിട്ടെന്താ വിശേഷം?"

"ഇനി വേറെ ആരോടാ പറയ്വാ. അനിയനോടല്ലാതെ?"

"എനിക്ക് കടക്കാരോട് ഇടപെട്ടുള്ള ശീലം ഇല്ല."

"അതെനിക്കറിയാം. പക്ഷേ, അതിനെന്തെങ്കിലും പോംവഴി കണ്ടു പിടിക്കാതെ യാതൊരു നിവൃത്തിയുമില്ല. അല്ലെങ്കിൽ കടക്കാരിങ്ങോട്ടു വരും."

"അതിനു കടക്കാരിങ്ങോട്ടു വരുന്നതെന്തിന്?"

അനാകർഷകമായ ഒരു ചിരികൊണ്ട് അയാളുടെ മുഖം കോടി.

"അതു മനസ്സിലാക്കാൻ ഇത്ര ബുദ്ധിമുട്ടുണ്ടോ? ഇവിടെയല്ലേ ഭാഗീരഥിയുള്ളത്? ഇപ്പോൾ ഇതല്ലേ അവളുടെ വീട്?"

എവിടെയോ ഒരു ചൂണ്ട കൊളുത്തുന്നതുപോലെ അനിയനു തോന്നി. ഇതല്ലേ അവളുടെ വീടെന്ന് കുറുപ്പു ചോദിച്ചു. ഇപ്പോൾ ഇതവളുടെ വീടല്ലേ എന്നു ചോദിക്കുമ്പോലെയായിരുന്നു അത്.

"ഓരോ വാക്കുകൊണ്ടും അയാൾ ഓരോ കരു നീക്കുകയല്ലേ?

ശ്രദ്ധയോടെ കരുക്കൾ നീക്കി ഓരോ കളവും കടന്ന് ക്ഷേത്രത്തിലേക്ക്!

"അവിടുത്തെ വീടു വില്ക്കാമെന്നുവച്ചാൽ അവൾ അതു സമ്മതിക്കുന്നില്ല." അംഗവിക്ഷേപങ്ങളോടെ കുറുപ്പു ചോദിച്ചു. "വേറെന്താ ഒരു മാർഗ്ഗം?"

അനിയൻ മിണ്ടാതെ വേറെങ്ങോട്ടോ നോക്കി നിന്നു.

"വേറെ ആര് എന്തു പറഞ്ഞിട്ടും വിശേഷമില്ല." കുറുപ്പു പറഞ്ഞു: "ഭാഗീരഥിക്ക് അവളുടെ ഇഷ്ടാനിഷ്ടങ്ങളാ പ്രധാനം."

അനിയൻ ചോദിച്ചു. "അതുപിന്നെ എല്ലാവർക്കും അങ്ങനെയല്ലേ?"

"അതെ. അതെ."

കുറുപ്പ് കുറേക്കൂടി അടുത്തേക്കു ചെന്നു.

"അനിയനു കേൾക്കണോ? അനിയന്റെ ഏട്ടനെ കണ്ടുമുട്ടേം സ്നേഹിക്കേം ചെയ്യുന്നതിനുമുമ്പ് ആറേഴു പേരെങ്കിലും അവളെ കല്യാണം കഴിക്കാൻ ആശിച്ചതാ. അവളെ കണ്ടു മോഹിച്ചിട്ട്."

അവളെ അങ്ങനെയങ്ങു വിശ്വസിക്കണ്ടെന്നു മുമ്പൊരിക്കൽ അമ്മാവൻ പറഞ്ഞത് അനിയൻ ഓർത്തു. "ഇവള് ആള് ശ്ശി പെശകാന്നാ കേൾക്കണെ."

അനിയൻ അത് ഓർത്തു നില്ക്കെ കുറുപ്പു പറഞ്ഞു:

"പക്ഷേ, അവളുടെ വിധി ഇതായിരുന്നു."

"ഓഹോ! ഇഷ്ടംപോലെ കാമുകന്മാരുണ്ടായിരുന്നു; അല്ലേ?"

"അതെന്താ അനിയൻ അങ്ങനെ ചോദിച്ചത്? അതിലെന്തോ ഒരു ദുസ്സൂചനയില്ലേ? ഒരു പെൺകുട്ടിക്കു കാമുകന്മാരുണ്ടാകുന്നത് അവളുടെ കുറ്റമല്ല. ആണോ?"

"ആവോ, എനിക്കറിയില്ല."

"സൗന്ദര്യമുള്ള വസ്തുവിനോട് എല്ലാവർക്കും താല്പര്യം തോന്നും. അതു ലോകസ്വഭാവമാ. ഭംഗിയുള്ള ഒരു പൂവിനോട് എല്ലാവർക്കും ഇഷ്ടം തോന്നും. ഇല്ലേ?"

അനിയൻ ഒന്നും മിണ്ടാതെ കുറുപ്പിന്റെ നേരെ നോക്കി നിന്നു.

"പെണ്ണിന്റെ മനസ്സ് നമ്മൾ വിചാരിക്കുമ്പോലെയല്ല." ഗഹനമായ ഒരു ഭാവത്തോടെ കുറുപ്പ് അനിയനെ നോക്കി. "നൂലിട്ടാലെത്താത്ത കയം ന്നൊക്കെയാണ് അറിവുള്ളവരു പറയാറ്. നമ്മൾ നോക്കുമ്പോൾ കാണുന്നത് മുകൾപ്പരപ്പിലെ ആ സൗമ്യമായ നീലനിറം മാത്രം. അടിയിൽ എന്താണെന്നു ആർക്കറിയം."

എന്തൊക്കെയോ ഗൂഢോദ്ദേശ്യങ്ങളുമായിട്ടാണ് അയാൾ വന്നിരിക്കുന്നതെന്ന് അനിയന് ഉറപ്പായി.

അയാളെക്കൊണ്ടു അനിയൻ മടുത്തു.

അനിയൻ മനഃപൂർവ്വം ഒഴിഞ്ഞും മാറിയും നടന്നു.

ഭാഗ്യം! പിറ്റേന്ന് അയാൾ പോയി.

പോകാൻ നേരത്ത് അയാൾ ഭാഗീരഥിയോടു ചോദിച്ചു; "എന്നു വരും അങ്ങോട്ട്? നേരത്തെ അറിയിച്ചാൽ ഞാൻ റെയിൽവേസ്റ്റേഷനിൽ കാത്തു നില്ക്കാം."

"വേണ്ടാ." അവൾ പറഞ്ഞു. "വീട്ടിലേക്കു വരാൻ എനിക്കു വഴിയറിയും."

"ങാ, ആ വഴി മറന്നുപോകാതിരുന്നാൽ മതി."

യാത്ര പറഞ്ഞ് പടിയിറങ്ങാൻ നേരത്ത് അയാൾ കുത്തുകല്ലിൽ തിരിഞ്ഞുനിന്നു പറഞ്ഞ ഒരു വാചകം അനിയനെ വീണ്ടും സംശയാലുവാക്കി.

"ചിലപ്പോൾ അധികം വൈകാതെ നമ്മൾ വീണ്ടും കാണും."

എന്താണ് അയാൾ അങ്ങനെ പറഞ്ഞതിന്റെ അർത്ഥം?

അയാൾ വീണ്ടും വരുമെന്നാണോ?

ഒരുദുഃസ്വപ്നം പോലെ അയാളുടെ ഓർമ്മ അനിയന്റെ മനസ്സിനെ ഇടയ്ക്കിടയ്ക്ക് പീഡിപ്പിച്ചു.

വൈകുന്നേരം പാടത്തിന്റെ കരയിൽവച്ച് അനിയൻ അമ്മാവനെ കണ്ടു. അക്കരെയെങ്ങോ പോയിട്ടു വരികയായിരുന്നു അദ്ദേഹം. കടത്തു കടന്നുവരുന്ന ആളുകളുടെ ഏറ്റവും പിന്നിൽ അമ്മാവൻ ഉണ്ടായിരുന്നു.

"അനിയൻ എവിടേക്കാ?"

നടവരമ്പിൽ ഒതുങ്ങിനിന്നുകൊണ്ട് അനിയൻ പറഞ്ഞു.

"എങ്ങോട്ടുംല്യാ."

"അയാൾ പോയോ- ആ കുറുപ്പ്?"

"പോയി. രാവിലെ."

"എനിക്കയാളെ ഒന്നു കാണണംന്നുണ്ടായിരുന്നു. ഭാഗീരഥി പോയില്ലലോ. ഉവ്വോ?"

"ഇല്യാ."

"ങ്ാ ഞാനൂഹിച്ചു, അവൾ പോവില്യാന്ന്. അയാളെന്താ പറഞ്ഞത്?"

"അയാൾക്ക് അവളെ കൊണ്ടുപോണംന്നുണ്ടായിരുന്നൂന്നാ തോന്നുന്നത്."

"തനിക്കു വിടാൻ ഇഷ്ടംല്യാ അല്ലേ?"

പിന്നെ ഒന്നും മിണ്ടാതെ അമ്മാവൻ നടന്നു.

അനിയന്റെ ഹൃദയം വീണ്ടും ഭാഗീരഥിയെക്കുറിച്ചുള്ള ഓർമ്മകൾകൊണ്ടു നിറഞ്ഞു.

ഒരാഴ്ച കഴിഞ്ഞ് ഒരു അപരാഹ്നത്തിൽ അനിയൻ ഭാഗീരഥിയെ കുന്നിൻമുകളിലേക്കു പോകാൻ വിളിച്ചു.

അപ്പോൾ കുന്നിൻമുകളിൽ കാടുകളും മരങ്ങളും പൂക്കുന്ന കാലമായിരുന്നു.

കുന്നിൻചെരിവിലൂടെ ഉയരങ്ങളിലേക്കു കയറിപ്പോകുമ്പോൾ അങ്ങ കുന്നിന്റെ ചെരുവിൽനിന്ന് പാണൻ നാണു ഉടുക്കു കൊട്ടുന്നതുകേട്ടു.

കുന്നിൻമുകളിൽ എത്തിയപ്പോഴേക്കും ഇളവെയിൽ മങ്ങിക്കഴിഞ്ഞിരുന്നു.

"ഇതു മഴക്കാലമാണ്. ഇടയ്ക്കിടയ്ക്കു വെയിലും മഴയും."

"കുന്നിൻ മുകളിൽനിന്ന് അവർ ചുറ്റും കണ്ണോടിച്ചു.

അകലെ കിഴക്കിന്റെ അപാരതകളിൽ ആകാശത്തിന്റെ നേർക്ക് ഉയർന്നു നില്ക്കുന്ന കുന്നുകൾ.

അനിയൻ പറഞ്ഞു:

"ഇപ്പോൾ കാടുകൾ പൂക്കുന്ന കാലമാണ്. ഇന്നലെ രാത്രിയും ഞാൻ കിഴക്കൻകാടുകളിൽനിന്ന് ആ പാട്ടുകേട്ടു."

അനിയന്റെ കണ്ണുകളിൽ ദീപ്തമായ ഒരു ഭാവമുണ്ടായിരുന്നു.

അവളുടെ നേരെ നോക്കിനില്ക്കെ അനിയന്റെ ഹൃദയം വികാരപൂർണ്ണമായിത്തീർന്നു.

പൂവുപോലെ വിടരുന്ന ഒരു മോഹത്തിന്റെ സൗരഭ്യം ഹൃദയം നിറയെ!

നിശ്ചലമായ മരച്ചില്ലകളിൽ ആകാശത്തിന്റെ സംഗീതം പെയ്തിറങ്ങുന്ന ആ നിമിഷങ്ങളിൽ അയാളുടെ ഹൃദയം അത് ഏറ്റുവാങ്ങി.

പെട്ടെന്നു മഴ പെയ്യാൻ തുടങ്ങി.

മരച്ചില്ലകളിൽ കാറ്റനങ്ങി.

വെയിലും മഴയും ഒന്നിച്ച്.

മഴ നനയാതെ അവൾ ഒരു മരത്തിന്റെ ചുവട്ടിലേക്കു നീങ്ങിനിന്നു.

"നനയണ്ടാ." അവൾ പറഞ്ഞു. "ഇങ്ങോട്ടു നീങ്ങി നിന്നോളൂ. ഈ മരത്തിന്റെ ചുവട്ടിലേക്ക്."

ഒരു സ്വപ്നത്തിലെന്നപോലെ അയാൾ അവളുടെ അടുത്തേക്കു ചെന്നു.

മരച്ചില്ലകൾക്കിടയിലൂടെ അവരുടെ മേൽ മഴ പെയ്തു.

അവർ മഴ നനഞ്ഞു.

അവളുടെ മുഖത്തുകൂടി വെള്ളത്തുള്ളികൾ ഒഴുകി.

മഴയിൽ അവളുടെ വസ്ത്രങ്ങൾ നനഞ്ഞു

മോഹിപ്പിക്കുന്ന ഒരു ചിരിയോടെ മഴനനഞ്ഞു നില്ക്കുന്ന അവളെ അനിയൻ ആരാധനയോടെ നോക്കി.

ദൂരെ കാടുകൾക്കും മരങ്ങൾക്കും മീതെ മഴ പെയ്തുകൊണ്ടിരുന്നു.

അവൾ മഴയുടെ ഭംഗി കണ്ടു.

അവൾ മഴയുടെ സംഗീതം കേട്ടു.

ഒരു നിമിഷത്തിന്റെ പ്രലോഭനം

അനിയൻ അവളെ ആലിംഗനം ചെയ്തു.

ഇരുപത്തിമൂന്ന്

കുന്നിറങ്ങുമ്പോൾ അവർ നിശ്ശബ്ദരായിരുന്നു. അന്യോന്യം ഒന്നു മിണ്ടാതെ കാടുകൾക്കിടയിലൂടെ, മരക്കൂട്ടങ്ങൾക്കിടയിലൂടെ കുന്നിന്റെ ചുവട്ടിലെത്തി. അപ്പോഴും മരക്കൊമ്പുകളിൽ മഴത്തുള്ളികൾ ഉറ്റിനിന്നു. ഓർക്കാപ്പുറത്തുള്ള മഴയായിരുന്നു.

പാടവരമ്പത്തേക്കിറങ്ങിയപ്പോൾ വീണ്ടും വെയിൽ തെളിഞ്ഞു.

പാലടിച്ചുകിടക്കുന്ന പച്ചപ്പാടത്തിനു മീതെ ആകാശത്തിന്റെ അനുഗ്രഹം പോലെ തിളങ്ങുന്ന മഞ്ഞവെയിൽ.

ഇഷ്ടമോ ഇഷ്ടക്കേടോ കാണിക്കാത്ത മുഖഭാവമായിരുന്നു ഭാഗീരഥിക്ക്.

തൊട്ടുപിന്നിൽ നടക്കുമ്പോൾ കറുകവരമ്പത്തു പതിയുന്ന അവളുടെ തുടുത്ത കാലടികളുടെ ഭംഗി അനിയനെ ആകർഷിച്ചു.

എന്താണു ഭാഗീരഥി ഒന്നും മിണ്ടാത്തത്?

കുന്നിൻമുകളിലെ മരത്തിന്റെ ചുവട്ടിൽവച്ച് ഇമകളനക്കാതെ ഒരു നിമിഷം നോക്കിനിന്നശേഷം മുഖംകുനിച്ച് തിരിഞ്ഞുനടക്കുമ്പോൾ അവളുടെ മുഖത്തു കണ്ടഭാവം എന്തായിരുന്നു? ഇഷ്ടമോ, ഇഷ്ടക്കേടോ? കുറ്റബോധമോ വിഷാദമോ?...

കുന്നിൻമുകളിലെ മരത്തിന്റെ ചുവട്ടിൽ മഴ നനഞ്ഞുകൊണ്ടു നിന്ന നിമിഷങ്ങൾ... ഓർക്കാപ്പുറത്ത് മനസ്സിന്മേലുള്ള പിടിവിട്ടുപോയി. അണകെട്ടി നിർത്തിയിരുന്ന ഹൃദയമോഹങ്ങളുടെ ഒരുവിസ്ഫോടനം. മനസ്സിനെ മൂടിക്കിടന്ന മൗനത്തിന്റെ സാന്ദ്രനീലിമയിൽ അനിയന്റെ അന്തരാത്മാവ് വീർപ്പുമുട്ടി. എന്റെ ജീവിതത്തിലെ എല്ലാ മോഹങ്ങളും നിന്റെ ഒരു മന്ദഹാസത്തിനു വേണ്ടി കാഴ്ചവയ്ക്കാൻ ഒരുക്കമാണെന്ന് അനിയന്റെ മനസ്സു മന്ത്രിച്ചു. അവളുടെ സ്നേഹത്തിനു വേണ്ടി അനിയന്റെ

ഹൃദയം പിടഞ്ഞു. ഓരോ മിടിപ്പിലും ഞാൻ നിന്നെ സ്നേഹിക്കുന്നു എന്ന് അനിയന്റെ ഹൃദയം പറഞ്ഞു. ഞാൻ ആഗ്രഹിക്കുന്നത് പുരാതനമായ ഈ ഇല്ലവും ഇല്ലംവക സ്വത്തുക്കളുമല്ല. ഈ ഭൂമിയിൽ യാതൊരു സ്വത്തും ഇല്ലാതെ ഞാൻ ജീവിച്ചുകൊള്ളാം. നിന്റെ സ്നേഹം ഉണ്ടെങ്കിൽ എനിക്കതുമാത്രം മതി. ഞാൻ അതേ ആഗ്രഹിക്കുന്നുള്ളൂ.

അവർ ഇല്ലത്തു ചെന്നുകയറി. ഭാഗീരഥി നേരെ പടിഞ്ഞാറ്റിമാളികയിലേക്കുപോയി. അവൾ കോണിപ്പടികൾ കയറിപ്പോകുന്നത് അനിയൻ നോക്കിനിന്നു. അവളുടെ ഭാവപ്പകർച്ച കണ്ടപ്പോൾ അനിയനു തോന്നി, അവൾ പിണങ്ങിയിട്ടുണ്ടാവുമെന്ന്. അല്ലെങ്കിൽ വഴിയിൽ അവൾ മിണ്ടാതിരിക്കുമോ? നേരെ നോക്കാതിരിക്കുമോ?

ഒരുപക്ഷേ, കൃഷ്ണേട്ടനെക്കുറിച്ചുള്ള ഓർമ്മകൾ അവളെ അലട്ടുന്നുണ്ടായിരിക്കും. കൃഷ്ണേട്ടനെ സ്നേഹിച്ച ഹൃദയംകൊണ്ട് മറ്റൊരാളെ സ്നേഹിക്കാൻ കഴിയാത്തതിന്റെ ധർമ്മസങ്കടം അവളെ പീഡിപ്പിക്കുന്നുണ്ടാവും! ധർമ്മസങ്കടമോ, കുറ്റബോധമോ?...

അനിയൻ സ്വന്തം മുറിയിൽ ചെന്നിരുന്നു. അയാളുടെ കലങ്ങിമറിഞ്ഞ ഹൃദയത്തിൽ ഓർമ്മകളും സ്വപ്നങ്ങളും വിഭ്രാന്തികളും കൂടിക്കുഴഞ്ഞു.

അന്നു രാത്രി അനിയന് യാതൊരു സ്വസ്ഥതയുമുണ്ടായില്ല. രാത്രി മുഴുവൻ ഓരോന്നോർത്തുകൊണ്ടു കിടന്നു. അനിയന്റെ മനസ്സ് കലുഷവും അസ്വസ്ഥവുമായിരുന്നു. കൃഷ്ണേട്ടനെക്കുറിച്ചുള്ള ഓർമ്മകൾ അനിയന്റെ മനസ്സിനെയും പീഡിപ്പിച്ചു. തീവ്രമായ പാപബോധം കൊണ്ട് അനിയന്റെ മനസ്സു നീറി. ഏട്ടൻ സ്നേഹിച്ച പെണ്ണിനോടു തനിക്ക് തോന്നിയ അഭിനിവേശത്തിന് എന്താണ് വ്യാഖ്യാനം? വേറെ ഒന്നുമില്ല. കണ്ടു. ഇഷ്ടപ്പെട്ടു. കൊതി തോന്നി. ആകർഷിക്കുകയും ഭ്രമിപ്പിക്കുകയും ചെയ്ത ആ രൂപലാവണ്യത്തിന്റെ മുമ്പിൽ എല്ലാം മറന്നു. വേറെ ഒന്നും വേണ്ടാ എനിക്ക്, ഈ സ്നേഹം മതി. എന്നെ മോഹിപ്പിക്കുകയും കൊതിപ്പിക്കുകയും ചെയ്ത ഈ പെണ്ണിനെ മതി. അവളുടെ സ്നേഹം മതി. വേറെ ഒന്നും ഞാനാഗ്രഹിക്കുന്നില്ല. മറ്റുള്ളവർ എന്തു പറയുമെന്നു ഗൗനിക്കുന്നില്ല.

പിറ്റേന്ന് അനിയന്റെ പിറന്നാളായായിരുന്നു. തലേ ദിവസം മുത്തശ്ശിയാണ് അതോർമ്മിപ്പിച്ചത്. പ്രഭാതത്തിൽ കിളികൾ കരയുന്ന ശബ്ദം കേട്ട് അനിയൻ എഴുന്നേറ്റു. കിഴക്കു മാനം ചുവന്നിരിക്കുന്നു. അനിയൻ ജനാലയ്ക്കൽ ചെന്നുനിന്ന് പുറത്തേക്ക് നോക്കി. പ്രഭാതത്തിന്റെ സൗന്ദര്യം അനിയനെ ആകർഷിച്ചില്ല. ഹൃദയം ശൂന്യമായിരുന്നു. തരിശായിരുന്നു. ഏതോ വിഷാദത്തിന്റെ നിഴലുകൾ മൂടിക്കിടന്നു. യാതൊരു ഉൽക്കണ്ഠയുമില്ല. നിശ്ചലമായ പ്രശാന്തി. ജീവിതത്തിൽ മറ്റൊരു വഴിത്തിരിവിൽ എത്തിയിരിക്കുന്നു. പിന്നിട്ട കാലം ഇരുളിൽ മറഞ്ഞുകിടക്കുന്നു. കാട്ടിലെ നിലാവുപോലെ അരണ്ട വെളിച്ചം വീണുകിടക്കുന്ന വഴി അനന്തതയിലേക്കു വിളിക്കുന്നു. അനശ്വരതയിലേക്കു വിളിക്കുന്നു.

-ഇതുവഴി വരൂ

ഒന്നും പഴയതിന്റെ തുടർച്ചയില്ല.

കടന്നുപോകുന്ന ഓരോ നിമിഷവും നമുക്കു വിധിക്കപ്പെട്ടതാകുന്നു.

നിരർത്ഥകവും നശ്വരവുമായ ജീവിതത്തിൽ ഒരാൾക്ക് എന്തെങ്കിലും അനശ്വരവും അമൂല്യവുമായിട്ടുണ്ടെങ്കിൽ അതു തനിക്കിഷ്ടപ്പെട്ട ഒരാളെക്കുറിച്ചുള്ള ഓർമ്മകളാണ്, സ്വപ്നങ്ങളാണ്.

ഓർമ്മകളും സ്വപ്നങ്ങളുമില്ലാത്ത ജീവിതം ശൂന്യമാണ്. തരിശാണ്.

കാട്ടിലെ നിലാവുപോലെ വ്യാമോഹിപ്പിക്കുന്ന നിഗൂഢമായ വെളിച്ചംകൊണ്ട്, അനന്തതയിലേക്കു പോകുന്ന വഴി ക്ഷണിക്കുന്നു; സ്നേഹിക്കുന്ന ആളിന്റെ കൈപിടിച്ചുകൊണ്ട് ഇതിലേ വരൂ...

ഇളംവെയിൽ മൂത്തു. അനിയൻ പുഴയിൽ കുളിച്ചുവന്നു. പടിക്കെട്ടു കേറിച്ചെല്ലുമ്പോൾ മുത്തശ്ശിയുണ്ടായിരുന്നു മുൻവശത്ത്.

"കുളികഴിഞ്ഞു നേരെ ഇങ്ങോട്ടു പോന്നോ?" മുത്തശ്ശി ചോദിച്ചു: "പിറന്നാളായിട്ട് അമ്പലത്തിപ്പോയി തൊഴാതെ?"

മുത്തശ്ശി ചോദിച്ചപ്പോഴാണ് അനിയൻ അക്കാര്യമോർത്തത്. കുളിച്ചുകേറി നേരെ ഇല്ലത്തേക്കു പോന്നു. അമ്പലത്തിൽ കേറി തൊഴുന്ന കാര്യം മറന്നു.

"എന്താ അനിയന് ഈയിടെയായിട്ട്?" മുത്തശ്ശി ചോദിച്ചു: "കണ്ടാ തോന്നൂലോ സ്വപ്നത്തിലെഴുന്നേറ്റ് നടക്കാന്ന്! ഒന്നും ഒരോർമ്മയില്യാ."

അനിയൻ ഒന്നും മിണ്ടാതെ അകത്തേക്കു കയറിപ്പോയി. കുറേനേരം നോക്കിനിന്നതിനുശേഷം ഭഗവാനേ! നിന്തിരുവടീ! എന്നു ജപിച്ചുകൊണ്ട് മുത്തശ്ശി അങ്ങേപ്പുറത്തു പോയി.

അനിയൻ വേഷം മാറി പുറത്തിറങ്ങി. നേരം വെളുത്തിട്ട് ഇതുവരെ ഭാഗീരഥിയെ കണ്ടിട്ടില്ല. ഭാഗീരഥിയെ കാണാനുള്ള കൊതിയോടെ അനിയന്റെ കണ്ണുകൾ അവിടെയും ഇവിടെയും മുട്ടി ഉഴറി. മുറ്റത്തിന്റെ അരികിൽ നിന്നിരുന്ന റോസാച്ചെടിയിൽനിന്ന് ഒരുകുല പൂവു പറിച്ചുകൊണ്ട് അനിയൻ കോണിപ്പടി കേറി പടിഞ്ഞാറ്റിമാളികയിലേക്കു ചെന്നു. ചുവന്നു തുടുത്ത പൂക്കൾ. നല്ല വാസന. തന്റെ ജന്മദിന സമ്മാനമായി ഈ പൂക്കൾ ഭാഗീരഥിക്കു കൊടുക്കണമെന്നോർത്തു കൊണ്ടാണ് അനിയൻ അകത്തേക്കു ചെന്നത്. അകത്തു അവൾ കുളിച്ചു വേഷം മാറാൻ തുടങ്ങുകയായിരുന്നു.

ആരോ അകത്തേക്കു കടന്നുവന്നതുപോലെ ഭാഗീരഥിക്കു തോന്നി. അവൾ മുഖം തിരിച്ചു നോക്കി. പെട്ടെന്നു നാണം കൊണ്ട് അവളുടെ മുഖം ചുവന്നു. അഴയിൽക്കിടന്ന മുണ്ടെടുത്തു ചുറ്റി നഗ്നത മറച്ചു കൊണ്ടു ഭാഗീരഥി ശുണ്ഠിയോടെ അനിയനെ നോക്കി.

"ഇന്ന് എന്റെ ജന്മദിനമാണ്." അനിയൻ പറഞ്ഞു. "എന്റെ സന്തോഷത്തിന് ഈ പൂവ് സ്വീകരിക്കൂ."

"പൂവ് വച്ച് തൊഴാൻ ഞാനെന്താ ദേവിയോ മറ്റോ ആണോ?" അവൾ ചോദിച്ചു. "ഞങ്ങളൊക്കെ വഴിപാടു കൊടുത്തയക്കണത് അമ്പലത്തിലേക്കാണ്."

"ഞാനെന്റെ ദേവിക്ക് ഒരു വഴിപാടു കൊണ്ടു വന്നതാണ്." അനിയൻ പറഞ്ഞു. "പ്രസാദിക്കുമോന്നറിയാൻ."

ഭാഗീരഥി യാതൊരു ഭാവഭേദവും കൂടാതെ ഒരു നിമിഷം അനിയനെ നോക്കിനിന്നു.

"ഒന്നു പുറത്തേക്കിറങ്ങിനിക്ക്വോ?' നാണത്തോടെ അവൾ ചോദിച്ചു. "ഞാൻ കുളിച്ചുവന്ന് വസ്ത്രം മാറാൻ തുടങ്ങ്വായിരുന്നു. അപ്പോഴേക്കും പറന്നുവന്നു. എന്തെങ്കിലും ഒച്ചയുണ്ടാക്കിക്കൊണ്ടു വേണ്ടേ അകത്തേക്കു വരാൻ?"

അനിയൻ വിളറിപ്പോയി. ചോദിക്കാതെ അകത്തേക്കു കടന്നുചെന്നത് അവൾക്കിഷ്ടമായില്ലെന്നുണ്ടോ?

"പറഞ്ഞതു കേട്ടില്ലേ?" അവൾ ചോദിച്ചു. "എന്താ മിഴിച്ചു നില്ക്കണേ? ഒന്നു പുറത്തേക്കിറങ്ങാൻ."

ഒരു ക്ഷമാപണംപോലെ അനിയൻ പറഞ്ഞു.

"ഞാനത് ഓർത്തില്ല."

അനിയൻ കൈയിലിരുന്ന പൂവ് മേശപ്പുറത്തുവച്ചിട്ടു പുറത്തേക്കിറങ്ങി. കോണിപ്പടികൾ ഇറങ്ങിപ്പോരുമ്പോൾ അയാൾക്കെന്തോ ജാള്യത തോന്നി. ഇന്ന് തന്റെ ജന്മദിനമായിട്ട് അവൾക്കൊരു പൂവും കൊണ്ടുചെന്നതായിരുന്നു. അവൾ അതു കൈയിൽ വാങ്ങുമെന്നും സന്തോഷം കാണിക്കുമെന്നുമായിരുന്നു അനിയന്റെ വിചാരം. അതിനുപകരം അവൾ എന്താണു പറഞ്ഞത്? ഒന്നു പുറത്തേക്കിറങ്ങി നിക്കുമോന്ന്! പുറത്തിറങ്ങാൻ പറയുന്നതിനു തുല്യമായിരുന്നു അത്.

ഓർത്തുനോക്കുമ്പോൾ, അവൾക്കെന്തോ മാറ്റമുണ്ട്.

എന്താണ് അതിനു കാരണം? ആലോചിച്ചുനോക്കിയിട്ട് ഒരു പിടിയും കിട്ടുന്നില്ല. കുറുപ്പിന്റെ സന്ദർശനവും അവളുടെ ഭാവപ്പകർച്ചയും തമ്മിൽ എന്തെങ്കിലും ബന്ധമുണ്ടോ? അയാളുടെ ചരടുവലിക്കൊപ്പം ചലിക്കുന്ന ഒരു പാവയാണോ ഭാഗീരഥി?...

അങ്ങനെയൊക്കെ ഓർത്തുകൊണ്ടിരിക്കെ ഭാഗീരഥി കോണിപ്പടികളിറങ്ങി അനിയന്റെ അടുത്തേക്കു ചെന്നു. അവളുടെ മുഖത്ത് അപ്പോൾ മനം മയക്കുന്ന ഒരു മന്ദഹാസമുണ്ടായിരുന്നു. അവൾ അടുത്തു ചെന്ന് അനിയന്റെ നേരെ നോക്കിനിന്നു. അനിയൻ ഗർവ്വോടെ മുഖം താഴ്ത്തി ഇരുന്നു.

അവൾ ചോദിച്ചു: "പിണങ്ങിയോ?"

അനിയൻ മിണ്ടിയില്ല.

"പിറന്നാളായിട്ട് പിണങ്ങിയിരിക്കരുത്." അവൾ ചോദിച്ചു: "ഞാനെന്തു കാണിച്ചിട്ടാ?"

എന്നിട്ടും അനിയൻ മിണ്ടിയില്ല.

അപ്പോൾ അനിയന്റെ മുടിയിൽ കൈവിരലുകളിട്ടു ചിക്കിക്കൊണ്ട് അവൾ പറഞ്ഞു.

"അങ്ങനെ പിണങ്ങിയിരിക്കാനൊന്നും നോക്കണ്ടാ. ഞാൻ സമ്മതിക്കില്ലാ."

അനിയൻ മുഖമുയർത്തി ഭാഗീരഥിയുടെ നേരെ നോക്കി. അവളുടെ മന്ദഹാസത്തിൽ അനിയന്റെ പിണക്കം മാഞ്ഞുപോയി.

"ജന്മദിനത്തിന് അനിയൻ എനിക്കു പൂ കൊണ്ടുതന്നു. ഞാനെന്താ തരേണ്ടത് അനിയന്?"

"എന്താവേണ്ടേന്നു ചോദിച്ചിട്ടാണോ എല്ലാവരും പിറന്നാൾ സമ്മാനം കൊടുക്കുന്നത്? ഇഷ്ടോള്ളത്..."

"അനിയന് എന്താ ഇഷ്ടംന്നാ ചോദിച്ചത്."

"ഇഷ്ടോള്ളത് ചോദിച്ചാ തര്വോ?"

"അങ്ങനെ ചോദിച്ചാൽ വിഷമിച്ചുപോകും. എന്താ ഇഷ്ടംന്ന് എനിക്കെങ്ങനെ അറിയാം? ആകാശത്തൂന്ന് ഒരു നക്ഷത്രം പറിച്ചുതര്വോന്നു ചോദിച്ചാൽ ഞാനെന്തു ചെയ്യും?"

"എനിക്ക് ആകാശവും നക്ഷത്രവും ഭൂമിയും ഒന്നും വേണ്ടാ."

"പിന്നെ... എന്താ വേണ്ടത് എന്റെ പൊന്നുമോന്?"

"എനിക്ക്... എനിക്ക് ഭാഗിയെ മതി."

അതുപറയുമ്പോൾ അനിയന്റെ സ്വരം വികാരപൂർണ്ണമായിരുന്നു.

കുറേനേരം അവർ അന്യോന്യം നോക്കിനിന്നു.

കനത്ത നിശ്ശബ്ദതയിൽ ഹൃദയത്തുടിപ്പുകളുടെ താളം മാത്രം അവർ കേട്ടു.

"എന്താ മിണ്ടാത്തെ? ഇഷ്ടോള്ളതു ചോദിച്ചോളാൻ പറഞ്ഞില്ലേ? ഞാൻ എനിക്കിഷ്ടമുള്ളതു ചോദിച്ചു."

അവൾ നിശ്ശബ്ദമായി അനിയനെ നോക്കി. ഹൃദയത്തിൽ എന്തൊക്കെയോ തിളച്ചുമറിയുന്നതിന്റെ ഭാവസംഘർഷമുണ്ടായിരുന്നു അവളുടെ മുഖത്ത്.

"ഇഷ്ടമുള്ള വരം ചോദിച്ചോളാനാണ് ദൈവങ്ങൾ പോലും പറയാറ്. തിരിഞ്ഞുതൊട്ടാൽ വരം കൊടുത്ത താൻപോലും ഭസ്മമായിപ്പോകുമെന്നറിഞ്ഞിട്ടും തന്നെ പ്രസാദിപ്പിച്ച ഭക്തന് ഭഗവാൻ ആ വരംതന്നെ കൊടുത്ത കഥ കേട്ടിട്ടില്ലേ? ഞാൻ ചോദിച്ചതു ഭസ്മമാക്കാനുള്ള ഒരു വരമല്ല. എനിക്കു സ്നേഹിക്കാനുള്ള വരമാണ്. എനിക്കു ഹൃദയത്തിൽ വച്ചു പൂജിക്കാനുള്ള വരമാണ്. ഞാൻ ചോദിച്ചതു വരമല്ല, എന്റെ ദേവിയെ ത്തന്നെയാണ്."

വിഷാദത്തിന്റെ നിഴൽകൊണ്ടു ഭാഗീരഥിയുടെ മുഖം മങ്ങുന്നത് അനിയൻ കണ്ടു. അവളുടെ കണ്ണിൽ ഒരു കടങ്കഥയുടെ സങ്കീർണ്ണതയുണ്ടായിരുന്നു. അവൾ കരയുമെന്ന് അനിയനു തോന്നി. അവളുടെ കണ്ണിൽ ദുഃഖത്തിന്റെ കനലുകൾ എരിയുന്നുണ്ടായിരുന്നു.

അവൾ ചോദിച്ചു: "എന്നെ എന്തിനിങ്ങനെ സങ്കടപ്പെടുത്തുന്നു."

ആ ചോദ്യത്തിന്റെ അർത്ഥം അനിയനു മനസ്സിലായില്ല. പലതരത്തിലും അതു വ്യാഖ്യാനിക്കാമായിരുന്നു.

അപ്പോഴേക്കും മുത്തശ്ശി അങ്ങോട്ടുവന്നു. അനിയന്റെ മുറിക്കുള്ളിൽ ഭാഗീരഥിയെ കണ്ടപ്പോൾ മുത്തശ്ശി വിസ്മയത്തോടെ നോക്കിനിന്നു.

"എന്റെ കുട്ട്യേ, ഞാനെവിടെയെല്ലാം നോക്കി നിന്നെ? അപ്രത്തേക്കെങ്ങും കണ്ടില്ലല്ലോ. ഇവിടെ എന്തെടുക്കാ നീയ്?"

ഒരു നടുക്കത്തോടെ ഭാഗീരഥി മിഴികളനക്കാതെ മുത്തശ്ശിയെ നോക്കിനിന്നു.

"എന്താ ഇവിടെ നിങ്ങക്ക്?" മുത്തശ്ശി അകത്തേക്കു ചെന്നു. "ചോദിച്ചതു കേട്ടില്ലേ?"

ആരും ഒന്നും മിണ്ടുന്നില്ല.

അപ്പോൾ മുത്തശ്ശി സ്വയം പറഞ്ഞു:

"സ്വപ്നം കണ്ടു നടക്കണപോലെയാ രണ്ടാൾക്കും! ഇന്നനിയന്റെ പിറന്നാളല്ലേ? അമ്പലത്തീപ്പോയൊന്നു തൊഴാൻ പറഞ്ഞിട്ട് കേട്ടില്യാ. വെറുതെ അകത്തുകേറി ഇരിക്ക്യാ! ആരു പറയാനാ നിന്നോട്? ഞാൻ പറഞ്ഞാ വല്ല വകയുണ്ടോ നിനക്ക്?"

അനിയൻ ഒന്നും മിണ്ടാതെ മുഖം താഴ്ത്തി.

മുത്തശ്ശിയുടെ കണ്ണിൻവെട്ടത്തുനിന്ന് അയാൾ അയാളുടെ ഉള്ളിൽ തന്നെ ഒളിച്ചു.

"നിനക്കും തുടങ്ങ്യോ ഭാഗീ ഈ അനിയന്റെകൂട്ട്?" മുത്തശ്ശി ഭാഗീരഥിയുടെ അടുത്തുചെന്നു കൈകൾ എളിയിൽ കുത്തി ഭാഗീരഥിയെ നോക്കി: "ഇന്ന് അനിയന്റെ പിറന്നാളാണ്. ഞാനമ്പലത്തിലേക്കു വഴിപാടിനു കൊടുത്തയച്ചിട്ടുണ്ട്, അച്ചുതൻനായരുടെ കൈയില്. വല്യ ആഘോഷമൊന്നും വേണ്ടാ. എന്നാലും പിറന്നാൾക്കാരന് പിറന്നാൾസദ്യ കൊടുക്കണം. അങ്ങനെയാ ഇവിടെ പതിവ്."

ഒന്നും മറുപടി പറയാനില്ലാതെ ഭാഗീരഥി മുത്തശ്ശിയെ നോക്കി.

മുത്തശ്ശി ശാസിക്കുമ്പോലെ പറഞ്ഞു. "രണ്ടുപേരും കൂടി ഇങ്ങനെ അകത്തുകേറി ഇരുന്നാലേ ശരിയാവില്യാ. കുറേ ദിവസമായി ഞാൻ കാണണ്. എന്താ രണ്ടുപേർക്കും?"

മുത്തശ്ശി രണ്ടുപേരെയും മാറിമാറി നോക്കി.

"എന്താ മൗനവ്രതമാണോ രണ്ടാൾക്കും?"

പെട്ടെന്ന് ഒന്നും മിണ്ടാതെ ഭാഗീരഥി പുറത്തേക്കു നടന്നു.

മുത്തശ്ശി പിന്നെയും അനിയന്റെ മുഖത്തുനിന്നു കണ്ണെടുക്കാതെ അവിടെത്തന്നെ നിന്നു.

മുത്തശ്ശി ആരോടെന്നില്ലാതെ പറഞ്ഞു.

"എനിക്കിതൊക്കെ കാണുമ്പോ..."

പറയാൻ വന്നതു മുത്തശ്ശി പൂർത്തിയാക്കിയില്ല.

ഇരുപത്തിനാല്

ഉന്മാദമുണർത്തുന്ന നിമിഷങ്ങളായിരുന്നു അത്. കുന്നിൻ മുകളിൽ മഴ പെയ്തുകൊണ്ടിരുന്നു. മരത്തിന്റെ ചുവട്ടിൽ മരക്കൊമ്പുകൾക്കിടയിലൂടെ ചിതറിവീഴുന്ന മഴ നനഞ്ഞുകൊണ്ടു നില്ക്കുമ്പോൾ ഹൃദയം തിളച്ചുമറിഞ്ഞു. അനിയന്ത്രിതമായ മോഹാവേശങ്ങളോടെ അവളെ കെട്ടിപ്പുണർന്ന് പൊന്നുകൊണ്ടും പൂവുകൊണ്ടും തീർത്ത അവളുടെ ഉടലിന്റെ സുഗന്ധം നുകർന്നു നില്ക്കുമ്പോൾ അനിയൻ ഏതോ വിസ്തൃതിയിലായിരുന്നു. ഏതോ ഒരു കുന്നിൻമുകളിൽ, ഏതോ ഒരു മരത്തിന്റെ ചുവട്ടിൽ ഏതോ മഴ നനഞ്ഞു നില്ക്കുകയാണെന്ന് അപ്പോൾ ഓർത്തില്ല. സമയകാലങ്ങൾക്കൊക്കെ അപ്പുറത്ത് എവിടെയോ ജന്മകാമനയുടെ ഒരു കുന്നിൻ മുകളിൽ, തളിർത്തു പൂത്തുനില്ക്കുന്ന ഒരു ജീവ വൃക്ഷത്തിന്റെ ചുവട്ടിൽ രതിമൂർച്ഛയുടെ മഴനനയുകയായിരുന്നു. ഭൂമിയിലെ സകല ഋതുക്കളുടെയും സ്പർശമുണ്ടായിരുന്നു ആ നിമിഷങ്ങൾക്ക്.

ഇപ്പോഴും അതോർക്കുമ്പോൾ അനിയന്റെ ഹൃദയം നിലാവിൽ വേലിയേറ്റം കൊള്ളുന്ന കടലായിത്തീരുന്നു.

ആ നിമിഷങ്ങളിൽ അവൾ ഏട്ടൻ സ്നേഹിച്ച പെണ്ണാണെന്ന് ഓർത്തില്ല. ഇപ്പോഴും അങ്ങനെ വിചാരമില്ല. എന്നെ മോഹിപ്പിക്കുകയും കൊതിപ്പിക്കുകയും ചെയ്ത പെണ്ണ്!

പാപബോധത്തിന്റെ നിഴൽപോലുമില്ല മനസ്സിൽ. പുരുഷന് സ്ത്രീയോടു തോന്നുന്ന മോഹവും സ്നേഹവും പാപമാണെന്ന് ആരു പറഞ്ഞു? അനിയൻ സ്വന്തം ഹൃദയത്തിൽ ചോദിച്ചു. പുരുഷന് സ്ത്രീയോടും സ്ത്രീക്കു പുരുഷനോടും തോന്നുന്ന മോഹം വിശുദ്ധമാണ്. ആ സ്നേഹം വിശുദ്ധമാണ്. അതിൽ പാപത്തിന്റെ കറയില്ല. പുരു

ഷനും സ്ത്രീക്കും അന്യോന്യം തോന്നുന്ന മോഹതൃഷ്ണകളാണ് ഭൂമിയിലെ ഏറ്റവും മനോഹരമായ ബന്ധം. അതുകൊണ്ടാണ് ഭൂമിയിൽ പൂക്കളുണ്ടാകുന്നത്. അതുകൊണ്ടാണ് പക്ഷികൾ പാടുന്നത്. അതുകൊണ്ടാണ് മരങ്ങൾ തളിർക്കുകയും പൂക്കുകയും ചെയ്യുന്നത്. അതുകൊണ്ടാണ് മേഘങ്ങൾ മഴ പെയ്യിക്കുന്നത്. പുരുഷനും സ്ത്രീയും അന്യോന്യം മോഹിക്കുന്നില്ലെങ്കിൽ പൂക്കൾക്ക് സൗരഭ്യമുണ്ടാവുന്നതെങ്ങനെ? വെയിലിനും നിലാവിനും തിളക്കമുണ്ടാകുന്നതെങ്ങനെ? ഭൂമിയിൽ ഋതുഭംഗികളുണ്ടാകുന്നതെങ്ങനെ? ഉന്മാദംകൊള്ളിക്കുന്ന സുഗന്ധത്തോടെ ഭൂമിയിൽനിന്ന് ഒരു പുഷ്പം വിടരുന്നതിന്റെ രഹസ്യമെന്താണ്? വാക്കുകളുടെ ആത്മാവിൽനിന്ന് സംഗീതം ആവിർഭവിക്കുന്നതെന്തു മായ കൊണ്ടാണ്? കാടുകൾ പൂക്കുമ്പോഴും മരക്കൊമ്പുകളിൽ കാറ്റനങ്ങുമ്പോഴും മഞ്ഞുതുള്ളിയിൽ സൂര്യരശ്മി തട്ടുമ്പോഴും സന്ധ്യാരാഗം കൊണ്ട് ആകാശം തുടുക്കുമ്പോഴും എവിടെയോ ഒരാണും പെണ്ണും തമ്മിൽ സ്നേഹിക്കുന്നുണ്ട്...

അങ്ങനെയെല്ലാം ഓർത്തുകൊണ്ട് ഒരർദ്ധരാത്രി അനിയൻ ഉറക്കം വരാതെ തിരിഞ്ഞും മറിഞ്ഞും കിടന്നു. മുറിക്കുള്ളിൽ ഇരുട്ടായിരുന്നെങ്കിലും അയാൾ ഇളംവെയിലും പൂനിലാവുമുള്ള ഏതോ ഒരു ലോകത്തായിരുന്നു. ഒരു മയക്കത്തിന്റെ ഇടവേളയിൽ അവൾ ഒരു സുഗന്ധം പോലെ അനിയന്റെ ഹൃദയത്തിലേക്കു വന്നു: ഒരു നർത്തകിയെപ്പോലെ അണിഞ്ഞൊരുങ്ങിക്കൊണ്ട്. കാൽച്ചിലമ്പുകൾ കിലുക്കിക്കൊണ്ട്. സ്വപ്നഭംഗിയുള്ള കണ്ണുകൾ ചലിപ്പിച്ചുകൊണ്ട്. മുഗ്ദ്ധമായി മന്ദസ്മിതം തൂകിക്കൊണ്ട്. മോഹാവേശങ്ങൾ ഉണർത്തിക്കൊണ്ട്. തൃഷ്ണകൾ ഉണർത്തിക്കൊണ്ട്...

ഒരുസന്ധ്യയുടെ തുടുപ്പുണ്ടായിരുന്നു അവൾക്ക്.

പിന്നെ അവൾ അനിയന്റെ ഹൃദയത്തിൽനിന്നു നൃത്തം ചെയ്തു.

അപ്പോൾ അവൾ പുരൂരവസ്സിൽ കാമമുണർത്തിയ ഉർവ്വശിയായിരുന്നു.

വിശ്വാമിത്രന്റെ തപസ്സിളക്കിയ മേനകയായിരുന്നു.

യമുനയുടെ തീരത്ത്, പൂത്ത കടമ്പിന്റെ ചുവട്ടിൽ കൃഷ്ണന്റെ ഓടക്കുഴൽ വിളിക്കൊപ്പം നൃത്തം വയ്ക്കുന്ന രാധയായിരുന്നു.

അത് ഹൃദയതൃഷ്ണകളുടെ ഒരു മോഹനനൃത്തമായിരുന്നു.

പിന്നെ ഓരോ ചുവടുവയ്പിലും അവളുടെ ഉടയാടകൾ അഴിഞ്ഞു വീണു. അലങ്കാരങ്ങൾ ചിതറിത്തെറിച്ചു. ഒടുക്കം ഉടയാടകളുടെയും അലങ്കാരങ്ങളുടെയും മറകളില്ലാതെ അവൾ ജ്വലിക്കുന്ന നഗ്നഭംഗികളോടെ കാണപ്പെട്ടു.

നൃത്തം ചെയ്തു തളർന്നുവീഴാൻ പോയ അവളെ അനിയൻ ആവേശത്തോടെ ആലിംഗനം ചെയ്തു.

ഒരു വർഷബിന്ദുവിനുവേണ്ടി ഏതോ ഒരുണക്കമരക്കൊമ്പത്ത് അനേകം വേനലുകളിൽ കാത്തിരുന്ന ഒരു വേഴാമ്പലിന്റെ ദാഹത്തോടെ അനിയൻ അവളെ വരിഞ്ഞുമുറുക്കുകയും വിയർപ്പിന്റെ നനവും സുഗന്ധവും സ്രവിക്കുന്ന അവളുടെ ഉടലിൽ വന്യമായ ആസക്തിയോടെ ചുംബിക്കുകയും ചെയ്തു.

അതൊരു സ്വപ്മായിരുന്നെന്നോർത്തപ്പോൾ അനിയന് കഠിനമായ സങ്കടം തോന്നി.

ആ സ്വപ്നത്തിൽനിന്ന് ഒരിക്കലും ഉണരാതിരുന്നെങ്കിൽ...

ആ രാത്രി പിന്നെ അയാൾക്കു കഠിനമായിരുന്നു. ഉറക്കം വരാതെ നാനാതരം ചിന്തകളോടെ തിരിഞ്ഞും മറിഞ്ഞും കിടന്നു.

അവളുടെ രൂപമായിരുന്നു ഹൃദയം നിറയെ. അവളെക്കുറിച്ചുള്ള ഓർമ്മകളായിരുന്നു ഹൃദയം നിറയെ. അവളോടുള്ള മോഹമായിരുന്നു ഹൃദയം നിറയെ. അവൾക്കുവേണ്ടിയുള്ള ദാഹമായിരുന്നു ഹൃദയം നിറയെ.

അനിയനു വല്ലാത്ത സങ്കടം തോന്നി.

അനിയന്റെ ഹൃദയം നിശ്ശബ്ദമായി നിലവിളിച്ചു.

ഭാഗീ..

ഭാഗീ...

ആശ്ലേഷിച്ചുനിന്നിരുന്ന തന്റെ കരവലയം ഭേദിച്ച് തന്നെ തള്ളിയ കറ്റി അവൾ അകന്നകന്നു പോവുകയാണെന്ന് അനിയനു തോന്നി. നരച്ച ഇരുട്ടിലൂടെ നിബിഡവനങ്ങൾക്കിടയിലൂടെ, അകലെ ഏതോ വിജനതീരത്തിലേക്ക്... അകലെ, കുന്നിൻചെരുവിൽ ഒരുപൊട്ടുപോലെ അവൾ കാഴ്ചയിൽനിന്നു മറയുന്നു.

ഭാഗീ...

ഭാഗീ...

പിന്നീടു കാണുമ്പോഴൊക്കെ ഭാഗീരഥിക്ക് എന്തോ ഒരു വിഷാദച്ഛായയുണ്ടായിരുന്നു. നോട്ടം പിൻവലിച്ച് ഒന്നും മിണ്ടാതെ തലകുനിച്ചു നില്ക്കും. അല്ലെങ്കിൽ മാറിപ്പോകും. അത് അനിയനെ വല്ലാതെ നിരാശപ്പെടുത്തി. അവൾ അങ്ങനെ അകൽച്ച ഭാവിക്കാൻ എന്താണു കാരണം? അന്ന് കുന്നിൻമുകളിൽ മരത്തിന്റെ ചുവട്ടിൽ മഴനനഞ്ഞു നില്ക്കുമ്പോൾ താൻ കാണിച്ചത് അവിവേകമായിരുന്നെന്നാണോ? അതോ തന്നോട് ഇഷ്ടമില്ലേ? എന്താണ് ഈ ഭാവപ്പകർച്ചയുടെ അർത്ഥം? കണ്ടാലറിയാം, മനഃപൂർവ്വം അകന്നുമാറിപ്പോവുകയാണ്.

തന്നോട് അവൾ കൈക്കൊണ്ടിരിക്കുന്ന മനോഭാവം അനിയനു ദുരൂഹമായിരുന്നു.

തന്നോടു മാത്രമേ അവൾ അകൽച്ച ഭാവിക്കുന്നുള്ളൂന്ന് അനിയൻ കണ്ടുപിടിച്ചു. മറ്റുള്ളവരോടൊക്കെ ഓരോ ദിവസം കഴിയുന്തോറും

അവൾ കൂടുതൽ അടുക്കുകയും അവരെ കൂടുതൽ സ്നേഹിക്കുകയും ചെയ്യുന്നത് അനിയൻ സൂക്ഷിച്ചു. ഇപ്പോൾ മുത്തശ്ശിയോടുള്ള അവളുടെ സ്നേഹം കണ്ടാൽ അവളുടെ സ്വന്തം മുത്തശ്ശിയാണെന്നേ തോന്നൂ. എപ്പോൾ നോക്കിയാലും അവൾ മുത്തശ്ശിയുടെ അടുത്തുണ്ട്. മുത്തശ്ശിക്കും ഇപ്പോൾ ഭാഗീരഥിയെ കണ്ടില്ലെങ്കിൽ ഇരിക്കപ്പൊറുതിയില്ല. ഭാഗീയെന്നു വിളിക്കുമ്പോൾ മുത്തശ്ശിക്കു വാത്സല്യം തുളുമ്പുന്നു.

"നോക്യാൽ കാണില്ല. എവ്ടെയായിരുന്നു ഭാഗീ? ദേ അപ്പുറത്തേക്കു ചെല്ല്. അടിച്ചുതളിക്കാരിയുണ്ട് അവിടെ കാണാൻ നില്ക്കണ്."

എന്തിന് മുത്തശ്ശിയുടെ കാര്യം പറയുന്നു. അച്ചുതൻനായർക്കു പോലും ഇപ്പോൾ ഭാഗിയെന്നുവച്ചാൽ വല്ലാത്ത സ്നേഹവും വാത്സല്യവുമാണ്. ഭാഗീരഥി ഇല്ലത്തേക്കു വരാൻ പോകുന്നെന്നു കേട്ടപ്പോൾ കാര്യസ്ഥന്റെ സ്ഥാനം ഒഴിഞ്ഞുപോകാൻ ആലോചിച്ച ആളാണോ ഇത്? ഇപ്പോൾ കണ്ടാൽ തോന്നും അയാൾ കൊച്ചമ്പ്രാട്ടിയുടെ ഇഷ്ടാനിഷ്ടങ്ങൾ നോക്കാൻ കാത്തുനില്ക്കുകയാണെന്ന്!

ആളുകളെ മയക്കാനുള്ള എന്തോ ഒരു വിദ്യയുണ്ടവൾക്ക്.

ഓർക്കുന്തോറും അവൾ ഒരു നിഗൂഢതയായിത്തീരുന്നു.

എങ്കിലും അവളുടെ ഉള്ളിൽ പച്ചയായ ഒരു സ്ത്രീയുണ്ട്. നിഗൂഢതയുടെ സ്പർശമില്ലാത്ത പച്ചയായ ഒരുസ്ത്രീ. മോഹതൃഷ്ണകൾ ഉള്ളിൽ ഒതുക്കിപ്പിടിച്ചു നില്ക്കുന്ന ഒരു സ്ത്രീ.

ഒരു ദിവസം അനിയൻ കണ്ടു. അടിച്ചുതളിക്കാരി പൊന്നമ്മ അവളുടെ ഒന്നരവയസ്സുള്ള കുട്ടിയേയുംകൊണ്ട് ഇല്ലത്തുവന്നു. ഭാഗിക്കു കാണണമെന്നു പറഞ്ഞിട്ടാണു കൊണ്ടുവന്നത്. വെളുത്തു തുടുത്തിട്ടൊരു കുട്ടി. ഭാഗീരഥി അതിനെ താലോലിക്കുകയും വാത്സല്യത്തോടെ ചുംബിക്കുകയും ചെയ്തു. അതിനെ എടുത്തുകൊണ്ട് ഇല്ലത്തിനകത്തും പുറത്തും നടന്നു. ഇടനാഴിയിൽ കാലുംനീട്ടിയിരുന്ന മുത്തശ്ശിയുടെ അടുത്തു കൊണ്ടുചെന്ന് കുട്ടിയുടെ കവിളിൽ ഉമ്മവച്ചുകൊണ്ട് ഭാഗീരഥി പറഞ്ഞു.

"നോക്കൂ. മുത്തശ്ശീ, ഒരു പൊന്നുംകുടം!"

നെറ്റിക്കു മീതെ കൈ വിലങ്ങനെ വച്ച് മുത്തശ്ശി ചോദിച്ചു:

"ഏതാ ഈ കുട്ടി?"

"പൊന്നമ്മേടെ." മുത്തശ്ശി കാൺകെ ഭാഗീരഥി വീണ്ടും ആ കുട്ടിയെ ഉമ്മവച്ചു. "ഞാൻ പൊന്നമ്മ്യേടു ചോദിക്കാൻ പോവ്വാണ്. ഈ ഉണ്ണിക്കുട്ടനെ എനിക്കു തന്നേക്ക്വോന്ന്.."

അന്നു മുഴുവൻ ഭാഗീരഥി ആ കുട്ടിയെ കൊഞ്ചിച്ചുകൊണ്ടു നടന്നു. ഉച്ചകഴിഞ്ഞ് പൊന്നമ്മ അവളുടെ കുട്ടിയേയും കൊണ്ടു പോയപ്പോൾ എന്തോ ഒരു അമൂല്യമായ നിധി കൈവിട്ടുപോകുന്ന ഭാവമായിരുന്നു അവൾക്ക്.

പൊന്നമ്മ കൊച്ചിനേയും കൊണ്ടുപോയപ്പോൾ മുത്തശ്ശി ഭാഗീരഥിയെ വിളിച്ചു ശാസിച്ചു.

"എന്തിനാ അതിനെയൊക്കെ ഇങ്ങോട്ടെഴുന്നള്ളിക്കാൻ പറഞ്ഞത്? ഭാഗിക്കറിയ്യോ, അവളുടെ ചരിത്രം? ഇല്ലത്തു കേറ്റാൻ കൊള്ളില്ല. അശ്രീകരം! താലികെട്ടിയ നായര് അവൾക്കൊരു മറയാ, തോന്ന്യോണം നടക്കാൻ! ഇവ്ടെ ഇതൊന്നും കേൾക്കാഞ്ഞിട്ടല്ലാ. ഇവ്ടന്നു പറഞ്ഞു വിട്ടാൽ പിന്നേം വരും. എന്താ ചെയ്യാ? അടിച്ചുതളിക്കാൻ ആരെങ്കിലും വേണ്ടേന്നോർത്ത്.. എങ്ങുന്നോ വന്ന ഒരാനക്കാരനാ ഇപ്പോ അവളെക്കണ്ടു മോഹിച്ചു കൂട്യോക്കണേന്ന് കേട്ടു. എനിക്കവളുടെ നെഗളം കാണുമ്പോ...."

പിന്നെ കുറേനേരം മുത്തശ്ശി എന്തോ ഓർത്തുനിന്നു.

"എന്തിനാ പറേണത്?" മുത്തശ്ശി ആരോടെന്നില്ലാതെ പറഞ്ഞു. "എത്ര നാളായീന്ന്റിയ്യോ ഈ ഇല്ലത്ത് ഒരു കുഞ്ഞിക്കാല് കണ്ടിട്ട്! അങ്ങ്നെ ഒരുശാപം! എത്ര കാലം കഴിഞ്ഞാ അതു തീരുംന്ന് ആർക്കറിയാം."

മുത്തശ്ശി നെടുവീർപ്പിട്ടു.

"ഭാഗിക്കറിയ്യോ, ഈ ഇല്ലത്തേ ഒരു യക്ഷീടെ കണ്ണൊണ്ട്. ഇല്ലത്തെ ഉണ്ണിത്തമ്പുരാന്മാരെ അവള് വലംവച്ചു നടക്കും. പണ്ടേതോ മുത്തച്ഛൻ ഉണ്ടാക്കിവച്ച ദോഷാണ്. പറഞ്ഞിട്ടെന്താ വിശേഷം? അനുഭവിക്യാ."

ഭാഗീരഥി പുരികങ്ങളുയർത്തി മുത്തശ്ശിയെ നോക്കി. ഒരു യക്ഷിക്കഥ കേൾക്കുന്ന അതിശയമായിരുന്നു അവൾക്ക്.

"വേളി കഴിച്ചു കൊണ്ടോർണ പെങ്കുട്ട്യോളെ സമാധാനായിട്ട് കിടത്തി ഉറക്കൂലാ. പേടിസ്വപ്നം കാണിക്ക്യേം കണ്ണു കെട്ടിക്കൊണ്ടോവ്വേ ചെയ്യും. ഭാഗി പേടിസ്വപ്നം കാണ്ണ്ടായോ?"

ഇല്ലെന്ന് അവൾ തലയനക്കി.

"അവളെ പിടിച്ചുകെട്ടി പാലമരത്തിന്മേൽ തളയ്ക്കാൻ ഒരാളില്ലല്ലോന്നാ ഓർക്കണേ."

മുത്തശ്ശി നെടുതായി നിശ്വസിച്ചു.

പിന്നീട് അരണ്ട നിലാവുള്ള ഒരു രാത്രിയിൽ ഏതോ ഒരുതരിശുനിലത്ത് നില്ക്കുന്ന ഒരുകരിമ്പന അവൾ സ്വപ്നം കണ്ടു. സ്വപ്നത്തിൽ കരിമ്പനയുടെ ഓലകൾ കാറ്റത്തുലയുന്ന ഒച്ചകേട്ടു. കരിമ്പനയിൽനിന്ന് അതിസുന്ദരിയായ ഒരു യക്ഷി ഇറങ്ങിവരുന്നതും ഒരു നർത്തകിയുടെ പദചലനങ്ങളോടെ അവൾ അടുത്തു വരുന്നതും മന്ദഹസിക്കുന്നതും അടുത്തിരുന്നു സ്നേഹത്തോടെ തഴുകിപ്പിടിച്ച് താൻ ഹൃദയത്തിൽ സൂക്ഷിച്ചിരുന്ന ഒരു മോഹം വലിച്ചുപറിച്ച് ഒരു പക്ഷിമുട്ടപോലെ അതു നിലത്തെറിഞ്ഞുടയ്ക്കുന്നതും കണ്ട് അവൾ ഞെട്ടിയുണർന്നു.

അവൾ ആ സ്വപ്നത്തെക്കുറിച്ച് ആരോടും പറഞ്ഞില്ല.

ഏകാന്തതകളിൽ ഒരു പക്ഷിമുട്ടപോലെ ഉടഞ്ഞുപോയ മോഹത്തെക്കുറിച്ചോർത്ത് അവൾ സങ്കടപ്പെടുകയും പിറക്കാത്ത കുഞ്ഞിനു താരാട്ടുപാടുകയും ചെയ്തു.

ഒരു സായാഹ്നത്തിൽ അനിയൻ പടിഞ്ഞാറ്റിമാളികയുടെ കോണിപ്പടികൾ കയറിച്ചെന്നു.

അകത്തു ഭാഗീരഥി എന്തോ ഓർത്ത്, ഓർമ്മകളിൽ നഷ്ടപ്പെട്ട് അകലെയെങ്ങോ നോക്കി ഇരിക്കുകയായിരുന്നു. കാൽപ്പെരുമാറ്റം കേട്ട് അവൾ മുഖം തിരിച്ചുനോക്കി.

മുറുക്കിക്കെട്ടിയ ഭാവത്തോടെ വാതിലിനു പുറത്ത് അനിയൻ നില്ക്കുന്നു.

അവൾ എഴുന്നേറ്റു വാതില്ക്കലേക്കു ചെന്നു.

"എന്ത്യേ അനിയൻ?"

"ഒന്നൂല്ലാ."

"പിന്നെ?"

"നമുക്കു പുറത്തെവിട്യേങ്കിലും പോകാം? കുന്നിൻ മുകളിലേക്കോ പുഴവക്കത്തേക്കോ? എവിടെയെങ്കിലും ചെന്ന് കുറേനേരം ഒറ്റയ്ക്കിരിക്കാം."

"ഇല്ല്യാ. ഞാൻ വരണില്ലാ."

"എന്നോടു ഇഷ്ടമില്ലേ? എനിക്കു കുറേ പറയാനുണ്ട് ഭാഗിയോട്. എന്റെ കൂടെ വരൂ."

ഇല്ലെന്നു അവൾ തലയനക്കി.

വൈകാരികമായ പിരിമുറുക്കംകൊണ്ട് അനിയന്റെ ഹൃദയം വിങ്ങുകയായിരുന്നു. അവളുടെ കരംഗ്രഹിച്ച് അവളുടെ കണ്ണുകളിലേക്കുറ്റുനോക്കിക്കൊണ്ട് അയാൾ വിളിച്ചു.

"വരൂ"

അവൾ തണുത്ത ശബ്ദത്തിൽ പറഞ്ഞു.

"വേണ്ടാ അനീ."

"ഭാഗിക്കെന്തു പറ്റി? ഭാഗിയെന്താ എന്റെ ഹൃദയം കാണാത്തത്?"

"എനിക്കതു കാണാൻ കണ്ണില്ലാഞ്ഞിട്ട്.."

"നുണ! പച്ചനുണ!"

എന്തോ ഒരാത്മവേദന കടിച്ചിറക്കുന്ന ഭാവത്തോടെ അവൾ പറഞ്ഞു.

"അനിയനെന്നോടു പിണക്കം തോന്നരുത്. എന്റെ മനസ്സിൽ ഇപ്പോൾ അമ്മിണിക്കുട്ടീടെ മുഖമാണ്."

അനിയൻ സ്തംഭിച്ചുനിന്നു. കുറേനേരത്തേക്ക് അയാൾക്ക് മിണ്ടാൻ കഴിഞ്ഞില്ല.

"അനിയനെ ഓർത്താണ് അമ്മിണിക്കുട്ടി ഇരിക്കുന്നത്. എനിക്കറി

യാം. അവൾ അനിയനെ എത്രയധികം സ്നേഹിക്കുന്നുണ്ടെന്ന്. അവളെ സങ്കടപ്പെടുത്തരുത്."

"അവൾ എന്തെങ്കിലും ആഗ്രഹിക്കുന്നതിനു ഞാനാണോ ഉത്തരവാദി? ഞാനവൾക്കു വാക്കുകൊടുത്തിട്ടില്ല, അവളെ സ്നേഹിച്ചോളാമെന്ന്."

"അതാണോ ന്യായം? ഒരു പെൺകുട്ടിക്ക് അവളുടെ സ്നേഹമാണ് ഒക്കേത്തിലും വലുത്."

അനിയന്റെ മുഖത്തേക്കു നിർന്നിമേഷമായി കുറേനേരം നോക്കി നിന്നതിനുശേഷം അവൾ കോണിപ്പടിക്കളിറങ്ങി താഴേക്കു പോയി.

അനന്തമായ ഒരു തരിശുഭൂമിയിൽ. ശൂന്യതയിൽ ഒറ്റയ്ക്കു നില്ക്കുമ്പോലെ അനിയനു തോന്നി.

തരിശുഭൂമിയുടെ അരികിൽ നില്ക്കുന്ന ഒരു വൃക്ഷത്തിൽനിന്നു പഴുത്ത ഇലകൾ ഞെട്ടടർന്നു പറന്നുപറന്ന് അനിയന്റെ കാല്ക്കൽ വന്നു വീണു.

അയാൾ ശൂന്യതയിലേക്കു നോക്കി നിന്നു.

പിന്നെ ഒരു രാത്രിയിൽ അനിയൻ കിഴക്കൻ മലഞ്ചെരുവുകളിൽനിന്ന് ആ സംഗീതം കേട്ടു.

അപ്പോൾ നിലാവിൽ കിഴക്കൻകാടുകൾ പൂക്കുന്ന സമയമായിരുന്നു.

അപ്പോൾ നിരാഗന്ധികൾ പൂക്കുന്ന സമയമായിരുന്നു.

ആദ്യം കേട്ടതു പാണൻ നാണുവിന്റെ ഉടുക്കിന്റെ നാദമായിരുന്നു.

രാത്രിയുടെ ഏകാന്തതയിൽ ഉടുക്കിന്റെ നാദം അനാദിയിൽനിന്നു കേൾക്കുന്ന ഒരു ആദിതാളത്തിന്റെ തുടർച്ചയായി തോന്നിപ്പിച്ചു. പിന്നെയാണ് കിഴക്കൻമലഞ്ചെരുവുകളിലെ കാടുകളിൽനിന്ന് ആ പാട്ടു കേട്ടത്.

ആത്മാവിൽ വന്നലയ്ക്കുന്ന സംഗീതം.

മനസ്സിനെ മോഹിപ്പിക്കുന്ന ഒരു ഈണം. നിലാവുപോലെ, പൂവിന്റെ സൗരഭ്യംപോലെ അത് ആത്മാവിൽ വന്നുനിറയുന്നു.

വാക്കുകളില്ലാത്ത കീർത്തനംപോലെ സമയകാലങ്ങൾക്കൊക്കെ അപ്പുറത്തുനിന്ന് അതുകേൾക്കുന്നു.

ഹൃദയം കൂട്ടിനുള്ളിൽ ഒരു പക്ഷിക്കുഞ്ഞിനെപ്പോലെ ചിറകിട്ടടിക്കുന്നു. പറന്നുവരാൻ ആകാശം വിളിക്കുന്നു.

ആ സംഗീതം അനിയന്റെ ഹൃദയത്തെ ഇളക്കിമറിക്കുകയും വികാരവിവശമാക്കുകയും സ്വപ്നങ്ങളുടെയും വിഭ്രാന്തികളുടെയും കടുംനിറങ്ങൾ കൂടിക്കലർന്ന ഒരു വികാരമൂർച്ഛയിലേക്ക് എടുത്തെറിയുകയും ചെയ്തു.

ഒരു അർദ്ധസ്വപ്നത്തിലെന്നപോലെ അയാൾ പടിഞ്ഞാറ്റിമാളികയിലേക്കുള്ള പടിക്കെട്ടുകൾ ഓടിക്കേറി ഭാഗിയുടെ മുറിക്കകത്തേക്കു ചെന്നു.

അകത്തു അഴിഞ്ഞ മുടി വാരിക്കെട്ടിക്കൊണ്ടു നിന്നിരുന്ന ഭാഗീരഥി സംഭ്രമത്തോടെ അനിയനെ നോക്കി.

അനിയന്റെ വല്ലാത്ത ഭാവം കണ്ട് അവൾ പേടിച്ചു.

തുറന്നുകിടന്നിരുന്ന ജനലിലൂടെ കിഴക്കോട്ടു കൈചൂണ്ടി അനിയൻ പറഞ്ഞു:

"കേൾക്കൂ.... ആ സംഗീതം,"

എന്നിട്ട് അനിയൻ ആ സംഗീതത്തിനു ചെവിയോർത്തുനിന്നു.

ഒരു ആജ്ഞയ്ക്കു കീഴടങ്ങിയിട്ടെന്നോണം അവളും ചെവിയോർത്തു നിന്നു.

അവളൊന്നും കേട്ടില്ല.

അതേസമയം മന്ത്രമുഗ്ദ്ധമായ ഒരുഭാവമായിരുന്നു അനിയന്.

"കേൾക്കുന്നില്ലേ?" അനിയൻ ചോദിച്ചു.

"കിഴക്കൻമലഞ്ചെരിവുകളിലെ കാടുകളിൽനിന്നാണ് അതു കേൾക്കുന്നത്. പണ്ട് ഈ സംഗീതം ഏട്ടൻ കേട്ടിരുന്നു."

"ഇല്ലാ." അവൾ പറഞ്ഞു. "ഞാനൊന്നും കേൾക്കുന്നില്ല."

നീ നുണ പറയുകയാണെന്നുള്ള ഭാവത്തിൽ അനിയൻ അവളെ നോക്കുകയും അകലെനിന്നു കേൾക്കുന്ന സംഗീതം ചെവിയോർക്കാൻ മുഖഭാവംകൊണ്ടു നിർദ്ദേശിക്കുകയും ചെയ്തു. ഒരു നടുക്കത്തിന്റെ മൃതഭാവം കണ്ണുകളിൽ നിറച്ചുകൊണ്ട് ഒരു വിഗ്രഹത്തിന്റെ നിർവ്വികാരതയോടെ അവൾ അങ്ങനെ നിന്നു.

അപ്പോൾ അനിയൻ ചോദിച്ചു.

"പിച്ചിപ്പൂവിന്റെ വാസന! അല്ലേ?"

ഇല്ലെന്ന് അവൾ തലയാട്ടി.

പിച്ചിപ്പൂക്കളുടെ സുഗന്ധവും അകലെനിന്നു കേൾക്കുന്ന സംഗീതവും ഹൃദയത്തിൽ നിറഞ്ഞ് ഒരു കുലച്ച വില്ലിന്റെ ഭാവമായിരുന്നു അനിയന്.

നിലാവിൽ അകലെ കാണാവുന്ന കുന്നുകളിലേക്കും കുന്നിൻചെരിവുകളിലെ കാടുകളിലേക്കും അനിയൻ കണ്ണോടിച്ചു. രാത്രിയുടെ ചുവട്ടിൽ ഇരുണ്ടു നില്ക്കുന്ന കുന്നുകളും കാടുകളും ഒരു നിഴൽച്ചിത്രം പോലെ കാണുകയും അവിടെനിന്നു കേൾക്കുന്ന സംഗീതം ഹൃദയത്തിൽ നിറയുകയും ചെയ്യുന്ന ആ നിമിഷങ്ങളിൽ ഓർമ്മകളുടെ ഏതോ ഒരു മറുകരയിൽ നില്ക്കുന്നതുപോലെ അനിയനു തോന്നി.

അനിയൻ തിരിഞ്ഞ് കുറേനേരം അവളുടെ കണ്ണുകളിലേക്ക് ഇമകളനക്കാതെ നോക്കിനിന്നു. അവളുടെ ജ്വലിക്കുന്ന സൗന്ദര്യം അയാളുടെ സിരകളിലെ ചോര തിളപ്പിച്ചു. ഒരുസ്വപ്നത്തിലെന്നപോലെ അനിയന്റെ കൈകൾ അവളുടെനേരെ നീണ്ടു ചെന്നു. വലംപിരിശംഖിന്റെ അഴകുള്ള അവളുടെ കഴുത്തിൽ അനിയന്റെ കൈകൾ അമർന്നു.

അവൾ പേടിച്ചരണ്ട് ഒരുദുഃസ്വപ്നത്തിലെന്നപോലെ നിശ്ചലമായി നിന്നു.

അനിയന്റെ കൈവിരലുകൾ അവളുടെ കഴുത്തിൽ മുറുകി.

പേടിച്ചരണ്ട ഒരു പക്ഷിക്കുഞ്ഞ് ചിറകൊതുക്കി നില്ക്കുമ്പോലെ ഒരു നടുക്കത്തിന്റെ അർദ്ധപ്രജ്ഞയിൽ അവൾ നിന്നു.

കഴുത്തിൽ വിരലുകൾ വീണ്ടും മുറുക്കിക്കൊണ്ടു പതിഞ്ഞ സ്വരത്തിൽ അനിയൻ ചോദിച്ചു.

"എന്നോട് ഇഷ്ടമല്ലേ? എന്നോടു സ്നേഹമില്ലേ? ഉണ്ടെന്നു പറയൂ. ഉണ്ടെന്നു പറയൂ, പറയൂ."

അവൾ മിണ്ടാതെ ഒരു പ്രതിമയെപ്പോലെ മിഴിച്ചുനിന്നു. തന്റെ കഴുത്തിൽ മുറുകുന്ന വിരലുകളിൽ അവൾ അവളുടെ മരണത്തിന്റെ സ്പർശം അറിഞ്ഞു.

അങ്ങനെ കുറേനേരം നിന്നു. പിന്നെ എന്തോ ഉൾപ്രേരണകൊണ്ട് അനിയന്റെ കൈകൾ അയഞ്ഞു.

അപ്പോൾ അവൾ പതുക്കെ പുറകോട്ടു മാറി.

അനിയന്റെ നേർക്കുനിന്നു കണ്ണിമയ്ക്കാതെ അവൾ അവളുടെ കഴുത്തിൽ തഴുകി

പതുക്കെ പിന്നോട്ടു മാറി നൈമിഷികമായ ഒരാത്മധൈര്യത്തോടെ ഒറ്റക്കുതിക്ക് അവൾ വാതിൽ കടന്നു പുറത്തിറങ്ങി. കോണിപ്പടികൾ ഓടിയിറങ്ങി ഇരുട്ടിലൂടെ എങ്ങോട്ടോ മറഞ്ഞു.

ഇരുപത്തഞ്ച്

പുറത്തെ ഇരുട്ടിൽനിന്ന് പേടിച്ചരണ്ടു ചകിതമായ കണ്ണുകളോടെ ഭാഗീരഥി അകത്തേക്കോടിക്കേറിച്ചെന്നപ്പോൾ മുത്തശ്ശി അന്ധാളിച്ചു. ഭാഗീരഥി കിതയ്ക്കുന്നുണ്ടായിരുന്നു. മുത്തശ്ശിയുടെ അടുത്തു ചെന്നിരുന്നു. ആക്രമിക്കാൻ പിന്നാലെ ഓടിയെത്തുന്ന ആരെയോ ഭയന്നിട്ടെന്നപോലെ അവൾ സംഭ്രമത്തോടെ പുറത്തേക്കു നോക്കി. അവളെ തഴുകി ആശ്വസിപ്പിച്ചുകൊണ്ട് മുത്തശ്ശി ചോദിച്ചു:

"എന്താ കുട്ടീ, നീ എന്തിനാ പേടിക്കുന്നത്?"

അവൾ ഒരാശ്വാസത്തിനുവേണ്ടി മുത്തശ്ശിയെ നോക്കുകയും മുത്തശ്ശിയുടെ ചുമലിൽ മുഖം ചേർക്കുകയും ചെയ്തു.

മുത്തശ്ശി വീണ്ടും ചോദിച്ചു.

''നീ എന്തെങ്കിലുംകണ്ടു പേടിച്ചുവോ ഭാഗീ? നീ എന്താ മിണ്ടാത്തേ?"

അവൾ മുഖമുയർത്തി മുത്തശ്ശിയെ നോക്കി പതറിയ സ്വരത്തിൽ പറഞ്ഞു:

"ഇരുട്ടത്തൂന്ന് ഒരാൾ എന്റെ അടുത്തുവന്ന് എന്നെ തൊട്ടു. എന്നെ പിടിച്ചുവലിച്ചു. ഞാൻ പേടിച്ചുപോയി."

രഹസ്യം പിടികിട്ടിയമട്ടിൽ മുത്തശ്ശി തലകുലുക്കി. എന്നിട്ട് ആരോടെന്നില്ലാതെ പറഞ്ഞു:

"അസത്തു പിന്നേം തൊടങ്ങിയോ വെളയാട്ടം? എന്റെ ഭഗവാനേ! അവളെ പിടിച്ച് കാഞ്ഞിരപ്പലകമേൽ തറയ്ക്കാൻ ആരും ഇല്ലല്ലോ."

മുത്തശ്ശിയുടെ വിചാരം ഭാഗീരഥിയെ തൊട്ടത് ഇല്ലത്ത് ഒരു ബാധയായി കൂടിയിട്ടുള്ള യക്ഷിയാണെന്നായിരുന്നു. ഇല്ലത്ത് വേളികഴിച്ചുകൊണ്ടുവരുന്ന പെൺകുട്ടികളെ കാണുമ്പോൾ യക്ഷിക്കു കലികേറും.

പെൺകുട്ടികളെ പേടിസ്വപ്നങ്ങൾ കാട്ടി ഭയപ്പെടുത്തുകയും ഉറക്കത്തിൽ വിളിച്ചുകൊണ്ടുപോയി കുളത്തിൽ മുക്കിക്കൊല്ലുകയും പുഴയിൽ തള്ളിയിടുകയും കടുംതൂക്കായ മലയുടെ മുകളിൽനിന്ന് പാറക്കെട്ടുകൾ നിറഞ്ഞ താഴ്ചകളിലേക്കു വലിച്ചെറിയുകയും ചെയ്യും. ഉണ്ണിത്തമ്പുരാന്റെ കിടക്കറയിൽ മറ്റൊരു പെണ്ണിനെ കാണുന്നത് യക്ഷി സഹിക്കില്ല. ഇല്ലത്ത് അങ്ങനെ ഒരു ദോഷമുണ്ടെന്നു മുത്തശ്ശി പറഞ്ഞു.

തന്നെ കൊല്ലാൻ വന്നത് യക്ഷിയല്ലെന്നു പറഞ്ഞാലോ എന്നു ഭാഗീരഥി ഓർത്തു. രാത്രിയിൽ തന്റെ കിടക്കറയ്ക്കുള്ളിൽ കയറിവന്നത് അനിയനാണെന്ന് അറിഞ്ഞാൽ എന്തായിരിക്കും മുത്തശ്ശിയുടെ മനോഭാവം? മുത്തശ്ശിയുടെ വർത്തമാനങ്ങളിൽനിന്നു ഭാഗീരഥിക്കു പലപ്പോഴും തോന്നിയിട്ടുണ്ട്, മുത്തശ്ശിക്ക് ഉള്ളുകൊണ്ട് അനിയനോടു അത്ര സ്നേഹമില്ലെന്ന്. പുറമേ അതു കാണിക്കുന്നില്ലെന്നു മാത്രമേയുള്ളൂ.

"മച്ചിൻപുറത്ത് എവിടെയോ ദേവീമാഹാത്മ്യം ഇരിപ്പൊണ്ട്." മുത്തശ്ശി പറഞ്ഞു. "അതൊന്നെടുപ്പിക്കണം. അതു വായിക്ക്യേം തലയ്ക്കൽ വച്ചോണ്ടു കിടക്കേം ചെയ്താൽ അശ്ശേഷം പേടിക്കണ്ടാ. ദേവീമാഹാത്മ്യം ഇരിക്കണേടത്ത് അവളുടെ വെളയാട്ടംണ്ടാവില്യാ."

പിന്നെ മുത്തശ്ശി പണ്ടെന്നോ ഒരിക്കൽ കൊടുങ്ങല്ലൂർക്കു തൊഴാൻ പോയ ഒരു അപ്ഫൻനമ്പൂതിരിയുടെ കഥ പറഞ്ഞു.

"അപ്ഫനും കൂട്ടുകാരും കൂടി കൊടുങ്ങല്ലൂർക്കു പുറപ്പെട്ടു. അന്ന് ഇന്നത്തെപ്പോലെ വണ്ടിയും ട്രെയിനും ഒന്നുമില്ല. നടന്നുവേണം പോകാൻ. ഇടയ്ക്ക് ഏതെങ്കിലും ഇല്ലത്തു കയറി സന്ധ്യാവന്ദനവും ഊണും കഴിക്കും. പിന്നെയും നടക്കും. സന്ധ്യക്ക് ഏതെങ്കിലും ഇല്ലത്തോ, ശൂദ്രന്മാരുടെ വീട്ടിലോ അന്തിയുറങ്ങും. അങ്ങനെയാണു പതിവ്. യാത്രയ്ക്കിടയിൽ ഏതോ ഒരു ഇല്ലത്തു കയറി അപ്ഫനും കൂട്ടുകാരനും സന്ധ്യാവന്ദനവും ഊണും കഴിച്ചു. അന്ന് അവിടെ ഉറങ്ങാമെന്ന് ഇല്ലത്തെ നമ്പൂതിരി പറഞ്ഞിട്ടും അപ്ഫൻ കേട്ടില്ല. ഏയ്, നടക്കാം. നല്ല നിലാവുണ്ടല്ലോ. വെളുപ്പിന് കൊടുങ്ങല്ലൂര് എത്ത്വേം ചെയ്യാം."

എന്നാൽ അങ്ങനെയാവട്ടെ എന്നുപറഞ്ഞു നമ്പൂതിരി അവരെ യാത്രയാക്കി. ഒരു കാര്യം പ്രത്യേകം ഓർമ്മിപ്പിക്കുകയും ചെയ്തു. "ശ്ശി സൂക്ഷിച്ചു പോയാൽ വേണ്ടില്യാ. പോണ വഴി അത്ര സുഖോള്ളതല്ല. ഉപദ്രവങ്ങൾ ഉണ്ടാവാണ്ട് സൂക്ഷിക്യാ. ദുർദ്ദേവതയെക്കൊണ്ട് കല്ലു ചുമപ്പിച്ച വിദ്വാന്റെ ചെറുമകനോട് നോം ഏറെ പറയേണ്ടല്ലോ."

ഓർമ്മിപ്പിച്ചതു നന്നായി എന്നു പറഞ്ഞ് അപ്ഫനും ചങ്ങാതിയും നടന്നു. കരിമ്പനകൾ ഓലയാട്ടി നില്ക്കുന്ന ഒരു പറമ്പിലൂടെ അവർക്കു കടന്നുപോവേണ്ടിയിരുന്നു. കളിതമാശകൾ പറഞ്ഞു നടക്കുന്നതിനിടയിൽ അവർ മറ്റൊന്നും ഓർത്തില്ല. അർദ്ധരാത്രി കഴിഞ്ഞു. അപ്ഫന്റെ ചങ്ങാതിക്ക് എവിടെയെങ്കിലും കിടന്നു കുറേനേരം ഉറങ്ങിയാൽ കൊള്ളാമെന്നുണ്ടായിരുന്നു. അടുത്തെവിടെയെങ്കിലും ഒരു വീടു കണ്ടിട്ടു വേണ്ടേ? അവർ പിന്നെയും നടന്നു. അപ്പോൾ യാത്രയ്ക്കൊരുങ്ങിയ വേഷത്തിൽ

വഴിയരികിൽ രണ്ട് സ്ത്രീകളെ കണ്ടു. കൊടുങ്ങല്ലൂർക്ക് ഭഗവതിയെ തൊഴാൻ പോകുന്നവരായിരിക്കും അവരെന്ന് അപ്ഫൻ വിചാരിച്ചു. കണ്ടാൽ ദേവകന്യകകളാണെന്നു തോന്നിപ്പിക്കുന്ന അവർ അപ്ഫന്റെയും ചങ്ങാതിയുടെയും അടുത്തുവന്ന് തിരുമേനിമാർ ഈ അർദ്ധരാത്രിക്ക് എങ്ങോട്ടാണെന്നു ചോദിച്ചു. അല്പം ഒരിളക്കത്തോടെ അപ്ഫന്റെ ചങ്ങാതി പറഞ്ഞു: കൊടുങ്ങല്ലൂർക്ക് ദേവ്യേ തൊഴാൻ.

ഈ അസമയത്ത് ഇതിലേ യാത്ര ചെയ്യുന്നത് ബുദ്ധിയല്ലെന്ന് അതിലൊരുത്തി പറഞ്ഞു. തിരുമേനിമാരെ കണ്ടിട്ട് അകലെയെവിടെയോ ഉള്ളവരാണെന്നു തോന്നുന്നു. അല്ലെങ്കിൽ ഈ നേരത്ത് ഈ ദിക്കിലൂടെ നടക്കുമോ? സന്ധ്യാവന്ദവും ഊണും കഴിച്ച ഇല്ലത്തെ നമ്പൂതിരി പറഞ്ഞത് അപ്ഫൻ ഓർത്തു. വഴിയിൽ എന്തെങ്കിലും ആപത്തുണ്ടാവാൻ സാദ്ധ്യതയുണ്ട്. പക്ഷേ, ഈ രാത്രി എവിടെ ഉറങ്ങും? ഇവിടെ അടുത്തെങ്ങാനും മന ഉണ്ടാവ്വോ? ആ വഴിക്കെങ്ങും മനയില്ല. ആ സ്ത്രീകൾ പറഞ്ഞു: ഞങ്ങൾ ശൂദ്രത്തികളാണ്. തിരുമേനിമാർക്ക് ഇഷ്ടക്കേടില്ലെങ്കിൽ ഈ രാത്രി ഞങ്ങളുടെ അവിടെ ഉറങ്ങാം. ഞങ്ങൾ ദൂരെ ഒരു ദിക്കിൽപ്പോയി മടങ്ങിവരുന്ന വഴ്യാണ്. വീട്ടിലോളം ഞങ്ങൾക്കൊരു കൂട്ടും കിട്ടും. ഓ്ാ എന്നാലങ്ങനെയാവാം എന്നുവിചാരിച്ച് അപ്ഫനും ചങ്ങാതിയും ആ സ്ത്രീകളുടെ കൂടെ നടന്നു. അവരുടെ സ്നേഹവും ആതിഥ്യമര്യാദയും നമ്പൂതിരിമാരെ സന്തോഷിപ്പിച്ചു. മനോഹരമായ ഒരു മാളികയിലെ അലങ്കരിച്ച മുറികളിൽ ആ സ്ത്രീകൾ അഫ്ഫനേയും കൂട്ടുകാരനേയും കിടത്തി. അപ്ഫന്റെ ചങ്ങാതിക്ക് കിടക്കാനൊരുക്കിയ മുറിയിലേക്ക് ഒരു സുന്ദരി കുറേ പഴങ്ങളും കൊണ്ടുചെന്നു. സ്വതേ അല്പം ഇളക്കക്കാരനായ ചങ്ങാതി അവളുടെ സൗന്ദര്യം കണ്ട് മയങ്ങിപ്പോയി. അവൾ തൊട്ടപ്പോഴേക്കും അദ്ദേഹം അഗാധമായ ഒരു മോഹാലസ്യത്തിൽ വീണു. അപ്ഫനെ ശുശ്രൂഷിക്കാൻചെന്ന സുന്ദരി മയക്കുന്ന ഒരു മന്ദസ്മിതത്തോടെ അടുത്തേക്കു ചെന്നു. പെട്ടെന്ന് അവളുടെ മുഖം വിളറി. ഒരു ചുവടുകൂടി മുമ്പോട്ടു വയ്ക്കാൻ കഴിയുന്നില്ല. ദിവ്യമായ ഏതോ ഒരു ശക്തി അവളെ തടയുന്നു. അവൾ നോക്കുമ്പോൾ അപ്ഫന്റെ തലയണയ്ക്കടിയിൽ ദേവീമാഹാത്മ്യം ഇരിക്കുന്നു. അവൾ ചോദിച്ചു: കിടക്കുമ്പോഴും ഗ്രന്ഥം അടുത്തുവേണമെന്നുണ്ടോ? അതു ദൂരെ എവിടെയെങ്കിലും വയ്ക്കാൻ മേലേ? അതുമാത്രം പറ്റില്ലെന്ന് അപ്ഫൻ പറഞ്ഞു. ദേവീമാഹാത്മ്യം എപ്പോഴും അടുത്തുതന്നെ വേണംന്ന് നിർബ്ബന്ധമാണ്. അപ്പോൾ അങ്ങേ മുറിയിൽനിന്ന് ചോരവലിച്ചു കുടിക്കുന്നതിന്റെയും എല്ലു കടിച്ചു പൊട്ടിക്കുന്നതിന്റെയും ഒച്ചകേട്ടു. ഒരു വെളിപാടുപോലെ അപ്ഫനു മനസ്സിലായി. തങ്ങളെ ഈ മാളികയിലേക്കു കൂട്ടിക്കൊണ്ടുവന്നത് ശൂദ്രസ്ത്രീകളല്ല. യക്ഷികളാണ് എന്ന്. ഇത് യക്ഷികളുടെ കൊട്ടാരമാണ്. ഗ്രന്ഥം കൈയിൽ വച്ചുകൊണ്ടു അപ്ഫൻ മന്ത്രങ്ങൾ ജപിക്കാൻ തുടങ്ങി. കാര്യം കുഴപ്പമായെന്ന് യക്ഷികൾക്കും മനസ്സിലായി. നേരം പുലരാൻ ഇനി അധികനേരമില്ല. ഈർഷ്യയോടെ പുറത്തേക്കുപോകാൻ

വിചാരിച്ച യക്ഷിക്ക് നിന്നേടത്തുനിന്നും അനങ്ങാൻ കഴിഞ്ഞില്ല. അപ്ഫൻ മന്ത്രംകൊണ്ട് യക്ഷിയെ ബന്ധിച്ചു. നേരം പുലർന്ന് അപ്ഫൻ പുറത്തിറങ്ങി. മറ്റേ യക്ഷി കടിച്ചുതുപ്പിയ കൂട്ടുകാരന്റെ എല്ലും നഖവും മുടിയും കണ്ട് അപ്ഫൻ സങ്കടപ്പെട്ടു. മന്ത്രംകൊണ്ടു ബന്ധിക്കപ്പെട്ട ആ യക്ഷി കൂട്ടുകാരന്റെ ചോരപ്പാടുകൾ പുരണ്ട് ഒരു പ്രതിമപോലെ അവിടെ ഇരിക്കുന്നു. കൂട്ടുകാരന്റെ ആത്മാവിനുവേണ്ടി പ്രാർത്ഥിച്ചതിനുശേഷം ഒരു മന്ത്രത്തിന്റെ അഗ്നി ജ്വലിപ്പിച്ച് അപ്ഫൻ ആ യക്ഷിക്കൊട്ടാരത്തിനു തീവച്ചു. കൊടുങ്ങല്ലൂർ ഭഗവതിയെ തൊഴുതു. തിരിച്ചുവരും വഴി അവിടെ കത്തിക്കരിഞ്ഞു നില്ക്കുന്ന ഒരു കരിമ്പന അപ്ഫൻ കണ്ടു.

ആ അപ്ഫന്റെ ദേവീമാഹാത്മ്യം മച്ചിൻപുറത്ത് എവിടെയോ ഉണ്ട്.

"പേടീണ്ടെങ്കിൽ ഇവിടെ എന്റെ അടുത്ത് കിടന്നോ. മുത്തശ്ശി പറഞ്ഞു. താഴെ ഒരു പാ വിരിച്ചാ മതിയല്ലോ."

അന്നു രാത്രി മുത്തശ്ശിയുടെ അടുത്തു പായ വിരിച്ചു കിടന്ന് ഭാഗീരഥി ഉറങ്ങി. പ്രക്ഷുബ്ധമായ ഒരു കടലിനു തുല്യമായിരുന്നു അനിയന്റെ മനസ്സ്. ഭാഗീരഥിയോടുള്ള അഭിനിവേശം അനിയന് ആത്മാവിന്റെ ദാഹമായിത്തീർന്നു കഴിഞ്ഞിരുന്നു. തന്റെ അസ്തിത്വം ആദ്യമായി അനുഭവപ്പെട്ടത് ആ മോഹം കൊണ്ടാണെന്ന് അനിയനു തോന്നി. ഇപ്പോഴാണ് തന്റെ ഉള്ളിൽ മോഹാവേശങ്ങൾകൊണ്ടു സ്പന്ദിക്കുന്ന ഒരു ഹൃദയമുണ്ടെന്ന് അനിയൻ അറിഞ്ഞത്.

അമ്മാത്തുനിന്ന് ഏട്ടൻ ഇല്ലത്തേക്കു വിളിച്ചുകൊണ്ടുവന്നപ്പോൾ ഏട്ടന്റെ തണലിൽ നില്ക്കുന്ന ഒരാളെന്നേ അനിയൻ സ്വയം സങ്കല്പിച്ചുള്ളൂ. അതിനപ്പുറം ഒരു വ്യക്തിത്വമുണ്ടായിരുന്നില്ല. ഏട്ടന്റെ സ്നേഹം അനിയന് ഒരുജീവിതം ഉണ്ടാക്കിക്കൊടുത്തു. ആ ജീവിതം എട്ടന്റെ ദാനമായിരുന്നു. എന്തെങ്കിലും സ്വന്തമായി ആഗ്രഹിക്കാനുണ്ടായിരുന്നില്ല. സ്വന്തമായി ഒന്നും ഉണ്ടായിരുന്നില്ല.

പിന്നീട് ഇല്ലത്തുനിന്ന് ഇറങ്ങിപ്പോകേണ്ടിവരുമെന്നു പേടിച്ചപ്പോൾ താൻ സ്വത്തിൽ കണ്ണുള്ള ഒരു ദുരാഗ്രഹിയായിത്തീരുകയല്ലേ ചെയ്തത്? എന്നെങ്കിലും ഈ ഇല്ലത്തുനിന്ന് ഒരു അന്യനെപ്പോലെ വെറുംകൈയോടെ ഇറങ്ങിപ്പോകേണ്ടിവരുന്നതിനെക്കുറിച്ച് അന്ന് ഓർക്കുകയും വ്യസനിക്കുകയും ചെയ്തു. അവസ്ഥയും സ്വത്തുമാണു വലുതെന്നു വിചാരിച്ചു. സ്വത്തു നഷ്ടപ്പെടുന്നതിലുള്ള വേദനയായിരുന്നു അന്നു മനസ്സിനെ പീഡിപ്പിച്ചത്. ജീവിതത്തിൽ മറ്റൊന്നും തന്റെ ഹൃദയത്തെ അത്രമേൽ സ്പർശിച്ചിരുന്നില്ല. അമ്മിണിക്കുട്ടിയോടുള്ള സ്നേഹംപോലും.

അമ്മിണിക്കുട്ടിയോടുള്ള സ്നേഹം തന്റെ ഹൃദയത്തിൽ എങ്ങനെ രൂപം കൊണ്ടെന്ന് അനിയൻ ഓർക്കുന്നില്ല. അമ്പലക്കുളത്തിൽ കുളിക്കാനും അമ്മാവന്റെ മകളെ സ്നേഹിക്കാനും ആരോടെങ്കിലും ചോദിക്കണോ? അതെങ്ങനെ വേണമെന്ന് ഒരു നിർദ്ദേശം ആരും പറയാതെ നേരത്തെ ഉണ്ട്. അല്ലാതെ കണ്ടു മോഹിച്ചിട്ടോ സ്നേഹം ആത്മാവിന്റെ ഒരു ദാഹമായിത്തീർന്നിട്ടോ അല്ല.

ഭാഗിയോടുള്ള മോഹം കൊണ്ട് ഹൃദയം ജ്വലിക്കുകയും ഭൂമിയിൽ ഏറ്റവും മനോഹരവും ഏറ്റവും അമൂല്യവുമായിട്ടുള്ളത് അവളാണെന്നു കണ്ടുപിടിക്കുകയും ചെയ്തപ്പോഴാണ് അനിയന്റെ ഹൃദയം അതിന്റെ സ്വന്തം ഇഷ്ടാനിഷ്ടങ്ങൾ കൊണ്ടുണർന്നത്. അനിയൻ വിചാരിച്ചു. അപ്പോൾ മാത്രമേ എന്റെ ഹൃദയത്തിന്റെ വികാരങ്ങൾ ഞാൻ തിരിച്ചറിഞ്ഞുള്ളൂ. എന്റെ ഹൃദയത്തിന്റെ സ്പന്ദനങ്ങൾ ഞാൻ അപ്പോൾ മാത്രമേ കേട്ടുള്ളൂ. അപ്പോൾ മാത്രമേ ഞാൻ എന്നൊരാൾ ഉണ്ടെന്ന് എനിക്കു ബോദ്ധ്യമായുള്ളൂ സ്വന്തം ഇച്ഛയ്ക്കൊത്തു വികാരം കൊള്ളുകയും ഇഷ്ടപ്പെട്ട ഒന്നിനു വേണ്ടി ആശിക്കുകയും കൊതിക്കുകയും ചെയ്യുമ്പോഴേ പൂർണ്ണമായ അർത്ഥത്തിൽ ഞാൻ എന്നൊരാൾ ഉള്ളൂ.

പിറ്റേന്നു കാര്യസ്ഥൻ അച്ചുതൻനായർ പാടത്തെ കൃഷിപ്പിഴയെപ്പറ്റി അനിയനോടു പറഞ്ഞു.

“പാടം മുഴുവൻ ചാഴീം പുഴൂം വീണു നാശായി. എന്താ ചെയ്യാന്ന് നിശ്ച്യല്യാ. മരുന്നു തളിക്കേം കണിയാനെ കൊണ്ടു മന്ത്രം എഴുതിച്ചു ചാഴി വെലക്കുവേം ഒക്കെ ചെയ്തു. ഇപ്പോ അങ്ങോട്ടു ചെന്നു നോക്കിയാ സഹിക്കുകേലാ. പാലടിക്കാറായ പാടത്തു ചാഴീം പുഴൂം വീണാൽ കതിരിടുമ്പോ പാലൊറക്കോ? കൊയ്തു കുളത്തില് കൊണ്ടുവരുമ്പോ മുഴുവൻ പതിരും വന്നലേം.”

അച്ചുതൻ നായർ പറഞ്ഞതൊന്നും അനിയൻ കേട്ടില്ല. മുടിയേറ്റിലെ കോയിമ്പിടാരെപ്പോലെ ഒരു വേഷം തന്റെ മുമ്പിൽനിന്നു ചുവടുവച്ചു കളിക്കുകയും ഓലയിലെഴുതിയതു വായിക്കുകയും ചെയ്യുന്നതുപോലെയേ അനിയനു തോന്നിയുള്ളൂ. എന്തെങ്കിലും ഒരു സമാധാനത്തിനു വേണ്ടി കുറേനേരം കാത്തുനിന്നിട്ടും ഉണ്ണിത്തമ്പുരാൻ ഒന്നും മിണ്ടാതെ നില്ക്കുന്നതുകണ്ട് അച്ചുതൻനായർ മുഖം കുനിച്ച് അയാളുടെ ചാച്ചുകെട്ടിലേക്കു പോയി.

അമ്പലത്തിന്റെ കിഴക്കേ ഭാഗത്തു ഇല്ലിക്കാടുകൾ ചാഞ്ഞുകിടക്കുന്ന ഇടവഴിയിൽവച്ച് അനിയൻ വേലിക്കെട്ടിനപ്പുറത്തുനിന്ന് ചെത്തിപ്പൂവു പറിക്കുന്ന തങ്കമണിവാരസ്യാരെ കണ്ടു. അനിയനെ കണ്ടതും തങ്കമണിവാരസ്യാർ വഴിയിലേക്കിറങ്ങിവന്നു. വശ്യമായ ഒരു ചിരിയോടെ തങ്കമണിവാരസ്യാർ ചോദിച്ചു:

“എങ്ങ്ടാ ഈ വഴിക്ക്? പതിവില്ലാതെ-”

അനിയൻ മിണ്ടിയില്ല.

തങ്കമണിവാരസ്യാർ പിന്നെയും എന്തൊക്കെയോ പറഞ്ഞു:

അനിയൻ അതൊന്നും കേട്ടില്ല.

തങ്കമണിവാരസ്യാരുടെ മാദകമായ സ്വരൂപം മാത്രം അനിയന്റെ കണ്ണുകളിൽ പതിഞ്ഞു. പന്നെ നിർല്ലജ്ജമായ ചിരിയും. കരിയെഴുതി കറുപ്പിച്ച കണ്ണുകളും നെറ്റിയിലെ ചുവന്ന പൊട്ടും മാത്രമായി തങ്കമണിവാരസ്യാർ അവശേഷിച്ചു. ആ ചുവന്ന പൊട്ടു ജ്വലിക്കുന്ന ആസക്തിയുടെ അഗ്നിവർണ്ണമായി അനിയനു തോന്നി.

"ഈ കൊച്ചുതിരുമേനി എന്താ ഇങ്ങനെ മിഴിച്ചുനോക്കണേ? ഇതിനു മുമ്പു കണ്ടിട്ടില്ലാത്തപോലെ?"

തങ്കമണിവാരസ്യാരുടെ ചോദ്യം അനിയൻ കേട്ടില്ല.

ഒരു നിമിഷം കണ്ണിമയ്ക്കാതെ നോക്കിനിന്നതിനുശേഷം പരിഭവം കാണിക്കുന്ന ഒരുചേഷ്ടയോടെ തങ്കമണിവാരസ്യാർ വഴിമാറിപ്പോയി.

അനിയൻ പാടവരമ്പത്തുവച്ചു മാരാരെ കണ്ടു. ഇടവരമ്പത്തേക്കൊഴിഞ്ഞുനിന്ന് മാരാർ സങ്കടത്തോടെ പറഞ്ഞു. "കുറേനാളായി അമ്പലത്തിലേക്കു കാണാൻല്യാ. ഇങ്ങനെയൊക്കെ മതിയോ? നോക്കാനും അന്വേഷിക്കാനും ചുമതലപ്പെട്ടോര് ഇല്ലെന്നുവന്നാ ഒക്കെ ഒരുമാതിര്യാവും. ഓർക്കുമ്പോ വിഷമോണ്ട്."

മാരാരുടെ ചിലമ്പിയ ഒച്ച ഒരു ഇടയ്ക്കയുടെ തേങ്ങലുകളായേ അനിയനു തോന്നിയുള്ളൂ.

അമ്പലത്തിന്റെ താഴെനിന്നു നോക്കിയപ്പോൾ ഉയരങ്ങളിലേക്കു കയറിപ്പോകുന്ന പടിക്കെട്ടുകളും മതിൽക്കെട്ടുകളും മതിൽക്കെട്ടിനു പുറത്തു വളർന്നു പന്തലിച്ചു നില്ക്കുന്ന അരയാലും കണ്ടു. ശൂന്യതയുടെ ചാരനിറമണിഞ്ഞു കിടക്കുന്ന ആകാശത്തിന്റെ പശ്ചാത്തലത്തിൽ ആൽമരം ഒരു തുരുത്തുപോലെ തോന്നിപ്പിച്ചു. അമ്പലത്തെക്കുറിച്ചോ, തേവരെക്കുറിച്ചോ അപ്പോൾ അനിയൻ ഓർത്തില്ല.

ഭാഗീരഥിയെക്കുറിച്ചുള്ള ഓർമ്മയായിരുന്നു അനിയന്...

അന്നു കുന്നിൻ മുകളിൽ മഴ നനഞ്ഞു നിന്ന നിമിഷങ്ങളിൽ തന്റെയുള്ളിൽ ഉയർന്ന വികാരങ്ങളുടെ ജ്വാല...

മഴത്തുള്ളികളിൽ കേട്ട രതിസങ്കീർത്തനം...

മേഘങ്ങളുടെ ഹൃദയമുരുകുന്ന മേഘരഞ്ജിനി രാഗത്തിന്റെ ആരോഹണാവരോഹണങ്ങൾക്കു തുല്യം ഒരു ദിവ്യലഹരിയായി, കുന്നിന്മുകളിൽ മഴ നനഞ്ഞുനിന്ന നിമിഷങ്ങളുടെ ഓർമ്മ അനിയന്റെ ഹൃദയത്തിൽ നിറഞ്ഞു.

അനിയൻ നിശ്ശബ്ദമായി പറഞ്ഞു.

"എന്റെ ഹൃദയം ഉണർന്നത് ആ നിമിഷങ്ങളിലാണ്. ഞാൻ മോഹിക്കുകയും കൊതിക്കുകയും ചെയ്യുന്ന പെണ്ണിന്റെ അടുത്തുവച്ച്. എന്റെ ഹൃദയത്തിൽ അത്ര തീക്ഷ്ണമായ വികാരങ്ങളുണ്ടെന്നു ഞാനറിഞ്ഞത് അപ്പോഴാണ്. അപ്പോൾ മാത്രമാണ്. ലോകത്തിൽ ഒരു ശക്തിക്കും ആ ആഗ്രഹങ്ങളിൽനിന്ന് എന്നെ പിന്തിരിപ്പിക്കാൻ സാദ്ധ്യമല്ല. ഏട്ടന്റെ ഭാര്യയായിരുന്ന ഒരു പെണ്ണിനെ ആഗ്രഹിക്കുന്നതിനെക്കുറിച്ച് ആളുകൾക്കെന്തെങ്കിലും പറയാൻ കാണും. ആളുകൾ എന്തു വേണേൽ പറഞ്ഞുകൊള്ളട്ടെ. സദാചാരഭ്രംശമെന്നോ, മഹാപാപമെന്നോ.. അത്തരം ആരോപണങ്ങൾക്കൊന്നും ഞാൻ വില കല്പിക്കുന്നില്ല. എന്റെ ഹൃദയത്തിന്റെ മന്ത്രങ്ങളാണ് എനിക്ക് വേദം. ഭൂമിയിൽ ആർക്കെങ്കിലും ഇക്കാര്യത്തിൽ എന്നെ തോല്പിക്കാൻ കഴിയുമെങ്കിൽ അത് ഭാഗീരഥിക്കു മാത്രമാണ്.

അവളുടെ സ്നേഹത്തിനുവേണ്ടി അവളുടെ മുമ്പിൽ ഒരു ഭിക്ഷാം

ദേഹിയായി വന്നു നില്ക്കാൻ എനിക്കു യാതൊരു മടിയുമില്ല. എന്നെ സ്നേഹിക്കൂ... എന്നെ സ്നേഹിക്കൂ... എന്ന് അവളോടു കെഞ്ചാം. നിന്നെ ഒഴിച്ച് ഈ ലോകത്തു ഞാൻ വേറെ ആരെയും സ്നേഹിക്കുന്നില്ല. എന്നെ വിശ്വസിക്കൂ...."

അവളുടെ മനസ്സ് അലിയാതിരിക്കുമോ? ഇന്നു രാവിലെ ആ കണ്ണുകളിൽ കണ്ട ഭാവം തീർത്തും അസ്പഷ്ടവും ദുരൂഹവുമായിരുന്നു.

കഴിഞ്ഞ രാത്രി ആത്മവേദനകൊണ്ടും ഒറ്റപ്പെടൽകൊണ്ടും ദുസ്സഹമായിത്തീർന്ന ഒരു രാത്രിയായിരുന്നു.

ഭാഗിയെക്കുറിച്ചുള്ള ഓർമ്മകളോടെ അനിയൻ ഒരു സ്വപ്നത്തിലെന്നപോലെ നടക്കുമ്പോൾ അമ്മാവൻ എതിരേ വന്നു. കണ്ടാലറിയാം; ദൂരെയെങ്ങോട്ടോ ആണ്. അടുത്തു വന്ന് അമ്മാവൻ ഒരു നിമിഷം കണ്ണിമയ്ക്കാതെ അനിയനെ നോക്കി നിന്നു.

"ഉം എന്തുപറ്റി തനിക്ക്?"

ആ ചോദ്യം അനിയനെ അസ്ഥാളിപ്പിച്ചു. തന്റെ മുഖം കാണുന്നവർക്ക് എന്തെങ്കിലും സംശയം തോന്നുമോ?

"അവളെക്കുറിച്ചു ഞാൻ പിന്നേം അന്വേഷിച്ചു." അമ്മാവൻ മുഖം തിരിച്ചു: "ഞാൻ ഊഹിച്ചതൊക്കെ ഏറക്കുറെ ശരിയാണ്."

അവളെക്കുറിച്ച് എന്തൊക്കെയോ രഹസ്യങ്ങൾ അന്വേഷിച്ചറിഞ്ഞ ഭാവമായിരുന്നു. അമ്മാവന്. എന്തെങ്കിലും അങ്ങോട്ടു ചോദിക്കാൻ വിചാരിച്ചെങ്കിലും അനിയൻ മിണ്ടാതെ നിന്നതേയുള്ളൂ.

"അവൾ വന്നത് സ്വത്തു മോഹിച്ചിട്ടുതന്ന്യാണ്.." അമ്മാവൻ പറഞ്ഞു. "അല്ലാതെ ആരോടെങ്കിലുമുള്ള സ്നേഹം കൊണ്ടല്ല. ഞാനതു നേരത്തെ പറഞ്ഞപ്പോൾ താൻ വിശ്വസിച്ചോ?"

അനിയൻ ശൂന്യദൃഷ്ടികളോടെ അമ്മാവന്റെ നേരെ നോക്കി. അനിയന് ഒന്നും മനസ്സിലാകുന്നില്ല.

"അവൾക്കു കടങ്ങളുണ്ടെന്ന് ആ കുറുപ്പ് പറഞ്ഞില്ലേ?" അമ്മാവൻ ആംഗ്യത്തോടെ പറയാൻ പോകുന്ന കാര്യത്തിന്റെ ഗൗരവത്തിലേക്കു വിരൽ ചൂണ്ടി. "അതു വെറുതെയല്ല. എനിക്കതു കേട്ടപ്പോഴേ സംശയം തോന്നി. അതിന്റെ പിന്നിൽ ഒരു ഗൂഢാലോചന ഇല്ലേ എന്ന്. ആരാണ് കടങ്ങളുണ്ടാക്കിയത്? ആർക്കുവേണ്ടിയാണ്? ആ കടങ്ങൾ യഥാർത്ഥത്തിലുള്ള കടങ്ങളാണെന്ന് ആരറിഞ്ഞു? ഇനി അഥവാ, യഥാർത്ഥത്തിൽ കടങ്ങളുണ്ടെന്നുതന്നെ ഇരിക്കട്ടെ. അത് ഈ മനയ്ക്കലെ സ്വത്തു കൊണ്ടു വീട്ടാമെന്നാണോ വിചാരിച്ചത്? തനിക്കുമുണ്ടല്ലോ ഒരു തല. ഒന്നാലോചിച്ചു നോക്ക്."

അമ്മാവന്റെ വാക്കുകൾ പൊള്ളയായ ശബ്ദങ്ങൾ മാത്രമായിട്ടാണ് അനിയൻ കേട്ടത്. എന്തെങ്കിലും മനസ്സിൽ തടഞ്ഞിട്ടുവേണ്ടേ ആലോചിക്കാൻ!

"കൃഷ്ണനനും അവളും തമ്മിൽ സ്നേഹമായിരുന്നോന്ന് ആർക്കറിയാം." അമ്മാവൻ കൈമലർത്തി. "അവരെങ്ങനെയാ ജീവിച്ചേന്ന് നമ്മ

ളാരും കണ്ടിട്ടില്ല. ഉണ്ടോ? കൃഷ്ണന്റെ മരണംതന്നെ സംശയിക്കത്തക്ക നിലയിലല്ലായിരുന്നോ? കൃഷ്ണനു രോഗമാണെന്നു കേട്ട് താൻ പോയല്ലോ കാണാൻ. ശവം പോലും കാണാനൊത്തോ തനിക്ക്?"

തന്റെ പെരുവിരലിലൂടെ കാല്പാദത്തിലേക്കു കയറി വരുന്ന ഒരു എറുമ്പിനെ നോക്കി നില്ക്കുകയായിരുന്നു അനിയൻ, അമ്മാവന്റെ ചോദ്യം ശ്രദ്ധിക്കാതെ.

"അവൾ ആദ്യം ഏട്ടനെ കുടുക്കി. ഇപ്പോൾ അനിയനെ!" അമ്മാവൻ പരിഹാസത്തോടെ ചിരിച്ചു. "സംശയല്യാ സാമർത്ഥ്യക്കാരി തന്ന്യാണ്."

തന്റെ മുമ്പിൽനിന്ന് ഇളകിയാടുന്നത് കഥകളിയിലെ ശകുനിയാണെന്ന് അനിയനു തോന്നി. കള്ളച്ചൂതു കളിച്ച് ചോരയെക്കൊണ്ടു ചോരയുടെ നേരെ വാളെടുപ്പിച്ചത് ഈ അമ്മാവൻതന്നെ അല്ലായിരുന്നോ...? താൻ നില്ക്കുന്നത് ഒരു കളിയരങ്ങിന്റെ മുമ്പിലാണ്. കളിവിളക്കിൽ ചുവന്ന ജ്വാലകളോടെ തിരി കത്തുന്നു. ചേങ്ങല കൊട്ടി ആരോ അടഞ്ഞ ശബ്ദത്തിൽ പാടുന്നു. ചെണ്ടയുടെയും മദ്ദളത്തിന്റെയും എലത്താളത്തിന്റെയും താളക്കൊഴുപ്പിൽ കളിയരങ്ങു മുറുകുന്നു. കളിവിളക്കിനു മുമ്പിൽ നിന്ന് ശകുനി ആടുന്നു.

ഒരുദ്ദേശ്യവുമില്ലാതെ വെറുതെ ചുറ്റിത്തിരിഞ്ഞ് അനിയൻ ഇല്ലത്തു മടങ്ങിയെത്തിയപ്പോൾ ഭാഗീരഥി പൂമുഖത്തു നില്പുണ്ടായിരുന്നു, അസ്പഷ്ടവും ദുരൂഹവുമായ ഒരു മുഖഭാവത്തോടെ.

ഇരുപത്തിയാറ്

യഥാർത്ഥത്തിൽ അനിയന്റെ നില ഒരുയക്ഷിക്കോട്ടയിൽ അകപ്പെട്ടതുപോലെയായിരുന്നു. ഭാഗിയെക്കുറിച്ചുള്ള ഓർമ്മ ഒരുന്മാദലഹരിയായി എപ്പോഴും ഹൃദയത്തിൽ കിടന്നു തിളച്ചുമറിഞ്ഞു. തന്നെക്കുറിച്ച് അവൾ എന്താണു വിചാരിക്കുന്നതെന്ന് ഊഹിക്കാനാവാതെ അനിയൻ വിഷമിച്ചു. ഇഷ്ടമോ ഇഷ്ടക്കേടോ ചിലപ്പോൾ ഒരർത്ഥവും ധ്വനിപ്പിക്കാത്ത ആ നിർവ്വികാരത കാണുമ്പോൾ അനിയന്റെ മനസ്സു വാടും. എന്തെങ്കിലും ഒന്നു തെളിച്ചു പറയാൻ മേലേ, ഇഷ്ടമാണെന്ന്? അല്ലെങ്കിൽ ഇഷ്ടമല്ലെന്ന്. ഒരിക്കൽ പറഞ്ഞു, എന്റെ ഹൃദയത്തിൽ ഒറ്റ പ്രതിഷ്ഠയേ ഉള്ളെന്ന്. ഏട്ടന്റെ! അവിടെ മറ്റൊരാളെ പ്രതിഷ്ഠിക്കാൻ ആവില്ലെന്ന്. ആ വാക്കുകളിൽ നിന്ന് ഇഷ്ടക്കേട് തെളിയുന്നില്ലല്ലോ. അത്രമേൽ സ്നേഹിച്ചതിന്റെ ഓർമ്മകൾ ഹൃദയത്തിൽ കനലുകളായി കിടന്നു ജ്വലിക്കുന്നുണ്ടായിരിക്കും. അത് എത്ര കാലത്തേക്ക്? അതു മങ്ങിപ്പോകും. മാഞ്ഞുപോകും. ഒരാൾക്ക് എത്രകാലം ഓർമ്മകളുംകൊണ്ട് ജീവിക്കാനൊക്കും? കൃഷ്ണേട്ടന്റെ സ്ഥാനത്ത് ഹൃദയത്തിൽ മറ്റൊരാളെ പ്രതിഷ്ഠിക്കാനാവില്ലെന്ന് ഭാഗീരഥി പറഞ്ഞു. ഇഷ്ടമില്ലെന്നാണോ അതിന്റെ അർത്ഥം? എങ്കിൽ പറയേണ്ടിയിരുന്നത് ഈ ജന്മത്ത് എന്റെ ഹൃദയത്തിൽ വേറൊരാൾക്ക് സ്ഥാനമില്ലെന്നല്ലേ..?

എന്റെ ഹൃദയത്തിൽ ഒരാൾക്കേ സ്ഥാനമുള്ളൂ. അനിയൻ വിചാരിച്ചു, ഭാഗിക്ക് ഈ ജന്മത്തു ഞാൻ വേറൊരു പെണ്ണിനെ ആഗ്രഹിക്കുന്നില്ല. എന്റെ ഹൃദയം ഉണർന്നത് നിന്നെ കണ്ടിട്ടാണ്. നീ ഇല്ലാതെ എനിക്കു ജീവിക്കാനാവില്ല. എന്റെ പ്രപഞ്ചം നീയാണ്.

ഏട്ടന്റെ വിധവയെ അനിയൻ പരിഗ്രഹിക്കുന്നതു പാപമാണോ? ലോകത്ത് ഇതുവരെ അങ്ങനെ ഉണ്ടായിട്ടില്ലേ? അനേകം ദൃഷ്ടാന്തങ്ങൾ

അനിയന്റെ ചിന്തകളിൽ തെളിഞ്ഞുവന്നു. പാപവും പുണ്യവും വേർതിരിച്ചറിയാൻ കഴിയുന്നില്ല. സ്നേഹമാണോ എന്ന ഒറ്റചോദ്യമേ ഉള്ളൂ.

ആ ചോദ്യത്തിന്റെ സൂചിമുനയിൽ അനിയൻ നിന്നു.

ഒരുദിവസം മുത്തശ്ശി ചോദിച്ചു:

"എന്താ അനിയാ. നെനക്ക് ഈയിടെയായിട്ട്? എപ്പോ നോക്കിയാലും ഓർമ്മേം വിചാരോംതന്നെ! ശ്ശി നാളായി ഞാൻ കാണുന്നു."

"എനിക്ക് ഒന്നൂല്യാ." അനിയൻ പറഞ്ഞു: "മുത്തശ്ശിക്കു വെറുതെ തോന്നണതാ."

"എന്നാ എനിക്കു നേരത്തെ തോന്നീല്ലല്ലോ. അങ്ങനെ ഉണ്ടോ?" മുത്തശ്ശിചോദിച്ചു. "കാര്യം എന്താന്ന്ച്ചാ തൊറന്നങ്ങ് പറയാ. ഭാഗീരഥി ഇങ്ങ്ട് വന്നതു ഇഷ്ടായില്ലേ അനിയന്?'

ഭാഗീരഥി വന്നത് ഇഷ്ടായില്ലേന്ന്! അനിയൻ മനസ്സിലോർത്തു. നല്ല കഥയായി. മുത്തശ്ശി അങ്ങനെയാണോ വിചാരിച്ചത്

അനിയൻ പിന്നെയും അങ്ങനെ ഓരോന്നോർത്തുകൊണ്ടു നില്ക്കെ മുത്തശ്ശി പറഞ്ഞു. "അതിന് അനിയൻ ഒന്നും വിചാരിക്കണ്ടാ. കൃഷ്ണന്റെ വേളിയല്ലേ അവള്? അവൾക്ക് ഈ ഇല്ലത്തേക്കു വരാൻ ആര്ടേം അനുവാദം വേണംന്നില്യാ. ആരെങ്കിലും അതിനു ദുർമ്മുഖം കാട്ടീട്ടും കാര്യല്ലാ."

"ആരാ ഇവ്ടെ ദുർമ്മുഖം കാട്ടീത്?" അനിയൻ ചോദിച്ചു "എന്നെയാണോ മുത്തശ്ശിക്കു സംശയം? മുത്തശ്ശി ഭാഗീരഥിയോടു ചോദിച്ചുനോക്ക്. ഇഷ്ടക്കേടായി ഞാൻ എന്തെങ്കിലും കാട്ടീട്ടുണ്ടോന്ന്- ഈ നിമിഷം വരെ."

"ഒരാളങ്ങനെ കാണിച്ചാലും ഭാഗി പറയ്യോ?" മുത്തശ്ശിയുടെ സ്വരത്തിൽ ഭാഗീരഥിയോടുള്ള സ്നേഹവും വാത്സല്യവും തുളുമ്പി. "കണ്ടേടംകൊണ്ട് അവളുടെ സ്വഭാവം എനിക്ക് ബോദ്ധ്യമായിരിക്ക്ണു. കറുത്തിട്ടൊരുവാക്ക് പറയില്യാ ഒരാളെക്കുറിച്ചും. എന്ത് താല്പര്യാ എല്ലാവരോടും! ശരിയല്ലേ?"

അനിയൻ ഒന്നും മിണ്ടാതെ മുത്തശ്ശിയുടെ നേരെ നോക്കി. മുത്തശ്ശിയുടെ സ്വഭാവത്തിൽ വന്ന മാറ്റം അനിയനെ അത്ഭുതപ്പെടുത്തി. ഏതു നേരവും നമശ്ശിവായ ജപിച്ചുകൊണ്ട് മരണം കാത്തുകൊണ്ടിരുന്ന മുത്തശ്ശി ഇപ്പോൾ ജീവിതം ഇഷ്ടപ്പെടാൻ തുടങ്ങിയിരിക്കുന്നു...

"ഇവ്ടത്തെ കാര്യങ്ങളൊക്കെ അവതാളത്തിലാണെന്നു തോന്നിപ്പോവ്വാണ്." മുത്തശ്ശി പറഞ്ഞു. "കൃഷി നോക്കി നടത്താൻ ആളില്യാ. കാര്യസ്ഥനോടു ചോദിക്കുമ്പോ അയാള് പറയ്ണൂ ഉണ്ണിത്തമ്പുരാൻ കല്പിക്കാണ്ട് അടിയൻ എന്താ ചെയ്യ്വാന്ന്. പാട്ടക്കാരാണെങ്കിൽ നെല്ലളക്കണൊണ്ടോ കൃത്യായിട്ട്? ഇങ്ങ്നെ അങ്ങുപോയാ നിത്യനിദാനങ്ങൾക്കു വരെ ബുദ്ധിമുട്ടാവാൻ ഏറെക്കാലോംന്നും വേണ്ടാ. അനിയന് അതിലെങ്ങും താല്പര്യോല്യാ, അല്ലേ? ഇങ്ങ്നെ ആയാൽ മതിയോ?'

"ഞാനെന്താ വേണ്ടത് മുത്തശ്ശീ?"

"ഇവ്ടത്തെ കാര്യങ്ങളുംകൂടി കുറേശ്ശെ നോക്കാ."

"ഞാൻ പിന്നെ ഇതുവരെ എവിട്ത്തെ കാര്യാ നോക്കീത്?"

"ഞാൻ തർക്കിക്കാൻ പറഞ്ഞതല്ല. അങ്ങനെയൊട്ടു നിരീക്ക്യേം വേണ്ടാ. എനിക്ക് ശ്ശി ശങ്ക തോന്നി. ഭാഗീരഥി വന്നത് അനിയന് ഇഷ്ടായില്ലേന്ന്. അതുകൊണ്ടു ചോദിച്ചതാ. വെഷമം വിചാരിക്കണ്ടാ."

എങ്കിലും അനിയനു വിഷമം തോന്നി. ഇല്ലത്തു തന്റെ അധികാരം ഇത്രയൊക്കെയേ ഉള്ളൂ. ഒരു ആശ്രിതന്റേതിൽ കവിഞ്ഞ എന്തെങ്കിലും വില തനിക്കുണ്ടോ അവിടെ? "എനിക്കുള്ളതെല്ലാം അനിയന്റെയാണെന്നു പറഞ്ഞ ഏട്ടൻ പോയി. മറ്റുള്ളവരുടെ കണ്ണിൽ ഇല്ലത്തു താൻ ഒരു ആശ്രിതൻമാത്രമാണ്. അമ്മാത്തുനിന്ന് ഏട്ടൻ ഇല്ലത്തേക്കു കൂട്ടിക്കൊണ്ടുപോന്നു. ഇല്ലത്തു അനിയന്റെ അസ്തിത്വത്തിന് അത്രയേ അർത്ഥമുള്ളൂ.

"ഭാഗീരഥി പോണംന്നു പറയണതു കേട്ടു. അനിയനോടു എന്തെങ്കിലും പറഞ്ഞോ?" മുത്തശ്ശി ചോദിച്ചു. "ഇതവളുടെ ഭർത്താവിന്റെ വീടല്ലേ. എന്തിനാ പിന്നെ ഇവിട്ന്ന് പോണത്? അവിടേം വിശേഷിച്ച് ആരൂല്ലല്ലോ അവൾക്ക്, ഉവ്വോ?"

"ആ ഞാനന്വേഷിച്ചിട്ടില്ലാ." അനിയൻ ഉദാസീനമായി പറഞ്ഞു. "സ്വന്തത്തിൽപ്പെട്ട ആളാണെന്നും പറഞ്ഞ് ആരോ ഒരാൾ ഇവിടെ വന്നിരുന്നല്ലോ?"

"അതത്രയ്ക്ക് ബന്ധോള്ള ആളൊന്നുവല്ലെന്നു ഭാഗീരഥി പറഞ്ഞു എന്നോട്" ഏതോ ഒരു രഹസ്യം കണ്ടുപിടിച്ച ഭാവമായിരുന്നു മുത്തശ്ശിക്ക്: "അവൾക്കിവിടുന്ന് പോകണ്ട കാര്യോണ്ടോ? ഇപ്പോ ഇതവളുടെ വീടല്ലേ? പോണംന്നു പറഞ്ഞാലും ഞാൻ വിടില്യാ. അനിയനെന്താ തോന്നണത്?"

"അവൾ പോണംന്ന് നിർബ്ബന്ധം പിടിച്ചാലോ?"

"അനിയനോടങ്ങനെ വല്ലോം പറഞ്ഞോ?"

"എന്നോടൊന്നും പറഞ്ഞില്യാ. ഞാനാലോചിക്കുകയായിരുന്നു. ഇവിടെ കഴിയാൻ അവൾക്കിഷ്ടമില്ലെങ്കിലോ?"

"അതുവ്വോ? അവൾ അങ്ങനെ പറയ്യോ? എനിക്കു തോന്നണില്യാ."

"ആർക്കാ നിശ്ശ്യം?"

"ഒച്ചേം അനക്കോം ഇല്ലാണ്ട്, ഉറങ്ങിക്കിടന്ന ഇല്ലായിരുന്നു ഇദ്. അവൾ വന്നേപ്പിന്ന്യാണ് ഇവ്ടെ ഒരു ജീവൻ വീണത്. ശരിയല്ലേ?"

"എന്നുവച്ചാൽ അവൾക്ക് പോണംന്നാണെങ്കിലോ? തടയാൻ മുത്തശ്ശി എന്തെങ്കിലും മാർഗ്ഗം കണ്ടിട്ടുണ്ടോ?"

"എന്തു മാർഗ്ഗാ? എനിക്കൊന്നും തോന്നണില്യാ. പോകരുതെന്ന് സ്നേഹംകൊണ്ട് പറയ്യാ. അല്ലാതെ കെട്ടിയിടാൻ പറ്റ്വോ?"

ഒരു വൈകുന്നേരം അനിയൻ പുറത്തിറങ്ങി. വെറുതെ പാടവരമ്പുകൾ നീന്തി പുഴവക്കത്തു ചെന്നു. തെളിവെയിലിൽ പുഴ ഒരു സ്വപ്നം പോലെ ഒഴുകുന്നു. വളവിൽ മാത്രം പുഴയുടെ ഒഴുക്കു കാണാമായിരുന്നു. അവിടെ പുഴയിലേക്ക് ചാഞ്ഞു കിടക്കുന്ന മരത്തിന്റെ നിഴലിൽ

പുഴയുടെ നിറം നീലയാണ്. അവിടെ നൂലിട്ടാലെത്താത്ത കയമുണ്ടെന്നാണ് ആളുകൾ പറയാറ്. പുഴവക്കത്ത് മരത്തിന്റെ നിഴലിൽ അനിയൻ പുഴയുടെ ഒഴുക്കു നോക്കി നിന്നു. പിന്നെ വീണ്ടും നടന്നു. കുറേ താഴെ കടവിൽ പെണ്ണുങ്ങൾ അടിച്ചു കുളിക്കുന്ന ഒച്ച കേട്ടു. പുഴവക്കത്തു വളർന്നു നില്ക്കുന്ന കാടുകളുടെ ഇടയിലൂടെ താഴേക്കടവിൽ പെണ്ണുങ്ങൾ കുളിക്കുന്നത് അനിയൻ കണ്ടു. ഏതോ ഒരു പെൺകുട്ടി പുഴയയിൽ തുടിച്ചു നീന്തുന്നു. മറ്റു പെണ്ണുങ്ങൾ സോപ്പുതേക്കുകയും മുടിയലമ്പുകയും മുങ്ങിനിവരുകയും ഒക്കെ ചെയ്യുന്നു. താഴേക്കടവിനടുത്തേക്ക് പോകാതെ തിരിഞ്ഞുനടന്നാലോ എന്നോർത്ത് അനിയൻ പുഴവക്കത്ത് ഇല്ലിക്കാടിന്റെ നിഴലിൽനിന്നു. അപ്പോൾ കുളികഴിഞ്ഞ് നനഞ്ഞ വസ്ത്രങ്ങൾ ഇടത്തേ കൈത്തണ്ടയിലിട്ട് വലത്തേ കൈകൊണ്ട് മുടി വിതർത്തുകൊണ്ട് അമ്മിണിക്കുട്ടി അതിലേ വന്നു. ഈ നേരത്ത് അവൾ അതിലേ വരുമെന്ന് അനിയൻ വിചാരിച്ചില്ല.

അവൾ കണ്ടുകഴിഞ്ഞു.

അല്ലെങ്കിൽ അനിയൻ എങ്ങോട്ടെങ്കിലും ഒഴിഞ്ഞുമാറിയേനെ.

അവൾ അടുത്തുവന്ന് അനിയന്റെ മുഖത്തേക്കു നോക്കി ഒരു നിമിഷം നിന്നു.

"അനിയേട്ടനെ എവിടെവച്ചാ ഒന്നു കാണണോന്നോർത്തിരിക്യായിരുന്നു."

"ഉം."

"അനിയേട്ടനിപ്പോ അങ്ങോട്ടൊന്നും വരണേ ഇല്ലല്ലോ. മറന്നു അല്ലേ?"

"മറന്നിട്ടൊന്നൂല്ല. നേരം കിട്ടണ്ടേ?"

"ഉം അനിയേട്ടനെന്താ ഇത്ര വല്യ തെരക്ക്?"

"എന്നു ചോദിച്ചാൽ ഇല്ലത്തെ കാര്യം നിനക്കറീല്ലേ? നീ എന്തിനാ എന്നെ കാണണംന്നു പറഞ്ഞത്?"

"കാണാൻ കൊതിയായിട്ട്."

അതുകൊണ്ടല്ലെന്ന് അവളുടെ സ്വരത്തിലെ പരിഹാസംകൊണ്ടു വ്യക്തമായിരുന്നു.

"ഞാനങ്ങോട്ടു വന്നേനെ." അവൾ പറഞ്ഞു.

"ആർക്കെങ്കിലും ബുദ്ധിമുട്ടായെങ്കിലോന്നോർത്തിട്ടാ."

"ആർക്ക്?"

"അതും ഞാൻ പറയണോ? അനിയേട്ടന്റെ മനസ്സു മാറിപ്പോയി."

"നീ കാര്യമെന്താണെന്നു പറയൂ."

അവൾ മുഖം കുനിച്ച്, കാട്ടുപൊന്തകളിലേക്കു നോക്കിനിന്നു. പിന്നെ അടക്കിപ്പിടിച്ച വിഷാദത്തോടെ അവൾ പറഞ്ഞു.

"അനിയേട്ടനറിഞ്ഞോ, എന്നെ ഒരാൾ കാണാൻ വന്നിരുന്നു."

"ആര്?"

"ഒരാള്. ദൂരെ എവ്ടെയോ ഉള്ള ഒരില്ലത്തെയാ."

“എന്നിട്ട്?”

“അവർക്കിഷ്ടായീന്നാണ് അച്ഛൻ പറഞ്ഞത്. അച്ഛൻ നിർബ്ബന്ധിച്ചപ്പോൾ ഞാൻ വാതില്ക്കൽ ചെന്നു നിന്നു. ആളിന്റെ മുഖം കൂടി കണ്ടില്ല്യാ.”

അവൾ മുഖമുയർത്തി അനിയന്റെ നേരെ നോക്കി. അനിയന്റെ നിർവ്വികാരമായ മുഖഭാവം അവളെ നിരാശപ്പെടുത്തി.

“അച്ഛന് എന്തോ വാശിയുള്ളതുപോലെയാണ്. എത്രേംവേഗം വിവാഹം നടത്തണോംന്ന്. അനിയേട്ടൻ ഇതൊന്നും അറിഞ്ഞില്ലേ?”

അയാൾ പൊന്തക്കാടുകൾക്കിടയിലൂടെ പുഴയുടെ ഒഴുക്കു നോക്കി നില്ക്കുകയായിരുന്നു.

“അനിയേട്ടനെന്താ മിണ്ടാത്തെ?”

ആ ചോദ്യം അനിയനെ തട്ടിയുണർത്തി.

“നിനക്കിഷ്ടായോ?”

അവൾക്കു സങ്കടം തോന്നി.

അനിയേട്ടൻ ചോദിക്കുന്നതു കേട്ടില്ലേ!

ഇഷ്ടമായോ എന്ന്!

“ഞാൻ പറഞ്ഞില്ലേ?” അവൾ പരിഭവത്തോടെ ചോദിച്ചു. “കാണാൻ വന്ന ആളിന്റെ മുഖത്തു നോക്കീം കൂടി ഇല്ല്യാ.”

“എന്തെങ്കിലും കാണാതെ അമ്മാവൻ അതിനൊരുമ്പെടൂല്യാ. നീ അതിനു സമ്മതിക്കണതാ നല്ലത്.”

അവളുടെ തീക്ഷ്ണമായ നോട്ടത്തിനു മുമ്പിൽ അനിയൻ പതറിപ്പോയി.

കുറേനേരം കണ്ണിമയ്ക്കാതെ അങ്ങനെ നോക്കിനിന്നതിനുശേഷം അവൾ ഒന്നു ചിരിച്ചു. തന്റെ സങ്കടം മറയ്ക്കാൻ അവൾ മനഃപൂർവ്വം അണിഞ്ഞ മുഖംമൂടിയായിരുന്നു ആ ചിരി. പരിഹാസം നിറഞ്ഞ ആ ചിരി ഒരുവാൾത്തല പോലെ അനിയന്റെ ഹൃദയത്തിൽ ചെന്നുകൊണ്ടു.

“അനിയേട്ടൻ വിചാരിച്ചത് ഞാനിതു കേട്ടു സങ്കടപ്പെടുമെന്നായിരിക്കും? അല്ലേ?” അമ്മിണിക്കുട്ടി ചോദിച്ചു. “ഞാനിതു നേരത്തെ ഊഹിച്ചു. എങ്കിലും ഞാനതു പറഞ്ഞില്ല. അനിയേട്ടനിപ്പോൾ ഭാഗീരഥിയെന്നുള്ള ഒറ്റവിചാരമേ ഉള്ളെന്ന് എനിക്കറിയാം.”

അനിയന് പിടിച്ചുനില്ക്കാൻ ഒരു തുരുമ്പു കിട്ടി.

“ഇതാരു പറഞ്ഞു നിന്നോട്?”

“അതൂഹിക്കാൻ അത്ര വലിയ ബുദ്ധിയൊന്നും വേണ്ടാ.” അവൾ പറഞ്ഞു. “ഞാൻ പറഞ്ഞതു നേരല്ലേ? അല്ലെങ്കിൽ അനിയേട്ടൻ പറയൂ. അതു നുണയാണെന്ന്.”

എന്തെങ്കിലും പറയാൻ വാക്കുകൾ കിട്ടാതെ അനിയൻ പരുങ്ങി.

“ഭാഗി അനിയേട്ടനെ മയക്കിയെടുത്തു. ശരിയല്ലേ?” അവൾ ചോദിച്ചു. “ഞാനതവളെ ആദ്യം കണ്ടപ്പോൾത്തന്നെ ഊഹിച്ചു. എങ്കിലും അനിയേട്ടൻ..”

വളരെനാൾ അനിയേട്ടനെക്കുറിച്ചു സ്വപ്നങ്ങൾ ഹൃദയത്തിൽ സൂക്ഷിച്ചുകൊണ്ടു നടന്നിട്ട് ഒടുവിൽ അതു നഷ്പ്പെട്ടതിന്റെ സങ്കടം അവളുടെ സ്വരത്തിൽ വിങ്ങുന്നുണ്ടായിരുന്നു.

"എത്ര പെട്ടെന്ന് അനിയേട്ടൻ എല്ലാം മറന്നു." അവൾ നെടുതായി നിശ്വസിച്ചു. "സാരമില്ല. എന്റെ സങ്കടം ഞാൻ സഹിച്ചോളാം. അനിയേട്ടൻ അനിയേട്ടന്റെ ഇഷ്ടം നോക്യാ മതി. അതത്രേ ഉള്ളൂന്നും എനിക്കറിയാം."

അവളുടെ ഓരോ വാക്കും അനിയന്റെ മനസ്സിൽ കുപ്പിച്ചില്ലുകൾ പോലെ ചെന്നുകൊണ്ടു. അവളുടെ മുമ്പിൽനിന്ന് എങ്ങനെ രക്ഷപ്പെടണമെന്നായിരുന്നു അനിയന്റെ ആലോചന.

"ഞാൻ പോട്ടെ." അവൾ യാത്ര ചോദിച്ചു. ഒഴിഞ്ഞുപോകാൻ നാലഞ്ചു ചുവടുകൾ മുന്നോട്ടുവച്ചതിനുശേഷം അവൾ അനിയന്റെ നേരെ തിരിഞ്ഞു നിന്നു. "എന്നെ വേളി ചെയ്യാൻ പോണ ആളെ ഞാൻ കണ്ടില്യാ. എന്നാലും സ്നേഹോള്ള ആളാന്നാ കേട്ടത്. വല്യപഠിപ്പും കുമ്പാസ്യൊന്നൂല്ലാത്ത ആളായതുകൊണ്ട് സ്നേഹം കാണ്വായിരിക്കും. അല്ലേ അനിയേട്ടാ?"

അവളുടെ നേരെ നോക്കിനില്ക്കാൻ ശക്തിയില്ലാതെ അനിയൻ മുഖം കുനിച്ചു.

"അച്ഛനെത്ര നിർബ്ബന്ധിച്ചിട്ടും ഞാനിതുവരെ എനിക്കിഷ്ടാന്നു പറഞ്ഞില്ല്യാ." അവളുടെ വാക്കുകൾ ഹൃദയത്തിന്റെ അടിത്തട്ടിൽനിന്നു വന്നു. "എന്താന്നറിയ്യോ അനിയേട്ടന്? എന്റെ മനസ്സിൽ ഒരാളേ ഉണ്ടായിരുന്നുള്ളൂ. അനിയേട്ടൻ."

ദുഃഖം കടിച്ചമർത്തിക്കൊണ്ട് അമ്മിണിക്കുട്ടി തിരിഞ്ഞു നടന്നു.

ഇരുപത്തേഴ്

അത് മലകളിൽ കാടുകൾ പൂക്കുന്ന കാലമായിരുന്നു. രാത്രി കാട്ടിൽ നിലാവു തിളങ്ങുന്ന കാലമായിരുന്നു. അർദ്ധരാത്രികളിൽ നിശാഗന്ധികൾ പൂക്കുന്ന കാലമായിരുന്നു

ഏകാന്തനിമിഷങ്ങളിൽ കിഴക്കൻ കാടുകളിൽനിന്ന് അനിയൻ ആ സംഗീതം കേട്ടു. ജന്മാന്തരസ്വപ്നങ്ങളുടെ ഓർമ്മകൾ ഉണർത്തുന്ന ആ നിശ്ശബ്ദസംഗീതത്തിന്റെ ദിവ്യലഹരി അനിയന്റെ ആത്മാവിനെ ഉന്മാദം കൊള്ളിച്ചു. അകലെയകലെ നിന്നു കേൾക്കുന്ന ആ സംഗീതത്തെക്കുറിച്ച് കൃഷ്ണേട്ടൻ പറയാറുണ്ടായിരുന്നത് അനിയൻ ഓർത്തു. കൃഷ്ണേട്ടൻ കവിയായിരുന്നു. വൃശ്ചികരാത്രികളിൽ തെളിയുന്ന നിലാവിനെക്കുറിച്ചും അനന്തതയുടെ നീലനിറമണിഞ്ഞു കിടക്കുന്ന ആ കാലത്തെക്കുറിച്ചും ചക്രവാളങ്ങളുടെ ഗോപുരം സ്പർശിച്ചു നില്ക്കുന്ന അനന്തതയെക്കുറിച്ചും അനന്തതയിൽ നിന്നൊഴുകിവരുന്ന സംഗീതത്തെക്കുറിച്ചും പ്രകൃതിയുടെ അന്തരാത്മാവിൽനിന്നു കേൾക്കുന്ന പ്രപഞ്ചതാളത്തെക്കുറിച്ചുമൊക്കെ കൃഷ്ണേട്ടൻ പറയാറുണ്ടായിരുന്നു. അന്നൊന്നും അതിന്റെ സൗന്ദര്യവും പൊരുളും ഉൾക്കൊള്ളാൻ അനിയനു കഴിഞ്ഞിരുന്നില്ല.

ഒരിക്കൽ അനിയൻ പറഞ്ഞു.

"എനിക്കിതൊന്നും മനസ്സിലാവുകയില്ലാ. ഞാൻ കവിയല്ല. എന്റെ ഹൃദയത്തിൽ കവിതയും സംഗീതവും ഒന്നുമില്ല."

"എന്നാരു പറഞ്ഞു?" സ്നേഹത്തോടെ കൃഷ്ണേട്ടൻ ചോദിച്ചു.

"ഏതു ഹൃദയത്തിലുമുണ്ട്, കവിതയും സംഗീതവും. പാറയുടെയും ഇരുമ്പിന്റെയും ഉള്ളിൽ കവിതയും സംഗീതവും ഉണ്ട്. പിന്നെ മനുഷ്യന്റെ ഹൃദയത്തിൽ അതൊന്നും ഇല്ലാതെവരുമോ? അനിയൻ പാടുന്ന കല്ലുകളെക്കുറിച്ചു കേട്ടിട്ടില്ലേ?"

പിന്നെ കൃഷ്ണേട്ടൻ പാറയ്ക്കുള്ളിലെ സംഗീതത്തെക്കുറിച്ചു പറഞ്ഞു: "പാറയുടെ കറുത്ത കാഠിന്യത്തിന്മേൽ ഒരു ശില്പി അവന്റെ ചുറ്റികകൊണ്ടു മുട്ടി നോക്കുന്നു. പരുക്കൻ പ്രതലങ്ങളിൽ എവിടെയെങ്കിലും സംഗീതത്തിന്റെ ഒരു കണികയെങ്കിലുമുണ്ടെന്ന് അയാൾ തിരിച്ചറിയുന്നു. പിന്നെ പാറയ്ക്കുള്ളിൽ എവിടെയോ ഒളിച്ചിരിക്കുന്ന സംഗീതത്തെ കണ്ടെത്തുവാൻ ശില്പിയുടെ മനസ്സും അവന്റെ ഉളിമുനയും ഒരുപോലെ ആഗ്രഹിക്കുന്നു. ചുറ്റികകൊണ്ട് ആഞ്ഞുമുട്ടി കരിംപാറയുടെ പരുക്കൻ പ്രതലങ്ങൾ പൊട്ടിച്ച് ശില്പിയുടെ മനസ്സും അവന്റെ ഉളിമുനയും പാറയുടെ അകംപൊരുളിലേക്ക് കടന്നുചെല്ലുന്നു. ഉളിമുനകൊണ്ട് ഓരോ കൊത്തുകൊത്തുമ്പോഴും അയാൾ ആ അകംപൊരുളിനോടു കൂടുതൽ കൂടുതൽ അടുക്കുന്നു. ഒടുക്കം പാറയുടെ ആത്മാവിൽ കുടികൊള്ളുന്ന സംഗീതത്തിന്റെ തന്തുക്കളെ വേർതിരിച്ചെടുത്ത് അതിനെ നേർപ്പിച്ചുനേർപ്പിച്ച് സപ്തസ്വരങ്ങളുടെ തന്ത്രികളാക്കിത്തീർക്കുന്നു. പിന്നെ മുട്ടിനോക്കുമ്പോൾ പാറയുടെ സംഗീതം! പുരാതന ക്ഷേത്രത്തിലെ പാടുന്ന കല്ലുകളുടെ പൊരുൾ ഇതല്ലേ?"

പാടുന്ന കല്ലുകളെക്കുറിച്ച് അനിയൻ കേട്ടിട്ടുണ്ടായിരുന്നു. അതു പാറയുടെ ഉള്ളിലെ സംഗീതത്തെ ഇഴ പിരിച്ചെടുത്തതാണെന്ന് കൃഷ്ണേട്ടൻ പറഞ്ഞപ്പോൾ അതൊരു പുതിയ അറിവായി അനിയനു തോന്നി. മുമ്പൊരിക്കലും അങ്ങനെ ഒരു സങ്കല്പം അനിയനുണ്ടായിരുന്നില്ല.

"ഇരുമ്പിന്റെ ഉള്ളിൽ സംഗീതമുണ്ട്." കൃഷ്ണേട്ടൻ പറഞ്ഞു. "എവിടെയെങ്കിലും കിടക്കുന്ന ഒരുലോഹക്കഷണം, ആർക്കെങ്കിലും തോന്നുമോ അതിന്റെ ഉള്ളിൽ സംഗീതമുണ്ടെന്ന്? ആ ലോഹക്കഷണം തീയിലിട്ടു പഴുപ്പിച്ച് അടിച്ചുപരത്തി ഒന്നിനൊന്നുചെറുതായ തുളകളിലൂടെ വലിച്ചു നേർപ്പിച്ച് നേർപ്പിച്ച് അതൊരു തലമുടിനാരിന്റെ അത്ര നേർത്തതാക്കി രണ്ടഗ്രങ്ങളിൽ മുറുക്കിക്കെട്ടി ആ കമ്പിയിന്മേൽ വിരൽത്തുമ്പുകൊണ്ടു തൊടുമ്പോൾ സംഗീതം! വീണയിലും തംബുരുവിലുംനിന്നു കേൾക്കുന്നത് അതിന്റെ സംഗീതമല്ലേ?"

തൂണിലും തുരുമ്പിലും ഈശ്വരൻ ഒളിഞ്ഞിരിപ്പുണ്ടെന്നു പണ്ടു പ്രഹ്ലാദൻ പറഞ്ഞതുപോലെയാണ്, പാറയിലും ഇരുമ്പിലും സംഗീതമുണ്ടെന്ന് കൃഷ്ണേട്ടൻ പറഞ്ഞത്. വളരെ തന്മയത്വമായി കൃഷ്ണേട്ടൻ അതു പറഞ്ഞു ഫലിപ്പിക്കുകയും ചെയ്തു.

"അനിയന്റെ ഹൃദയത്തിലുമുണ്ട് കവിതയും സംഗീതവും എല്ലാം." തന്റെ ഒരു വാദമുഖം വളരെ സമർത്ഥമായി വ്യാഖ്യാനിച്ചു സ്ഥാപിക്കുന്ന മട്ടിൽ കൃഷ്ണേട്ടൻ പറഞ്ഞു. "അനിയന്റെയെന്നല്ല എല്ലാവരുടെയും ഉള്ളിലുമുണ്ട് കവിതയും സംഗീതവും. മിക്കവരും അതു തിരിച്ചറിയുന്നില്ലെന്നേ ഉള്ളൂ."

മിക്കവരും ആ സംഗീതം ഒരിക്കലും കേൾക്കാതെ പോകുന്നില്ലേ? ഉവ്വെന്ന് കൃഷ്ണേട്ടൻതന്നെ പറഞ്ഞു. മറ്റു വാസനകളുടെ ഇരമ്പങ്ങൾക്കിടയിൽ അവർക്കു നഷ്ടപ്പെടുന്നതെന്താണെന്ന് അവരറിയുന്നില്ല എങ്കിലും

മൂഢാത്മാവുകൾപോലും ചില അപൂർവ്വനിമിഷങ്ങളിൽ അസ്പഷ്ടമായി ട്ടെങ്കിലും അതു കേട്ടിട്ടുണ്ടാവണം. നൈമിഷികമായ ഒരാഹ്ലാദത്തിന്റെ രൂപത്തിലായിരിക്കും ചിലർക്കത്. അല്ലെങ്കിൽ അനുഭൂതിയുടെ ക്ഷണികമായ ഒരു അലപോലെ.

അകലെനിന്നു കേൾക്കുന്ന ഈ സംഗീതം കൃഷ്ണേട്ടന് അനന്തതയുടെ സംഗീതമായിരുന്നു. നിശ്ശബ്ദതയുടെ സംഗീതമായിരുന്നു.

ആ സംഗീതം കേട്ടുകൊണ്ടാണ് കൃഷ്ണേട്ടൻ പോയത്.

മലഞ്ചെരുവിലൂടെ അനിയൻ ആ സംഗീതത്തിനു കാതോർത്തു നടന്നു. അടുത്തടുത്തു ചെല്ലുന്തോറും അത് അകന്നകന്നു പോകുന്നു. എങ്കിലും അതു ഹൃദയത്തിൽ വന്നലയ്ക്കുന്നുണ്ട്. ആ സംഗീതംകൊണ്ട് ഹൃദയം നിറഞ്ഞു തുളുമ്പുന്നുണ്ട്.

നിലാവു തെളിയുന്ന ഒരു സന്ധ്യക്ക് അനിയൻ താഴ്വരയിലൂടെ പാണൻ നാണുവിന്റെ കുടിലിൽ ചെന്നു. വാറ്റുചാരായത്തിന്റെ ലഹരിയിൽ മയങ്ങിക്കിടന്നിരുന്ന പാണൻ നാണു ഉണ്ണിത്തമ്പുരാനെ കണ്ട് ഉരുണ്ടുപിരണ്ടെണീറ്റു. ഇതിനുമുമ്പൊരിക്കലും അനിയൻ ആ കുടിലിന്റെ മുറ്റത്തുപോലും ചെന്നിട്ടില്ല. എന്തെങ്കിലും കാരണമില്ലാതെ ഉണ്ണിത്തമ്പുരാൻ വരുമോ? പാണൻ നാണു അങ്ങനെയാണ് ചിന്തിച്ചത്.

പാണൻ നാണു തൊഴുതുകൊണ്ടു ചോദിച്ചു:

“ഉണ്ണിത്തമ്പുരാൻ.. ഈ നേരത്ത്..”

അനിയൻ കുടിലിന്റെ തിണ്ണയിൽ ചെന്നിരുന്നു.

“ഞാൻ വന്നത് നാണൂന്റെ ഉടുക്കുകൊട്ടു കേൾക്കാനാണ്.”

പാണൻ നാണുവിന് അതിശയം തോന്നി. ഉണ്ണിത്തമ്പുരാൻ തന്റെ ഉടുക്കുകൊട്ടു കേൾക്കാൻ ഈ സന്ധ്യക്ക് ഈ മല കേറിവന്നെന്നോ?

“നീയെന്താ അന്തിച്ചു നില്ക്കുന്നത്?” അനിയൻ ചോദിച്ചു. “എനിക്കങ്ങനെ ഒരു കൊതി തോന്നി. എവിടെ നിന്റെ ഉടുക്ക്?”

“അതിന്റെ ചരടു പൊട്ടി അവിടെയെങ്ങാണ്ടു കിടപ്പുണ്ട്.” പാണൻ നാണു പറഞ്ഞു. “അടിയൻ എടുത്തോണ്ടു വരാം.”

നാണു അകത്തുചെന്ന് അവന്റെ ഉടുക്ക് എടുത്തുകൊണ്ടു വന്നു. പൊട്ടിക്കിടന്ന ചരടുകൾ ഏച്ചുകെട്ടി അവൻ അതിന്റെ ശ്രുതി നോക്കി. നാദം തെളിയുന്നില്ല. എങ്കിലും ഉണ്ണിത്തമ്പുരാനു കേൾക്കാൻവേണ്ടി അവൻ ഉടുക്കു കൊട്ടി. അനിയൻ അതിൽ ലയിച്ചിരുന്നു. മലഞ്ചെരിവുകളിൽ ഉടുക്കിന്റെ താളം മുഴങ്ങി.

അനിയൻ ഇല്ലത്തു തിരിച്ചെത്തിയപ്പോൾ പൂമുഖത്തു ഭാഗീരഥി കാത്തുനില്പുണ്ടായിരുന്നു. ഇത്രയും നേരം എവിടെയായിരുന്നു ഭാഗീരഥി ചോദിച്ചില്ല. എങ്കിലും അനിയൻ പറഞ്ഞു. “കുറേനേരം പാണൻ നാണൂന്റെ ഉടുക്കുകൊട്ടു കേട്ടിരുന്നു.”

അന്ന് അർദ്ധരാത്രിക്ക് അനിയനു പനി തുടങ്ങി. നേരത്തെ അല്പം തലവേദന ഉണ്ടായിരുന്നു. അതത്ര വകവച്ചില്ല. പനികൊണ്ടു ശരീരം പൊള്ളി. വല്ലാത്ത ദാഹമുണ്ടായിരുന്നു. ആരെയെങ്കിലും വിളിച്ചു

കുടിക്കാൻ വെള്ളം വേണമെന്നു പറയാൻ ഓർത്തെങ്കിലും മൂടിപ്പുതച്ചു കിടന്നു. അങ്ങനെ കിടന്ന് എപ്പോഴോ ഉറങ്ങി. ഉണർന്നപ്പോൾ നേരം നന്നേ വെളുത്തുകഴിഞ്ഞിരുന്നു. അപ്പോഴും പനിയുണ്ട്.

നേരം പുലർന്നിട്ടും അനിയനെ പുറത്തേക്കു കാണാത്തതുകൊണ്ട് ഭാഗീരഥി വാതില്ക്കൽ ചെന്നു നോക്കി. അനിയൻ മൂടിപ്പുതച്ചു കിടക്കുന്നതു കണ്ടപ്പോൾ ഭാഗീരഥിക്ക് എന്തോ സംശയം തോന്നി. അവൾ അകത്തേക്കു ചെന്നു.

"എന്താ ഉണരാത്തെ? നേരം വെളുത്തതു കണ്ടില്ലേ? പള്ളിയുണർത്താൻ ഒരാള് വേണ്ടിവരുമോ എന്നും?"

അനിയൻ മുഖം തിരിച്ച് അവളുടെ നേരെ നോക്കി.

"എനിക്ക് നല്ല സുഖമില്ല. പനി."

ഭാഗീരഥി കുനിഞ്ഞ് അനിയന്റെ നെറ്റിയിൽ കൈവച്ചു നോക്കി.

"യ്യോ! പൊള്ളുന്നുണ്ടല്ലോ. ഇതെപ്പഴാ തുടങ്ങീത്?"

"രാത്രിയിൽ."

"എന്നിട്ടെന്തേ എന്നെ വിളിക്കാഞ്ഞെ?"

അവൾ പോയി വേഗം ചന്ദനം അരച്ചു കൊണ്ടുവന്ന് അനിയന്റെ നെറ്റിയിൽ കുളിർക്കെ ഇട്ടു.

"ഇപ്പോൾ സുഖം തോന്നുന്നുണ്ടോ?"

"ഉം കുറേശ്ശെ."

"ഞാൻ പോയി കുരുമുളകും തുളസിയിലയും ഇട്ട കാപ്പി തിളപ്പിച്ചു കൊണ്ടുവരാം."

"ചന്ദനമിട്ടല്ലോ അതുമതി."

"പൊള്ളുന്ന പനിയുണ്ട്."

"ഓ സാരമില്ല."

"സാരമില്ലെന്ന്! എനിക്കു പനിയെന്നു കേൾക്കുമ്പോൾ പേടിയാണ്. ഏട്ടനും ഇങ്ങനെ ഒരു പനിയായിരുന്നു ആദ്യം."

അനിയൻ അറിയാതെ ഒന്നു നടുങ്ങി. ഏട്ടന്റെ മരണത്തെ ഓർമ്മിപ്പിക്കുന്ന ഒരുസംഭ്രമം അവളുടെ മുഖത്തു വ്യക്തമായിരുന്നു. ദുശ്ശകുനംപോലെ ഒരു ദുർവ്വിചാരം പെട്ടെന്ന് എങ്ങനെയോ ഉള്ളിൽ കടന്നുകൂടി. പനിയിൽ തുടങ്ങി മരണത്തിൽ കലാശിക്കുന്ന ഒരു വിധിയായിരുന്നു ഏട്ടന്റേത്.

അനിയന്റെ മനസ്സിൽ മരണത്തെക്കുറിച്ചുള്ള ചിന്ത ഒരു കറുത്ത നിഴൽപോലെ പടർന്നു

ഭാഗീരഥി കുരുമുളകും തുളസിയിലയും ഇട്ടു തിളപ്പിച്ച കാപ്പിയും കൊണ്ടുവന്നു.

"എണീറ്റിരുന്ന് ഇതു കുടിക്കൂ."

അനിയൻ കിടക്കയിൽ എഴുന്നേറ്റിരുന്ന് ആവി പാറുന്ന കട്ടൻകാപ്പി ഊതി ഊതി കുടിച്ചു.

അപ്പോൾ ഭാഗീരഥി ചോദിച്ചു:

"അച്ചുതൻനായരോടു പറയട്ടെ, ഏതെങ്കിലും ഡോക്ടറെ വിളിച്ചോണ്ടു വരാൻ?"

വേണ്ടെന്ന് അനിയൻ തലകുലുക്കി.

"ഏയ്, അത്രയ്ക്കൊന്നൂല്ല."

ഭാഗീരഥി പെട്ടെന്നു ചൊടിച്ചു.

"അനിയന് എല്ലാം നിസ്സാരം! ആരു പറഞ്ഞാലും കേൾക്കില്യാ. അല്ലേ? ഇതെന്തു പനിയാണെന്നാർക്കറിയാം."

ഒഴിഞ്ഞ കാപ്പിപ്പാത്രവും വാങ്ങിക്കൊണ്ട് ഭാഗീരഥി വീണ്ടും പോയി.

'പോകരുത് എന്റെ അരികിൽ ഇരിക്കൂ' എന്നു പറയാൻ ആഗ്രഹമുണ്ടായിരുന്നു അനിയന്. അവൾ തന്റെ അരികിൽ ഇരുന്ന് തന്നെ തഴുകിക്കൊണ്ടിരുന്നെങ്കിൽ എത്ര നന്നായിരുന്നു! അത് ഏതു മരുന്നിനേക്കാളും ആശ്വാസകരമായിരുന്നേനെ. ഇപ്പോഴും നെറ്റിയിൽ കുളിർമ്മ തോന്നുന്നുണ്ട്. ചന്ദനത്തിന്റെയല്ല. അവളുടെ വിരൽത്തുമ്പിന്റെ.

അനിയൻ വീണ്ടും അവളുടെ സാമീപ്യത്തിനു കൊതിച്ചു. ഭാഗീ... ഭാഗീ... എന്ന് അനിയന്റെ ഹൃദയം നിശ്ശബ്ദമായി വിളിച്ചു. വരൂ. എന്റെ അരികിൽ വന്നിരിക്കൂ. നീ എന്നെ ഉപേക്ഷിച്ചു പോകരുത്. എന്റെ ജീവിതവും മരണവും നിന്റെ കൈയിലാണിരിക്കുന്നത്..

ഭാഗീരഥിയുടെ കാലൊച്ചകൾക്കുവേണ്ടി അനിയൻ കുറേനേരം കാതോർത്തു കിടന്നു.

പിന്നെ അനിയൻ പതുക്കനെ ഒരു മയക്കത്തിലേക്കും ഒരു സ്വപ്നത്തിലേക്കും വീണു.

കടും നിറത്തിൽ പുഴ കലങ്ങിമറിഞ്ഞൊഴുകുന്നു. കിഴക്കൻ മലകളിൽ മഴ പെയ്തിട്ടുണ്ടാവണം. ഇരുകരയും മുട്ടി പുഴ ഉന്മാദിയെപ്പോലെ കുത്തിയൊഴുകുന്നു. ശക്തിയായ ഒഴുക്കിൽ കരകൾ ഇടിഞ്ഞു വീഴുന്നു. കര കവിയാൻ തുടങ്ങുന്ന പുഴയിൽ ഭയാനകമായ മലരികളും ചുഴികളും രൂപംകൊള്ളുന്നു. കുത്തൊഴുക്കിൽ മരക്കൊമ്പുകളും കടപറിഞ്ഞ ചെടികളും ഒഴുകിവരുന്നു. പുഴ നിശ്ശബ്ദമാണ്. എങ്കിലും ഒഴുക്കിന് ഭയാനകമായ ഒരു മുഴക്കമുണ്ടെന്നു തോന്നിപ്പോകും.

ആ ഒഴുക്കു കണ്ടുകൊണ്ട്, ഒഴുക്കിന്റെ നിശ്ശബ്ദമായ മുഴക്കം കേട്ടുകൊണ്ട് അനിയൻ പുഴവക്കത്തു നില്ക്കുകയായിരുന്നു. പുഴയുടെ രൗദ്രഭംഗി അനിയനെ ആകർഷിച്ചു. പുഴയിലേക്കു ചാഞ്ഞുകിടക്കുന്ന കാടുകളും മരക്കൊമ്പുകളും വെള്ളത്തിൽ മുട്ടുന്നുണ്ട്. പുഴവക്കത്തു നില്ക്കുന്ന മരം കടപറിഞ്ഞു വീഴുമോ..

പുഴയിലൂടെ എന്തോ ഒഴുകിവരുന്നത് അനിയൻ കണ്ടു. സൂക്ഷിച്ചു നോക്കിയപ്പോൾ അത് ഒരു മനുഷ്യന്റെ ജഡമാണ്. ആരോ പുഴയിൽ വീണു മരിച്ചു. ഓളങ്ങളിൽ ഉലഞ്ഞ് ആ ശവം അടുത്തടുത്തു വരുന്നു അനിയൻ പുഴക്കരയിൽ ഏങ്ങിനിന്നു നോക്കി.

അനിയൻ ഞെട്ടിപ്പോയി.

അത് കൃഷ്ണേട്ടന്റെ ജഡമായിരുന്നു.

പുഴ കൃഷ്ണേട്ടന്റെ ജഡവും ഉരുട്ടിക്കൊണ്ടുവരുന്നു. ഓളങ്ങളുടെ പൈശാചികമായ പൊട്ടിച്ചിരികൾ അനിയൻ കേട്ടു. പുഴ ഇപ്പോൾ സംഹാര രൂപിണിയാണ്.

കൃഷ്ണേട്ടന്റെ ജഡം ഒഴുകി ഒഴുകി ഒരു ചുഴിയിൽ ചെന്നുവീണു. പുഴയുടെ ആഴങ്ങളിലേക്ക് താണിറങ്ങുന്ന ആ ചുഴിയിൽക്കിടന്ന് കൃഷ്ണേട്ടന്റെ ജഡം കുറെനേരം വട്ടം കറങ്ങി. അനിയൻ വീർപ്പടക്കി നോക്കിനില്ക്കെ കൃഷ്ണേട്ടന്റെ ജഡം ആ ചുഴിയിൽ താണുതാണു പോയി. ചുഴിയുടെ ആഴങ്ങളിൽ കൃഷ്ണേട്ടന്റെ ജഡം നിശ്ശേഷം താണു കഴിഞ്ഞ്, അനാഥമായ ഒരുവിലാപം പുഴയുടെ മീതെ കേട്ടു.

അനിയൻ ആ മയക്കത്തിൽനിന്നും, ആ സ്വപ്നത്തിൽനിന്നും ഞെട്ടിയുണർന്നു. കിതപ്പോടെ അനിയൻ ചുറ്റും പകച്ചുനോക്കി.

ഭാഗീരഥി ധൃതിയിൽ അനിയന്റെ അടുത്തേക്കുചെന്നു.

"അനിയൻ എന്തിനാ കരഞ്ഞത്?"

അവളെ തുറിച്ചുനോക്കിക്കൊണ്ട് അനിയൻ പറഞ്ഞു.

"ഞാൻ കൃഷ്ണേട്ടന്റെ മരണം കണ്ടു."

ഉള്ളിൽ ഒരു നടുക്കത്തോടെ ഭാഗീരഥി കുറേനേരം അനിയനെ നോക്കിനിന്നു. പിന്നെ അവൾ പതറിയ സ്വരത്തിൽ ചോദിച്ചു.

"അനിയനെന്താ പറഞ്ഞത്?"

ഇരുപത്തെട്ട്

ഒരാഴ്ച അനിയൻ പനിച്ചു കിടന്നു. സാരമില്ലെന്നാണ് ആദ്യം ഓർത്തത്. ഒന്നുരണ്ടു ദിവസം കഴിഞ്ഞിട്ടും യാതൊരു കുറവും കണ്ടില്ല. ഇടയ്ക്കിടയ്ക്ക് പിച്ചും പേയും പറയാൻ തുടങ്ങി. ഇനിയും അങ്ങനെ വച്ചുകൊണ്ടിരുന്നാൽ എന്തെങ്കിലും അപകടം സംഭവിച്ചെങ്കിലോ എന്നു ഭാഗീരഥി പേടിച്ചു. ഒടുക്കം അനിയനെ ആശുപത്രിയിലാക്കി. ജ്വരമൂർച്ഛയിൽക്കിടന്ന് എന്തെങ്കിലുമൊക്കെ പറയുന്ന അനിയന്റെ അടുത്തിരുന്നു രാപ്പകൽ ഭാഗീരഥി ശുശ്രൂഷിച്ചു. പരസ്പരബന്ധമില്ലാതെ അനിയൻ പറയുന്ന ജ്വരവിഭ്രാന്തികളിൽനിന്ന് അയാളുടെ പതറിയ മനസ്സിന്റെ പ്രതിദ്ധ്വനികൾ അവൾ കേട്ടു. നാലഞ്ചു ദിവസം ആശുപത്രിയിൽ കിടന്നു. പിന്നെ ഒരു വൈകുന്നേരം അനിയനെ ഇല്ലത്തേക്കു കൊണ്ടുപോന്നു.

ഒരാഴ്ചത്തെ വളർച്ചയെത്തിയ താടിയോടെ തന്റെ മുഖം കണ്ണാടിയിൽ കണ്ടപ്പോൾ കുറേനാൾ ഏതോ ഒരു ഇരുണ്ട ഗുഹയിൽ താൻ ഉറങ്ങിക്കിടക്കുകയായിരുന്നെന്ന് അനിയനു തോന്നി. ഇപ്പോൾ ആ ഉറക്കത്തിൽ നിന്ന് ഉണർന്നെഴുന്നേറ്റതേയുള്ളൂ.

പുറത്തെ മുറ്റത്തിനരികിൽ നിന്നിരുന്ന രാജമല്ലിക്കാട് നിറയെ പൂത്തിരിക്കുന്നു. തീക്കനലിന്റെ നിറമുള്ള പൂക്കൾ കുലകുത്തിക്കിടക്കുന്നു. അനിയൻ ഒരാഴ്ച മുൻപു നോക്കുമ്പോൾ അതിൽ ഒറ്റ പൂവുപോലുമുണ്ടായിരുന്നില്ല. ഇപ്പോൾ നിറയെ പൂത്തിരിക്കുന്നു! പൂക്കളുടെ ഒരുകാട്. പൂക്കളുടെ ഒരു കൂടാരം. പൂക്കളുടെ ഒരു കൂമ്പാരം. ഒറ്റനോട്ടത്തിന് അങ്ങനെയേ തോന്നൂ,

വാതില്ക്കൽ ആരുടെയോ കാലൊച്ച കേട്ട് അനിയൻ തിരിഞ്ഞു നോക്കിയപ്പോൾ ഭാഗീരഥി കൈയിൽ ഒരു ഗ്ലാസ് പാലുമായി അകത്തേക്കു കടന്നുവരുന്നതു കണ്ടു.

"എന്തിനാ എഴുന്നേറ്റത്?" അടുത്തേക്കു ചെല്ലുന്നതിനിടയിൽ ഭാഗീരഥി ചോദിച്ചു. "അവിടെയെന്താ കാണാനുള്ളത്? കുറെ ദിവസത്തേക്ക് അനങ്ങാതെ കിടക്കണമെന്നു ഡോക്ടർ പറഞ്ഞത് ഓർമ്മയില്ലേ?"

ജനലഴികളിൽ പിടിച്ചുകൊണ്ട് അനിയൻ മുഖം തിരിച്ച് ഭാഗീരഥിയെ നോക്കി.

"രാജമല്ലി നിറയെ പൂത്തിരിക്കുന്നു. നോക്കൂ. ഒരു കാടുപോലെ യുണ്ട്." അനിയൻ പറഞ്ഞു. "കഴിഞ്ഞാഴ്ച നോക്കുമ്പോൾ അതിന്മേൽ ഒറ്റ പൂപോലുമുണ്ടായിരുന്നില്ല."

"അതങ്ങനെയാ." ഭാഗീരഥി പറഞ്ഞു. "കാടും മരോക്കെ പൂക്കാൻ അധിക ദിവസം വേണ്ട. പണ്ട് ഏട്ടൻ പറയാറുണ്ടായിരുന്നു. മണ്ണിന്റേയും മരത്തിന്റേയും സ്വപ്നങ്ങളാണ് പൂക്കളെന്ന്."

പറഞ്ഞുകഴിഞ്ഞപ്പോഴാണ് അങ്ങനെ പറയേണ്ടിയിരുന്നില്ലെന്ന് ഭാഗീരഥി ഓർത്തത്. ഇപ്പോൾ കൃഷ്ണേട്ടനെക്കുറിച്ച് എന്തിനാണ് ഓർത്തത്."

"ചൂടോടെ ഈ പാൽ കുടിക്കൂ." ഭാഗീരഥി പാൽ നീട്ടിക്കൊണ്ടു പറഞ്ഞു. "കാടു പൂത്തതൊക്കെ പിന്നെ കാണാം."

അനിയൻ തിരിഞ്ഞുനിന്ന് ഭാഗീരഥിയുടെ കൈയിൽനിന്നു പാൽ വാങ്ങി കുടിച്ചു.

"എന്തു പനിയായിരുന്നു അനിയന്!" ഭാഗീരഥി പറഞ്ഞു. "ഞാൻ പേടിച്ചുപോയി."

"ഞാൻ മരിച്ചുപോകുമെന്നോ?"

"ഉം."

"പനി മാരകമായ ഒരു രോഗമല്ല."

"ആരു പറഞ്ഞു. മനുഷ്യന്റെ ജീവനെന്നു പറയുന്നത് വെള്ളത്തിലെ പോളപോലെയാണെന്ന് ആരോ പറഞ്ഞിട്ടില്ലേ? അതു നേരാ. ഒരുചെറിയ അനക്കം തട്ടിയാൽ മതി അത് പൊട്ടിപ്പോകാൻ. ഒരു മരണം കണ്ടതിന്റെ പേടി ഇതുവരെ തീർന്നില്ലാ."

"ആരുടെ മരണം."

"ഏട്ടന്റെ."

വീണ്ടും അവളുടെ മനസ്സ് കൃഷ്ണേട്ടന്റെ ഓർമ്മകളിൽ ചെന്നുമുട്ടി. ഒഴിഞ്ഞഗ്ലാസ് നീട്ടുന്നതിനിടയിൽ അനിയൻ ചോദിച്ചു.

"അനിയന്റെ മരണവും കാണേണ്ടിവരുമെന്ന് പേടിച്ചു- അല്ലേ?"

"അനിയൻ ഇപ്പോൾ തമാശ പറയുന്നു! ഞാൻ എന്തു തീ തിന്നെന്ന് എനിക്കേ അറിയൂ."

"രാപ്പകൽ എന്റെ അരികിലുണ്ടായിരുന്നു. അല്ലേ?"

"ആരു പറഞ്ഞു."

"അച്ചുതൻനായര്. ഇത്രേം സ്നേഹോള്ള ഒരാളെ വേറെ കണ്ടിട്ടില്ലെന്നാണ് അയാൾ പറഞ്ഞത്."

"കിണ്ണത്തിന്റെ വക്കത്തിരിക്കുന്ന കടുകുമണിയില്ലേ? നാലഞ്ചീസം

അനിയൻ അങ്ങനെയായിരുന്നു. ഞാൻ വല്ലാതെ പേടിച്ചുപോയി. മുത്തശ്ശിയാണെങ്കിൽ ഏതു നേരവും നമശ്ശിവായ ജപിച്ചുകൊണ്ടു നടപ്പു തന്നെ."

"പനികൊണ്ട് ആരും മരിക്കാറില്ല."

"ഇതൊക്കെ ഇപ്പോൾ പറയാം." ഓർക്കുമ്പോൾ ഒരത്ഭുതം പോലെയാണു തോന്നുന്നത്."

അവർ സംസാരിച്ചുകൊണ്ടു നില്ക്കുമ്പോൾ മുത്തശ്ശി വാതില്ക്കൽ വന്നു കണ്ണിനു മീതെ കൈവച്ച് അകത്തേക്കു നോക്കി.

"ആരാ അവ്ടെ?"

"ഞാനാ മുത്തശ്ശീ. അനിയനു പാലും കൊണ്ടുവന്നതാ."

മുത്തശ്ശി അകത്തേക്കു കയറിച്ചെന്നു.

"അനിയൻ അറിഞ്ഞോ?" മുത്തശ്ശി ചോദിച്ചു. "ഭാഗി ഇന്നലെ രാത്രി യക്ഷിയെ കണ്ടു പേടിച്ചെന്ന്."

അനിയൻ ചോദിച്ചു. "നേരോ?'

ഭാഗി മെല്ലെ ചിരിച്ചുകൊണ്ടു തലയാട്ടി.

"ഉറക്കം വരാഞ്ഞിട്ട് വെറുതെ പുറത്തേക്കും നോക്കിക്കിടന്നു. പുറത്തു പൂപോലുള്ള നിലാവ്. ഉറക്കം വരാത്തതു കൊണ്ട് ഞാനെഴുന്നേറ്റു ജനലഴികളിൽ പിടിച്ചുകൊണ്ടു പുറത്തെ നിലാവും നോക്കി നിന്നു. അകലെ എവിടെയോനിന്ന് മലമ്പുള്ള് കൂവുന്നതുകേട്ടു. നഗരത്തിൽ ഞാനങ്ങനെയൊന്നും കേട്ടിട്ടില്ല. അവിടെ നിലാവിന് ഇത്രേം ഭംഗിയില്ല. ഗ്രാമത്തിൽ മരക്കൂട്ടങ്ങൾക്കിടയിലൂടെ നിലാവു കാണുമ്പോൾ എന്തു ഭംഗിയാ! അർദ്ധരാത്രി കഴിഞ്ഞുകാണും. ഞാൻ വീണ്ടും ഉറങ്ങാൻ കിടന്നു. ഒരു മയക്കത്തിന്റെ ഇരുട്ടിലേക്കു വീണുപോകുന്നതിന്റെ നേരിയ ഓർമ്മയുണ്ടായിരുന്നു. പിന്നെ കണ്ടത് നിലാവാണ്. ഇപ്പോളോർക്കുമ്പോൾ ഒരു സ്വപ്നം പോലെ തോന്നുന്നു. ഏതോ ഒരമ്പലം. ഞാനത് ഒരിക്കലും കണ്ടിട്ടില്ല. അമ്പലത്തിന്റെ മതിലിനോടു ചേർന്ന് ഇല്ലിക്കാടുകൾ ഇരുട്ടുണ്ടാക്കുന്ന ഒരിടവഴി. താഴെ ആമ്പൽ പൂത്തുകിടക്കുന്ന അമ്പലക്കുളം. അതിന്റെ കരയിലൂടെ ഒരു സ്ത്രീ നടന്നുവരുന്നു. ഞാനത് എവിടെയോ നിന്നു കണ്ടു. കാണാൻ ഭംഗിയുള്ള ഒരു സ്ത്രീ. മുടിയിൽ പിച്ചിപ്പൂ ചൂടിയിട്ടുണ്ടായിരുന്നു. നടക്കുമ്പോൾ പാദസരം കിലുങ്ങി. വെളുത്ത വസ്ത്രങ്ങളാണ് ഉടുത്തിരുന്നത്. ഇടവഴി കേറി കിളിമരത്തിന്മേൽ പടർന്നുകിടക്കുന്ന മുല്ലക്കാടിന്റെയും രാജമല്ലിക്കാടിന്റെയും ഇടയിലൂടെ നടന്ന് അവൾ എന്റെ മുറിയിൽ വന്ന് എന്റെ അരികിലിരുന്നു. അവൾ മുടിക്കെട്ടിൽ ചൂടിയിരുന്ന പിച്ചിപ്പൂവിന്റെ സുഗന്ധം ഞാൻ ആസ്വദിച്ചു. അതെനിക്കു നല്ല ഓർമ്മയുണ്ട്. ചിരിച്ചുകൊണ്ട് അവൾ എന്റെ ചുമലിൽ കൈവച്ചു. 'അനീത്തി എന്നെ അറിയ്യോ' എന്ന് ചോദിച്ചു. ഞാനൊന്നും മിണ്ടിയില്ല. 'എന്നെ ചേച്ചീന്ന് വിളിക്കൂ. ഞാൻ നിന്റെ ചേച്ചിയാണ്.' എന്നു പറഞ്ഞ് അവൾ എന്നെ ചേർത്തു പുല്കി. 'എന്റെ അനിയത്തി സുന്ദരിയാണെന്നു പറഞ്ഞ് എന്റെ താടിയിൽ പിടിച്ചു താലോ

ലിച്ചു. അപ്പോൾ ഞാൻ ചേച്ചിയും സുന്ദരിയാണല്ലോ എന്നു പറഞ്ഞു അവളെ പുകഴ്ത്തി. ആണോ എന്നു ചോദിച്ചു. അവൾ എന്റെ മുഖം പിടിച്ചുയർത്തി. ഞാൻ ഞെട്ടിപ്പോയി. പൈശാചികമായ ഒരു രൂപം. ഒരു സ്വത്വം. ഞാൻ പേടിച്ചരണ്ടു. നഖങ്ങൾ വളർന്ന കൈകൾ നീട്ടി അവൾ എന്റെ നേരെ അടുത്തടുത്തു വന്നു. അവൾ എന്നെ ഞെക്കിക്കൊല്ലുമെന്നും എന്റെ ഞരമ്പുകൾ കടിച്ചുപൊട്ടിച്ച് ചോര കുടിക്കുമെന്നും ഞാൻ ഭയന്നു. ഞെട്ടി കണ്ണുതുറന്നപ്പോൾ ആരുമില്ല ഞാൻ സ്വപ്നം കണ്ടതായിരുന്നു."

"അതു സ്വപ്നോന്നുമല്ലാ." മുത്തശ്ശി പറഞ്ഞു. "അതവളാണ്. ആ യക്ഷി. അവളുടെ വെളയാട്ടം തൊടങ്ങീ."

"എനിക്കു തോന്നണതു ഞാൻ സ്വപ്നം കണ്ടതാന്നാ." ഭാഗീരഥി പറഞ്ഞു. ''യക്ഷിയെക്കുറിച്ചു മുത്തശ്ശി പറഞ്ഞതിന്റെ ഓർമ്മ മനസ്സിലുണ്ടായിരുന്നിരിക്കും. അല്ലാതെ യക്ഷി എന്തിനാ എന്റെ അടുത്തുവരുന്നത്?"

''ഇവിടെ പെൺകുട്ട്യോളെ വേളികഴിച്ചു. കൊണ്ടോരണത് അവൾക്കിഷ്ടാല്ല. മുത്തശ്ശി പറഞ്ഞു. അവളെ വല്ല കാഞ്ഞിരത്തിന്മേലും പിടിച്ചു കെട്ടിയില്ലെങ്കീ ഈ ഇല്ലത്തൂന്ന് അവളു പോവില്യാ."

എന്തെങ്കിലും മാന്ത്രികം ചെയ്ത് യക്ഷിയെ ഒഴിപ്പിക്കണമെന്നാണ് മുത്തശ്ശി പറയുന്നത്. ഇല്ലെങ്കിൽ അവൾ കൂമ്പും കുലയും നുള്ളും.

പനി ഭേദമായിട്ടും കുറേ ദിവസത്തേക്ക് അനിയന് അതിന്റെ ക്ഷീണമുണ്ടായിരുന്നു. പുറത്തെങ്ങും പോകാതെ അനിയൻ ഇല്ലത്തു തന്നെ ഇരുന്നു. ഭാഗീരഥി തന്നോടു കാണിക്കുന്ന താല്പര്യം അയാൾ സൂക്ഷിച്ചു. മുമ്പ് എന്തെങ്കിലും ഇഷ്ടക്കേടു തോന്നിയിട്ടുണ്ടായിരുന്നെങ്കിൽ ഇപ്പോൾ അതിന്റെ നിഴൽപോലുമില്ല.

ഓരോ ദിവസം കഴിയുന്തോറും അനിയന് അവളോടുള്ള സ്നേഹത്തിന്റെ പിരിമുറുക്കിക്കൊണ്ടിരുന്നു.

ഒരു ദിവസം ഉച്ചയ്ക്ക് കുറുപ്പു വന്നു.

"എന്തൊക്കെയാ വിശേഷം?" എന്നു ചോദിച്ച്. അയാൾ പൂമുഖത്തു കയറി വന്നപ്പോൾ അനിയന്റെ മനസ്സ് കയ്ച്ചു. ഇയാൾ ഇപ്പോൾ എന്തിനാണ് ഇങ്ങോട്ടെഴുന്നള്ളിയത്?

'ഭാഗിയുടെ വീടിനു നല്ല വില തരാമെന്നും പറഞ്ഞ് ഒരാൾ വന്നിട്ടുണ്ട്. കുറുപ്പ് ഉഷ്ണം ആറ്റുന്നതിനിടയിൽ പറഞ്ഞു. "ആ വീടിന് അതിൽക്കൂടുതൽ വില ആരും തരുകയില്ല. അതിൽക്കൂടുതൽ പ്രതീക്ഷിക്കുന്നത് അന്യായവുമാണ്. ഞാനയാളോടു വാക്കൊന്നും പറഞ്ഞില്ല. അതു ശരിയല്ലല്ലോ. ഭാഗീരഥിയുടെ അഭിപ്രായവുംകൂടി അറിഞ്ഞിട്ടു വേണ്ടേ?"

വീടു വില്ക്കുന്ന കാര്യം പറയാൻതന്നെയാണോ കുറുപ്പു വന്നത്? അതോ അയാൾക്കു വേറെ വല്ല ഉദ്ദേശ്യവുമുണ്ടോ? കണ്ടാലറിയാം-

അയാൾ മഹാസൂത്രക്കാരനാണ്. അയാളുടെ ഉള്ളിൽ വേറെ എന്തോ ഉണ്ട്. അത് അയാൾ പുറമേ ഭാവിക്കുന്നില്ല.

അന്നു രാത്രി അനിയൻ ഭാഗീരഥിയോടു പറഞ്ഞു:

“എന്തിനാണ് അയാൾ വീണ്ടും വന്നത്?”

“ഞാൻ പറഞ്ഞിട്ട്” അവൾ പറഞ്ഞു. “എന്റെ വീട് വില്ക്കുന്ന കാര്യം പറയാൻ.”

“എന്തോ, അയാൾ ഇവിടെ വരുന്നത് എനിക്കിഷ്ടമല്ല.”

“അതെനിക്കറിയാം. ഞാനിവിടെയായതുകൊണ്ടാണ് ആ മനുഷ്യൻ ഇവിടെ വരുന്നത്.”

“നല്ല വിലയ്ക്കു വീടു വാങ്ങാൻ ആരോ വന്നിട്ടുണ്ടെന്ന് അയാൾ പറഞ്ഞു. നേരാണോ?”

“അതെ കുറുപ്പുചേട്ടൻ അങ്ങനെ പറഞ്ഞു.”

“എന്തു തീരുമാനിച്ചു.”

“ഞാൻ വളരെ ആലോചിച്ചു. ഒടുക്കം തീരുമാനിച്ചു അതു വില്ക്കണ്ടെന്ന്.”

“ഉം അതെന്താ?”

“വീടു വിറ്റാൽ തിരിച്ചു ചെല്ലുമ്പോൾ ഞാനെവിടെ താമസിക്കും?”

“അതു തിരിച്ചുപോകുന്നുണ്ടെങ്കിലല്ലേ?”

“പിന്നെ പോകാതെ?”

“അയാളെ കാണുമ്പോഴാണ് തിരിച്ചുപോകുന്ന കാര്യം ഭാഗി ഓർക്കുന്നത്. അയാൾ ഭാഗിയുടെ ആരാണ്?”

“എന്നെ സഹായിക്കുന്ന ഒരാൾ.”

“അത്രയുള്ളോ?”

“ഞാൻ നേരത്തേ പറഞ്ഞിട്ടില്ലേ? ഞങ്ങൾ തമ്മിൽ എന്തോ ഒരകന്ന ബന്ധമുണ്ട്.”

“എനിക്കിതൊന്നും വിശ്വസിക്കാൻ കഴിയുന്നില്ല. എനിക്കയാളെ സംശയമുണ്ട്.”

“എന്തിന്?”

“എനിക്കയാളെ കാണുമ്പോൾ എന്തോ ഒരു വെറുപ്പാണ്.”

“മറ്റൊരാളെ വെറുക്കുന്നത് ഒരു യോഗ്യതയായി അനിയൻ കരുതുന്നുണ്ടോ?”

“അതല്ല കുടിലമായ മനസ്സുള്ള ഒരാളെ കാണുമ്പോളറിയാം.”

“അനിയന് അന്യരുടെ മനസ്സു കാണാൻ കഴിവുണ്ടെന്ന്- അല്ലേ? ഒരാളെ വിധിക്കുന്നത് എളുപ്പമാണ്.”

“കൃഷ്ണേട്ടനും അയാളോടു വെറുപ്പായിരുന്നില്ലേ? ഏട്ടൻ ഒരിക്കൽ എഴുതീരുന്നു. ഭാഗീരഥിയുടെ ബന്ധുവെന്നു പറഞ്ഞ് ഒരാൾ അടുത്തുകൂടിയിട്ടുണ്ടെന്ന്. ഏട്ടനു വെറുപ്പു തോന്നാൻ കാരണമുണ്ട്.”

“എന്താ കാരണം?”

“അയാൾക്കു നിങ്ങളുമായി എന്തോ അവിശുദ്ധബന്ധമുണ്ട്.”

പെട്ടെന്നു കോപംകൊണ്ട് ഭാഗീരഥിയുടെ മുഖം ചുവന്നു.

"അസംബന്ധം പറയരുത്." ഭാഗീരഥിയുടെ സ്വരം പരുഷമായിരുന്നു. "അന്തസ്സായി സംസാരിക്കണം. മറ്റുള്ളവർക്കും അഭിമാനമുണ്ടെന്നോർക്കണം. മനസ്സിലായോ?"

അവളുടെ ഭാവപ്പകർച്ചയ്ക്കു മുമ്പിൽ അനിയൻ പതറിപ്പോയി. അവൾ അത്രയ്ക്കു ക്ഷോഭിക്കുമെന്ന് അനിയൻ ഓർത്തില്ല.

അനിയൻ ചോദിച്ചു. "അല്ലെങ്കിൽ വെറുതെ ഏട്ടൻ സംശയിക്കുമോ?"

"അനിയന്റെ എല്ലാ ചോദ്യങ്ങൾക്കും ഉത്തരം പറയാനുള്ള അറിവ് എനിക്കില്ല." ഭാഗീരഥി പറഞ്ഞു. "ഞാൻ വിഷമിക്കുന്ന സന്ദർഭങ്ങളിലൊക്കെ എന്നെ സഹായിക്കാൻ ഒരാളേ ഉണ്ടായിരുന്നുള്ളൂ. ആ മനുഷ്യൻ. അയാൾ ഒരിക്കലും എന്നെ തെറ്റിദ്ധരിച്ചിട്ടില്ല. എന്നെ സംശയിച്ചിട്ടില്ല. എന്റെ ദോഷങ്ങളും ഗുണങ്ങളുമൊക്കെ ആ മനുഷ്യനറിയാം. അയാൾ എന്നെ കുറ്റപ്പെടുത്തുകയോ പരിഹസിക്കുകയോ ചെയ്തിട്ടില്ല. ആ മനുഷ്യന്റെ സഹായം ഇല്ലായിരുന്നെങ്കിൽ ഞാൻ തകർന്നുപോയേനെ. ആ മനുഷ്യൻ എന്റെ ഒരു അകന്ന ബന്ധുവാണ്. ഉറ്റ സ്നേഹിതനാണ്. അതിൽക്കൂടുതൽ ഒന്നുമില്ല. കൃഷ്ണേട്ടൻ ചോദിച്ചാലും ഞാനിതുതന്നെ പറഞ്ഞേനെ. പെണ്ണിനും ആണിനും തമ്മിൽ നിങ്ങൾക്കു സങ്കല്പിക്കാനെളുപ്പം ഒരു അവിശുദ്ധബന്ധമാണ്. അതു നിങ്ങളുടെ മനസ്സിന്റെ കേടുകൊണ്ടാണെന്നു നിങ്ങൾ സമ്മതിക്കുമോ? ഇല്ലാ. ഒരിക്കലുമില്ല. നിങ്ങളൊക്കെ പുണ്യാത്മാക്കളല്ലേ."

അവളുടെ ദേഷ്യം കണ്ട് അനിയൻ പകച്ചു. അപ്പോഴും ഒരു സംശയം അയാളുടെ ഉള്ളിൽ കിടന്നു നീറി. ഭാഗീരഥി ഇത്ര ക്ഷോഭിക്കണമെങ്കിൽ അവളുടെ ഭാഗത്ത് എന്തെങ്കിലും കുറ്റം കാണും. എന്തെങ്കിലും രഹസ്യങ്ങൾ കാണും. ആ രഹസ്യങ്ങളുടെ മറ ആരെങ്കിലും വലിച്ചുകീറുന്നത് അവൾ സഹിക്കില്ല. അവൾ അത്ര കുപിതയാവാൻ കാരണമതല്ലേ?

അനിയൻ അങ്ങനെയെല്ലാം ഓർത്തുനില്ക്കുമ്പോൾ ഭാഗീരഥി പറഞ്ഞു: "നിങ്ങൾ പേടിക്കേണ്ട. ഞാനും കുറുപ്പുചേട്ടനും നാളെ പോകും. അപ്പോൾ അനിയനു സമാധാനമാകും."

ഭാഗീരഥി പോകാൻ തീരുമാനിച്ചെന്നറിഞ്ഞപ്പോൾ അനിയന്റെ മനസ്സു പിടഞ്ഞു. ഒരു നിമിഷം അവളുടെ നേരെ നോക്കിനിന്നതിനുശേഷം ഒരു ക്ഷമാപണംപോലെ അനിയൻ പറഞ്ഞു.

"ഞാനങ്ങനെ പറഞ്ഞതുകൊണ്ടാണോ? എന്നോടു പിണങ്ങിയോ? ഞാനങ്ങനെ പറഞ്ഞത് എന്റെ സ്നേഹംകൊണ്ടാണെന്നു മനസ്സിലാക്കൂ. എന്നെ ഉപേക്ഷിച്ചുപോകരുത്. ഞാൻ പറഞ്ഞതൊക്കെ മറന്നുകളയൂ."

അനിയൻ മുന്നോട്ടുചെന്ന് അവളുടെ കൈപിടിച്ച് അവളുടെ ക്ഷമയ്ക്കും സ്നേഹത്തിനും വേണ്ടി യാചിക്കുന്നതുപോലെ ഒരു നിമിഷം അവളെ നോക്കി നിന്നു.

"ഭാഗീ എന്നെ ഉപേക്ഷിച്ചുപോയാൽപ്പിന്നെ ഞാൻ ജീവിച്ചിരിക്കില്ല. എന്നെ വിശ്വസിക്കൂ. ഞാൻ അത്രയധികം സ്നേഹിക്കുന്നുണ്ട്. മറ്റൊരാൾ എന്റെ വഴി തടഞ്ഞു നില്ക്കുന്നതു ഞാൻ സഹിക്കില്ല. അതുകൊണ്ടാണ് എനിക്ക് കുറുപ്പിനെ ഇഷ്ടമല്ലെന്ന് ഞാൻ പറഞ്ഞത്. അല്ലാതെ അതിനു വേറെ അർത്ഥവുമില്ല. എനിക്ക് ഒരുസ്വപ്നമേ ഉള്ളൂ. എന്റെ ഭാവി."

അനിയന്റെ കണ്ണുകളിലേക്കു കുറേനേരം നിർന്നിമേഷയായി നോക്കിനിന്നതിനുശേഷം ഓർമ്മകളും ധർമ്മസങ്കടങ്ങളുംകൊണ്ടു വിങ്ങുന്ന ഹൃദയത്തോടെ ഭാഗീരഥി പറഞ്ഞു. "എന്റെ സങ്കടവും ഒന്നോർത്തുനോക്കൂ. ഒരു ഹൃദയം രണ്ടുപേർക്കു പങ്കുവയ്ക്കാൻ കഴിയുമോ?"

ഇരുപത്തൊൻപത്

കൃഷ്ണേട്ടന്റെ പൂന്തോട്ടം വീണ്ടും തളിർക്കുകയും പൂക്കുകയും ചെയ്തു. ഏട്ടന്റെ മരണത്തിനുശേഷം ആരും നോക്കാനില്ലാതെ അതു കാടുപിടിച്ചു കിടക്കുകയായിരുന്നു. വേനലിൽ കുറേയൊക്കെ ഉണങ്ങിപ്പോയി. തടം വകയാനും നനയ്ക്കാനും വളം ചേർക്കാനും ആരുമില്ലാതെ അത് അനാഥമായിക്കിടന്നു. ആ പൂന്തോട്ടത്തിന്റെ കാര്യംതന്നെ എല്ലാവരും മറന്നു. കാട്ടുവള്ളികൾ വളർന്നു അതൊരു പൊന്തക്കാടായിത്തീർന്നു. പൊന്തക്കാടിനിടയ്ക്ക് വല്ലപ്പോഴും ഓരോ റോസാപ്പൂവ് വിടർന്നു. അതിനു നിറമോ ഭംഗിയോ സുഗന്ധമോ ഉണ്ടായിരുന്നില്ല. വിളറി കേടുപിടിച്ച ഇതളുകളോടെ പൊന്തക്കാടിന്റെ പച്ചപ്പിനുള്ളിൽ വിടർന്നു നില്ക്കാറുള്ള ആ പൂക്കൾ അനാഥമായിത്തീർന്ന പൂന്തോട്ടത്തിന്റെ മോഹഭംഗങ്ങളായി തോന്നിപ്പിച്ചു.

കാടു വെട്ടിത്തെളിച്ച്, നിലം കിളച്ചൊരുക്കി, ബാക്കി നിന്നിരുന്ന പനിനീർച്ചെടികൾക്കു തടം വകഞ്ഞും പുതിയ കമ്പുകൾ നട്ടും ആ പൂന്തോട്ടം ഭാഗീരഥി വീണ്ടും വളർത്തിയെടുത്തു. ഓരോ കമ്പിലും ഇളം തളിരുകൾ പൊട്ടുന്നത് അവൾ കാത്തുനിന്നു. ആ പനിനീർച്ചെടികളിൽ പിന്നെയും പൂക്കൾ വിടർന്നു. ഭൂമിയുടെ സ്വപ്നങ്ങൾ വിടർന്നു. ഇപ്പോൾ കണ്ടാൽ പണ്ടത്തെ പൂന്തോട്ടമാണെന്നേ തോന്നൂ. കടുംചുവപ്പുനിറമുള്ള പൂക്കൾ. ഇളം ചുവപ്പുനിറമുള്ള പൂക്കൾ. കുങ്കുമത്തിന്റെ നിറമുള്ള പൂക്കൾ. ഇളംവെയിലിന്റെ നിറമുള്ള പൂക്കൾ. മഞ്ഞ നിറമുള്ള പൂക്കൾ. വെളുത്ത നിറമുള്ള പൂക്കൾ. എല്ലാം ഇടകലർന്നു വിടർന്നു നില്ക്കുമ്പോൾ പൂക്കളുടെ ഒരു കാട്.

കൃഷ്ണേട്ടന് പൂക്കളോടുണ്ടായിരുന്ന ഭ്രമം അനിയൻ ഓർത്തു. പൂക്കളും കവിതയുമായിരുന്നു കൃഷ്ണേട്ടന്റെ ദൗർബല്യം. അതു രണ്ടും

കഴിഞ്ഞോ കൃഷ്ണേട്ടന് മറ്റെന്തും ഉണ്ടായിരുന്നുള്ളൂ. അനിയന്റെ മനസ്സിൽ കവിതയോടും പൂക്കളോടും താല്പര്യമുണ്ടാക്കിയെടുത്തത് കൃഷ്ണേട്ടനാണ്. പഴയ ഓർമ്മകൾ ഒരിളംകാറ്റായി അനിയന്റെ മനസ്സിലൂടെ കടന്നുപോയി.

തനിക്ക് മുമ്പൊരിക്കലും പൂക്കളോട് ഇത്രയും സ്നേഹം തോന്നിയിട്ടില്ലെന്ന് അനിയൻ ഓർത്തു. പൂക്കളുടെ ഭംഗിയും സുഗന്ധവും ആസ്വദിക്കുന്നത് ആദ്യമായിട്ടാണെന്നൊരു തോന്നൽ.

പണ്ട് കൃഷ്ണേട്ടൻ പറഞ്ഞത് അനിയന്റെ ഓർമ്മകളിൽ പ്രതിദ്ധ്വനിക്കുകയുണ്ടായി.

“ഒരു പൂവെന്നു പറയുന്നത് വെറുമൊരു പൂവല്ല. അതൊരു സ്വപ്നമാണ്. ഹൃദയമാണ്. നന്മയും സൗന്ദര്യവുംകൊണ്ടു നിറഞ്ഞിരുന്ന സ്നേഹാർദ്രമായ ഏതോ ഒരു ഹൃദയത്തിന്റെ പുനർജ്ജന്മം!

അന്നു പൂന്തോട്ടത്തിൽ വിടർന്നുനിന്നിരുന്ന മുഴുവൻ പൂക്കളിലും നന്മയും സൗന്ദര്യവുംകൊണ്ടു നിറഞ്ഞ സ്നേഹാർദ്രമായ ഒരു ഹൃദയത്തിന്റെ തുടിപ്പുണ്ടെന്ന് അനിയനു തോന്നി.

അനിയൻ ആ സങ്കല്പം മനസ്സിലിട്ടുകൊണ്ട് ഉറങ്ങാൻ കിടന്നു. അപ്പോൾ മനസ്സുനിറയെ പൂക്കളും നന്മയും സൗന്ദര്യവും സൗരഭ്യവുമായിരുന്നു. കനത്ത നിശ്ശബ്ദതയിൽ പൂക്കളെക്കുറിച്ചുള്ള ഓർമ്മ അനിയന്റെ ഹൃദയത്തിൽ സൗരഭ്യം നിറച്ചു.

അന്നു രാത്രി അനിയൻ ഒരു സ്വപ്നം കണ്ടു.

എവിടെയോ ഒരിടത്ത് ഒരു മലഞ്ചെരുവിൽ, ഒരു താഴ്വരയിൽ കാറ്റടിക്കുമ്പോൾ പൂക്കൾ കൊഴിയുന്ന ഒരു മരത്തിന്റെ ചുവട്ടിൽ അനിയനും ഭാഗീരഥിയും അന്യോന്യം നോക്കിനിന്നു. പൂമരത്തിൽ ചാരിനിന്നിരുന്ന ഭാഗീരഥിയുടെ മുഖം വികാരംകൊണ്ടു തുടുത്തിരുന്നു. അനിയൻ അടുത്തു ചെന്നപ്പോൾ അവൾ മുഖം കുനിച്ചുനിന്ന് മന്ദസ്മിതം ഒളിച്ചു. കാറ്റത്ത് അവരുടെ മേൽ മരം പൂമഴപെയ്തു. അനിയൻ കുറേക്കൂടി അടുത്തു ചെന്ന് അവളുടെ ചുമലിൽ കൈവച്ചു. ഒരു വിസ്തൃതിയിലെന്നോണം അവൾ ഹൃദയത്തുടിപ്പുകളുടെ മുഴക്കങ്ങൾ കേട്ടു നിന്നു. അനിയൻ അവളുടെ മുഖം പിടിച്ചുയർത്തി.

പിന്നെ അവരൊന്നിച്ചു നടന്ന് ഒരു കാട്ടരുവിയുടെ വക്കത്തെത്തി. പാറക്കെട്ടുകൾക്കിടയിലൂടെ ഒഴുകിവരുന്ന അരുവിയുടെ സംഗീതം അവർ കേട്ടു. അവൾ ഒരു പൂപറിച്ച് അതിന്റെ ഇതളുകളടർത്തി ഒഴുക്കത്തിട്ടു. പൂവിതളുകൾ ഒഴുകിപ്പോകുന്നത് അവൾ നോക്കിനിന്നു.

പിന്നെ അവർ താഴ്വരയിലെ ഒരു മരത്തിന്റെ നിഴലിൽ ചെന്നിരുന്നു. അവൾ അനിയന്റെ മടിയിൽ തലവച്ച് മരക്കൊമ്പുകൾക്കിടയിലൂടെ കാണാവുന്ന നീലനിറത്തിൽ തിളങ്ങുന്ന ആകാശം നോക്കി കിടന്നു. അനിയൻ അരികിൽ നിന്നിരുന്ന ഒരു കാട്ടുപൂവു പറിച്ച് ആ പൂവുകൊണ്ട് അവളുടെ മുഖം തലോടി.

പിന്നെ അവർ ഒരു പഴയ ക്ഷേത്രത്തിന്റെ അടുത്തെത്തി. ജീർണ്ണിച്ച ക്ഷേത്രം താഴ്വരയിൽ പ്രാചീനമായ ഒരോർമ്മ പോലെ തോന്നിപ്പിച്ചു. അവർ ക്ഷേത്രത്തിനുചുറ്റും നടന്നു. ഇടിഞ്ഞുപൊളിഞ്ഞ മതിൽക്കെട്ടിനുള്ളിൽ ക്ഷേത്രം നിശ്ശബ്ദതയുടെ ഒരു ഗോപുരംപോലെ നിലകൊണ്ടു. പൊട്ടിപ്പൊളിഞ്ഞ നടക്കല്ലുകളിറങ്ങി അവർ താഴെയുള്ള ക്ഷേത്രക്കുളത്തിന്റെ വക്കത്തെത്തി. ഇടിഞ്ഞുവീണ കല്പടവുകൾക്കും നീരോലിപ്പടർപ്പുകൾക്കും താഴെ കടുംപച്ചനിറത്തിൽ ക്ഷേത്രക്കുളം കിടന്നു. പായലുകൾക്കിടയിൽ അവിടവിടെ ആമ്പലിന്റെ മൊട്ടുകൾ കൂമ്പി നില്ക്കുന്നത് അവർ കണ്ടു. പായൽ ഒഴിഞ്ഞ നിശ്ചലമായ ജലോപരിതലത്തിൽ ആകാശത്തിന്റെയും ആകാശത്തിൽ ഒഴുകുന്ന വെൺമേഘങ്ങളുടെയും പ്രതിബിംബം കണ്ടു. കുളത്തിന്റെ കിഴക്കേകരയിൽ ഒരു ചെമ്പകം പൂത്തുനില്പുണ്ട്. കണ്ടാൽ ഒരു പൂപ്പന്തലാണെന്നു തോന്നും. ചെമ്പകത്തിന്റെ താഴെ കൊഴിഞ്ഞുവീണ പൂക്കൾ ചിതറിക്കിടന്നു. കുളക്കടവിന്റെ പടിക്കെട്ടുകളിലൂടെ അവർ കുളത്തിലേക്കിറങ്ങിച്ചെന്നു. കുളത്തിൽ ചെമ്പകത്തിന്റെ നിഴൽ. അനിയൻ വെള്ളത്തിലിറങ്ങിനിന്ന് ഒരുകൈവെള്ളം കോരി മുകളിലേക്കെറിഞ്ഞു. വെള്ളത്തുള്ളികൾ ചെന്ന് വീണു കുളത്തിന്റെ നിശ്ചലത പൊട്ടിച്ചിതറി.

അനിയൻ തിരിഞ്ഞുനോക്കുമ്പോൾ ഭാഗീരഥി ഒരു നർത്തകിയുടെ വേഷത്തിൽ അണിഞ്ഞൊരുങ്ങി കല്പടവുകളിൽ നില്ക്കുന്നു. അവളുടെ മുഖം മോഹിപ്പിക്കുന്ന ഒരുഭാവജ്വാലകൊണ്ടു തിളങ്ങുന്നു.

"നോക്കൂ. അനിയനുവേണ്ടി ഞാൻ അണിഞ്ഞൊരുങ്ങി.... അനിയനുവേണ്ടി നാളുകൾക്കുശേഷം ഞാൻ ചിലങ്കകെട്ടി.... അവളുടെ ലജ്ജയിൽ നനഞ്ഞ മന്ദസ്മിതം അങ്ങനെയൊരർത്ഥം ധ്വനിപ്പിച്ചു.

കല്പടവുകൾക്കു മുകളിൽ പൂത്തു നില്ക്കുന്ന ചെമ്പകത്തിനു താഴെ നിന്ന് അവൾ നൃത്തമാടി. ഭാവതരംഗങ്ങൾ ഒളിചിതറുന്ന അവളുടെ മുഖത്തിന്റെ ഭംഗി അപ്പോൾ അലൗകികമായി തോന്നി. നൃത്തം തീർന്ന് അവൾ പൂക്കൾ ചിതറിയ പുല്ലിലിരുന്നു. അനിയൻ അടുത്തു ചെന്ന് ഒരുകുടന്ന പൂവ് അവളുടെ മേൽ വിതറി. അടുത്തിരുന്ന് ആരാധനയോടെ അവളെ നോക്കി. അവളുടെ തുടുത്ത കാല്പാദങ്ങളിൽ മുഖം ചേർത്തു.

എന്തോ ഒച്ചകേട്ട് അനിയൻ ആ സ്വപ്നത്തിൽനിന്നും ഞെട്ടിയുണർന്നു. ചെവിയോർത്തപ്പോൾ യാതൊരു ശബ്ദവുമില്ല. കനത്ത നിശ്ശബ്ദത മാത്രം. ഒരു കോട്ടപോലെ അനിയന്റെ മനസ്സ് ഇരുണ്ടുകൂടുന്നു. അനിയൻ എഴുന്നേറ്റ് ജനാലയ്ക്കൽ ചെന്ന് പുറത്തേക്ക് നോക്കി. പുറത്തു മരക്കൂട്ടങ്ങൾക്കിടയിൽ പെയ്യുന്ന മങ്ങിയ നിലാവ്...

അനിയൻ ആ സ്വപ്നത്തെക്കുറിച്ചോർത്തു. ആ മലഞ്ചെരിവും കാടും ക്ഷേത്രവും ചെമ്പകത്തിന്റെ താഴെയുള്ള കുളവുമൊക്കെ എവിടെയാണ്? ഇതിനു മുമ്പ് അനിയൻ കണ്ടിട്ടില്ല. എവിടെയെങ്കിലും അങ്ങനെ താഴ്വരയും കാടും ക്ഷേത്രവും കുളവുമുണ്ടാവുമോ?

ആ സ്വപ്നത്തിന്റെ പൊരുളെന്തായിരുന്നു? തന്റെ ആഗ്രഹങ്ങളുടെ ഒരു പ്രതിഫലനമായിരുന്നോ അത്.

മകീരം– തിരുവാതിരയുടെ കാലമാണ്. നേരം പുലർന്നിട്ടും നല്ല കുളിര്. ഇപ്പോഴും മഞ്ഞുപെയ്യുന്നുണ്ട്. മരക്കൊമ്പുകൾക്കിടയിലൂടെ കാണാവുന്ന ചുവന്ന പ്രഭാതം. ഇളം സൂര്യന്റെ ചുവന്ന വെളിച്ചം മരക്കൊമ്പുകൾക്കിയിലൂടെ ചാഞ്ഞുവീഴുന്നു.

അനിയൻ എണ്ണ തേച്ചു സോപ്പും തോർത്തുമെടുത്തുകൊണ്ട് കുളക്കടവിലേക്കു ചെന്നു. അപ്പോൾ കുളത്തിൽ ആരോ തുടിച്ചു കുളിക്കുന്ന ഒച്ച കേട്ടു. കാട്ടുപൊന്തകൾക്കിടയിലൂടെ നോക്കുമ്പോൾ ഭാഗീരഥിയാണ്. അനിയൻ കാട്ടുപൊന്തകളുടെ മറവിൽനിന്നു. കുളത്തിന്റെ വക്കത്തു കൊഴുത്തുനില്ക്കുന്ന പൊന്തക്കാടുകളുടെയും പൊന്തക്കാടുകളിന്മേൽ വിടർന്ന കാട്ടുപുല്ലുകളുടെയും പ്രതിച്ഛായ കുളത്തിൽ കിടന്നുലയുന്നു. അവൾ ഒടുവിലത്തെ കല്പടവുകളിൽ വന്നുനിന്നു. കാച്ചിയെടുത്ത പൊന്നിന്റെ നിറമുള്ള ശരീരത്തു സോപ്പു പതയുന്നു. നനഞ്ഞ മുഖം ഇപ്പോൾ മഴനനഞ്ഞു നില്ക്കുന്ന ഒരു തുടുത്ത പൂവുപോലെയുണ്ട്. ചുമലുകളുടെ നഗ്നഭംഗിയിന്മേൽ നനഞ്ഞ മുടിത്തുമ്പുകൾ വീണു കിടക്കുന്നു. ഇളവെയിൽ തട്ടുമ്പോൾ കണങ്കാലുകൾക്കു നിറം ഇരട്ടിക്കുന്നു.

വീണ്ടും കല്പടവുകളിറങ്ങി അരയോളം വെള്ളത്തിൽനിന്നു ഭാഗീരഥി മുങ്ങി.

കുളി കഴിഞ്ഞ്, നനഞ്ഞ വസ്ത്രമുടുത്ത്, ഈറൻമുടി വിടർത്തിക്കൊണ്ട് അവൾ കടവുകേറി പോകുന്നത് പൊന്തക്കാടിന്റെ മറവിൽ അനിയൻ ഇമയനക്കാതെ നോക്കി നിന്നു.

പിന്നെ അനിയൻ കുളത്തിലിറങ്ങി അരയോളം വെള്ളത്തിൽനിന്നു മുങ്ങിക്കുളിച്ചു. ഒരുസൗരഭ്യമായി അപ്പോഴും ഭാഗീരഥിയുടെ സാന്നിദ്ധ്യം അവിടെ ഉണ്ടായിരുന്നു.

അനിയൻ കുളികഴിഞ്ഞു ചെന്നപ്പോൾ ശുഭ്രവസ്ത്രമുടുത്തു, നെറ്റിയിൽ വരക്കുറിയണിഞ്ഞ്, മുടിയിൽ മുല്ലപ്പൂവും ചൂടി ഭാഗീരഥി ശ്രീലകത്തിനു മുമ്പിൽനിന്നു പുറത്തേക്കിറങ്ങി വരുന്നതുകണ്ടു. അപ്പോൾ അവൾക്ക് ഒരു ഗ്രാമീണ കന്യകയുടെ ഭംഗിയുണ്ടായിരുന്നു. അവൾ അനിയനെ നോക്കി വശ്യതയോടെ പുഞ്ചിരിച്ചു.

അനിയൻ ആരാധനയോടെ അവളെ നോക്കി.

“ഭാഗീരഥി ഇന്നാളൊരീസം യക്ഷിയെ സ്വപ്നം കണ്ടെന്നുപറഞ്ഞില്ലേ? അതു സ്വപ്നോന്നല്ലാ.” മുത്തശ്ശി പറഞ്ഞു. “പിന്നേം തൊടങ്ങീട്ടൊണ്ട് അവള്ടെ വെളയാട്ടം. വെറുതെയാണോ ഓരോ അനുഭവങ്ങള് കാണ്ണത്? ഇന്നലെ രാത്രീല് ഞാൻ കേട്ടു. ചിലും ചിലുംന്ന് പാദസരം കിലുങ്ങണത്. അവളല്ലാണ്ട് വേറെ ആരാ?”

മച്ചിൻപുറത്ത് എവിടെയോ ദേവീമാഹാത്മ്യം ഇരിപ്പുണ്ട്. അതെടുത്ത് തേവാരപ്പുരയുടെ പടിയിൽ വച്ചിരുന്നാൽ യക്ഷി അടുക്കുകയില്ലെന്ന് മുത്തശ്ശി പറഞ്ഞു. മച്ചിൻപുറം ഇതുവരെ ഭാഗീരഥി കണ്ടിട്ടില്ല.

മുത്തശ്ശി പറഞ്ഞു. "മച്ചിന്റെ മോളില് എവിട്യാണെങ്കിലും കാണും. ഒരു പെട്ടിക്കകത്ത്."

മുത്തശ്ശി നിർബ്ബന്ധിച്ചിട്ട് ഭാഗീരഥി കോണിപ്പടികേറി മച്ചിൻമുകളിലെത്തി. മച്ചിൻമുകളിൽ അരണ്ട വെളിച്ചമേ ഉള്ളൂ. അവിടെ ചുക്കിലിവലകൾ തൂങ്ങിക്കിടന്നു. ഒന്നുരണ്ടിടത്തുമാത്രം ചില്ലിലൂടെ വെളിച്ചം കടന്നുവന്നു. പലസാധനങ്ങളും ചിതറിക്കിടക്കുന്നതിനിടയിൽ ഭാഗീരഥി ദേവീമാഹാത്മ്യം വച്ചുപൂട്ടിയ പെട്ടി തെരഞ്ഞു. ചാക്കുകെട്ടുകൾക്കിടയിലും പഴയ മരസാമാനങ്ങൾക്കിടയിലും മുഴുവൻ തെരഞ്ഞിട്ടും അങ്ങനെ ഒരു പെട്ടി കണ്ടില്ല. പൊക്കംകുറഞ്ഞ കോൺമൂലകളിലെവിടെയെങ്കിലുമായിരിക്കുമോ? അങ്ങോട്ടു കടന്നുചെല്ലാൻ നിവൃത്തിയില്ല. കോൺമൂലകളിൽ എന്തൊക്കെയോ കിടപ്പുണ്ട്, അടുക്കും ചിട്ടയുമില്ലാതെ. ആരെങ്കിലും മച്ചിൻ മുകളിൽ കയറിയിട്ടു വളരെക്കാലമായെന്നു തോന്നുന്നു. അടിച്ചുതൂക്കാതെയും ആൾപ്പെരുമാറ്റമില്ലാതെയും കിടന്നതുകൊണ്ട് മച്ചിൻപുറം മുഴുവൻ അലങ്കോലമാണ്. നോക്കിനോക്കി മടുത്തു. അവൾ കോണിപ്പടിയുടെ മുകളിൽ വന്നുനിന്ന് ഉറക്കെ വിളിച്ചു പറഞ്ഞു "മുത്തശ്ശീ ഞാൻ നോക്കീട്ട് അതിവിടെയെങ്ങും കണ്ടില്ല്യാ. ഇനീപ്പോ എന്താ ചെയ്യ്വാ?"

മുത്തശ്ശി താഴെ അനിയനെ വിളിച്ചു ചോദിക്കുന്നതുകേട്ടു: "അനിയനു പറ്റ്വോ മേലേ മച്ചിൻമോളിക്കേറി അതെവ്ട്യാന്നു നോക്കാൻ? ഭാഗി നോക്കീട്ടു കണ്ടില്ലെന്ന് അവിടെ എവിടെങ്കിലുണ്ടാവും. ഉണ്ടാവാതെ വരില്യാ. എനിക്ക് നിശ്ശ്യോണ്ട്."

വായിച്ചുകൊണ്ടിരുന്ന പുസ്തകം മടക്കിവച്ചിട്ട് അനിയൻ എഴുന്നേറ്റു. മുത്തശ്ശിക്കിനി ദേവീമാഹാത്മ്യം കാണാഞ്ഞിട്ടാണ്! അനിയൻ കോണിപ്പടികൾ കേറി മച്ചിൻമുകളിൽ ചെന്നപ്പോൾ ചില്ലിൽക്കൂടി കുത്തനെ വീഴുന്ന വെളിച്ചത്തിന്റെ ചുവട്ടിൽ ഭാഗീരഥി നില്പുണ്ട്. മോഹിപ്പിക്കുന്ന മന്ദസ്മിതത്തോടെ.

"ഞാനിവിടെയ്യൊക്കെ നോക്കി." ഭാഗീരഥി പറഞ്ഞു. "കണ്ടില്യാ."

അനിയൻ അവളുടെ കണ്ണുകളിലേക്കു നോക്കി.

"ഈ ഏടാകൂടങ്ങൾക്കിടയ്ക്ക് അതെവ്ട്യാണെന്നാർക്കറിയാം! മുത്തശ്ശിക്ക് വേറെ തൊഴിലില്ലാഞ്ഞിട്ട്. ഇവ്ടെ യക്ഷീം ഇല്ല. ഗന്ധർവ്വനൂല്യാ. മുത്തശ്ശിക്കു വെറുതെ തോന്നണതാ. ഇക്കാലത്തും യക്ഷീം ഗന്ധർവ്വനുമൊക്കെ ഉണ്ടെന്നു വിശ്വസിക്കുന്നതാണ് അതിശയം."

അനിയന് അങ്ങനെയുള്ള വിശ്വാസങ്ങളൊന്നുമില്ലെന്നു കേട്ടപ്പോൾ ഭാഗീരഥിക്ക് അതിശയം തോന്നി.

"ഉണ്ടോ ഇല്ല്യോന്ന് എനിക്കും നിശ്ചല്യാ." ഭാഗീരഥി പറഞ്ഞു. "അങ്ങനെയൊക്കെ കേട്ടിട്ടുണ്ട്. ഓരോ കഥകള് കേൾക്കുമ്പോ വിശ്വാസിക്കാതിരിക്കാനും തോന്നണില്ല."

"ഇവിടെ വന്നിട്ട് ഇത്രേം നാളായില്ലേ? അതിനിടയ്ക്ക് ഭാഗി എന്നെങ്കിലും യക്ഷിയെ കണ്ടിട്ടുണ്ടോ?"

"അന്നൊരു സ്വപ്നം കണ്ടെന്നു പറഞ്ഞില്ലേ അത്രേള്ളൂ."

"അതു സ്വപ്നല്ലേ? യക്ഷിയേം ഗന്ധർവ്വനേം കണ്ടിട്ടുണ്ടെന്ന് ഓരോ രുത്തരു പറയുന്നതിന് അത്രേ അർത്ഥോള്ളൂ."

മരസ്സാമാനങ്ങൾക്കിടയിലും ചാക്കുകെട്ടുകൾക്കിടയിലും അനിയൻ ദേവീമാഹാത്മ്യം വച്ചുപൂട്ടിയ പെട്ടി തെരഞ്ഞു. അങ്ങനെ ഒരു പെട്ടി അവിടെയെങ്ങും കണ്ടില്ല. തെരഞ്ഞു ചെന്നപ്പോൾ മരസ്സാമാനങ്ങൾക്കി ടയിൽ കിടന്നിരുന്ന ഒരു വിഗ്രഹം അനിയൻ കണ്ടു. കൗതുകത്തോടെ അനിയൻ അതെടുത്തു പൊടി ഊതിക്കളഞ്ഞു.

ഭഗീരഥി ചോദിച്ചു.

"എന്താത്?"

"ഒരു വിഗ്രഹം." അനിയൻ ആ വിഗ്രഹം ഭാഗീരഥിക്കു കാട്ടിക്കൊ ടുത്തു: "ദേവിയുടെ."

"എവിടെ! കാണട്ടെ." ഭാഗീരഥി ആ വിഗ്രഹത്തിനു കൈ നീട്ടി.

അനിയൻ അടുത്തുചെന്ന് ഭാഗീരഥിക്ക് വിഗ്രഹം കാണിച്ചുകൊടു ത്തു.

മരത്തിൽ കൊത്തിയ ദേവിയുടെ രൂപം. പൊടിതട്ടിക്കിടന്നിട്ടും അതിന്റെ ഭംഗി പോയില്ല.

ഭാഗീരഥി വിഗ്രഹത്തിലേക്കും പിന്നെ അനിയന്റെ മുഖത്തേക്കും നോക്കി. അപ്പോഴും അവളുടെ മുഖത്ത് ആ മോഹിപ്പിക്കുന്ന മന്ദസ്മിത മുണ്ടായിരുന്നു

അനിയൻ അവളുടെ കണ്ണുകളിലേക്ക് ഉറ്റുനോക്കി. അപ്പോൾ അവ ളുടെ കവിൾത്തടങ്ങൾ തുടുത്തു. കണ്ണുകൾ വികാരംകൊണ്ടു തിളങ്ങി. അതു പൊടുന്നനെയുള്ള ഒരു ഭാവപ്പകർച്ചയായിരുന്നു. സ്നേഹത്തിന്റെ, ദാഹത്തിന്റെ, ആസക്തിയുടെ.

"ഞാനൊരു രഹസ്യം പറയട്ടെ." ഭാഗീരഥി ചോദിച്ചു. "ഇന്നലെ രാത്രി ഞാൻ ആ സംഗീതം കേട്ടു."

ഒരു നിമിഷാർദ്ധത്തിനുള്ളിൽ അവൾ അനിയന്റെ കണ്ണിൽ കാന്തം പോലെ ആകർഷിക്കുന്ന ഒരു നിഗൂഢഭംഗിയായിത്തീർന്നു.

അവർ കുറേനേരം അന്യോന്യം നോക്കിനിന്നു. വേലിയേറ്റം കൊള്ളുന്ന രണ്ടു സമുദ്രങ്ങൾപോലെ അവരുടെ ഹൃദയം ഇളകിമറിഞ്ഞു. അനിയൻ ഒരു സ്വപ്നത്തിലെന്നോണം അവളുടെ ചുമലിൽ കൈവച്ചു. സംയമനം അസാദ്ധ്യമായ നിമിഷങ്ങളായിരുന്നു അത്....

മുപ്പത്

അനിയന്റെ സ്നേഹവും ആരാധനയും കണ്ടില്ലെന്നു മനഃപൂർവ്വം ഭാവിച്ച് ഒഴിഞ്ഞുമാറി നടന്നതെല്ലാം ഭാഗീരഥി മറന്നു. ഏതോ ഒരൊഴുക്കിൽപ്പെട്ടതുപോലെയാണ് അവൾക്കു തോന്നിയത്. ദിവ്യമായ ഒരു ലഹരിയും ആനന്ദമൂർച്ഛയുംകൊണ്ട് അവൾ തിളച്ചു. ആ നിമിഷംവരെ അടച്ചുപൂട്ടി വച്ചിരുന്ന ഹൃദയം ഏതോ ദിവ്യശക്തികൊണ്ട് പെട്ടെന്നു മലർക്കെ തുറന്നു. ഹൃദയദൗർബല്യങ്ങളുടെ ഒരു ചുഴിയിൽ അവൾ വീണുപോയി. തലേ രാത്രിയിൽ കേട്ട സംഗീതം അവളുടെ ഹൃദയത്തിൽ പ്രതിദ്ധ്വനികളുണ്ടാക്കി. അവളുടെ സിരകളിൽ രക്തം തിളച്ചു. അവളുടെ ശരീരം നിറയെ ഉന്മാദത്തിന്റെ പൂക്കൾ വിടരുന്നതുപോലെ അവൾക്കു തോന്നി. നിറകുടംപോലെ അവളുടെ ഉള്ളിൽ അവൾ നിറഞ്ഞുതുളുമ്പി.

ഒരു ജന്മാന്തരസ്വപ്നത്തിന്റെ സാക്ഷാൽക്കാരം ഉണ്ടായതുപോലെയാണ് അനിയനു തോന്നിയത്. ഹൃദയം നിറഞ്ഞു തുളുമ്പുന്ന ആരാധനയും സ്നേഹവുംകൊണ്ട് ഒരു ദേവിയുടെ മുമ്പിലെന്നതുപോലെ ഒരു കടാക്ഷത്തിനുവേണ്ടി കണ്ടുമുട്ടിയ ആദ്യനിമിഷം മുതൽ കാത്തുനിന്നു. ഇപ്പോൾ അനുഗ്രഹിച്ചു. ഓർക്കാപ്പുറത്ത് വേനലുകളുടെ കനലുകൾ എരിയുന്ന ഹൃദയത്തോടെ അനിയൻ അവളെ കെട്ടിപ്പുണരുകയും ഒരു ദിവ്യപുഷ്പത്തിന്റെ സുഗന്ധം വഴിയുന്ന അവളുടെ ഉടൽ ചുംബനങ്ങൾക്കൊണ്ടു കൂടുതൽ തുടുപ്പിക്കുകയും ചെയ്തു.

അപ്പോൾ അവൾ തൃഷ്ണയെന്നു പേരുള്ള ഒരു നദിയായിരുന്നു. അയാൾ വേലിയേറ്റം എന്നു പേരുള്ള ഒരു സമുദ്രമായിരുന്നു. അപാരതകളിൽ നിന്നടിക്കുന്ന സുഗന്ധപൂരിതമായ കാറ്റുകൾ ആ നിമിഷങ്ങളിൽ അവരെ കടന്നുപോയി. ഹൃദയത്തിൽ അസ്ത്രം തുളച്ചുകയറുന്നതിന്റെ നൊമ്പരം അപ്പോൾ അവർക്കു സഹിക്കാനാവാത്ത മധുരാനുഭൂതികളാ

യിത്തീർന്നു. അകലെ കിഴക്കൻ കാടുകൾക്കൊക്കെ അപ്പുറത്തുനിന്നു കേട്ട സംഗീതം അവരുടെ ഹൃദയത്തിൽ പിന്നെയും മാറ്റൊലിക്കൊണ്ടു. ആത്മാവിനെ വ്യാമുഗ്ദ്ധമാക്കുന്ന സംഗീതം. വാക്കുകളില്ലാത്ത സംഗീതം. ഈണങ്ങളുടെ ലയവിന്യാസം. നിശ്ശബ്ദതയുടെ ആത്മാവിൽനിന്നുയിർക്കൊള്ളുന്ന സിംഫണി.

അതു കഴിഞ്ഞ്, ഒരു അമൃതമഥനത്തിന്റെ തളർച്ചയോടെ മച്ചിൻമുകളിൽനിന്ന് ഭാഗീരഥി കോണിപ്പടികളിറങ്ങി വന്നപ്പോൾ, ഭാഗ്യം, മുത്തശ്ശി അവിടെയെങ്ങുമില്ല.

ഭാഗീരഥി കിണറ്റിൻകരയിൽ ചെന്നു മുഖം കഴുകി. തിരിച്ചു വന്നപ്പോൾ മുത്തശ്ശി അടുക്കളവാതില്ക്കൽ നില്പുണ്ടായിരുന്നു.

"അതു കണ്ടോ ഭാഗീരഥീ?"

"ഇല്ല മുത്തശ്ശീ. ഞങ്ങൾ അവിട്യൊക്കെ നോക്കി."

"മച്ചുംപുറത്ത് എവിട്യെങ്കിലൂണ്ടാവൂന്നാ ഞാൻ നിരീച്ചേ. ഇനീപ്പോ അതെവിട്യാണാവോ!"

"മച്ചിൻമോളിലുണ്ടാവൂന്ന് മുത്തശ്ശിക്കു വെറുതെ തോന്നീതാണെന്ന് അനിയൻ പറഞ്ഞു. അനിയന് അങ്ങനെയൊരു പുസ്തകം കണ്ടേതന്റെ ഓർമ്മേംകൂടീല്യാ."

"ഓർമ്മേണ്ടായാലേ അതിശയൊള്ളൂ. അനിയന്റെ മനസ്സിലെന്താന്ന് ആർക്കാ നിശ്ശ്യം? ഭാഗിക്കറിയില്ലല്ലോ, അതൊക്കെ ഒരു കഥയാ."

ഭാഗീരഥീ അകത്തേക്കു കയറിപ്പോയി. നാലിറയത്തു കൂടി കടന്നുപോകുന്നതിനിടയ്ക്ക് പുറത്തു വരാന്തയിൽ ഒരു സ്വപ്നത്തിലെന്നപോലെ അനിയൻ നില്ക്കുന്നത് അവൾ കണ്ടു. പെട്ടെന്ന് നാണം കൊണ്ട് അവളുടെ മുഖം ചുവന്നു. പടിഞ്ഞാറ്റിയിലേക്കു കോണിപ്പടികൾ കയറുമ്പോൾ തലേരാത്രിയിൽ കേട്ട സംഗീതത്തിന്റെ ഈണം അവളുടെ ഹൃദയത്തിൽ നിലാവുപോലെ, സുഗന്ധംപോലെ, ഇളവെയിൽപോലെ, മഴപോലെ പെയ്യുന്നുണ്ടായിരുന്നു.

അന്നു വൈകിട്ട് മുത്തശ്ശി, കാര്യസ്ഥൻ അച്ചുതൻനായരെ വിളിച്ചു പറഞ്ഞു.

"ട്ടോ, അച്ചുതാ! ആ ശങ്കരവാര്യരോട് ഇങ്ങ്ടൊന്നു വരാൻ പറയ്യാ. എന്തെങ്കിലും ചെയ്തില്ലെങ്കി, ഇല്ലത്തതിന്റെ ദോഷോണ്ടാവും."

പിറ്റേ ദിവസം അച്ചുതൻനായർ പുഴയ്ക്കക്കരെയുള്ള വാര്യത്തു ചെന്ന് ശങ്കരവാര്യരെ വിളിച്ചു കൊണ്ടുവന്നു. ശങ്കരവാര്യർ പൂമുഖത്തിരുന്ന് രാശിചക്രം വരച്ചു പ്രശ്നം നോക്കി. രാശിചക്രത്തിൽ ശങ്കരവാര്യർ ഒരു യക്ഷിയുടെ കാല്പാടുകൾ കണ്ടു.

"ഇപ്പോ ബോദ്ധ്യായോ?" മുത്തശ്ശി ചോദിച്ചു. "ഞാനപ്പഴേ പറഞ്ഞില്ലേ, അവളുടെ വെളയാട്ടം തൊടങ്ങീന്ന്."

"ഇതങ്ങനെയല്ല." ശങ്കരവാര്യർ പറഞ്ഞു. "പ്രസന്നവദനയായിട്ടാണ് യക്ഷിയുടെ ഭാവം. അനുഗ്രഹിക്കാൻ നില്ക്കുന്ന ഒരു ദേവതയുടെ സ്ഥാനത്താണ് നില. ഭയപ്പെടാനില്ല."

"അതു പിന്നെ അങ്ങനെതന്നെയല്ലേ വരോള്ളൂ." മുത്തശ്ശി പറഞ്ഞു. "ലളിതയുടെ വേഷത്തിൽ കടന്നുവരും, ആളെ മയക്കാൻ. പിന്നീടല്ലേ തനിസ്വരൂപം കാട്ട്വാ. ദോഷല്യാന്ന് ഇപ്പോ തോന്നും അതൊക്കെ ഒരു തരം മായം കാട്ടലാ. പിടിച്ചുകെട്ടാൻ എന്താ വഴീന്ന് നോക്കാ."

അതിന്റെ ആവശ്യമില്ലെന്ന് ശങ്കരവാര്യർ പറഞ്ഞു. "അനുഗ്രഹിക്കാൻ നില്ക്കുന്ന ആളിനെ പിടിച്ചു കെട്ടണോ?"

പിടിച്ചു കെട്ടണമെന്നുതന്നെയായിരുന്നു മുത്തശ്ശിയുടെ കടുംപിടി.

എവിടുന്നോ ഒരു മാന്ത്രികനെ കൊണ്ടുവന്നു ഹോമം നടത്തി യക്ഷിയെ ഒരു സ്വർണ്ണനൂലിൽ ബന്ധിച്ച് ക്ഷേത്രത്തിന്റെ ഒരു കോണിൽ കുടിയിരുത്തി. മതിൽക്കകം വിട്ട് പുറത്തു പോവരുത്. തേവരുടെ പര്യമ്പുറത്ത് ഒതുങ്ങിക്കഴിഞ്ഞോളണം. അല്ലെങ്കിൽ ഇനി ഇതല്ല അനുഭവം. കാഞ്ഞിരപ്പലകയിൽ ആണി തറച്ച് പാലച്ചുവട്ടിൽ കുഴിച്ചിടും!

ശങ്കരവാര്യർ വീണ്ടും പ്രശ്നം വച്ചു നോക്കി. രാശിചക്രത്തിൽ കാല്പാടുകൾ പോയിട്ട് നിഴൽപ്പാടുകൾ പോലുമില്ല.

ഒരു തിങ്കളാഴ്ചയായിരുന്നു അമ്മിണിക്കുട്ടിയുടെ വിവാഹം. വലിയ ആഘോഷമൊന്നുമുണ്ടായിരുന്നില്ല. വളരെ അടുത്ത ബന്ധുക്കളെ മാത്രമേ വിവാഹത്തിനു ക്ഷണിച്ചിരുന്നുള്ളൂ. അമ്മിണിക്കുട്ടിയുടെ വിവാഹത്തിനു പോകണമെന്ന് അനിയൻ വിചാരിച്ചിരുന്നതല്ല.

രാവിലെ ഭാഗീരഥി ചോദിച്ചു: "അനിയൻ പോണില്ലേ, അമ്മിണിക്കുട്ടീടെ വിവാഹത്തിന്."

"ഇല്യാ." അനിയൻ പറഞ്ഞു. "ഞാനവിടെ ചെല്ലാതിരിക്യാ നല്ലത്."

"ഛേ, അതെന്താ അങ്ങനെ പറഞ്ഞത്?" ഭാഗീരഥി ചോദിച്ചു. "അനിയൻ ചെന്നില്ലെങ്കിൽ അമ്മാവനെന്തു തോന്നും? അമ്മിണിക്കുട്ടിക്കെന്തു തോന്നും? ആ പെൺകുട്ടിക്ക് അതൊരു മനസ്താപായിരിക്കും എന്നെന്നേക്കും."

"അതിപ്പോൾ ഞാൻ ചെന്നെന്നോർത്ത് ഇല്ലാണ്ടാവോ."

"അനിയൻ ഉണ്ടാക്കിയ മുറിവ് ആ പെൺകുട്ടിയുടെ ഹൃദയത്തില് എന്നൂണ്ടാവും. അവൾ അത്രമേൽ സ്നേഹിച്ചതല്ലേ."

അനിയൻ ഒന്നും മിണ്ടിയില്ല. എന്തോ ഓർത്ത് അയാൾ ദൂരെയെങ്ങോ നോക്കിക്കൊണ്ടു നിന്നു.

മറ്റൊരാളുടെ കൈപിടിച്ച് അവൾ ഹോമാഗ്നിക്കു വലം വയ്ക്കുമ്പോൾ അതവളുടെ മറ്റൊരു ജന്മമാണ്. അതുവരെ ഹൃദയത്തിൽ സൂക്ഷിച്ചിരുന്ന സ്വപ്നങ്ങൾ അവൾ ആരും കാണാതെ ഹോമാഗ്നിയിലെറിയുന്നു. ഹോമകുണ്ഡത്തിൽ സ്വപ്നങ്ങൾ ഹവിസ്സായിത്തീരുന്നു.

കസവു തിളങ്ങുന്ന മന്ത്രകോടി ഞൊറിഞ്ഞുടുത്ത്, ചിറ്റും ചെറുതാലിയും കെട്ടി. നാണംകൊണ്ടു ചുവന്ന മുഖത്തോടെ കതിർമണ്ഡപത്തിലേക്കിറങ്ങിവരുന്ന അമ്മിണിക്കുട്ടിയെ പന്തലിന്റെ ഒരു കോണിൽ ഒതുങ്ങിനിന്ന് അനിയൻ നോക്കി. മുടിക്കെട്ടിൽ കറുക ചൂടി, വാൽക്കണ്ണാടിയും പിടിച്ച് വരന്റെ അരികിൽ അമ്മിണിക്കുട്ടി ഇരുന്നപ്പോൾ കുറേ

നാൾ ഹൃദയത്തിൽ കൊണ്ടുനടന്നിരുന്ന ഒരു മോഹം അനിയന് നഷ്ട പ്പെടുകയായിരുന്നു. അതിലയാൾക്ക് തെല്ലും ദുഃഖം തോന്നിയില്ല. നഷ്ട ബോധം തോന്നിയില്ല. കുറേ നാൾ കൊണ്ടുനടന്നതിനുശേഷം കൗതുകം നഷ്ടപ്പെട്ട് ഒരു കൊച്ചുകുട്ടി വലിച്ചെറിഞ്ഞ കളിപ്പാട്ടത്തിന്റെ വിലപോലും അയാളതിനു കല്പിച്ചില്ല.

അവളുടെ കണ്ണിൽ ദുഃഖമുണ്ടായിരുന്നോ? അവൾ ഹൃദയത്തിൽ കരയുന്നുണ്ടായിരുന്നോ? വരന്റെ കൈപിടിച്ച് ഹോമാഗ്നിക്കു വലംവ യ്ക്കുന്ന നിമിഷങ്ങളിൽ ഹവിസ്സിനൊപ്പം അവളുടെ സ്വപ്നങ്ങൾ കരി യുന്ന ഗന്ധം ആരെങ്കിലും തിരിച്ചറിയുകയുണ്ടായോ? വൈദികൻ ചൊല്ലുന്ന മന്ത്രങ്ങൾ അനിയന്റെ കാതുകളിൽ നിരർത്ഥകമായ മുഴക്ക ങ്ങൾ മാത്രമായിത്തീർന്നു.

ആരും കാണാതെ പന്തലിന്റെ കോണിയിൽ നിന്നിറങ്ങി ഇടവഴിയി ലൂടെ നടന്നകലുമ്പോൾ അമ്മിണിക്കുട്ടി അവളുടെ ഭർത്തൃഗൃഹത്തിൽ ചെന്നു കയറുന്നത് അനിയൻ ഓർക്കുകയായിരുന്നു.

അകലെയുള്ള ഒരില്ലത്ത് ആർപ്പും കുരവയും കേൾക്കുന്നു. മംഗള സൂക്തങ്ങൾ മുഴങ്ങുന്നു. മന്ത്രകോടിയുടുത്ത വധുവും തറ്റുടുത്ത് ഉത്ത രീയമിട്ട വരനും! നാദസ്വരത്തിന്റെ മേളത്തിനിടയിൽ മന്ത്രങ്ങൾ മൗന ത്തിന്റെ ഭാഷയായിത്തീരുന്നു. കുടി പുറപ്പെട്ടുവരുന്നതു കാണാൻ വഴി വക്കിലും വേലിക്കെട്ടിലും ആളുകൾ കാത്തു നില്ക്കുന്നു. താലപ്പൊലി യെടുത്ത പെൺകുട്ടികൾ എതിരേല്ക്കാനും. പടിക്കെട്ടുകൾ കയറിച്ചെ ല്ലുന്ന വധുവിന്റെയും വരന്റെയും മേൽ മലരും പൂവും അനുഗ്രഹവും വീഴുന്നു! മൈലാഞ്ചിയിട്ടു ചുവപ്പിച്ച കാലടികളോടെ മംഗളദേവത വല തുകാൽ വച്ചു കേറുന്നു.

നിറപറയും നിലവിളക്കും വച്ച തിരുമുറ്റത്ത് ആവണപ്പലകയിൽ വരനും വധുവും! മംഗല്യസൂത്രമണിഞ്ഞ അന്തർജ്ജനങ്ങൾ അവരുടെ മേൽ അരിയും പൂവും പ്രാർത്ഥനകളും ഉഴിഞ്ഞിടുന്നു.

അവൾ മറ്റൊരു ജന്മത്തിലേക്ക്!

അനിയൻ തിരിച്ചെത്തുമ്പോൾ പൂമുഖത്ത് മുഗ്ദ്ധമായ ഒരു മന്ദസ്മി തത്തോടെ ഭാഗീരഥി കാത്തുനില്പുണ്ടായിരുന്നു.

കണ്ട ഉടൻ അവൾ ചോദിച്ചു.

“എന്തേ ഇത്ര നേരത്തേ? വേളി കാണാൻ നിന്നില്ലേ?”

ഒരു തരം നിസ്സംഗതയോടെ അനിയൻ പറഞ്ഞു. “കഴിഞ്ഞു, കുടി പുറപ്പെടണേനു മുമ്പേ ഞാൻ പോന്നു.”

“ഉം. അതെന്താ അങ്ങനെ?” ഭാഗീരഥി ചോദിച്ചു. “എല്ലാം കഴിയും വരെ അവിടെ ഉണ്ടായിരിക്കേണ്ട ആളല്ലേ? എന്നിട്ട് വേഗം പോന്നു! അമ്മി ണിക്കുട്ടിയെ കണ്ടോ?”

“ഉം കണ്ടു.”

“അമ്മിണിക്കുട്ടി എന്താ പറഞ്ഞത്?”

“ഒന്നും പറഞ്ഞില്ല. അവൾ എന്നെ കണ്ടോന്നു നിശ്ശ്യല്യാ.”

"അതെന്താ?"

"ഞാൻ പന്തലിന്റെ ഒരു കോണിൽ നിന്നേ ഉള്ളൂ."

"എന്തു സ്വഭാവാ ഇത്? ആ കുട്ടി പോണേന്നു മുമ്പ് ഒന്നുകാണ ണംന്ന് ആഗ്രഹിച്ചിട്ടുണ്ടാവില്ലേ?"

"കാണാതിരിക്കുന്നതാ ഭംഗീന്ന് എനിക്ക് തോന്നി."

"കുറ്റബോധംകൊണ്ട് അല്ലേ?"

അനിയൻ ശൂന്യമായ ദൃഷ്ടികളോടെ ഭാഗീരഥിയുടെ നേരെ നോക്കി.

കുറേനേരം എന്തോ ഗാഢമായി ആലോചിച്ചുനിന്നതിനുശേഷം വ്യസനത്തിന്റെ നനവുള്ള സ്വരത്തിൽ ഭാഗീരഥി പറഞ്ഞു. "അമ്മിണി ക്കുട്ടി എന്നെയാവും തെറ്റിദ്ധരിച്ചിട്ടുണ്ടാവ്വാ അല്ലേ?"

"എന്തിന്?"

'അതറിഞ്ഞുകൂടേ.' എന്ന അർത്ഥത്തിൽ അവൾ നിശ്ശബ്ദമായി അനി യനെ നോക്കി.

പിന്നെ, അവൾ ദീർഘമായി നിശ്വസിച്ചു.

ഉച്ചയ്ക്ക് പോസ്റ്റ്മാൻ പടികടന്നു വരുന്നത് അനിയൻ കണ്ടു. ആരു ടെയോ എഴുത്തുണ്ട്. എവിടുന്നാണാവോ? മുഷിഞ്ഞ കാക്കിവേഷമ ണിഞ്ഞ കിഴവൻ പോസ്റ്റ്മാൻ അരമതിലിന്റെ താഴെ ഇല്ലം ഗ്രില്ലെയിൽ വന്നുനിന്ന് ബഹുമാനപൂർവ്വം പറഞ്ഞു:

"ഒരെഴുത്തുണ്ട്."

അനിയൻ എഴുന്നേറ്റ് അടുത്തേക്കു ചെന്നപ്പോൾ തന്റെ കൈയിൽ ഒതുക്കിപ്പിടിച്ചിരുന്ന കത്തുകൾക്കിടയിൽനിന്നും കണ്ണുകളുയർത്തി പോസ്റ്റുമാൻ പറഞ്ഞു.

"കൊച്ചു തിരുമേനിക്കല്ല. കുഞ്ഞാത്തോലിന്. ഒപ്പിട്ടു തരണം. രജി സ്ട്രാ."

ഭാഗീരഥിയെ വിളിക്കാൻ അനിയൻ അകത്തേക്കു ചെന്നപ്പോൾ അവൾ നാലിറയത്തൂടെ വരുന്നതു കണ്ടു.

"നോക്കൂ. പോസ്റ്റുമാൻ വന്നിരിക്കുന്നു. എഴുത്തുണ്ടെന്ന്!"

ഒരു മന്ദസ്മിതത്തോടെ അവൾ ധൃതിയിൽ പോസ്റ്റ്മാന്റെ അടുത്തു ചെന്ന് അയാൾ നീട്ടിക്കാണിച്ച കടലാസിൽ ഒപ്പിട്ടുകൊടുത്തു. എഴുത്തു പൊട്ടിച്ചു വായിക്കുമ്പോൾ അവളുടെ മുഖഭാവം അനിയൻ സൂക്ഷിച്ചു. ഗൗരവമുള്ള എന്തോ സംഗതിയാണ്. ഹൃദയത്തിൽ എന്തോ വലിഞ്ഞു മുറുകുന്നതിന്റെ ഭാവമുണ്ടായിരുന്നു അവളുടെ മുഖത്ത്. എഴുത്തു വായി ച്ചതിനുശേഷം അവൾ എന്തോ ചിന്തിച്ചു നിന്നു. പിന്നെ എഴുത്തു മടക്കി കൂട്ടിലിട്ടുകൊണ്ട് അവൾ അകത്തേക്കു പോകാൻ തുടങ്ങി.

"ആര്ടെയാ എഴുത്ത്?"

"കറുപ്പുചേട്ടന്റെ."

"എന്താ വിശേഷം?"

"ഒന്നൂല്യാ."

അവൾ എന്തോ ഒളിക്കുന്നുണ്ടെന്ന് അനിയനു സംശയം തോന്നി. അല്ലെങ്കിൽ അവൾ അത്ര ധൃതിയും പരിഭ്രമവും കാണിച്ചതെന്തിന്?

കുറുപ്പ് ഇല്ലത്തേക്കു വരുന്നത് അനിയന് ഇഷ്ടമല്ലെന്ന് കുറുപ്പിനും ഭാഗീരഥിക്കുമറിയാം. അല്ലെങ്കിൽ അയാൾ ഇല്ലത്തേക്കു വന്നേനെ.

എന്തോ രഹസ്യമുണ്ട്. അതുകൊണ്ടായിരിക്കും ഒന്നുമില്ലെന്നു പറഞ്ഞു ഭാഗീരഥി ഒഴിഞ്ഞുമാറിയത്.

ഒന്നുമില്ലെങ്കിൽ പിന്നെ എന്തിനാണ് ഒരാൾ എഴുത്തയക്കുന്നത്? ഇവിടെ സുഖം. അവിടെയും അപ്രകാരമെന്നു വിശ്വസിക്കുന്നെന്നു മാത്രം പറയാനോ? അതല്ല. എന്തോ രഹസ്യമുണ്ട്. കുറുപ്പിനെ ആദ്യം കണ്ട നിമിഷത്തിൽത്തന്നെ അയാൾ ഒരു സൂത്രക്കാരനാണെന്നു അനിയനു തോന്നിയിരുന്നു. ഇരുണ്ട കണ്ണുകളും വികാരശൂന്യമായ മുഖവും കണ്ടാൽ ആർക്കും ഊഹിക്കാം, അയാൾ കൂനാംകുരുക്കാണെന്ന്.

എന്തെങ്കിലും കൃത്രിമമായ മാർഗ്ഗം ഉപയോഗിച്ചു സ്വത്തു തട്ടിയെടുക്കണമെന്നോ മറ്റോ ആയിരിക്കുമോ അവരുടെ ഗൂഢോദ്ദേശ്യം? ഭാഗീരഥിയെ ഒരു കരുവാക്കിക്കൊണ്ട് കുറുപ്പ് ചതുരംഗക്കളിയിൽ ഏർപ്പെട്ടിരിക്കുകയാണോ? കുറേ ദിവസങ്ങളായി ഭാഗീരഥിയിൽ കാണുന്ന മാറ്റം പുതിയ ഒരു കൗശലമല്ലെന്ന് ആർക്കറിയാം? അനിയന്റെ മനസ്സ് ഇളകിമറിഞ്ഞു. ഓരോ നിമിഷവും ഓരോ ചിന്ത അനിയനെ അലട്ടി.

എന്നിട്ടും, ഭാഗീരഥിയോടുള്ള അഭിനിവേശം ഒരന്തർദ്ദാഹമായി അനിയന്റെ മനസ്സിനെ പീഡിപ്പിച്ചു.

വൈകുന്നേരം മുത്തശ്ശിയോടൊന്നിച്ചു ഭാഗീരഥി പുറത്തിറങ്ങി. കുളത്തിന്റെ അപ്പുറത്തുള്ള പറമ്പിലൂടെ അവർ നടന്നകലുന്നത് അനിയൻ നോക്കിനിന്നു. മുത്തശ്ശി ചിലപ്പോൾ അങ്ങനെയാണ്. വെറുതെ പറമ്പിലൊക്കെ ഇറങ്ങി നടക്കും. 'ഭൂമീം ആകാശോം കാണാനാണ'ന്നാണ് മുത്തശ്ശി പറയാറ്. ഇല്ലത്തിനകത്തു എപ്പോഴും നമശ്ശിവായ ജപിച്ചുകൊണ്ട് നടക്കാറുള്ള മുത്തശ്ശിക്ക് ഭൂമിയും ആകാശവും കാണാൻ ചിലപ്പോൾ കൊതി തോന്നും. അപ്പോൾ ആരെയെങ്കിലും കൂട്ടി പുറത്തിറങ്ങി നടക്കും. പാടത്തിന്റെ കരയിൽ ചെന്ന് അകലേക്കും നോക്കി കുറേനേരം നില്ക്കും. അവിടെ നിന്നാൽ കിഴക്ക് ആകാശത്തിന്റെ നേർക്ക് ഉയർന്നു നില്ക്കുന്ന മലകളും കാടുകളും കാണാം. പാടത്തിന്റെ കരയോളമല്ലാതെ മുത്തശ്ശി എങ്ങും പോകാറില്ല. അവിടന്ന് നമശ്ശിവായ ജപിച്ചുകൊണ്ടു തിരിച്ചുപോരും.

അവർ പുറത്തേക്കിറങ്ങിപ്പോയപ്പോൾ അനിയൻ കോവണിപ്പടികേറി ഭാഗീരഥിയുടെ മുറിയിൽ ചെന്നു. തലയിണയ്ക്കടിയിലും അലമാരയിലും മേശപ്പുറത്തും അനിയൻ നോക്കി. എവിടെയാണ് അവൾ എഴുത്ത് ഒളിച്ചുവച്ചിരിക്കുന്നത്? നോക്കിയിട്ട് എങ്ങും കാണുന്നില്ല. മേശ പൂട്ടിയിരിക്കുന്നു. പൂട്ടിവയ്ക്കാൻ എന്തു നിധിയാണിതിനകത്തുള്ളത്.?

താക്കോൽ തപ്പിച്ചെന്നപ്പോൾ അലമാരയിൽ വസ്ത്രങ്ങളുടെ ഇടയ്ക്ക് ആ എഴുത്തിരിക്കുന്നത് അനിയൻ കണ്ടു. പാതി അടഞ്ഞുകി

ടന്ന അലമാര ഒച്ചയുണ്ടാക്കാതെ തുറന്ന് അനിയൻ ആ എഴുത്തെടുത്തു. തക്കും പുക്കും നോക്കി ആരും കാണുന്നില്ലെന്ന് ഉറപ്പുവരുത്തിയതിനു ശേഷം അനിയൻ ആ എഴുത്തിന്റെ മടക്കുകൾ നിവർത്തി. ഭാഗീരഥി പറഞ്ഞത് യഥാർത്ഥമായിരുന്നു. അതു കുറുപ്പിന്റെ കത്തായിരുന്നു.

പ്രിയ ഭാഗീരഥിക്ക്,

ഞാൻ അങ്ങോട്ട് വരാതിരുന്നത് അനിയൻ നമ്പൂതിരിക്ക് ഇഷ്ടമായില്ലെങ്കിലോന്നോർത്താണ്. അയാൾക്ക് എന്തൊക്കെയോ സംശയങ്ങൾ ഉണ്ടെന്നു തോന്നുന്നു. നമ്മൾ അതു ഗൗനിക്കണ്ടാ. ഭാഗീരഥി പറഞ്ഞിരുന്ന കാര്യങ്ങൾ എന്റെ ഓർമ്മയിലുണ്ട്. അതൊക്കെ ഞാൻ ഏതാണ്ട് ഒരു കടവിലെത്തിച്ചിട്ടുണ്ട്. ഇനി എല്ലാം ഭാഗീരഥിയുടെ കൈയിലാണ്. നിന്റെ ഇഷ്ടംപോലെ ചെയ്യുക. ഒരു കാര്യം മാത്രമേ എനിക്ക് ഓർമ്മിപ്പിക്കുവാനുള്ളൂ. ഓരോ നിമിഷവും വിലപിടിപ്പുള്ളതാണ്. പാഴായിപ്പോകുന്ന നിമിഷങ്ങൾ ഒരാളുടെ ജീവിതത്തിലെ വലിയ നഷ്ടങ്ങളാണെന്നു പിന്നീടൊരിക്കലറിയും. കൂടുതലൊന്നും എനിക്കു പറയാനില്ല. എന്റെ സഹായം എപ്പോൾ ആവശ്യമുണ്ടോ അപ്പോൾ ഞാൻ അവിടെയുണ്ട്.

സ്നേഹപൂർവ്വം, സ്വന്തം...'

അനിയൻ ആ എഴുത്ത് അവിടെത്തന്നെ വച്ചു. ഒച്ചയുണ്ടാക്കാതെ അലമാര അടച്ചു. പതുക്കെ പുറത്തിറങ്ങി. അവിടെനിന്ന് ആരെങ്കിലും കാണുന്നുണ്ടോ എന്ന് നാലുപാടും നോക്കി. ഇല്ല; ആരുമില്ല. അനിയൻ ധൃതിയിൽ കോണിപ്പടികളിറങ്ങി. തനിക്കെതിരായി എവിടെയോ ഒരു ചതുരംഗക്കളത്തിൽ കരുക്കൾ നീങ്ങുന്നുണ്ടെന്ന് അനിയൻ പേടിച്ചു. കുറുപ്പിന്റെ എഴുത്ത് അതിനുള്ള തെളിവാണ്. ഇല്ലംവക സ്വത്ത് മോഹിച്ചാണ് ഭാഗീരഥി വന്നിരിക്കുന്നതെന്ന് ഇപ്പോൾ തെളിഞ്ഞു. അവൾ കൃഷ്ണേട്ടനെ സ്നേഹിച്ചതുപോലും സ്വത്തുമോഹിച്ചായിരിക്കും. കൃഷ്ണേട്ടന്റെ ദുർമ്മരണത്തിനു പിന്നിൽ ഒരു സ്ത്രീയുടെ നിഴലുണ്ടെന്നും അതിവളുടെയാണെന്നും ഇപ്പോൾ വിശ്വസിക്കാൻ കഴിയുന്നു.

ഒരിക്കൽ അമ്മാവൻ പരിഹസിച്ചത് അനിയൻ ഓർത്തു.

"താനും അവളുടെ ചന്തം കണ്ടു മയങ്ങി; അല്ലേ? അങ്ങനേള്ള ഒരാളോടു പറഞ്ഞിട്ടു വിശേഷല്യാ. എന്നാലും പറയ്യാ. അവൾ നീ വിചാരിക്കുംപോലെയല്ല. ആദ്യം ഏട്ടനെ! പിന്നെ അനിയനെ! എന്താ കഥ? നിങ്ങളോ? ഒരെക്ഷിയെ ശ്രീലകത്തു കുടിയിരുത്തീട്ടു മറ്റൊരെക്ഷിയെ ഒഴിപ്പിക്കാൻ ഹോമം! കേമായി!"

അനിയന്റെ മനസ്സു പതറി:

അവൾ യഥാർത്ഥത്തിൽ യക്ഷിയോ ദേവതയോ?...

മോഹിപ്പിക്കുകയും കൊതിപ്പിക്കുകയും ചെയ്യുന്ന ആ വശ്യഭംഗിക്കു മുമ്പിൽ ഇളകിപ്പോയ അനിയന്റെ മനസ്സ് ആടിയുലഞ്ഞു.

മുപ്പത്തിയൊന്ന്

അപ്പോൾ വൃശ്ചികനിലാവിൽ കിഴക്കൻകാടുകൾ പൂക്കുന്ന നേരമായിരുന്നു. മലഞ്ചെരിവുകളിൽ നിശാഗന്ധികൾക്കും മദംപൊട്ടുന്ന നേരമായിരുന്നു. പിച്ചിപ്പൂക്കളുടെ സൗരഭ്യംകൊണ്ട് ഗ്രാമം മൂർച്ഛിച്ചുകിടക്കുകയായിരുന്നു.

പടിഞ്ഞാറ്റിമാളികയിലെ കിഴക്കോട്ടു തുറക്കുന്ന ജാലകത്തിന്റെ അഴികളിൽ മുഖം ചേർത്ത് ഒരു മന്ത്രമുഗ്ദ്ധയെപ്പോലെ ഭാഗീരഥി അകലേക്കു നോക്കി നിന്നു.

മരക്കൂട്ടങ്ങൾക്കിടയിലൂടെ അവൾ നക്ഷത്രങ്ങൾ തിളങ്ങുന്ന ആകാശം കണ്ടു. ഒരു ഏകാന്തഹൃദയത്തിൽ നിറഞ്ഞു തുളുമ്പുന്ന നിഗൂഢമായ സ്നേഹം പോലെ നിലാവ്!...

പുറത്ത് ഒരു യക്ഷിയെപ്പോലെ ചമഞ്ഞു നില്ക്കുന്ന രാത്രി. അവൾ പുറത്തേക്കു കൈനീട്ടി രാത്രിയെയും നിലാവിനെയും തൊട്ടു. രാത്രിയും നിലാവും അവളുടെ വിരൽത്തുമ്പുകളെ സ്പർശിച്ചു.

അപ്പോൾ അകലെ കിഴക്കൻ മലഞ്ചെരിവുകളിലെ കാടുകളിൽനിന്ന് അവൾ ആ പാട്ടുകേട്ടു. നിശ്ശബ്ദതയുടെ ആമന്ത്രണം പോലെ ആരംഭിച്ച് മനസ്സിനെ വ്യാമുഗ്ദ്ധമാക്കുന്ന ഒരീണത്തിന്റെ ആരോഹണാവരോഹണങ്ങളിലൂടെ അത് അവളിൽ വന്നു നിറഞ്ഞു. നിലാവുപോലെ, പൂവിന്റെ സൗരഭ്യംപോലെ, മനസ്സിനെ മോഹിപ്പിക്കുകയും ഉന്മത്തമാക്കുകയും ചെയ്യുന്ന ഒരീണം! ആത്മാവിൽ വന്നലയ്ക്കുന്ന സംഗീതം! ഇന്ദ്രിയങ്ങളിൽ പൂക്കുന്ന ആത്മാനുഭൂതികളുടെ സ്വരഗാന്ധാരം!

അവൾ കാതോർത്തുനിന്നു. നിശ്ശബ്ദതയുടെ സംഗീതം പോലെയാണത്. എന്തോ ഒരു നിഗൂഢതയുണ്ടതിന്.

ഒരിക്കൽ കൃഷ്ണേട്ടൻ പറഞ്ഞത് അവൾ ഓർത്തു:

"ഭാഗി കണ്ടിട്ടില്ലല്ലോ എന്റെ ഗ്രാമം? എന്തു ഭംഗിയാണെന്നോ! ആ ഗ്രാമത്തിൽ ജനിക്കാൻ കഴിഞ്ഞത് എന്തോ ഒരു അനുഗ്രഹംപോലെയാണ്. ഇല്ലത്തുനിന്നു നോക്കുമ്പോൾ കിഴക്ക് ഉണർന്നു നില്ക്കുന്ന മലകൾ കാണാം. ആകാശം തൊടുന്ന മലകളുടെയും കാടുകളുടെയും ഭംഗി! ഞാൻ ചിലപ്പോഴൊക്കെ അവിടെ ചെന്നിരിക്കാറുണ്ട്."

അവൾ ചോദിച്ചു. "തനിച്ചോ?"

"അതെ." കൃഷ്ണേട്ടൻ പറഞ്ഞു. "ചിലപ്പോൾ തനിച്ചാവുന്നത് എനിക്കിഷ്ടമാണ്. ഞാൻ മലമുകളിൽ ചെന്നിരിക്കും. ഭൂമിക്കിത്ര ഭംഗിയുണ്ടല്ലോന്നോർക്കുന്നത് അവിടെ ചെന്നിരിക്കുമ്പോഴാണ്. മലമുകളിൽ അനന്തതയിലേക്കു നോക്കി നില്ക്കുന്നത് ഭാഗിക്കറിയില്ലല്ലോ. ഏകാന്തമായ ഒരനുഭവമാണത്. അനന്തതയുടെ ദിവ്യമായ ഒരു സാമീപ്യം അവിടെയുണ്ട്."

അവൾ ഒരു കള്ളച്ചിരിയോടെ പറഞ്ഞു. "കവികൾക്ക് അങ്ങനെയൊക്കെ തോന്നും."

"കവികൾക്കു മാത്രമല്ലാ." കൃഷ്ണേട്ടൻ പറഞ്ഞു. "ഹൃദയമുള്ള എല്ലാവർക്കും."

വൃശ്ചികനിലാവിൽ കിഴക്കൻ കാടുകൾ പൂക്കുമ്പോൾ അകലെ മലഞ്ചെരിവുകളിൽനിന്നു കേൾക്കുന്ന സംഗീതത്തെക്കുറിച്ച് കൃഷ്ണേട്ടൻ പറഞ്ഞത് അവളുടെ മനസ്സിൽ മാറ്റൊലിക്കൊണ്ടു.

"അനന്തതയിൽനിന്നു കേൾക്കുന്നതുപോലെയാണത്. നിശ്ശബ്ദതയയുടെ സ്മൃതിഗോപുരങ്ങളിൽ മുഴങ്ങുന്ന ഏതോ ഹൃദയഗീതം. ഞാനതു കേട്ടിട്ടുണ്ട്."

"യക്ഷിക്കഥയേക്കാൾ വിചിത്രാണിത്." ഒരു കള്ളച്ചിരിയോടെ ഭാഗീരഥി പറഞ്ഞു. "ശൂന്യതയിൽ ചെവിയോർത്തുനിന്ന് ഇല്ലാത്ത സംഗീതം കേൾക്കാൻ കവികൾക്കു മാത്രമേ കഴിയ്യൊള്ളൂ."

"ഇതാരു പറഞ്ഞു. ഭാഗിയോട്?" കൃഷ്ണേട്ടൻ അവളുടെ കണ്ണുകളിലേക്കു നോക്കി. "ഹൃദയോള്ള ആർക്കും അത് കേൾക്കാം. നിശ്ശബ്ദതയുടെ സംഗീതം. അനന്തതയുടെ സംഗീതം. ഭൂമിയുടെ സംഗീതം."

"മലകൾക്കും കാടുകൾക്കും ഇടയിലാണോ ഭൂമി പാടുന്നത്?"

"ഭൂമിയുടെ ഹൃദയം അവിടെയാണ്."

"എന്റീശ്വരാ! എനിക്കിതൊന്നും മനസ്സിലാവ്ണില്യാ."

"അതേയ്, ആ സംഗീതത്തിനു ചെവിയോർക്കാഞ്ഞിട്ടാണ്." കൃഷ്ണേട്ടൻ അവളെ തഴുകിപ്പിടിച്ച് ഒരു രഹസ്യം പോലെ കാതിൽ പറഞ്ഞു. "അതു സ്നേഹത്തിന്റെ സംഗീതമാണ്. ഹൃദയത്തിൽ സ്നേഹത്തിന്റെ വേലിയേറ്റം ആരംഭിക്കുന്നതിന്റെ അടയാളമാണത്."

അന്ന് കൃഷ്ണേട്ടന്റെ മാറിൽ മുഖം ചേർത്തുവച്ച് അവൾ ആ സംഗീതം കേട്ടു.

ഇപ്പോൾ അതു വീണ്ടും കേൾക്കുന്നു! അവൾ ആ സംഗീതത്തിനു കാതോർത്തു നിന്നു.

എവിടെ നിന്നാണതു കേൾക്കുന്നത്? അകലെ കിഴക്കൻ മലഞ്ചെരിവുകളിലെ കാടുകളിൽനിന്നോ? അതോ, സ്വന്തം ഹൃദയത്തിൽ നിന്നോ?"

ഹൃദയത്തിൽ വീണയുടെ കമ്പികൾ വലിഞ്ഞുമുറുകുന്ന ഒരനുഭവം!

ഒരുവേലിയേറ്റം പോലെ, ഒരു പ്രളയംപോലെ, ആ സംഗീതം അവളുടെ ആത്മാവിൽ നിറഞ്ഞുതുളുമ്പി...

വസന്തത്തിലെ ഒരു മരംപോലെ, ഒരു കാടുപോലെ, ഒരു താഴ്വര പോലെ, അവൾ അവളുടെയുള്ളിൽ തളിർക്കുകയും പൂക്കുകയും ചെയ്തു.

അവൾ ആ സംഗീതത്തിന്റെ നേർക്കു നടന്നു. മരക്കൂട്ടങ്ങൾക്കിടയിൽ പെയ്യുന്ന നിലാവ് നനഞ്ഞ്, പിച്ചിപ്പൂക്കളുടെ സുഗന്ധം നുകർന്ന്, ചാറ്റൽമഴ നനഞ്ഞ്, ഒരു സ്വപ്നത്തിലെന്നോണം അവൾ കിഴക്കോട്ടു നടന്നു. ഒരു കാന്തക്കല്ലു പോലെ ആ സംഗീതം അവളെ ആകർഷിച്ചു കൊണ്ടുപോയി...

നേരം വെളുക്കുമ്പോഴും ചാറ്റൽ മഴ പെയ്യുന്നുണ്ടായിരുന്നു. ആകാശം ഇരുണ്ടു മൂടിക്കിടന്നു. മരക്കൊമ്പുകളിൽ മഴയുടെ താളം ചെവിയോർത്ത് അനിയൻ വെറുതെ കിടന്നു. പകൽവെളിച്ചം നരച്ച ഇരുട്ടു പോലെ തോന്നിപ്പിച്ചു. ഇരുണ്ട ആകാശം സൂര്യനെ ഒളിച്ചുവച്ചിരിക്കുന്നു. അല്ലെങ്കിൽ ഇപ്പോൾ മരക്കൊമ്പുകൾക്കിടയിലൂടെ ചാഞ്ഞു വീഴുന്ന ഇളവെയിൽ കണ്ടേനെ.

"അനിയാ ഒന്നെഴുന്നേല്ക്ക്." വാതില്ക്കൽ വന്നുനിന്നു പരിഭ്രമത്തോടെ മുത്തശ്ശി പറഞ്ഞു. "ഭാഗീരഥിയെ കാണുന്നില്ല."

ഒരു ഞെട്ടലോടെ അനിയൻ എഴുന്നേറ്റു.

"മുത്തശ്ശി എന്താ പറഞ്ഞത്?"

"ഭാഗീരഥിയെ കാണുന്നില്ലെന്ന്." മുത്തശ്ശിയുടെ വാക്കുകളിൽ വല്ലാതെ അക്ഷമയും സംഭ്രമവുമുണ്ടായിരുന്നു. "നേരം വെളുത്തിട്ട് അവളെ കണ്ടില്യാ. സുഖംല്യാതെ കിടക്ക്വായിരിക്കുന്നോർത്ത് സരസൂനോട് ചെന്നു നോക്കാൻ ഞാൻ പറഞ്ഞു. അവള് ചെന്ന് നോക്കുമ്പോ ആളില്യാ!"

"കുളിക്കാനോറ്റെ പോയിട്ടുണ്ടാവും. കുളത്തില് നോക്കിയോ?"

"പിന്നെ നോക്കാതെയാ? കുളത്തിലും കിണറ്റിൻ കരേലും ഒക്കെ നോക്കി. കാണാൻ ല്യാ. മഹാമായേ!"

മുത്തശ്ശി നെഞ്ചിൽ കൈവച്ചു.

അനിയൻ എഴുന്നേറ്റു ധൃതിയിൽ കോണിപ്പടികൾ കയറി പടിഞ്ഞാറ്റി മാളികയിൽ ചെന്നു നോക്കുമ്പോൾ ഭാഗീരഥിയുടെ മുറി തുറന്നു കിടക്കുന്നു. അനിയൻ അകത്തു കയറി എല്ലാടവും സൂക്ഷിച്ചു നോക്കി. എല്ലാം പണ്ടത്തെപ്പോലെതന്നെയുണ്ട്. ഭാഗീരഥിയെ മാത്രം കാണുന്നില്ല.

അനിയൻ കോണിപ്പടികളിറങ്ങി വരുമ്പോൾ ചന്നം പിന്നം പെയ്യുന്ന മഴയത്തു നിന്ന് കുട മടക്കിക്കൊണ്ട് അച്ചുതൻനായർ ഇളം തിണ്ണയിൽ കയറി നിന്നു.

"പാടത്തും പൊഴേലും ഒക്കെ നോക്കി. എങ്ങും കണ്ടില്ല. എനിക്കു തോന്നണതു തിരിച്ചുപോയിട്ടുണ്ടാവുംന്നാ."

"ആരോടും പറാതെയോ?"

'അല്ലെങ്കിൽപ്പിന്നെ ആളെ കാണേണ്ടേ?' എന്നു ചോദിക്കാൻ അച്ചുതൻനായർ ഓർത്തതായിരുന്നു. അനിയന് ഇഷ്ടമായില്ലെങ്കിലോ എന്നോർത്ത് അയാൾ മിണ്ടിയില്ല.

ഭാഗീരഥിയെ കാണാത്തതുകൊണ്ട് മുത്തശ്ശി വല്ലാതെ പരിഭ്രമിച്ചു.

മഹാമായയെ വിളിച്ചു സങ്കടപ്പെട്ടുകൊണ്ടു മുത്തശ്ശി അകത്തെ വാതില്ക്കൽ ചുവരും ചാരി ഇരുന്നു.

എന്തുചെയ്യണമെന്നറിയാതെ അനിയൻ കുറേനേരം സ്തംഭിച്ചു നിന്നു. ആരോടും പറയാതെ, ആരും അറിയാതെ ഭാഗീരഥി എങ്ങോട്ടാണു പോയത്? നഗരത്തിലെ വീട്ടിലേക്കു തിരിച്ചുപോവുകയാണു ചെയ്തതെങ്കിൽ അതിങ്ങനെ ഒളിച്ചു പോകണമായിരുന്നോ? അപ്പോൾ മറ്റൊരു ആലോചന അനിയൻ മനസ്സിൽ ഉണർന്നു. നഗരത്തിലേക്കു ഭാഗീരഥി തിരിച്ചുപോയെങ്കിൽ അതു രാത്രിയിൽത്തന്നെയായിരിക്കും. രാത്രിയിൽ അവൾ ഒറ്റയ്ക്കു പോകുമോ? രാത്രിയിൽ അവൾ എങ്ങനെ പുഴ കടന്നു? സന്ധ്യക്കു കടത്തുകാരൻ കടവിൽ വള്ളം കെട്ടിയിട്ടിട്ടു വീട്ടിൽ പോകും. പിന്നെ വെളുപ്പിനേ അവൻ തിരിച്ചുവരൂ.

അനിയൻ ചാറ്റൽമഴ നനഞ്ഞുകൊണ്ട് ഇല്ലപ്പറമ്പു മുഴുവൻ നടന്നു. സർപ്പക്കാവിനപ്പുറത്തും കുളത്തിന്റെ അപ്പുറത്തും കാടുപിടിച്ചു കിടക്കുന്നേടത്തും അതിനപ്പുറത്തുമൊക്കെ അടക്കിപ്പിടിച്ച ഭയവിഹ്വലതകളോടെ അനിയൻ നോക്കി. എങ്ങും ഭാഗീരഥിയെ കാണുന്നില്ല.

തിരിച്ചു വന്നപ്പോൾ മുത്തശ്ശി ചോദിച്ചു. "കണ്ട്വോ?"

വിവർണ്ണമായ മുഖത്തോടെ അനിയൻ പറഞ്ഞു. "ഇല്യാ."

വീണ്ടും മുത്തശ്ശി മഹാമായയെ വിളിച്ചു കരഞ്ഞു.

അപ്പോൾ അച്ചുതൻനായർക്കൊരു സംശയം തോന്നി.

"അങ്ങേ മനയ്ക്കലേക്കെങ്ങാനും പോയിട്ടുണ്ടാവോ, ആവോ?"

ഭാഗീരഥി അവിടെ പോകാൻ ന്യായമില്ല. ഒന്നുരണ്ടുവട്ടം അമ്മിണിക്കുട്ടി നിർബ്ബന്ധിക്കുകപോലും ചെയ്തിട്ടു, പിന്നൊരിക്കലാവട്ടേന്നു പറഞ്ഞ് അവൾ ഒഴിഞ്ഞുമാറുകയാണ് ചെയ്തത്.

എങ്കിലും അനിയൻ പറഞ്ഞു: "അവിടേം ഒന്നു തെരക്കാ."

അച്ചുതൻനായർ നരച്ച ശീലക്കുട വിടർത്തിക്കൊണ്ടു പടിയിറങ്ങിപ്പോയി.

അനിയൻ ചാറ്റൽ മഴയത്തേക്കും നോക്കി വരാന്തയിൽ പതറിയ മനസ്സോടെ നിന്നു.

അപ്പോൾ പെട്ടെന്ന് അനിയന്റെ മനസ്സിലേക്ക് ഒരു മിന്നൽപ്പിണർപോലെ കുറുപ്പിനെക്കുറിച്ചുള്ള ഓർമ്മ കടന്നുവന്നു. ഇന്നത്തെ രാത്രിയിൽ എല്ലാവരും ഉറങ്ങിയനേരത്ത് കുറുപ്പ് ഇവിടെ വന്നിട്ടുണ്ടായിരുന്നോ? അയാളുടെ കൂടെയായിരിക്കുമോ ഭാഗീരഥി പോയത്?

ഒരു ഗൂഢാലോചനയുടെ കടുംകെട്ടുകൾ മുറുകുന്നതുപോലെ അനിയനു തോന്നി..

അപ്പോൾ വിഷമത്തോടും ക്ഷമകേടോടുംകൂടി മുത്തശ്ശി അനിയനോടു ചോദിച്ചു.

"നീ എന്താ ഇങ്ങനെ മരംപോലെ നിക്കണത്?"

"ഞാൻ പിന്നെ എന്താ വേണ്ടത്? വാളെടുത്തു തുള്ളണോ?"

അനിയന്റെ പരുക്കൻ ചോദ്യം കേട്ടു മുത്തശ്ശി ഞെട്ടിപ്പോയി.

ശാസിക്കാനും തുടങ്ങിയിരിക്കുന്നു! കടക്കൂപുറത്തെന്നു പറഞ്ഞാൽ കടക്കാനേ ഉള്ളൂ. എന്നിട്ടും കണ്ടില്ലേ ധിക്കാരം! വാളെടുത്തു തുള്ളണോന്ന്. ഭജനം മൂത്ത് ഊരാണ്മയെന്ന് കേട്ടിട്ടേ ഉള്ളൂ. മുത്തശ്ശി അരിശം കടിച്ചൊതുക്കി.

പിന്നെ വിഷമത്തോടെ മുത്തശ്ശി മനസ്സിലോർത്തു.

'എന്റെ മാഹാമായേ! ഒരു മനസ്സമാധാനം ഇല്ലാണ്ടായല്ലോ!'

പിന്നെയും മഴ ചാറിക്കൊണ്ടിരുന്നു.

ഹൃദയത്തിൽ തടഞ്ഞ ഒരു മധുരസ്വപ്നം നഷ്ടപ്പെട്ട പ്രതീതിയായിരുന്നു അനിയന്.

തന്നെ മോഹിപ്പിക്കുകയും കൊതിപ്പിക്കുകയും ചെയ്ത പെണ്ണ് ഒരു രാത്രിയിൽ എങ്ങനെയോ അപ്രത്യക്ഷമായിരിക്കുന്നു. അവൾ കാണിച്ച സ്നേഹം സ്നേഹമായിരുന്നോ?

അറിയാതെ, യാത്ര പറയാതെ ഒളിച്ചുപോകാൻ അവൾക്കെങ്ങനെ തോന്നി?

കൈകൾ പുറകിൽ കെട്ടി അനിയൻ പൂമുഖത്ത് ഉലാത്തിക്കൊണ്ടിരുന്നു.

"ഉണ്ണിത്തമ്പ്രാ" എന്നൊരു വിളികേട്ട് ഒരു ഞെട്ടലോടെ അനിയൻ മുഖമുയർത്തി.

മഴ നനഞ്ഞുകൊണ്ട് പാണൻ നാണു മുറ്റത്തിനു പുറത്തു നില്ക്കുന്നു.

"ഇവിട്ത്തെ കൊച്ചമ്പ്രാട്ടി" പരിഭ്രമംകൊണ്ട് പാണൻ നാണുവിന്റെ വാക്കുകൾ പതറി. "മലഞ്ചെരിവിലെ പാറക്കെട്ടില്.."

അത്രയും പറഞ്ഞപ്പോഴേക്കും വേവലാതിയും സങ്കടവുംകൊണ്ട് പാണൻ നാണുവിന്റെ തൊണ്ട ഇടറി.

കേട്ടപാതി കേൾക്കാത്ത പാതി അനിയൻ ഇറങ്ങി ഓടി. പാടവരമ്പത്തൂടെ, പുഴവക്കത്തൂടെ, മഴനനഞ്ഞുകൊണ്ട്. മലഞ്ചെരിവിലേക്കോടുമ്പോൾ അനിയന്റെ ഹൃദയം ആധിയും ഭീതിയുംകൊണ്ട് ഇരുണ്ടിരുന്നു.

അമ്പലത്തിന്റെ കിഴക്ക്, മലയുടെ ചുവട്ടിൽ എത്തിയപ്പോഴേക്കും അനിയൻ വല്ലാതെ കിതച്ചു. മലയുടെ ചുവട്ടിൽ, പാറക്കെട്ടുകൾ നിറഞ്ഞ അഗാധമായ താഴ്ചകളുടെ വക്കിൽ ആളുകൾ കൂട്ടംകൂടി നില്ക്കുന്നത് അനിയൻ അകലെവച്ചു കണ്ടു. നാനാവഴികളിലൂടെയും ആളുകൾ പിന്നെയും മലഞ്ചെരിവിലേക്ക് ഓടിയെത്തുന്നുണ്ടായിരുന്നു.

ആൾക്കൂട്ടത്തിനിടയിലൂടെ കടന്ന് പാറക്കെട്ടിന്റെ വക്കിൽച്ചെന്നു നിന്നു നോക്കിയപ്പോൾ താഴ്ചകളിൽ ഒരിടത്ത് കല്ലുകൾക്കിടയിൽ ഭാഗീരഥി രക്തത്തിൽ കുളിച്ചു കിടക്കുന്നത് അനിയൻ കണ്ടു.

ഉള്ളിൽ എന്തോ പൊട്ടിത്തെറിക്കുന്നതുപോലെ അനിയനു തോന്നി.

പ്രജ്ഞ നഷ്ടപ്പെട്ടതുപോലെ ഒരു നിമിഷം അനിയൻ സ്തംഭിച്ചു,

പിന്നെ മഴനനഞ്ഞു കിടക്കുന്ന പാറക്കെട്ടുകളിലൂടെ അനിയൻ പിടിച്ചുപിടിച്ചു താഴ്ചകളിലേക്കിറങ്ങി. മുകളിൽ ആളുകൾ ശ്വാസമടക്കിപ്പിടിച്ചു നോക്കിനിന്നു. നനഞ്ഞുകിടക്കുന്ന പാറക്കെട്ടിൽ പിടിച്ചുപിടിച്ച് ഒരാൾ താഴ്ചകളിലേക്കിറങ്ങുന്നത് പേടിപ്പെടുത്തുന്ന കാഴ്ചയായിരുന്നു. കാലൊന്നു തെറ്റിയാൽ മതി. താഴെ!

മുകളിൽ പാറക്കെട്ടുകളുടെ വക്കിൽ ആളുകൾ ഭയസംഭ്രമങ്ങളോടെ നോക്കിനില്ക്കുന്നതിനിടയിൽ അനിയൻ പാറക്കെട്ടുകളിലൂടെ ഇറങ്ങി ഇറങ്ങി ഭാഗീരഥിയുടെ അടുത്തെത്തി. രക്തമൊലിക്കുന്ന മുറിവുകളുടെ പാറക്കെട്ടിൽ കമിഴ്ന്നു കിടക്കുന്ന ഭാഗീരഥിയെ നോക്കി ഹൃദയം പൊട്ടുന്ന വേദനയോടെ അനിയൻ ഒരു നിമിഷം നിന്നു. അറിയാതെ അനിയന്റെ കണ്ണുകൾ നിറഞ്ഞു. അവളുടെ അരികിൽ മുട്ടുകുത്തിയിരുന്ന് അനിയൻ വിറയ്ക്കുന്ന കൈകളോടെ അവളെ കൈയിൽ താങ്ങിയെടുത്തു. അവളുടെ മുഖത്തേക്ക് ഉറ്റുനോക്കി. ചോരപ്പാടുകൾ നിറഞ്ഞ അവളുടെ മുഖം കുരുതിയിൽ മുക്കിയ ഒരു പൂവുപോലെ തോന്നിപ്പിച്ചു. മരിച്ചുപോയെന്നാണ് നേരത്തെ ഓർത്തത് സൂക്ഷിച്ചുനോക്കിയപ്പോൾ നേർത്ത ശ്വാസോച്ഛ്വാസത്തിന്റെ ഒരിഴയിൽ കിടന്ന് ജീവൻ പതുക്കെ സ്പന്ദിക്കുന്നു.

മെല്ലെ അവളുടെ മുഖം പിടിച്ചുയർത്തി പാതിയടഞ്ഞ കണ്ണുകളിലേക്ക് ഉറ്റുനോക്കി വിങ്ങുന്ന ഹൃദയത്തോടെ അനിയൻ വിളിച്ചു:

"ഭാഗീ..."

അനിയൻ അവളുടെ സാരിത്തലപ്പുകൊണ്ട് അവളുടെ മുഖത്തുനിന്നും ചോരപ്പാടുകൾ തുടച്ചുകളഞ്ഞു. അവളുടെ മുഖം മഴത്തുള്ളികൾ വീണു നനഞ്ഞു.

ഉറങ്ങിക്കിടന്ന ഒരാളെ വിളിച്ചുണർത്തുംപോലെ അനിയൻ വീണ്ടും വിളിച്ചു.

"ഭാഗീ!"

ഒരു മോഹനിദ്രയിൽ നിന്നെന്നപോലെ അവൾ പതുക്കെ കണ്ണുതുറന്നു.

ഉൽക്കടമായ സ്നേഹത്തോടെ തന്റെ നേരെ ചാഞ്ഞുനില്ക്കുന്ന അനിയന്റെ മുഖം അരണ്ട വെളിച്ചത്തിലെന്ന പോലെ അവൾ കണ്ടു.

ഒരു വിളറിയ മന്ദസ്മിതം അവളുടെ മുഖത്ത് മങ്ങിപ്പോകുന്നത് അനിയൻ കണ്ടു.

"ഇന്നലെ... ഞാൻ... ആ... സംഗീതം... കേട്ടു." തളർന്ന സ്വരത്തിൽ ഭാഗീരഥി പറഞ്ഞു. "ഞാൻ... അനിയനോടു... പറഞ്ഞില്ലെന്നേ ഉള്ളൂ... മുമ്പും.. ഞാനത്....കേട്ടിട്ടുണ്ട്.... കൃഷ്ണേട്ടന്റെ...ഹൃദയത്തിൽ നിന്ന്.

അനിയൻ... എന്നെ... തെറ്റിദ്ധരിച്ചു. ഇല്ലേ.. എന്നെ സ്നേഹിച്ച ആളിന്റെ വീടൊന്നു.. കാണണമെന്നേ... ഞാൻ ആശിച്ചുള്ളൂ.... ഞാൻ വന്നത്... അതിനായിരുന്നു."

അവളുടെ തളർന്ന വാക്കുകൾ ഇടമുറിഞ്ഞു.

ഒരു നിമിഷം അവളുടെ കണ്ണുകൾ അനിയന്റെ നേരെ ഇമവെട്ടാതെ നിന്നു.

അനിയൻ സ്നേഹവും ആരാധനയും നിറഞ്ഞ കണ്ണുകളോടെ അവളുടെ മുഖത്തേക്ക് ഉറ്റുനോക്കി.

"ഞാൻ.... ഇന്നലെ... ആ... സംഗീതം... കേട്ടു." അവ്യക്തമായ ശബ്ദത്തിൽ അവൾ പറഞ്ഞു. അന്നേരം കൃഷ്ണേട്ടനെ.... ഓർത്തുകൊണ്ട്... ഞാൻ... ഇല്ലത്തൂന്ന് ഇറങ്ങിപ്പോന്നു. അനിയൻ തെറ്റിദ്ധരിക്കരുത്... ഞാൻ... അദ്ദേഹത്തെ... അത്രയധികം... സ്നേഹിച്ചു.... എന്നോടു ക്ഷമിക്ക്...."

എന്തോ ചെവിയോർക്കുന്ന ഭാവത്തിൽ അവൾ പെട്ടെന്ന് നിശ്ശബ്ദയായി.

പിന്നെ വിളറിയ പുഞ്ചിരിയോടെ അവൾ അനിയന്റെ മുഖത്തേക്കു നോക്കി.

പിന്നെ അവളുടെ വാക്കുകൾ കൊഴിയുന്ന പൂവിതളുകളായി.

"അനിയൻ... കേൾക്കണില്ലേ. ആ... സംഗീതം ഇപ്പോഴുമുണ്ട്.."

(ഈ നോവൽ അവസാനിച്ചു.
പക്ഷേ, ആ സംഗീതം ഒരിക്കലും അവസാനിക്കുന്നില്ല.)

www.ingramcontent.com/pod-product-compliance
Lightning Source LLC
LaVergne TN
LVHW100810051026
849519LV00006B/2029